கார்த்திக் புகழேந்தி கதைகள்

கார்த்திக் புகழேந்தி

கார்த்திக் புகழேந்தி கதைகள்	:	சிறுகதைகள்
ஆசிரியர்	:	கார்த்திக் புகழேந்தி
		© ஆசிரியர்க்கு
முதல்பதிப்பு	:	டிசம்பர் - 2024
அட்டை வடிவமைப்பு	:	பி.எஸ்.வம்சி
வெளியீடு	:	வம்சி புக்ஸ்
		19, டி.எம்.சரோன்,
		திருவண்ணாமலை - 606 601
		9445870995, 04175 - 235806
அச்சாக்கம்	:	மணி ஆப்செட், சென்னை - 600 077
விலை	:	₹ 400/-
ISBN	:	978-93-93725-78-3

Karthick Pugazhendhi Kathaikal	:	Short Stories
Author	:	Karthick Pugazhendhi
		© Author
First Edition	:	December - 2024
Wrapper Design	:	B.S. Vamsi
Published by	:	Vamsi books
		19.D.M.Saron,
		Tiruvannamalai - 606 601
		9445870995, 04175 - 235806
Printed by	:	Mani Offset, Chennai - 600 077
Price	:	₹ 400/-
ISBN	:	978-93-93725-78-3

www.vamsibooks.com | e-mail : kvshylajatvm@gmail.com

ஊருக்கும் ஆறுக்கும் அருவிக்கும்...

நன்றி...

ரா.கண்ணன்
சரவணன் சந்திரன்
தமிழச்சி தங்கபாண்டியன்
கி.ராஜநாராயணன் - கழனியூரன்
ஜோ டி'குரூஸ் - பாக்கியம் சங்கர்
அகரமுதல்வன் - வெய்யில்
ஹாசிப்கான் - கே.பாண்டியன்
ரெங்கா கருவாயன்
வல்லபாய் அருணாசலம்
ஜீவிதன்

கார்த்திக் புகழேந்தி (1989)

திருநெல்வேலி மாவட்டம், பாளையங்கோட்டையைத் தாய் வழியிலும், தென்காசி மாவட்டம், ரவணசமுத்திரம் ஊரைத் தந்தை வழியிலும் பூர்வீக மாகக் கொண்டவர். 2011-ம் ஆண்டு முதல் தமிழில் கதைகள், கட்டுரைகள் எழுதிவருகிறார். 2014-ம் ஆண்டு இவரின் முதல் கதைத்தொகுப்பு 'வற்றாநதி' வெளியானது. சிற்றிதழ்களிலும், தினசரி, செய்தி மற்றும் பொழுதுபோக்கு ஊடகங்களிலும் பணிபுரிந்து வந்த கார்த்திக் புகழேந்தி, தற்போது, விகடன் குழும இதழான 'ஜூனியர் விகடனி'ல் தலைமை உதவி ஆசிரியராகப் பணியிலிருக்கிறார். செங்கல்பட்டு மாவட்டம் மறைமலை நகரில் மனைவி சுபா, மகன் அகரமுதல்வனுடன் வசித்துவருகிறார்.

தொடர்பு எண்: +919994220250
மின்னஞ்சல் : **writerpugal@gmail.com**
வலைப்பூ : **https://writerpugal.blogspot.com**
தமிழ்விக்கி : **https://tamil.wiki/wiki/Karthick_Pugazhendhi**
ஸ்பாட்டிஃபை : **https://bit.ly/4bV2urh**

உள்ளே...

1. அவளும் நானும் அலையும் கடலும்..09
2. உடுப்பு..18
3. ஊழி..26
4. கலகம் பிறக்குது..35
5. கல்மனம்..60
6. காந்தல்..74
7. காளிக்கூத்து..85
8. கொடிக்கால்..97
9. கொடிவீரன்..108
10. கொலைச்சொல்..116
11. தலபுராணம்..128
12. தலைமுறை..150

13. மழைக்கு முன்னால்..164
14. தேனடை...176
15. நீராடும் கடலுடுத்த..184
16. பச்ச...194
17. பூனைக்குட்டியைக் கொஞ்சுகிறவள்...205
18. ரயிலுக்கு நேரமாச்சி..221
19. வள்ளம்..230
20. வெட்டும் பெருமாள்..244
21. வெஞ்சினம்..259
22. ஜில்லா விலாஸம்..283
23. வெள்ளை நதி...305
24. தீதும் நன்றும்..320
25. சிவந்திப்பட்டி கொலை வழக்கு...331

அவளும் நானும் அலையும் கடலும்

மழை இன்னும் கொட்டித் தீர்த்தபடியேதான் இருந்தது. நாளைக்குச் சந்திக்கலாம் என்று ஜெ.-யிடமிருந்து கடைசியாக ஒரு குறுஞ்செய்தி வந்திருந்தது கொடிய இரவின் நீளத்திற்கு அது இன்னமும் அகலத்தைக் கூட்டிக்கொண்டிருந்தது.

'போகலாமா வேண்டாமா...' என்ற குழப்பம் ஒருபக்கம். போனாலும், எப்படி அவளை எதிர்கொள்வது என்ற தயக்கம் மறுபக்கம். புரண்டு புரண்டு படுக்கிறேன். உறக்கம் பிடிக்கவில்லை கண்களுக்கு.

முதல்தடவை திருவான்மியூர் புத்தகக் கடையில் அவளைச் சந்திக்கும்போதே நீண்டநாளாகத் தெரிந்தவனை எதிர்ப்பார்த்து காத்திருந்ததுபோல, அவளாகவே பெயரைச் சொல்லி சைகை செய்தாள். கிட்டேவந்து, 'உங்க புக் வாங்கத்தான் வந்தேன்' என்றாள். தன்னைக் குறித்தும் அறிமுகப்படுத்திக்கொண்டாள். அது ஒரு முகஸ்துதி. என்றாலும் உரையாடலில் அறிமுகமானோம்.

படித்துக்கொண்டே ஏதோ ஓர் என்.ஜி.ஓ-வில் தன்னார்வலராக இயங்குவதாகச் சொன்னாள். அதன் பெயரைக் கேட்டதுமே அது சூழலியல் சார்ந்து இயங்கும் அமைப்பு எனப் புரிந்துகொள்ள முடிந்தது. அவள் கைகளில் வறீதையா கான்ஸ்தந்தின் எழுதின 'என்னைத் தீண்டின கடல்' புத்தகம் இருந்தது. வெள்ளை நிற சல்வார், வெறும் நெற்றி, குதிரைவால் தலைமுடி என எந்தக் களேபரங்களும் இல்லாமலேயே பளிச்சென்று சிரித்தாள்.

இரண்டாவது தடவையில் எழும்பூர் ரயில் நிலைய நடைமேடையில் எதேச்சையாக அந்தச் சந்திப்பு நிகழ்ந்தது. மின்சார ரயிலில் இப்போது தான் வந்திறங்கியதாகச் சொன்னாள். ''நீங்க!?'' என்ற அவளுடைய மிகச் சுருக்கமான கேள்விக்குத் 'திருவல்லிக்கேணி வரைக்கும் ஒரு வேலையாக....' என்ற முடிவுறாத பதிலைச் சொன்னேன். படிக்கட்டுகளில் இறங்கி இருவரும் ஒன்றாக நடக்க ஆரம்பித்தோம்.

''அந்திமழையில் வந்திருந்த உங்க கதை வாசிச்சேன். திருநெல்வேலி டயலக்ட் எக்ஸ்டார்னரி... பேசிட்டே இருக்கும் கேரக்டர் இடையில் என்னென்ன செய்யுதுன்னு சொல்றீங்கல்ல... அதெல்லாம் லைவ்லியா இருக்கு... க்ளைமாக்ஸ் கிட்டடத்தட்ட யூகிக்கிற மாதிரி இருந்தது...'' என்றாள். இன்னும் ஏதாவது சொல்வாள் என்று எதிர்பார்த்தேன். ம்ஹூம்.

தேவைக்கு அதிகப்படியாக வார்த்தைகளை உதிர்க்கிறவள் இல்லைபோல என்று நினைக்கும்போதே திரும்பிப் பார்த்துச் சிரித்தாள். ''எனக்கு இப்போ சூடா ஒரு காபி குடிக்கணும். உங்களுக்கு!'' என்றாள். அதில் ஒருவிதமான 'வந்தா வா வராட்டிப் போ...' என்ற தொனி இருந்ததாகப்பட்டது. ரோசம் பார்க்காமல் 'ஓ.. தாராளமாக' என ஒட்டிக்கொண்டேன்.

கென்னத் சந்துக்குள் நுழைந்து, அங்கிருந்த தரை லோக்கலான டீக்கடையில் தனக்கொரு காபி சொன்னாள். ஆவி பறந்த கண்ணாடித் தம்ளரை ஒரு மடக்குக் குடித்துவிட்டு 'ஓ சாரி உங்களுக்குச் சொல்லவே இல்லை பாருங்க, அண்ணா இன்னொரு காபி' என்றாள். கூடவந்து அசிங்கப்பட்டதாக இருந்தது. இன்னைக்கு யார் முகத்தில் முழித்தோமோ!

நண்பர் காளிதாஸின் அடையாறு இல்லத்தில் நடந்த முழுநாள் இலக்கியக் கலைந்துரையாடலில் கலந்து கொண்டிருந்தேன். இரவு நெடுநேரம் பிந்தி, ஓலா-வில் வீடு திரும்பும்போது, வாட்ஸப்பில் அந்தச் செய்தி வந்திருந்தது.

''தாமரை பாடல் கேட்டீங்களா... கலாபம் போல் ஆடும் கனவில் வாழ்கிறேன்... கலாபம்னா என்ன அர்த்தம்..?''

யார் என்ன என்று தெரியாமல் கலாபத்திற்கான அர்த்தத்தை அனுப்பினேன். சில வினாடிகளிலே அதே எண்ணிலிருந்து அழைப்பு வந்திருந்தது. 'நான்தான் ஜெ.,' என்றாள். சட்டென்று பிடிபட்டுவிட்டது. எண் எப்படிக் கிடைத்தது என்றெல்லாம் அபத்தமாகக் கேட்டுவிடக் கூடாதென முடிவெடுத்துக் கொண்டேன். பேச்சு வளர்ந்தது.

''சங்கப் பாடல்களில் கலாபம் என்று எங்கேயாவது வருகிறதா?'' என்றாள்.

"நிறைய இருக்கிறதே! சிறுபாணன் ஆற்றுப்படையில் நல்லியக்கோடன் பெருமைகளைச் சொல்லும் வரிகளில் 'மணிமயிற் கலாப மஞ்சிடை பரப்பி' என்ற வரிகளைக் குறிப்பிட்டுச் சொன்னேன்.

'கலாபத்துக்கு வேறு எதிலாவது.... ஐ மீன் சங்கம் லிட்ரேச்சர் இல்லாமல், மென்ஷன் இருக்கிறதா...' என்று வினவினாள்.

'கலாபக் காதலன் என்று கண்ணனை அழைக்கிறோமில்லையா!' என்றேன். வீடு வந்து சேர்ந்து, நிறைய விவரணைகளுக்குப் பிறகு அழைப்பைத் துண்டித்தபோது மணி பனிரெண்டு காட்டியது.

"நீங்கள் கலந்துகொண்டு பேசினால் நன்றாக இருக்கும்" என்று திரும்பத் திரும்பச் சொன்னாள். 'உங்களுக்காக வருகிறேன்...' என்று ஒப்புக் கொண்டிருந்தேன்.

தேனாம்பேட்டை அருகே அமைந்திருந்த அந்தக் கத்தோலிக்கக் கல்லூரியில் 'நாட்டுப்புற கதைகளில் பெண்கள்' என்ற தலைப்பில் பேச வேண்டும். பெண்கள் தினத்தை முன்வைத்து இப்படி ஒரு நிகழ்ச்சிக்கு ஏற்பாடு செய்திருந்தார்கள்.

கல்லூரி நுழைவாயிலில் இருந்தே தோழர்கள் சிலரோடு வந்து வரவேற்றாள். மயில்நீல நிற மேல் வஸ்திரத்தை கழுத்துச் சுருக்க மாகச் சுற்றி, எம்ப்ராய்டரி அலங்காரங்கள் கொண்ட கருப்பு நிற சல்வார் அணிந்திருந்தாள். இமைகள் சீராக ஒழுங்குபடுத்தப்பட்டிருந்தன. வெள்ளையும் நீலமும் கலந்த குண்டு குண்டு வடிவிலான இமிட்டேஷன்களைத் தாராளமாகச் சூடியிருந்தாள். நம்மைச் சந்திக்கும்படி அமையும் போது மட்டும் வேண்டுமென்றே அலங்காரங்களைத் தவிர்த்து விடுவாள் போல என்று பட்டது.

கல்லூரி முதல்வர் உரைக்குப் பிறகு நிகழ்ச்சி துலங்கியது. அதுவரை மேடையில் அமர்ந்திருக்கும்போதும் சரி, நிகழ்ச்சியில் பேசும்போதும் சரி, பார்வையில் படுகிறமாதிரி அவள் மட்டுமே அங்கு நடமாடுவதாகப் பட்டது. நிகழ்ச்சி முடிந்து புறப்படும்போது, கிட்டேவந்து, நன்றி என்றாள். முதல் தடவையாகக் கை குலுக்கிக் கொண்டோம்.

ரொம்ப உற்சாகமாக இருந்தது அன்றைக்குக் காலைத் தூங்கி எழுந்தபோது. இரவு முழுக்க அவளோடு குறுஞ்செய்திகளில் பேசிக்கொண்டிருந்தேன். தன்னைப் பற்றின தனிப்பட்ட விஷயங்களை முதன்முறையாகப் பகிர்ந்துகொண்டாள். ‘உங்களுடைய அந்தப் புத்தகத்தை வாசித்து, பிடித்துப்போன பிறகே, வேண்டுமென்று தேடிவந்து உங்களிடம் அறிமுகமாகிக் கொண்டேன்’ என்றவள் சொன்னபோது கிளர்ச்சியாக இருந்தது.

நீங்க வாங்க போங்க எல்லாம் வேண்டாம். பெயரைச் சொல்லியே அழைக்கலாம் என்றேன். வெகு விரைவாக அந்தச் சமரசம் இருவரிடமும் நிகழ்ந்துவிட்டிருந்தது. அதன்படி நீ நான் ஆகிப் போயிருந்த அதேநாளில், அவள் எஸ்.ரா வாசகி எனத் தெரிந்துவிட்டது. அவ்வளவு எளிதாகத் தாங்கிக் கொள்கிற விஷயமல்லவே... அது. வேண்டுமென்றே அவளைச் சீண்டத் தொடங்கினேன்.

‘இதுவரைக்கும் ஒரே ஒரு கதையைப் படித்திருக்கிறாய். அவ்வளவுதான் போல...’ என்று சேட்டையாகச் சீண்டினேன். சிரித்து மழுப்பிக்கொண்டே போனவள் எதிர்பாராத தருணத்தில் பொசுக்கென்று குரல் உடைந்தாள்.

என்ன ஏதென்றே தெரியாமல் விக்கித்து நிற்கிற நொடியில், ‘நான் உன்னுடைய கதைகளில் அப்பாவைப் பற்றினக் குறிப்புகளில் எல்லாம் மறைந்துபோன என் அப்பாவையே நினைத்துக்கொண்டேன். அவர் இல்லாத காலங்களில் எதிர்கொள்ளும் காயங்கள் மனதை அசைக்கும் போதெல்லாம் உன்னுடைய ‘செம்பருத்திப் பூக்கள்’ கதையை எடுத்து வைத்து வாசிப்பேன். கண்ணீர் நிரம்பி ஓடும். நிறையத் தூக்கம் வரும். நிம்மதியாகக் கனவும் வரும். அப்பா கனவில் வந்து தலையை வருடிக் கொடுப்பார்’ என்றாள். இப்படி ஒரு பதில் அவளிடமிருந்து வரும் என்று நான் நினைக்கவே இல்லை. உணர்வுரீதியாக அவளைத் தாக்கும்படியாக ஒரு கேள்வியைக் கேட்டுவிட்டேன் போலெவென அப்போதுதான் உரைத்தது.

நாங்கள் அந்த நூலகத்தின் பின்னாலிருந்த கல் மண்டப இருக்கையில் ஒருவருக்கொருவர் இரண்டடி இடைவெளிவிட்டு அமர்ந்திருந்தோம்.

இரண்டொரு நாள்களுக்குமுன் மழை பெய்திருந்த பிறகான சுத்த வாசனை காற்றில் அடித்தது. பழைய செங்கல் கட்டடம் பாசி பிடித்து அமைதியோடிருந்தது. நாகலிங்க மரத்தின் உதிர்ந்த பூ ஒன்றைக் கையில் பிடித்துச் சுற்றிக்கொண்டே இருந்தாள்.

அமைதியைக் கலைத்து, 'ஏன் அப்படியே பார்த்துட்டு இருக்கே!' என்றாள்.

அடக்கமாட்டாமல், 'உன் கண்கள் ரொம்பத் தனித்துவமானது. யாராவது ஒரு ரெண்டு வினாடி சேர்ந்த மாதிரி அதைப் பார்த்துட்டே இருந்தான் செத்தான். தயவுசெய்து உன் கொலைக் கருவியைப் பத்திரமாகப் பார்த்துக் கொள்' என்றேன். கையிலிருந்த பூவை என்மீது தூக்கி எறிந்தாள். நாகலிங்க மரத்திற்குக் குண்டு பொழியும் மரம் என்கிற பேர் ரொம்பப் பொருத்தம்.

''வேம்பின் பைங்காய் என்தோழி தரினே, தேம்பூங் கட்டி என்றனிர் இனியே!'' என்ற மிளைக் கந்தனாரின் மருதத்திணைப் பாடலைச் சொன்னேன். அர்த்தம் கேட்டாள். பச்சை வேப்பங்காயைக் கையிலெடுத்து தலைவனுக்குத் தருகிறாள் தலைவி. 'நீ தந்தால் அது தேன் சிந்தும் பூங்கட்டி என்று தலைவன் அதனை உண்கிறான்' என்றேன்.

அசட்டுத்தனம் ரெண்டாயிரம் வருஷங்களுக்கு முன்னாடியே இருந்திருக்கு பாரேன் என்றாள். இருக்கட்டுமே, கேட்க நன்றாக இருக்குதில்லையா என்றதும் சிரித்துக்கொண்டாள்.

அது போன்ற சந்திப்புகளில் சொல்லப்படாத ஏதோவொன்று எங்களுக்குள் உருவாகித் திளைத்தது. காலநேரம் ஓயாமல் பேசிக் கொண்டே இருந்தோம். புத்தகங்களின் வரிகளை, சங்கப் பாடல்களை மேற்கோளிட்ட விளக்கங்களைக் கேட்டுக்கொண்டே இருப்பாள். அலைப்பேசிக்கு ஓய்வே கொடுப்பதில்லை இருவரும் என்பதைக் கேட்கவோ கண்டிக்கவோ ஆளில்லாத நிலையில் உரையாடல் நீண்டுகொண்டே இருந்தது.

கண் கண்ணாடிகள் அணிவதைத் தவிர்த்துவிட்டு லென்சுக்கு மாறச் சொன்னாள். இருட்டும் அரக்குமான சட்டைகளைத் தவிர்த்து, வெளிர் நிறச்

சட்டைகளை அவள்தான் தேர்ந்தெடுத்து வாங்கிக் கொடுத்தாள். அவளுக்குப் பிடித்த பாடலை அழைப்பொலியாக வைத்திருந்தேன்.

ரெண்டுபேருக்குமே ஒருத்தரை ஒருத்தர் பிடித்திருந்தது. மிகச் சரியாகச் சொன்னால், பழகின இரண்டாவது வருடத்தில் காதல் என்கிற பூ மொட்டவிழுகிற பருவத்தின் னியில் நின்று கொண்டிருந்தேன்.

''எனக்கு உன்னைப் பிடிச்சிருக்கு ஜெ., அதை நான் உனக்குச் சொல்லத் தேவை இல்லை. நான் நிறைய அடிகளை வாங்கி முக்கித்தக்கி முன்னுக்கு வந்தவன். நல்ல வேலை இருக்கு. அதும் மனசுக்குப் பிடிச்சு செய்யும் வேலை. இப்போ அதே அளவுக்கு உன்னையும். கஷ்டத்திலயும் உன்னை நல்லாப் பார்த்துப்பேன்னு நீதான் நம்பணும். யோசிச்சு கூடச் சொல்லலாம்''

பட்டென்று பதில் வந்து விழுந்தது அவளிடமிருந்து.

''நான் அப்படில்லாம் உன்னை நினைச்சதுகூட இல்லை. நீ என்னோட நல்ல நண்பன். என் குடும்பத்தில் ஒருத்தன். என் அம்மாவுக்கும் மேல. உன்னை நல்லா தெரியும் எனக்கு. சும்மா உப்புச் சப்பில்லாத காரணத்துக்காக உன்னை மிஸ் பண்ண வைக்காத ப்ளீஸ். முடியாதுன்னு சொல்றது ரொம்ப ஈஸி. ஆனால், அதை அவ்ளோ ஈஸியா உன்கிட்ட சொல்லிட்டுப் போகப் பிடிக்கலை. இப்படியே இருப்போமே.. ப்ளா.. ப்ளா.. ப்ளா..''

அதன்பிறகு அவள் பேசின எதையும் காதிலே ஏறவேயில்லை. ஒரு விருப்பம்... அதைச் சொல்லியாகிவிட்டது. அது நிராகரிக்கப் படலாம் அல்லது எந்தச் சாமி புண்ணியத்திலாவது ஏற்றுக் கொள்ளவும் படலாம். இரண்டில் ஏதாவது ஒன்றுதானே வழி! எனக்கு முதலாவது நேர்ந்திருக்கிறது. அதற்காகக் கலங்கிப் போய் அந்த இடத்திலே சரிந்துவிடவா முடியும். அதற்காகவே இவ்வளவு காலங்களையும் கடந்து வந்திருக்கிறோம்.

'சரி ஜெ... புரிஞ்சுகிட்டேன். டேக் கேர்...' என்று அழைப்பைத் துண்டித்தேன்.

கிட்டத்தட்ட எட்டு மாத காலம் அதே நட்போடு கழிந்தது. எந்தச் சிக்கலும் இல்லை. சண்டைகள், சிரிப்புகள், கேலிகள், சாப்பாட்டுக்

கடைகள், காபி, சிகரெட், அதிகதிகம் கடற்கரைப் பொழுதுகள் என நாட்கள் தொடர்ந்து கொண்டேதானிருந்தன.

எந்தப் புள்ளியிலும் மீண்டும் வேதாளமாகி முருங்கை மரத்தை நாடுகிற எண்ணம் மட்டும் வந்துவிடவே கூடாது என்ற முடிவோடிருந்தேன். நிஜத்தைச் சொன்னால் ஒரு கதையை எழுதி முடித்து ஆண்டுக் கணக்கில் திருத்தம் போட்டுப் பார்க்கிறதைவிட ரொம்பச் சங்கடமான வேலையாகவே இருந்தது அது.

தூங்கி எழுந்து கடிகாரத்தைப் பார்த்தேன். மணி எட்டு இருபது காட்டியது. குளித்துப் புறப்பட்டு, பைக்கில் ஆனந்த் தியேட்டர் நிறுத்தத்தை வந்தடைந்தேன். பஸ்ஸில் இருந்து இறங்கிய வேகத்திலே வந்து முதுகில் ஓங்கிக் குத்தினாள்.

"எத்தனை போன்டா அடிக்கிறது பிசாசு!" என்றாள்.

"போன் அடிச்சியா..." எப்போ என்று பாக்கெட்டைத் தடவினேன். ஆறு மிஸ்டு கால்கள்.

'பைக் ஓட்டிக்கிட்டு இருந்தேன். ஆமா நீ என்ன இந்தப் பக்கமா, உன் ஆஃபீஸ் அந்தப்பக்கம் தானே? "என்றேன்.

படிப்பு முடிந்ததும், தனக்கு விருப்பமான பத்திரிகை ஒன்றில் ஜெ. வேலைக்குச் சேர்ந்திருந்தாள். 'கோல்டன் பீச்ல ஒரு அசைன்மெண்ட். பதினோரு மணிக்கு ஸ்பாட்ல இருக்கணும். அதான் ஒரு மணி நேரம் முன்னாடி பஸ்ல கிளம்பிட்டேன். டிராஃபிக்ல பார்த்தேன். சரி டிபன் சாப்ட்டியா! வா சாப்பிடப் போகலாம். பசி உயிர் போகுது''

'சரி ஏறு! ஆமா, அதென்ன அப்படி ஒரு மெஸேஜ் அனுப்பி இருக்க?''

"என்ன மெஸேஜ்!"

"ம்ம்ம் மயிறு, விளையாடாம சொல்லு... என்னை ஏன் வரக்கூடாதுன்ற''

"எங்க!"

"ம்ம்ம்... உன் கல்யாணத்துக்குத்தான்''

"அத நாம அப்புறம் பேசிப்போம்"

"அதெல்லாம் முடியாது, எனக்கு இப்போ சொல்லு. நான் ஏன் வரக்கூடாது!"

"வரக்கூடாதுன்னா வரக்கூடாதுதான். ஏன் எதுக்குன்னுலாம் கேக்காத!"

"சனியனே உன் கூட வேலை பாக்குறவனுக்கெல்லாம் இன்விடேஷன் கொடுத்துட்டு இருக்க. வாட்ஸப் க்ரூப்ல எனக்கு மெஸேஜ் சொல்றான். டிசம்பர்ல டிக்கெட் போட்டுட்டோம்னு.. நீ என்னடான்னா என்னை இன்வைட்டே பண்ணாம, ஊருக்கே சொல்லிட்டு, இப்ப என்னையே வரக்கூடாதுன்னு சொல்ற.."

"ஆமா அப்படித்தான் சொல்லுவேன்டா. நேரா பார்த்து வண்டியை ஓட்டு."

"இங்கபாரு இதெல்லாம் நல்லால்ல. நீ கூப்பிடலன்னா வரவே கூடாதுன்னுதான் நினைச்சுக்கிட்டு இருந்தேன். ஆனா நீயே இப்படி வரக் கூடாதுன்னு சொல்லி அசிங்கப்படுத்துவேன்னு சத்தியமா எதிர்ப்பார்க்கல..."

"யார் இப்ப உன்னை அசிங்கப்படுத்தினா?"

"நீதான்.."

"....."

"என்னதான் பிரச்சனை உனக்கு"

"எதுவுமில்ல பேசாம போ!"

மழை இப்போது ஓய்ந்திருந்தது. 'நாளைக்குச் சந்திக்கலாம்' என்ற குறுஞ்செய்தியை மீண்டும் ஒருமுறை வாசித்துப் பார்த்தேன். இந்த அழைப்பைவிட கொடியது வேறொன்று இருக்க முடியுமா என்ன... ஜெ., கல்யாணத்துக்குப் போகவா வேண்டாமா என்ற குழப்பத்தைத் தூர வைத்துவிட்டு, கணினியில் பழைய புகைப்படங்கள் இருந்த போல்டரைத் திறந்து பார்த்துக் கொண்டிருந்தேன். அழைப்பொலியில் 'அவளும் நானும் அலையும் கடலும்' பாடல் ஒலித்தது.

காலம் எதையும் மாற்றிவிடப் போவதில்லை. முதல்தடவை அவளைச் சந்தித்தபோது இருந்த அநேக பிரியங்களுடன் நான் அப்படியேதான் இருக்கிறேன். அன்றைக்கு அவள் கையில் ஏதோ புத்தகம் வைத்திருந்தாளே.. என்ன புத்தகம் அது? ஆங்.. என்னைத் தீண்டிய கடல். அவள்கூட அப்படித்தான். ஜெ. உனக்கு என் மாறா பிரியங்கள்....

'ஹலோ.. சொல்லுங்க பிரதர், தோ இப்போதான் எழுந்தேன்... நீங்க புறப்பட்டுட்டீங்களா... ஓஹ் ஓகே இதோ கிளம்பிட்டே இருக்கேன். நேரே பஸ் ஸ்டாண்டுக்கே வந்துட்றேன். சேர்ந்து போய்டலாம்.'

– 2016

உடுப்பு

கிழக்கு வட்ட வெளிச்சம் கண் கூசச் செய்துகொண்டிருந்தது. மண்டபத்தின் கால்களை முக்கியிருந்தது மழை வெள்ளம். இரண்டு வாரங்களாக அடித்துப் பெய்த மழையின் சேறு இன்னும் காய்ந்திருக்கவில்லை. ஆற்று நீரோட்டமே செங்கமலம் பூசியது போலத்தானிருந்தது. 'எப்படா...' என்று காத்திருந்து படித்துறைக்கு வந்துசேர்ந்தவர்கள் ஒவ்வொருத்தருக்கும் அவரவர்களின் உடுதுணிகளைத் துவைக்க இடம் பிடிக்கவும், குளிக்கத் தடம் தேடவுமே நேரம் போதுமானதாய் இருந்தது. எல்லாபேரையும் நின்று நனைத்து, குளிப்பாட்டி, தணிப்பது தன் கடன்போல மெல்ல அசைந்து சென்றுகொண்டிருந்தது தாமிரபரணி.

மந்திரமூர்த்தி இன்னும் அந்தப் பக்கம் வந்த மாதிரி தெரியவில்லை. 'குறுக்குத்துறை முருகனே குளிச்சு முழுக்காட்டி கண்ணசரப் போயிருப்பார். இந்தக் கட்டையனுக்கு என்ன கேடு...' என்று அவனை வைதுகொண்டே படித்துறைக்குப் பக்கம் வந்து சேர்ந்திருந்தார் ஆறுமுக ஏட்டையா. ஆற்றில் அவருக்குத் தெரிந்த பழைய முகமாக ஏகாலி சங்கரன் மட்டும்தான் இருந்தார். விடிகாலையிலேயே வெளுப்புகளை அடித்து முடித்து, கஞ்சி குடிப்பதற்காக புல் தரையில் உட்கார்ந்திருந்தவரின் கிட்டேபோய் நின்றார் ஆறுமுகம்.

''ஏ சங்கரா இந்த மந்திரம் பயலப் பார்த்தியாடா...''

''ஏட்டைய்யா, அவனுக்காவேண்டியா இம்முட்டு தூரம் வாரீங்க...''

''அந்தப் பரதேசி, புள்ளைக்குச் சோமில்லன்னு கைமாத்தா ஒரு ஆயர்ரூவா தாங்கன்னு வேங்கிட்டுப் போனான்லா. ரெண்டு மாசமாச்சி, நானும் கேக்க மாச்சப்பட்டு, லூஸ்ல விட்டேன். இப்பக் கண்ணுலே ஆப்படாம நழுவிட்டு கெடக்கான். சரி ஆத்துக்கு வருவாம், அவங்கிட்ட ஒரு ஷேவிங்கப் போட்டு காசையும் கேட்டுட்டுப் போலாம்னு பாத்தா, தூத்துப் போட்ட மாதிரி கெடக்கு எடம். பய தொழிலுக்கே வாரதில்லயோ...''

‘‘வந்தா உண்டு. முன்னமாரி இல்லல்லா. நாளைக்கு வேற தேரோட்டம். அதான் டவுனுக்குள்ள சலூன் கடை ஆளுங்களுக்கு கையாள் பத்தலன்னு போயிருப்பான்.போலீஸ்காரரு ஒங்க கண்ணுலயே ஆப்படலன்னா, மாறி எங்க கண்ணுல ஆப்புடுவானா?’’

‘‘அதாஞ்சரி. சிவ சிவா... தண்ணி என்னா குளுரு குளுருது. இங்க கசம் ஏதுமில்லிய’’

‘‘மண்ணுதான். துணுஞ்சி எறங்குங்க’’

‘‘சப்பா என்ன இந்தக் கடி கடிக்கி, மீனுவ. கொஞ்சம் நாள் படித்துறை பக்கம் வரலன்னதும் வெளியூர்க்காரன்னு நினைச்சிக்கிட்டுவளா...’’

‘‘பார்த்து ஆழத்துக்குப் போய்டாதிய.. அங்கன இழுப்பு... பெறவு அத்தத்துல கொண்டுபோய் விட்ரும்’’

‘‘இங்கன எங்கனக் கூடில அத்தம் இருக்கு...’’

‘‘அதெல்லாம் மானங்கண்ணியமா அள்ளி, ஆழங்கண்டுபோய் கெடக்கு.’’

‘‘இங்கயுமா அள்ளுதானுவ...’’

‘‘ராவும் பவலும் ட்ராக்ட்டரு வச்சில்லா லோடு அடிக்கானுவ. மேல கீழன்னு எல்லாம் தெரிஞ்சிதான நடக்குது. கண்ணு முன்னால இந்த ஆத்தோட சேலைய உருவி, அம்மணக் கட்டையாக்கிட்டுத்தான் போறானுவ, ஏங்கேக்கீய!’’

‘‘ஆனாலும் உங்கள்வளுக்கு இந்த ஆத்து மேல உள்ள பிரயாசம் மட்டும் போவாது போலய...’’

‘‘அதெப்படி ஏட்டையா... இந்த ஆறு எங்க ஆத்தால்லா... எங்க பட்டாவுலதான நெல்லையப்பனுக்கே நீராட்டு...’’

‘‘அடி சக்கன்னானாம்... அந்தத் துண்டு சோப்ப இங்கன வீசு...’’

‘‘தூக்கிப்போட்டா பிடிச்சிருவியலா...’’

‘‘ச்சும்மா எக்கிப் போடு... என்ன துணி பாரம் ரொம்ப கொறவா கெடக்கு..!’’

‘‘மழத் தண்ணின்னு வந்துட்டா மக்கமாறுகட்ட காசு புழக்கம் அத்துப் போயிருதே... அப்புறம் எங்கன வெளுத்துப் போட்டு உடுத்த...

அங்க தொட்டு இங்க தொட்டு எங்க வயிறயும் காயப் போட்டுத்தான ஆவணும்...''

''அது சரி, ஊரு வளப்பம் வண்ணானுக்குத் தெரியும்... வீட்டு வளப்பம் மருமானுக்குத் தெரியும்னு சும்மயாச் சொன்னானுங்க. இப்ப நைனார் லாட்ஜுல வெளுப்பெடுக்குறது இல்லையோ!''

''எதோ கொஞ்ச நஞ்சம் வருது. வெள்ள உடுப்பு நெதம் கட்டுறதுக்கு சனமே இல்ல. எதோ பழக்கத்துக்காக கட்சி ஆளுங்களுக்கும் லாட்ஜு துணிகளுக்கும் வெளுப்பு ஓடுது. ஒங்க அதிகாரி உத்தியோகம் மாதிரியா எங்க ஒழைப்பு''

''அட ஏம்லா! என் வயித்தெரிச்சல திங்க. ஒங்க கழுதப் பொழக்கிற பொழப்ப விட லோல் பட்டுத் திரியிறது எங்க போலீஸ்காரன் பொழப்பு. எங்க எப்ப டூட்டி போடுவானுவன்னே தெரியாம அல்லாடணும். பாத்தல்லா ஆத்துப்பக்கம் வந்து எத்தன காலமாச்சுன்னு... இன்னைக்குத் தேரோட்டத்துக்கு பந்தோபஸ்து போட்டதால இங்கன எட்டிப் பாத்திருக்கேன் ''

''அதான கேக்கேன்... இப்ப எந்த டேஷன்ல இருக்கீங்கன்னே தெர்லயே?''

''சங்கரங்கோயில்லதாம்பா... உஸ்ஸ்ஸபா! ஆத்துல குளிச்சா அது ஒரு சொகம்தான் போ! ஆமா எங்க மத்த ஆளுவளல்லாம் காணோம். உங்கள்வ எடத்தையெல்லாம் இடிக்கப் போறாம்ன்னு பேசிக்கிட்டு கெடந்தாவளே என்னாச்சு மாறி...''

''ஊருக்குள்ள சவம் போவக் கூடாதுன்னு ஆத்தங்கரைக்குள்ள ரோடு போட்டானுவ. ரோட்டப் போட்டு பின்னாலயேவந்து வீட்டையும் இடிச்சுப் போட்டானுவ. அப்புறம் இங்கனயே கெடந்து செங்க சொமக்க முடியுமா... பாதி சனம் ரெட்டியார்பட்டிக்கு அங்குட்டு காலனிக்கு குடிபோயிருச்சுங்க. மக்கமாருங்க பூராம் தேய்ப்புக்கடை ஷாப்பு வெச்சு ஆத்துப் பக்கம் வாரதே இல்ல.. எதோ கெழங்கட்டைக நாங்க ஏழெட்டு பேரு இந்தப் கரையில மிஞ்சிக் கெடக்கோம்.''

‘‘ஒங்கவன் ஒருத்தனை வெட்டிக் கொன்னாங்கல்லா... அந்தப் பெரச்சனைக்கப்புறம் தான வீட்டையெல்லாம் இடிச்சது...’’

‘‘அவரு இருந்துருந்தா எங்கள விட்டுருப்பாரா... எங்காளுங்கள்ளே நாலு ஞாயமுந் தெரிஞ்ச மனுசன் அவருதானே. ஈரங்கொல்லி, பாண்டிங்க, துரும்பருங்கன்னு பிரிஞ்சிக் கெடந்தவங்கள ஒண்ணு தெரட்டி அவரும் என்னென்னம்மோல்லாம் பண்ணாரு. கடசீல அவரு கதையையும் முடிச்சு விட்டாங்க... எல்லாம் பழங்கதையா போச்சு. மின்னே மதுர ஒடியங் கம்பெனிகாரன் வண்ணா, வண்ணாத்தின்னு எங்க பொம்பளையாக்கள கேவலப்படுத்தி பாட்டு போட்டான்னு மொத்த சனமும் ஒண்ணுகூடி மெட்ராஸையே கலங்க அடிச்சோம். இந்த ‘மாத்து’ விரிக்கிற ஈனமும் எடுப்புச் சோறு எளவும் ஒழிஞ்சி கொஞ்சம் நிமிர்ந்து நிக்கோம்ன்னா அன்னைக்கு எங்க சனங்கட்ட வந்த ஒத்துமையும் ரோசமும்தான் காரணம்!’’

‘‘அதுசரி... நீ விட்டா இப்பயே கொடி புடிச்சுட்டு போராட்டத்துக்குக் கௌம்பிருவ போல. நீயும் கட்சில இருக்கல்லா. என்ன ஒரு ரெண்டாயிரம் ஓட்டு வச்சிருப்பீயளாடே... அத தெளிச்சியா வெச்சிருந்தாலே ஒங்க சனமும் நிமுந்திருக்கும். சரி நாங்கௌம்புதேன். தேரோட்டத்துக்குப் பொறவு உங்களுவளுக்கு ஒரு நல்லது நடக்கட்டும்...’’ என்றபடி ஆறுமுக ஏட்டைய்யா ஆற்றங்கரையிலிருந்து புறப்பட்டு சென்றார்.

சங்கரனும் அடித்து முடித்த வெளுப்புகளை கொடியில் காயப் போட்டுவிட்டுக் கரையேறினார். மணி உச்சிப் பகலாகியிருந்தது. நிழல் பாதையில் வெக்கு வெக்கென சுலோச்சன முதலியார் பாலத்து நிழல் வழியாக பஜார் பாதைக்கு நடந்தார். கைலாசபுரம் சந்தியில் அவரது மகன் மாணிக்கத்தின் தேய்ப்புக் கடை பூட்டியிருந்தது. பக்கத்து டீக் கடையில் கொஞ்சம் தண்ணீர் வாங்கிக் குடித்தார். கடை பூட்டியிருப்பது பற்றி டீ மாஸ்டரிடம் விசாரித்தார். ‘இன்னும் வரலபோல உம்ம மவன்’ என்று மாஸ்டர் சொல்லிக் கொண்டிருந்தபோதே, பேராச்சி கண்ணீரும் கம்பலையுமாக அங்கு வந்து சேர்ந்தாள்.

‘‘எம்மோ என்ன... இப்படி வந்து நிக்க... என்னாச்சு, என்ன வெவகாரம். சொல்லுத்தா’’ என்று அவளின் கோலத்தைப் பார்த்து சங்கரன் பதறினார்.

அழுகையை மென்னு விழுங்கிக்கொண்டு, ''ஓங்களப் பாக்கத்தான் ஆத்துக்கு வந்தம் தாத்தா. நீங்க இந்தப் பாதைக்கு வந்ததாச் சொன்னாங்க. நேத்து ராத்திரி வேலைக்குப் போனவரு. இன்னும் வீட்டுக்கு வரல தாத்தா. டேஷன்ல அவரப் புடிச்சு வெச்சிருக்கதா சொல்றாங்க. கொஞ்சம் கூட வாங்க தாத்தா!'' என்று பொங்கி உதிர்த்தாள் பேராச்சி.

''எந்த டேஷன்லம்மா... யாரு வெபரம் சொன்னாங்க...''

''காலனில உள்ளவங்க சொல்றாங்க. நேத்து வேல முடிஞ்சி வரும்போது படம் பார்த்துட்டு வருவேன்னு சொல்லிட்டுப் போனாரு. விடிஞ்சப்புறமும் வரவேயில்ல... போனு போட்டா போனும் எடுக்கல. இப்பக் கேட்டா டவுண் மார்க்கெட் போலீஸ் புடிச்சு வெச்சிருக்காம். எனக்கு என்னச் செய்றதுன்னே தெர்ல தாத்தா. நீங்க வாங்களேன்.''

''ரெண்டு நிமுசம் இருத்தா...'' என்ற சங்கரன். விறுவிறுவென மாணிக்கத்தின் கடையைத் தன்னிடமிருந்த இன்னொரு சாவியைப் போட்டுத் திறந்தார். உள்ளே சென்று, மேல் பலகையில் பாலித்தீன் கவர் போட்டு மடித்து வைத்திருந்த கட்சியின் கரைவேட்டியை எடுத்து உடுத்தினார். வெளியே வந்து தன் சைக்கிள் பூட்டைத் திறந்து, நீ ஏறு பின்னால என்றபடி சைக்கிளை ஈரடுக்கு கீழ்பாலத்தின் பாதைக்கு அழுத்தினார்.

ரவிக்கும் பேராச்சிக்கும் திருமணமாகி ஏழெட்டு வருடங்கள் தாண்டி விட்டது. ரெண்டு பேருக்கும் பிள்ளைகள் என்று ஏதும் வாய்க்கவில்லை. தன் தம்பியின் மகளைத் தன்னுடைய மகளாக நினைத்து, அவள் பேரில் கொள்ளைப் பிரியமாக இருந்தான். ஜங்ஷனில் சங்கரனின் மகன் மாணிக்கத்தின் கடையில்தான் ரவி தொழில் பழகியிருந்தான். கல்யாணம் ஆகிச் சிலகாலத்திலேயே டவுணில் தனியாகக் கடை போடலாம் என்று முடிவெடுத்தான். அதற்காகப் பணம் கட்டி, லைன் எடுத்துக்கொடுத்தது முதல் எல்லா நல்லதுகளையும் சங்கரன்தான் முன்னின்று செய்து கொடுத்தார். தம்பி மகள் பேரிலேயே தன்னுடைய தேய்ப்புக் கடைக்கு 'அட்சயா டிரை க்ளீனர்ஸ்' என்று பெயரிட்டிருந்தான் ரவி.

அது நடந்து நாலைந்து வருடங்கள் ஓடிப் போய்விட்டது. இப்போது தம்பிக்கும் அவன் பெஞ்சாதிக்குமான சச்சரவில் அவள் பிள்ளையைத்

தூக்கிக்கொண்டு ஊரோடு போய் இருந்துகொண்டாள். போன வாரத்தில் ஒருநாள் மதியச் சாப்பாட்டுக்கு அவன் வீட்டுக்கு வந்திருந்த நேரத்தில் டீவியில் ஓடிக்கொண்டிருந்த அப்பா-மகள் சினிமா பாடலைப் பார்த்து விட்டு ஒரு மாதிரி ஆகிப் போனான் ரவி. கணேஷ் தியேட்டரில் அந்தப் படம் ரீ-ரிலீஸாகி இருப்பது தெரிந்ததும் பிள்ளை ஞாபகத்தில் படத்துக்குப் போக முடிவெடுத்தான்.

சாயங்கால நேரமே கரி, கங்குகளைத் தீர்த்துவிட்டு, தேய்ப்பு முடிந்த துணிமணிகளை எல்லாம் ஊராள்களிடம் ஒப்படைத்து, கணக்குகளை முடித்துக்கொண்டான் ரவி. மேட்னி காட்சி பார்த்துவிட்டு வருவேன் என்று மத்தியானமே சாப்பாடு கொண்டுவந்திருந்த பேராச்சியிடம் சொல்லி அனுப்பியிருந்தான். சொன்னபடி படம் பார்த்துவிட்டு, இரவு ஒரு மணிக்கு குறுக்குத்துறை பாதையில் ஜங்ஷன் மீனாட்சிபுரம் வரும் வழியில்தான் போலீஸ் சந்தேகக் கேஸில் அவனைப் பிடித்துக்கொண்டு போயிருந்தது.

மூச்சுமுட்ட சைக்கிளை அழுத்தினார் சங்கரன். இந்த வயதுக்கு இதற்கு மேல் டபிள்ஸ் அடிக்க முடியாதென்று தோன்றியதும் பேராச்சியே, ‘தாத்தா நான் கீழமானிக்குப் போயி அந்தக் கரைக்கு வந்து நிக்கேனே...’ என்றாள். சங்கரனும் அதை ஆமோதித்து ‘சரிம்மா நா எறக்கத்துல வந்து நிக்கேன்’ என்றார். பேராச்சி ஒற்றை நடையாக பூர்ணகலா தியேட்டரைத் தாண்டி ரயில்வே நடைபாலத்தை அடைந்து, அங்கிருந்து கீழாக இறங்கி, நெல்லை லாட்ஜை நெருங்கியபோது எதிர்முகமாக சங்கரன் வந்துசேர்ந்திருந்தார்.

''ஒன்ன ஸ்ரீபுரத்துல விட்டுடுதேன். அங்கருந்து நடந்துட்டே இரு. தேரோட்டம்லா பஸ்சு இருக்காது. நான் குறுக்க புகுந்து டேஷனுக்கு முன்ன போயிடுவேன். நீ கோயில் மண்டபம் முன்னாடி வந்து நில்லு. இந்தா இதப்புடி கைல வெச்சிக்க'' என்று இருபது ரூபா ஆரஞ்சுத் தாள் ஒன்றை அவள் கையில் திணித்தார்.

ஸ்ரீபுரத்தில் பேராச்சி இறங்கிக் கொண்டதும், நெல்லையப்பர் தேரோட்டத்துக்கு வந்து குமிந்திருந்த கூட்டத்துக் கிடையில் தன் சைக்கிளை மெல்ல நகர்த்திக் கொண்டே ஓரப் பாதை வழியாக

முன்னேறிக்கொண்டிருந்தார் சங்கரன். தேர் காலையிலேயே புறப்பட்டு சந்திப் பிள்ளையார் முக்கத்தை அடைந்திருந்ததால், கீழ ரதவீதியில் கொஞ்சம் மூச்சுவிட முடிந்த்து. அங்கிருந்து மார்க்கெட் பாதைக்குள் புகுந்து, நடுமத்தியிலிருந்த காவல் நிலையத்தை அவர் அடைந்த போது, பசி நேரத்தைத் தாண்டி இருந்தது மணி.

ஸ்டேஷனுக்கு உள்ளே போலீஸ்காரர்கள் அதிகமில்லை. பேருக்கு ஒருத்தர் மட்டும் உள்வராந்தாவில் அமர்ந்து ரெண்டு பேரை விசாரித்துக் கொண்டிருந்தார். ஒரு மூலையில் ரவி லுங்கி உடுத்திக் குத்துக்காலிட்டு அமர்ந்திருந்தான். சங்கரனைப் பார்த்ததும் அவன் எந்திரிக்க முயன்றான். விசாரித்துக் கொண்டிருந்த போலீஸ்காரர் சங்கரனை தலை எக்கிப் பார்த்தார்.

''யாரு வேணும்...'' என்ற குரல் மட்டும் கேள்விக்கான அந்நியத்துடன் வெளிப்பட்டது.

''ரவி... என் தெரிஞ்ச பையனுங்க...''

''ஐடி கார்டு இருக்கா...''

''இருக்குங்க, ஆனா எடுத்துட்டு வரல...''

''போய் ஐடி கார்டு இருக்க யாரயாச்சும் கூட்டிட்டு வாங்க...''

''கட்சியில...''

''என்னது...''

''இல்லங்க கட்சியிலதான் இருக்கமுங்க...''

''எந்தக் கட்சி...'' கேட்டுக்கொண்டே வேட்டிக் கரையைப் பார்த்தார் போலீஸ்காரர். பிறகு, ஆளை ஒருமுறை ஏற இறங்கப் பார்த்தார்.

''சரி இதுல கையெழுத்துப் போட்டு, போன் நம்பர் எழுதிக் குடுத்து ட்டு கூட்டிட்டுப் போங்க...'' என்றவர், ரவியைப் பார்த்து, ''ஏய் நீ கௌம்பலாம்...'' என்றார்.

சட்டையை உதறிப் போட்டுக்கொண்டு சங்கரனின் பின்னாலேயே நடந்து ஸ்டேஷனை விட்டு வெளியே வந்தான் ரவி. ''நைட்டே உம்பேரைச்

சொன்னேன் தாத்தா. படம் பாத்துட்டு வந்த டிக்கெட்டெல்லாம் காமிச்சேன். பந்தோபஸ்துக்கு வந்த போலீஸுங்க போல. ராத்திரில கைலி கட்டிட்டு வந்தா புடிச்சு வெச்சிப்பானுங்களாமா... என்ன அநியாயமா இருக்கு.'' என்றான்.

சங்கரன் அவனை ஏற இறங்கப் பார்த்துவிட்டு, ''இப்பவும் அவன் உன்ன அனுப்பிவிட்டது எம்பேரச் சொன்னதுக்கா... இல்லல்ல. நான்போட்டு வந்த கட்சி உடுப்புக்காண்டிதான... பேசாம வா.. அந்தப் புள்ள கோயில் முன்னாடி நிக்குது. நேரமா வீடு போயிச் சேருங்க. எனக்கு சோலி கெடக்கு'' என்றார்.

சனங்கள் மொத்த மொத்தமாக தேர் எங்கே நிற்கிறது என்று விசாரித்தபடியே கோயில் வாசலைத் தாண்டிச் சென்று கொண்டிருந்தார்கள். சன்னதிக்கு முன்னாலிருந்த கல் மண்டபத்தில் ஒதுங்கி நின்ற பேராச்சி ரவியை அடையாளம் கண்டு வேகமாக அவன் கிட்டே போனாள். கூட்டத்தின் மீது விசிறியடித்த பன்னீர்த்துளி தங்கள்மீதும் பட்டுவிடாதா என்று ஒருபாடு சனம் கோயில் சன்னதி முன்னே கைதூக்கிக் கும்பிட்டுக் கொண்டிருந்தது. சங்கரனும் ரவியும் பேராச்சியும் எதிர்முகமாக வீடு திரும்பிக் கொண்டிருந்தார்கள்.

– 2015

வாசகசாலை - 2024

ஊழி

மயானக் கொள்ளை நிகழ்ந்து முடிந்ததுபோல ஊரே கந்தல்கோலமாய் சிதைந்து கிடந்தது. எதுவுமில்லாத சூன்யத்தனமும், இயலாமையும் மனசைக் கிடந்து குத்திக் கிழிக்கிற போது, பிறகு என்னதான் இருக்கிறது இந்த சாபங்கெட்ட வாழ்க்கையில் என்ற எண்ணமே மேலுமுழுகிறது.

காலங்காலமாய் ஒரே பாதையில் போய்க்கொண்டிருக்கிற ஆறு ஏன் ஐப்பசிக்கு ஐப்பசி வெள்ளங்கண்டு ஏன் கம்மாய்க் கரைமீறி ஊருக்குள் ஏறணும். காணிச் சொத்தும், சிறுவாடுகளும் தண்ணீரோடு போய், பசியும் தூக்கமும் அற்று நடுத்தெருவுக்கு ஏன் இந்த சனங்களைத் துரத்தணும். பருவங்கண்ட சோளக்குருத்து நெறு நெறுவென்னு வெடிப்பது போல வெடித்துக் கிளம்புது கோபதாபங்கள். வாய்க்கும் வயித்துக்கும் உழைச்சு மிஞ்சும் சனங்களை வஞ்சிக்க எப்படி மனசு வருது இந்தக் கேடுகெட்டக் கடவுளுக்கு...

சகதிக் காட்டையே வெறித்துப் பார்த்துக் கொண்டிருந்தான் கொடும்புலி. மழை வெரித்து வெள்ளூரே சதசதத்திருந்தது. நீர் வடியாத கரை நிலத்தில் இருந்ததாலோ என்னம்மோ ஊருக்கு அப்படி ஒரு பேர்.

சாணி பூசின திண்ணையில் இப்படி வெத்து உடம்பில் படுத்துக் கிடந்தால் ஆத்தா ஒரு மூச்சு ஏச ஆரம்பித்துவிடும். 'மேலுக்கு புடிச்சு இழுத்துக்கும்லா, அந்தக் கோரையை விரிச்சுப் படுத்தா என்னவாம்' என்பாள்.

அவள் மூச்சு அடங்கும்போது இருந்த ஆட்டுப் பட்டிகளும் குடிசையும் கோரைப் பாயும் இப்போது இல்லை. வேலி தடுப்பும், வெஞ்சன பானைகளும் கூட இல்லாமல் சதமட்டமாகி குலைந்திருக்கிறது இருப்பு. எதுவுமே இல்லாமல் ஆகிப்போயிருந்த துயரம் மட்டும்தான் கொடும்புலியிடம் மிச்சமாகக் குடிகொண்டிருந்தது.

அவன், பட்டி போட்டிருந்தால் காடே வசமெனக் கிடப்பான். கஞ்சியும் கறியும் பெஞ்சாதி மாரித்தாய் கொண்டு வந்து கொடுத்துவிட்டு, வாகை மரத்தடியில் இளைப்பாறித் திரும்புவாள். அவளுக்கு வாகைப்பூ மரத்தடி மீது அப்படியோர் ஒட்டுறவு. கல்யாணங்கட்டி வந்த சிறுக்கிக்கு தன் வீட்டுக் கொல்லையில் நிற்கும் வாகை மரத்தடியும் அய்லா ஆச்சியின் நினைப்புகளையும் அந்த கன நேரத்துச் சுகம் திரும்பக் கொண்டு வந்து விடும்போல. பெத்தாள் விட்டு, மத்தாள் வீட்டுக்குக் கட்டிக்கொண்டு போகிற பெட்டை ஆடுகளுக்கு நினைப்புத் தானே சீர் செனத்தி...

கஞ்சிக் கொப்பரைகளைத் திரும்பக் கொண்டு போகிறவளை வெறுங்கையில் அனுப்பாமல் மலைப்பழமும், கிழங்கு சாமான்களும், கொஞ்சம் கீரை, கசாயச் செடிகளையும் ஆய்ந்து அரைக் கோணி எடைக்குக் கொடுத்தனுப்புவான். மாரித்தாயும் ஓய்ந்தவள் இல்லை.

காடு போகாத காலத்தில் கீரை விதைப்பாள். அடைக் கோழிகளை நேரம்பார்த்து பஞ்சாரத்தில் கவிழ்ப்பாள். காட்டுக்கரையில் சுள்ளி பிறக்கப் போவாள். வைப்பாற்றிலும், கம்மாயிலும் தண்ணீர் சுமப்பாள். எரு அள்ளுவாள், கோரை அறுத்து பாய் முடைவாள். கீத்தை முடைந்து தட்டி கட்டுவாள், விதைக்கு மண்ணுருட்டி சேகரம் பண்ணுவாள், ஊர் முனிக்கு சாயங்காலம் சாயங்காலம் விளக்குப் போடுவாள். விலக்கு வந்த நாட்களில் வீட்டுக்குள் முடங்கினாலும் தனியாளாய் செவ்வாட்டுக்கு காவல் இருப்பாள். ஆகாதது தெரியாதது பண்ணாதது என்று எதுவுமில்லை அவளுக்கு. உழைக்கிற இடுப்பு ஓய்வுக்கு திண்டு தேடுமா என்ன?

மேகமருக்கள் இல்லாமல் அம்புலி பழுத்துக் கிடக்கிற நாளில் கொடும்புலி அவளைக் காட்டுக்கு வரச்சொல்லிக் கூப்பிட்டிருப்பான். சீவிச் சிங்காரித்து கனகாம்பரம் கட்டி, பொட்டுவைத்து பட்டியில் காவலிருப்பவனோடு ராத்தங்கலுக்குப் போவாள். தனித்துக் கிடக்கும் அவனுக்கு மாரித்தாயோடு சரசம் பண்ணும் ராத்திரிகளும் கனா மாதிரி அமைந்துவிடும். நல்லதும் சாரையும் பின்னிக்கிடந்த ராத்திரிகளை ஊர் அறியுமா... உறவுதான் அறியுமா?

கார்த்திக் புகழேந்தி

பெஞ்சாதி அமைந்தால் இவளைப்போலே இருக்கணுமென்று ஊர்க்காரன் சொல் காதுபடவே எடுபடும். கொடும்புலிக்கு ஊரும் காடும் பெரிய வித்யாசமில்லை. ஆத்தாள் பெரியநாச்சி இருக்கிறவரை மடித்துணியைப் பிடித்துக்கொண்டு, பட்டியே சொகமெனக் கிடந்து பழகினவன். 'பொட்டச்சி வளர்ப்பு ஒட்டுக்குள்ளே திரியுமாம்' என்ற ஊர் பேச்செல்லாம் அவன் காதிலே விழுந்ததில்லை.

இளம்பிராயம் முடிந்து, அவனுக்குக் காது விடைக்கும்போதே பண்ணையக்காரர் நிலத்தில் வேலிக்காவல்காரனாய் இருந்த அய்யன் பாம்பு கடித்துச் செந்த்துப்போனார்.

இனி பிள்ளையே கதியென்று பிரண்டைச் செடிபோல வரிந்து கிடக்கும் தலையை வாரி முடித்துக்கொண்டு, பேச்சியைப் போல பிள்ளையைக் கையோடு இழுத்துக்கொண்டு காடுகரைகளில் ஆடு மேய்க்கப் போனாள் பெரியநாச்சி.

ஆடுகள்தான் அவளுக்கு எல்லாமும். பட்டியில் வளர்ந்த கிடாரிகளை நல்லவிலைக்கு விற்றுவிட்டு, சாத்தூர் சந்தையில் புதுசாய் ஆறேழு குட்டிகளைப் பிடித்துவந்தவள். அதுகளுக்குப் புல்லும், பயிர்தும்பும் காட்டிக்காட்டியே, ஒரு பெரும் பட்டியையே உருவாக்கியிருந்தாள்.

கொடும்புலி வளர்த்திகண்ட பிறகு இரண்டு பட்டி ஆடுகள் நிறைந்திருந்தன. ஆதீண்டு குத்திக்கல் நட்டிருந்த முற்றத்தில் புழுக்கைகள் அள்ளி மாளாது. கொத்து செழித்ததும் காட்டுக்குள்ளே உரமள்ளிப்போட்டு காட்டு முனையில் தானியங்கள் விதைத்தாள். காட்டுப் பயிருக்கு என்ன விதைப்பும் வெள்ளாமையும். ஆடு தின்ன கீரை போக தானியமாய் வீட்டுக்குள் குவிந்தது. 'தொம்பை' கட்டி சேகரிப்புகளை உண்டாக்கினாள்.

தானியம் போட்டு பானைச் சட்டிகள் வாங்கினாள். காட்டு முனிக்கு வெங்கல மணி சாத்தினாள். 'எம்புள்ளைக்கு ஒரு கொறையும் இல்லாம பாத்துக்கைய்யா' என்கிறதைத் தவிர்த்து என்ன வேண்டுதல் இருக்கப் போகிறது பெரியநாச்சிக்கு.

'சேவல் செழிக்குதென்றால் நரிக்கு நாக்கு புடைக்குமில்லையா' அய்யன் செத்து பல தெவசத்திற்குப் பிறகு, ''பண்ணை வேலைக்கு உன் பிள்ளையை அனுப்பு'' என்று காரியமாய் ஆளனுப்பினார் பெரிய பண்ணை.

பதறிப்போன நாச்சி நேரேபோய், ''அய்யோ, அவன் தனிச்சி நின்னுக்கிட மாட்டானுங்களேய்யா'' என்று கெஞ்சினாள். ''அப்போ உம் புருசன் வாங்கின கிரையத்துக்கு பட்டிகளை எழுதி வச்சிட்டுப் போ'' என்று மந்திரமாய் வார்த்தையைப் போட்டார் பெரிய பண்ணை.

'சுத்தி சூரை முள்ளிருக்க, தப்பிச்சி இண்ட முள்ளில் விழுந்த' கதையாய் வாபூட்டுப் போட்டுக் கொண்டு அழுது நின்றாள் பெரியநாச்சி.

''சரி ஆனது போகட்டும். இனி உன் தொம்பையில் விழும் தானியத்தில் மூணுல இரு பங்கு என் கும்பாவில் வந்து சேரணும். ஆனிக்கு ஒரு ஆடும் பங்குனிக்கு ஒரு குட்டியும் வட்டியா வந்து கட்டிடணும். காட்டு நெலமென்ன உங்க அய்யன் வூட்டுச் சொத்தா! இல்ல வாங்கின கெரையம் என்ன காத்துல கரைஞ்சிருமா'' என்று சத்திய வாக்கு வாங்கிவிட்டு பத்திவிட்டார் பண்ணை.

கொத்திப் பயிரிட்டதெல்லாம் பண்ணையத்து தோட்டத்தில் இறங்கியது. மிச்சம் மீதமெல்லாம் வயித்துக்குச் சரிப்பட்டுப் போனது. மலட்டு மாட்டைவிட வெள்ளாடு புண்ணியம் என்று சகித்துக்கொண்டாள் நாச்சி.

நின்றநெடுக்கிலே கொடும்புலியும் தேகம் பெருத்துவிட்டான். வளர்ந்த பிள்ளைக்கு ஒரு நல்லது பண்ணிப் பார்க்க, சீமை சீமையாய் ஆள் சொல்லி வைத்தாள். 'சொந்தத்து சேர்க்கைகள் உதவாதே போச்சே!' என்று என்று சிவகங்கைப் பக்கம் தானாய்க் கேட்டுவந்த தாக்கலுக்கு மனம் கனிந்தாள். அப்படி பார்த்து முடிந்தவள் தான் மாரித்தாய்.

சீமை தாண்டி பொட்டிச்சேலை தூக்கிக்கொண்டு வந்தவளானாலும், கருக்கலுக்கு முன்னால் அத்தனை சுத்துவேலைகளையும் சிட்டாய் முடித்துவிட்டு, அடுத்தென்ன என்று நிற்பாள் அவள். பெரியநாச்சிக்கு கொஞ்சம் நின்று நிதானிக்க நேரம் கிடைத்தது.

கிடைப் பட்டியை கொடும்புலி ஒருத்தனே கண்ணாய்ப் பார்த்துக் கொண்டான். ஆடுகள் முடையடித்து, பொலிந்து கொள்வது, ஊளை மூக்கு வடிப்பது, சீக்கு, சினை பார்ப்பது வரைக்கும் அத்தனையும் கருத்தாய் கவனித்தான். ஈத்துக்குட்டிகள் காது கொழுத்துப் பிறந்தன.

இரண்டு உழைப்பினங்கள் ஒன்று சேர்ந்ததில் நாச்சிக்கு, தண்ணிக்குப் போன இடத்தில் தங்கப்பாளம் வெட்டியெடுத்த சந்தோசம். கண்ணெல்லாம் நீர் வழிய மருமகளுக்கு நெய்த்தலை நீவி விட்டாள். அம்மையில்லாமல் அய்லாச்சி கையில் வளர்ந்த மாரித்தாய்க்கும் அவள்காட்டிய பரிவில் கண்ணை முட்டிக்கொண்டு வந்தது.

பிள்ளைகள் புழங்கட்டுமென்று தைப்பனியில் காவலுக்குப் போனவளுக்கு சோதனையாக வந்தது பெரியநாச்சிக்கு இளைப்பு. மண்டு மருத்துவமெல்லாம் பார்த்தும் பேச்சில்லாமலே கிடந்தாள். உடல் சுருக்குப்பையாகிவிட்டது.

ஆகாரம் போகாமல் காற்றைக் குடித்தது இரப்பை. ''என்னை வைப்பாத்தில் கரைக்கிற காலம் வந்துட்டம்மா. இனி எம்புள்ளையை உங்கையில ஒப்படைக்கேன்'' என்று மாரித்தாய் மடியிலே படுத்துக் கொண்டு உயிர்வார்த்தைகளைச் சொல்லிக் கொண்டிருந்தபோதே பெரிய நாச்சியின் சீவன் அந்து போயிருந்தது.

அவளின் சாவு பொல்லாதது. இவ்வளவு திரும்மென்று அது நிகழ்ந்திருக்கவே கூடாது. நிண்டமேனிக்கு இருந்தவர் படுத்துக்கொள்ள நினைக்கும் முன்னால் உசிர்போவது எவ்வளவு பெரிய சாபம்? கொடும்புலி அதிலிருந்தே தன்சிரத்தை இல்லாதவனாகவே மாறி விட்டான். சோறு, தண்ணி இறங்காமல் ஆத்தாளின் சீலைக் குமியலிலேயே புரண்டுகிடந்தான்.

மனசு சலிப்பு இல்லாமல் அவனைத் தேற்றினது மாரித்தாய் தான். சூனியம் எதுவும் பிடித்து அவனை ஆட்டாத வண்ணமாய் பொத்திப் பொத்திப் பார்த்துக்கொண்டாள். முடங்கியே கிடந்தவனை, பட்டிக் காட்டுக்கு அனுப்பி வைத்தாள். கிட்டத்தில் தட்டானைப் பார்த்தால் போதும் காட்டிலே மழைபோல என்று கோணிச்சாக்கைத் தூக்கிக்கொண்டு கொடும்புலி இருந்த திசைக்கு ஓடினாள்.

கிடைக் காவலிருந்தது முதல் சந்தையில் தரம்பிடித்து ஆடு மாற்றுவது வரை பம்பரமாய் சுழன்றாள் மாரித்தாய். விளக்கெரியாத கூடலுக்குப் பிறகு மாரித்தாய் வயிற்றில் கருவான சிசு கொடும்புலியை நிதானிக்கச் செய்தது.

தாய்ச்சியாக இருந்தவளுக்குச் சீமைக்குப்போய் ஆச்சிக்காரியோடு இருந்துவர ஆசை இருந்தும், ஆடுகளுக்குத் துணை புருசன்; புருசனுக்குத் துணை நான் என்று அதற்கு மறுத்துவிட்டாள்.

வெளிச்சமே புகாத அந்தக் குடிசையில் ஒத்தை மனுசியாக மகவை வலித்துப் பெற்றெடுத்தாள். கண்ணெல்லாம் பூத்து கையடக்கி பொஞ்சாதியைத் தாங்கிக்கொண்டான் கொடும்புலி. பிள்ளை ரங்க ரங்கமாய் விழித்து அழுதது. அப்படியே அம்மை பெரியநாச்சி சாயல். போன ஆத்தாளே திரும்பப் பொறந்ததுபோல நினைத்து பொங்கி அழுதான் கொடும்புலி.

ஆலமரம் இடிவிழுந்து சரிந்ததெனக் கதை உண்டா? அரசமரம் பால் வற்றி பட்ட கதைதான் உண்டா? ஆனால் இரண்டுமே உண்டாகத்தான் செய்தது.

வைப்பார் மிதப்புக் கட்டை கரையேறி இருந்தது. ஓயாமல் அடித்த ஐப்பசி மழைக்கு ஊர்க் கண்மாய் கொந்தளித்து உடைப்பெடுக்கத் துவங்கியது. எல்லா காலத்துக்கும் வரும் மழைதானே என்று கதவடைத்து உறங்கிக் கொண்டிருந்த சனங்களெல்லாம் வீட்டுக்குள் தண்ணீர் வந்ததும் திகைத்துப் போனார்கள்.

கரை கங்காணி வந்து கம்மாய் உடைந்ததாகக் கத்திவிட்டுப் போனார். அதன்பிறகுதான் அந்த ராத்திரியில் மாரித்தாயையும், சின்ன நாச்சியாளையும் நெஞ்சோடு சேர்த்துக்கொண்டு, சாக்குத் துணிமணியென்று கிடைத்ததைச் சுருட்டிக்கொண்டு, மேடான கரைக்கு ஓடிப் பாய்ந்தான் கொடும்புலி.

மேட்டில் இருந்த சத்திரத்தின் கல்மண்டபத்திற்குள் சாரல் விசிறியடித்ததது. மழைக்கு நனையாமல் பிள்ளையை போர்த்தி,

மாரித்தாயை சாக்கை மூடிக்கொள்ளச் சொல்லிவிட்டு நிமிர்ந்தவனுக்கு குடிசைக்குப் பின்னால் கத்திக் கொண்டிருந்த ஆடுகளின் நினைப்பு உயிர்க்கொலையாய் அறுத்தது.

ஆத்தாள் வளர்த்த ஆடுகள் அத்தனையும். இந்தக் கொடு மழையிலும் வெள்ளத்திலும் அவைகளை எங்கே பத்திக்கொண்டு போக... கொல்லையிலே மறித்து வைத்திருந்த ஆடுகளைத் தண்ணீர் சூழ்ந்தடித்துக் கொண்டிருந்தது. விவரத்தைப் புரிந்தவளாக ‘நீ போய் ஆட்டைப் பாரு மாமா’ என்று அனுப்பி வைத்தாள் மாரித்தாய்.

பச்சை உடம்புக் காரியையும் பிள்ளையையும் விட்டுவிட்டு எங்கே போவது தண்ணீருக்குள். அவனின் மனவாட்டத்தைப் புரிந்தவளாகத் தன் பிள்ளையை மண்டபத்தில் ஒதுங்கியிருந்த சனத்தில் பேத்தியாள் ஒருத்தியிடம் கொடுத்துவிட்டு, சீலையைச் சுருட்டிக்கொண்டு பள்ளத்துக்குள் மாரித்தாய் குதித்தாள்.

புரண்டு ஓடும் அரை வயித்தளவு தண்ணீரில் ஆடுகள் முண்டிக் கொண்டு கிடந்தன. குட்டிகள் மூக்கும் வாயும் மட்டும் மேலே எக்கி உயிருக்குப் போராடுக்கொண்டிருந்தன. குட்டிகளை முதலில் ஒவ்வொன்றாய் கூரைக்கு மேலே தூக்கி வீசினார்கள் மாரித்தாயும் கொடும்புலியும். வெள்ளம் இடுப்புக்கு ஏறிக்கொண்டிருந்தது.

மண்சுவர் கரைந்து பொத்துப் பொத்தெனச் சரிந்துகொண்டிருந்தது. விட்டோம் பிழைத்தோம் என்று திமிறி ஓடின ஆடுகளை வெள்ளம் இழுத்துக் கொண்டு போனது. கரை கங்காணி முடியுமட்டும் ரெண்டு பேரையும் வசையாய் வைது மேட்டுக்கு ஓடச் சொன்னான். நெஞ்சளவுக்குமேல் ஏறியிருந்த தண்ணீர் அவர்கள் கண் முன்னாலேயே கங்காணியையும் இழுத்துச் சாத்திக் கொண்டுபோனது. இனி பெலக்காது என்று பிடிபட்டதும் மாரித்தாயும் கொடும்புலியும் சத்திரத்துக்கு காலங்கொள்ளாமல் தண்ணீர் வேகத்துக்கு நீந்திப் போனார்கள்.

வருசப் பட்டினியாய்க் கிடந்து, கொடைக்கும் பிணைக்கும் சேர்த்துவைத்த தானியமெல்லாம் தண்ணீராய்ப் போனது. ஆடு, மாடு, கோழியெல்லாம் அடித்துக்கொண்டு போனது. வீடுவாசல்

கதவெல்லாம் கரைந்தொழிந்து போனது. அன்னவாய் திறந்து அழுவதற்கு வழியில்லாமல் சனங்கள் எல்லாம் அரற்றிக்கொண்டே கிடந்தார்கள்.

மறுபொழுது இல்லாமல் பெய்த மழையில் மாரித்தாய்க்குச் கொடுஞ் சுரம் கண்டுவிட்டது. அழுது அனத்திய பிள்ளைக்குப் பால்கொடுக்க வழியில்லை. இடர்பாடுகளுக்குள் சிக்கிய மனுச மந்தையில் மருந்து மாயத்துக்கு எங்கே போக..?

இன்னும் ரெண்டு நாளில் வெள்ளம் வடியும், மூணு நாளில் வெள்ளம் வடியும் என்று காத்திருந்து காத்திருந்து மழை கொட்டித் தீர்த்தது தான் மிச்சம். சுரம் முற்றிய பச்சை உடம்புக்காரிக்கு உடனிருந்தவர்கள் இருந்த கேப்பையைக் காய்ச்சிக் கொடுத்துப் பார்த்தார்கள்.

கெதியானவள் மாதிரித் தெரிந்தாலும் மறுபடியும் முடங்கி விழுந்தாள். பிள்ளையைச் சுமப்பேனா என் பெஞ்சாதியைச் சுமப்பேனா என்று கலங்கித் தவித்தான் கொடும்புலி. ஆறாவதுநாளில் மழைவிட்டு பூமி நசநசத்திருந்தது. முட்டியை நனைக்கும் சேற்றில் ஜனங்கள் நடந்து பார்த்தார்கள். கொஞ்சம் தேறியிருந்த மாரித்தாயையும், பிள்ளையையும் மற்ற சனங்களிடம் ஒப்படைத்துவிட்டு, குடிசையை நோக்கி நடந்தான் கொடும்புலி.

பிழைத்தது எது, மிஞ்சியது எது என்ற ஏக்கம் எல்லோருக்குள்ளுமாய் இருந்தது. வயிறு ஊதிய ஆடு, மாடுகள் காலைப் பிளந்து செத்துக்கிடந்தன. காத்து காலத்தில் முள்ளுப்படலில் சிக்கிய சீலைபோல ஊரே கந்தலாகிக் கிடந்தது. பெரிய நாச்சி கட்டின சுவரெல்லாம் கரைந்தாலும் மூங்கில் தடி ஊந்தலில் 'இன்னும் கொஞ்சம் வலுவிருக்கு என்னிடம்' என்றபடி தாங்கி நின்றது குடிசை. ஆனால், பட்டியில் ஒரு ஆடும் பிழைக்கவில்லை.

'எல்லாமும் போச்சே' என்று சங்கடமாய் அழுதவனை ஆதரவாய் தழுவிக்கொண்டாள் மாரித்தாய்.

'எதுன்னாலும் சரி மாமா. நீ கலங்காத உனக்கு நானும், உங்க ஆத்தாளோட அம்சமா நம்ம பிள்ளையும் இருக்கோம். ரெண்டு துளி தண்ணியக் குடிச்சாச்சும் நாம மீண்டுக்குவோம். ஆத்தா பேச்சிமாதிரி

கூட இருந்து அவ நம்மளை கைவிடமாட்டா. கவலப்படாம வீட்ட மொத சரி பண்ணு'' என்று தைரியம் கொடுத்தாள்.

உள்ளுக்குள் அரற்றினாலும் மனசு கலக்கத்தை விட்டுவிட்டு, பிள்ளை வயிற்றுக்கு வழி பண்ணத் துவங்கினாள். கலைந்து, முறிந்துக் கிடந்த கொம்புகளை எல்லாம் புரட்டிப் போட்டு பட்டியை மீண்டும் சீர்பார்க்கத் தொடங்கினான் கொடும்புலி.

அடித்துப் போன வெள்ளத்தில் வைக்கோல் படப்புமீது ஏறித் தப்பித்துக்கொண்ட, மாரித்தாய் வளர்த்த வீட்டுச் சினையாடு பசியிலும் மழையிலும் வாடி வதங்கி கொடும்புலியின் குடிசை வாசலில் நின்று கத்தத் தொடங்கியது. சத்தம் கேட்டு வாசலுக்கு வந்த மாரித்தாய் சந்தோசத் துள்ளலோடு, ''நான் சொல்லல ஆத்தா நம்மள கைவிடமாட்டான்னு'' என்றபடி வெள்ளாட்டின் கழுத்தை ஓடிப்போய் கட்டிக்கொண்டாள்.

– 2016

கலகம் பிறக்குது

காடு காடாக பருத்தி வெடித்துக் கிடந்தது களத்தூர் கிராமம். அதிகாலைப் பனி வாட்டம் நின்றுபோன நிலையிலும் ஊரின் மீது வெளிச்சம் இன்னும் எட்டிப் பார்க்கவில்லை. வடக்கூர் குடியிருப்பில் அந்த நேரத்திலே கடும் சலசலப்பு துவங்கியிருந்தது. தெருக்களின் முனையில் அசைபோட்டுக் கிடந்த கன்றுகாலிகள் என்னமோ ஏதோ என்று எழுந்து நின்றுகொண்டு திக்குதிசை தெரியாமல் மிரண்டு விழித்தன.

முருகன் கோயில் திடலில் வாட்டசாட்டமான இளைஞர்கள் சிலபேர் ஓங்கி ஓங்கிக் குரல் எழுப்பிக் கொண்டிருந்தார்கள். அவர்களில் சிங்கன் செட்டியும் கந்தையாவும் கழுவனும் தவிர மற்றவர்கள் அவ்வளவாகப் பரிச்சயமில்லாத முகங்கள். கூட்டத்தாருக்கு, அடுத்து ஆகவேண்டியது என்னென்ன என்பது குறித்து அவர்கள் உத்தரவு பிறப்பிக்கப் பட்டுக் கொண்டிருக்க, சித்திரங்குடிக்காரர் தன் கருப்புக் குதிரையோடு பாய்ச்சலாக வந்திறங்கினார்.

ஆஜானுபாகுவான தோற்றம். அரையில் மடிப்புவேட்டி. வார் பிலுட்டு, தோல் செருப்பு, அடையாளத்தை மறைக்கும்படி தலைப்பாகையின் ஒரு பிரியால் முகத்தை அரைச் சுற்றுக்கு மூடியிருந்தார். இடுக்கில் தெரிந்த கண்களில் செங்குளவியைப் போல மின்னும் பார்வை. ஈட்டியும் வல்லயமும் பிடித்துப் பழகிய கைகளில் வெலவெலக்கும் துப்பாக்கி முளைத்திருந்தது.

சண்டை, சச்சரவு, கொலை, கொள்ளை என்று அந்தச் சேத்திரம் முழுக்கவே அப்போது அனலாகத்தான் இருந்தது. ரணகள பூமி என்று தெரிந்தேதான் தனது கைத்தறித் துணிக் கிட்டங்கிக்கு வலுவான காவலைப் போட்டு வைத்திருந்தது பிரிட்டிஷ் ஜான் கம்பெனி. என்ன இருந்தும் என்ன? திமுதிமுவென நாட்டுத் துப்பாக்கிகளோடு சித்திரங்குடிக்காரர் மயிலன் சேர்வையின் ஆயுதப் பட்டாளம் யாரும் எதிர்பாராத நேரத்தில்

கிட்டங்கிக்குள் நுழைந்தபோது, உறக்கச் சடவிலிருந்த சிப்பாய்கள் அடுத்து என்ன செய்வது என்றறியாமல் திகைத்துத்தான் மாய்ந்தார்கள்.

'டணார் டணார்..' என்றது வெடிச் சத்தம். விட்டத்துக்குக் கீழாக, கல்மாடத் தூணை ஒட்டிக் காத்துக் கொண்டிருந்த சிப்பாய்க்காரன் சுப்பாராம் வெடுக்கென கிட்டங்கியின் வாசலுக்கு ஓடி வந்தான். விஷயம் அவன் தலைக்கேறும் முன்னே வாய் தானாக, ''கலகம் கலகம்...'' என்று கத்தத் தொடங்கியது.

வெடிச் சத்தம் கேட்ட வேறு சில சிப்பாய்கள் காவல்பிறையில் இருந்து வாசல் மாடத்தை நோக்கி ஓட்டமெடுத்தார்கள். அடுத்த கணமே படீர் என்று சுப்பாராம் முதுகில் நல்ல ஈடு விழுந்தது. 'ஓ... அம்மோ!' என்றபடி குப்புற விழுந்தான் அவன். மேல்மாடத்தில் நின்ற சிப்பாய்கள் சிலபேர் தங்கள் துப்பாக்கிகளை எடுத்துச் சுடுவதற்கு ஆயத்தமானார்கள். ஆனால், பல்லுபோன அந்த மஸ்ஸில்லோடர் துப்பாக்கிக் கலனுக்குள் கரிமருந்தைப் போட்டு அவர்கள் இடித்துக் கட்டுவதற்குள் மொத்த கிட்டங்கியையும் ஆயுதப்பட்டாளம் சிறைபிடித்துவிட்டது.

களத்தூர் கச்சேரி சிறைபிடிக்கப்பட்ட தகவல் வெளிக்காற்றில் பரவுவதற்குள் கிட்டங்கி அறையில் இருந்த தானிய மூட்டைகளை ஒவ்வொன்றாக வெளியிலே எடுத்துப் போட்டுவிட்டு, தறித்துணி மூட்டைகளை மட்டும் ஒன்றுவிடாமல் தீயிலிட்டுக் கொளுத்தச் சொன்னார் சித்திரங்குடிக்காரர்.

கந்தையா சிறைபிடிக்கப்பட்ட தலைகளை எண்ணினான். ஒன்று இரண்டு மூன்று மொத்தம் முப்பபதினாலு பேர். 'வக்கத்தவனுக்குப் பொட்டி தூக்க எதுக்கடா இத்தனை பொன்னஞ்சட்டிகள்' என்று அத்தனை பேரையும் எட்டி உதைத்து, கச்சேரி மைதானத்தில் அவர்களை கட்டிப் போடச் செய்தான் கந்தையா.

''ம்ம் அடுத்த வேலை விரசா நடக்கட்டும்'' என்று பட்டாளத்தைப் பார்த்துக்கட்டளைபோட்டசித்திரங்குடிக்காரர்தன்குதிரையில்ஏறிமேற்குக் காட்டுக்குள் மறைந்தார்.

"ஏரா, வண்டில என்ன பாரம்? அத்தனையும் மறிச்சு ஓரங்கட்டி நிறுத்துன்னேன்."

முன்னத்தி காளை வண்டியின் நுகத்தடி சேர்மானக் கட்டையில் உட்கார்ந்திருந்த ஆசாமியைக் கீழே இறங்கச் சொல்லி மிரட்டினான் சின்னத்துரை.

கட்டியிருந்த உருமாலை இறக்கி, விவகாரம் புரியாதவனாக கூட்டத்தாரின் முகங்களைக் கவனித்தான் வண்டிக்காரன் பண்டாரம். இவர்கள் யாரும் களவெடுக்க வந்தவர்கள்போல் இல்லை. திடகாத்திரமான உடம்பைப் பார்த்தால், மல்லுக்கு நின்று மோதுபவர்கள் போலவும் தெரிந்தது. எதற்கும் பணிந்துபோய் தெரிந்துகொள்வோம் என்று தன் வண்டி மாடுகளை இழுத்துக் கட்டிவிட்டு, கீழே இறங்கி வந்து சின்னத்துரைக்குக் கும்பிடு வைத்தான் மூக்கன்.

பட்டாளத்திலிருந்த ராக்கு, முன்னால் நின்ற வண்டிக்குடத்தின் ஆப்பை கையால் உருவி எடுத்தான். இன்னும் ஏழெட்டுபேர் பின் வரிசையில் நின்றுகொண்டிருந்த மற்ற வண்டிக்காரர்களைக் கீழே இறங்கச் சொல்லி பாரங்களைப் பரிசீலனை பண்ண ஆரம்பித்தார்கள்.

பண்டாரம் தானாக முன்வந்து வாய்திறந்தான். "ராமநாதபுரம் கம்பெனி கிட்டங்கிக்கு தறித்துணி கொண்டுபோய் இறக்கிவிட்டு, வழியிலே கால் பாரத்துக்கும் குறைவா சோளம் ஏத்திட்டு வடகரை ஜமீனுக்குப் போகிற வண்டிங்க இது"

சின்னத்துரை அவனைக் கூர்மையாக ஒரு பார்வை பார்த்து விட்டு, ஒவ்வொரு வண்டியிலும் பூட்டப்பட்டிருந்த சோடி மாடு களைக் கவனித்தான். ஒரு ஏல் சொன்னால் போதும் எவ்வளவு பாரம் ஏற்றினாலும் சிட்டாய் பறப்பேன் என்பதுபோல திமில் நிமிர்த்துக் கொண்டு நின்றன அந்த ஒல்லிக் காளைகள். அவை ஒவ்வொன்றுக்கும் தலைமையேற்றது போல முன்வண்டியின் ஜதை, மணி பூட்டி வில்லாய் நின்றுகொண்டிருந்தது. சின்னத்துரை, அதன் தாடைகளை ஒரே வாக்கில் தடவிக் கொடுத்துக்கொண்டே பேசினான்.

கார்த்திக் புகழேந்தி

''இன்னையிலிருந்து பதிநாலாம் நாள் அபிராமம் கம்மாய்க்குத் தென்புறம் இந்த வண்டிகளும் மாடுகளும் பத்து கண்டி பாரம் நெல் மூட்டைகளும் காத்திருக்கும். அங்கே வந்து எல்லாத்தையும் பத்திக் கொண்டு போகலாம். இது சேதுச்சீமை மறவன் சித்திரங்குடிச் சேர்வைக்காரன் பேரால் காப்பாளி வீரமாயன் மகன் சின்னத்துரை கொடுக்கிற வாக்கு. இது எந்தக் கும்பினியானுக்கும் அவனுக்கு கால்பிடிக்கும் எந்தப் படுக்காலிகளுக்கும் கட்டுப்படாத உத்தரவு. இப்போது வந்தவழியே ஊரைவிட்டு வெளியேறுங்கள்.''

மாடுகள் சொர் சொர் என்று மூத்திரம் பெய்யத் தொடங்கின.

வழிமறித்திருப்பது யார், அவர்கள் வழிநோக்கம் என்ன, எதற்காக வண்டிமாடுகள் அவர்களுக்கு இப்போத் தேவை என்கிற எல்லா விபரமும் நொடியில் புரிபட்டுவிட்டது பண்டாரத்துக்கு. நெடுங்காலத்துக்குப் பிறகு களத்தூர் சீமை ஒரு பாரிய கலகத்துக்குத் தயாராகியிருக்கிறது. சேதுபதி படையின் மயிலன் சேர்வை களமெடுத்து நடத்துகிறார். திருச்சி கோட்டைச் சிறையில் அடைபட்டிருக்கும் இளைய சேதுபதி விவகாரம்தான் இதெல்லாத்துக்கும் காரணம். வடகரை ஜமீனுக்கு அவரோடு ஆவதில்லை என்றாலும், கும்பினி அட்டூழியங்களுக்குப் பிறகு ஜமீனும் எப்போ எப்போ என்றுதான் பார்த்துக் கொண்டிருக்கிறார். அதுக்கான மறைமுக உதவிதான் சம்பந்தமே இல்லாமல் இந்த வழியில் வண்டிகளை ஓட்டிவரச் செய்திருக்கிறார் ஜமீன்... மளமளவென்று சம்பத்தின் தொடர்புகளை மனதுக்குள் ஓட்டிப் பார்த்துக்கொண்டான் பண்டாரம்.

சின்னத்துரை கம்மென்று ஒரு செறுமலைப் போட, பண்டாரம் விழிப்படைந்து, தனது பின்மாட்டுக்காரர்களுக்கு அவரவர் வண்டிகளைக் கைவிடும் விதமாகச் சைகை காட்டினான். பிறகு மொத்த பேரும் வந்த லெக்கிலே திரும்பி நடக்க ஆரம்பித்தார்கள். அதேநேரம் களத்தூர் கச்சேரி இருந்த திக்கிலிருந்து திமுதிமுவென தீப்புகை வான் நோக்கி எழுந்துகொண்டிந்தது.

தெக்கத்திச் சீமைகளில் பிரச்சினைகள் வெடிக்கத் துவங்கியது இன்று நேற்று நடக்கிற காரியமா? பாண்டிநாட்டு அரியாசனம்

ஒன்றுக்குள் ஒன்றாக அடித்து மாய, கில்ஜி சுல்தான் புதுப் பெண்டாட்டி கட்டிக்கொள்வதைப்போல, தன் ஆட்சி வரம்புக்குக் கீழே பதினேழாவது மாகாணமாக பாண்டி நாட்டை வலுக்கட்டாயமாகச் சேர்த்துக் கொண்டிருந்தார்.

ஏற்கெனவே, சூரத்தில் பட்டறை ஆரம்பிக்கவும், வங்காளச் சக்கரவர்த்தியிடம் வியாபாரம் பண்ணுவதற்கும் சுங்கவரிச் சலுகை பெறவும் 'ஃபர்மான்' எழுதி வாங்கிக்கொண்ட ஜான் கம்பெனி, இப்போது நவாபின் கழுத்தில் காலைப் போட்டுக்கொண்டு சேதுச் சீமையிலும் அடாத அட்டூழியங்களை நிகழ்த்தி முடித்து அப்போதுதான் களைத்திருந்தது.

அப்படி களைத்து ஓய்ந்த சமயத்தில், சித்திரங்குடிச் சேர்வையின் இந்தப் பட்டாளம் இப்படி ஒரு தலைவலியை உண்டாக்கப் போவது பற்றி எதுவும் தெரிய வந்திருக்காத ராமநாதபுரம் கலெக்டர் லூசிங்டன் அரண்மனைப் பவுனியில் காலாற நடைபோட்டுக் கொண்டிருந்தார்.

திடும்மென குதிரையிலிருந்து தாவி இறங்கி அவர் முன்னால் வந்து நின்ற தபால்சேவகன், களத்தூர் கச்சேரி தாக்கப்பட்ட செய்தியை மேல்மூச்சு கீழ்மூச்சு வாங்க கலெக்டர் துரையிடம் சொல்லத் தொடங்கினான்.

'களத்தூர் கிட்டங்கியைத் தாக்கி, தறித் துணிகளுக்கு நெருப்புவைத்து அழித்து, சிப்பாய்களைக் கட்டிப் போட்டுவிட்டு, அங்கிருந்த ஆயுதங்களையும் வெடிமருந்துகளையும், தானிய மூட்டை களையும் கைப்பற்றிக் கொண்டு, ஊருக்குள் நுழையும் வழிகளை மறித்துவிட்டு, அடுத்த இலக்காக அபிராமம் கச்சேரியை நோக்கிச் சென்றிருக்கிறது கலகக்காரர்களின் கேங். கம்பெனி ஊழியர்கள் இருவர் கொல்லப்பட்டிருக்கிறார்கள். திருச்சி சிறையில் இருக்கும் சேதுபதி மன்னனின் தூண்டுதலின் பேரால் இந்தக் கலகம் நடந்திருக்கலாம் எனச் சந்தேகிக்கப்படுகிறது. கலகத்தை முன்னுன்று நடத்துபவன் சித்திரங்குடிக்காரன் என்று தகவல் கிடைத்திருக்கிறது.'

பதறிப்போன கலெக்டர் லூஸிங்டன் முதல்வேலையாக ராமநாதபுரம் மாளிகையின் காவல் படையில் ஒரு பிரிவை களத்தூருக்குச் செல்லும்படி விரைவுபடுத்தினார். படை வந்து சேர்வதற்குள் சம்பவங்கள் கைமீறியிருந்தன.

கிட்டங்கி மொத்தமும் சாம்பலாகிக் கிடந்தது. அதே நேரத்தில், அங்கிருந்த தானிய மூட்டைகள் மைதானத்தில் கொட்டிக் குவிக்கப்பட்டிருந்தது. மூட்டைகளில் பேர்வாதி மஞ்சள் சோளமும் மீதிப்பாதி வெள்ளைச் சோளமும் கம்பும். பேருக்கு ஒன்றிரண்டு நெல்மூட்டைகள். ஊரார் திரண்டிவந்து அவைகளைத் தங்கள் மடி நிரம்புகிற அளவுக்கு அள்ளிக்கொண்டு போனபடியிருந்தார்கள். இன்னொரு பக்கம் ஆம்பிளையாள் கண்ணாரன் தலைமையில் ஏற்பட்ட சிறுகூட்டம் ஊர் முனைக்குக் கத்தி, அரிவாள் வேல்கம்புடன் கிளம்பியிருந்தது.

பகல் பொங்கி வரும் நேரத்திற்கெல்லாம், களத்தூருக்கு படை வந்துசேரும் அத்தனை பாதைகளின் குறுக்கேயும் மரங்களும் கற்களும் சரித்துப் போடப்பட்டிருந்தன. பிறகு ஊருக்குப் பாதுகாப்பாக எட்டு பத்து பேரைக் கல்லும் தடியுமாக நிறுத்திவிட்டு, வேண்டிய மட்டும் இளையவர்களும் பெரியாட்களும் சின்னத்துரை ஓட்டிவந்த காளை வண்டிகளில் கும்பல் கும்பலாய் ஏறிக்கொள்ள, களத்தூரில் இருந்து புறப்பட்ட பட்டாளம் கீரனூர் பாதையில் அபிராமத்தை நோக்கி கெகேவெனப் புறப்பட்டுச் சென்றிருந்தது.

ராமநாதபுரத்தில் இருந்து காமன்கோட்டை வழியாகச் சென்ற மாளிகைக் காவல்படையால் கமுதிக்குள்ளேகூட நுழைய முடியைல்லை. பாதியிலே வழி திரும்பி தப்பித்தோம் பிழைத்தோமென ராமலிங்க விலாசம் அரண்மனைக்குத் திரும்பினார்கள். கருவேலமுட்களாலும் பனைமரத் தடிகளாளும் ஓலைப்படல் கொண்டும் பெரும் கற்களைக் கொண்டு பாதைகள் சுற்றிச் சுற்றி மறிக்கப்பட்டு, அதற்கு அந்தப் புரத்தில் அரிவாள்களோடும் வேல்கம்புகளோடும் பெருங் கூட்டம் ஒன்று அவர்களைத் துரத்தி அடித்திருந்தது. கர்னல் மார்டின்ஸ் தாழமுடியாத அவமானத்தோடு களத்தூர் முனையில் நடந்த விவரங்களைக் கலெக்டர் லூஸிங்டன் முன்னாள் குமுறினான்.

ராமநாதபுரம் ஜில்லாவுக்குத்தான் பொறுப்பேற்ற மூன்று மாதங்களில் இப்படி ஒரு விபரீதச் சூழ்நிலை ஏற்பட்டிருப்பதை லூஸிங்டனால்

கொஞ்சங்கூட சகித்துக்கொள்ள முடியவில்லை. எள்ளும் கொள்ளும் வெடிக்கும் அவர் முகமே அதைக் காட்டிக்கொடுத்தது. கடுங்கோபத்தோடு, தன் பணியாளர்களை நோக்கிச் சீறினார்.

''ஹூ இஸ் திஸ் இடியட்! ப்ளடி சித்திரங்குடிக்காரன். ஐ வாண்ட் டு நோ ஆல் டீடெய்ல்ஸ் அபவுட் ஹிம்...'

அடுத்த சில மணித்துளிகளிலேயே சித்திரங்குடி மயிலப்பன் சேர்வை குறித்த விபரங்களை அவர் மேசையின் மீது அடுக்கிவைத்தார் கிராம முன்சீப். கூடவே அபிராமத்தில் மயிலன் சேர்வையின் பட்டாளம் அடுத்தடுத்து நடத்திய சூறையாடல் குறித்த அவசரச் செய்தியும் அவர் முன்னால் வைக்கப்பட்டிருந்தது. லூஸிங்டனால் தன் வெறிக்கூச்சலைக் கட்டுப்படுத்தவே முடியவில்லை.

கர்னல் மார்டின்ஸ் மெல்லிய குரலில் அவர் கிட்டேவந்து கிசுகிசுத்தான். 'நிதானமாக முடிவெடுத்தால் மட்டுமே நம்மால் இந்த நிலைமையைக் கட்டுக்குள் கொண்டுவர முடியும் என்பது கலெக்டர் அவர்களுக்கு எனது தாழ்மையான யோசனை'

உள்ளுக்குள் ஆத்திரம் எரிந்து கொண்டிருந்தாலும் கர்னல் சொல்வதும் சரிதான், பதற்றத்தில் எந்த முடிவும் எடுப்பது சரியல்ல என்று பொறுமையாகச் சிந்தித்த லூஸிங்டன்,

'நான் இப்போது என்ன செய்யவேண்டும் என்று நினைக்கிறீர்கள் கர்னல்' என்றார் ஆழ்ந்த பார்வையுடன்.

''களத்தூர், அபிராமம் கிராமங்களில் நடைபெற்ற மோசமான சம்பவங்கள் குறித்த விசாரணை முடிந்து மறு உத்தரவு வரும்வரை, இந்த இரண்டு ஊர்களுக்கும் சேதுச்சீமையின் அனைத்து கிராமங்களுக்கும் இடையே உள்ள போக்குவரத்துப் பாதைகள் முற்றாகத் துண்டிக்கப்படவேண்டும். பாதுகாப்புக் காரணங்களுக்காக இந்த உத்தரவின் ரகசியம் காக்கப்படவேண்டும்...''

கலெக்டர் லூஸிங்டன் கையெழுத்துடன் அனுப்பப்பட்ட உத்தரவு சேதுச் சீமையின் சுற்றுவழியில் ஊர்களுக்கு மட்டும் ரகசியமாக அனுப்பி

வைக்கப்பட்டது. கர்னலின் இந்தத் திட்டம் அவருக்குச் சற்று ஆசுவாசம் அளித்திருந்தாலும், ஒரு நீண்ட பெருமூச்சுடன் அவர் தன் மேசை மீதிருந்த ஜில்லா கெஜட்டின் பக்கங்களைப் புரட்டத் துவங்கினார் லூஸிங்டன்.

ராமநாதபுரம் ஜில்லாவின் மன்னர் முத்துராமலிங்க விஜயரகுநாத சேதுபதி, சேதுச் சீமையில் கம்பெனி வணிகம் பண்ண வழி கொடுக்காமலும், பருத்திக் கொள்முதலில் ஒருதலை வியாபாரம் கூடாது என்று முரண்டு பிடித்தது அதற்காக அவர் கைது செய்யப்பட்டது வரையிலான உள்ளிட்ட பல முந்தைய விவகாரங்களும் கெஜட்டில் குறிக்கப்பட்டிருந்தது.

சேதுபதிபோல முரண்டுபிடித்த எத்தனையோ பேரை கம்பெனி தன் வழிக்குக்கொண்டு வந்திருக்கிறது. அல்லது ரெகுலேட்டிங் ஆக்ட் மூலம் இருந்த இடம் தெரியாத அளவுக்கு முடக்கியிருக்கிறது. வங்காளமே இதற்கெல்லாம் பாலபாடம்.ஆனால், தெற்கில் அவ்வளவுக்குக்கூட கடுமை காட்டவில்லையே கம்பெனி.

நவாப் வாலாஜா முகமதலியிடமிருந்து மதுரை, நெல்லைச் சீமைகளின் குடித்தீர்வை வசூலிக்கும் ஏஜெண்ட் அதிகாரத்தை முறைப்படிப் பெற்றுதானே இங்கே நிர்வாகம் பண்ணிக் கொண்டிருக்கிறோம். பிறகென்ன இந்த சுண்டைக்காய் பிரதேசம் சேதுபதிச்சீமை மட்டும் தலைவலி கொடுத்துக்கொண்டே இருக்கிறது. இவர்களுக்கு அப்படி என்ன கம்பெனி மேல் வெறுப்பு.

யோசனையோடே வாசகங்களைப் புரட்டிக் கொண்டிருந்த லூஸிங்டன், தன் மூக்குக் கண்ணாடியின் குவிவு வில்லையை இரண்டொரு முறை வெல்வெட் துணியால் துடைத்துவிட்டு, மீண்டும் கெஜட்டின் பக்கங்களைப் புரட்ட ஆரம்பித்தார். அதில் மயிலன் சேர்வை பற்றி முந்தைய கலெக்டர் காலின்ஸ் ஜாக்ஸன் எழுதிய குறிப்பு ஒன்று கலெக்டர் லூஸிங்டனைச் சுறுசுறுப்படைய வைத்தது.

களத்தூர் அபிராமத்தில் பறிமுதல் செய்த நெல் மூட்டைகள் அவிக்கப் பட்டு சோறாக்கப்பட்டன. கருங்கிடாய்கள் வெட்டித் தோலுரிக்கப்பட்ட ரத்தவெள்ளம் காய்ந்து கிடந்த இடத்தில், இறைச்சி துண்டுக்காகக்

காத்திருந்த காக்கைகள், சோளத்தட்டைகளை மென்றுகொண்டிருந்த காளை மாடுகளின் கழுத்தசைப்புக்கு ஏற்ப, அங்குமிங்குமாக அலைபாய்ந்து கொண்டிருந்தன. இருட்டு முட்டும் நேரத்திற்கெல்லாம் பூசணையும் படையலும் தயாரானது.

பாறையடியில் மயிலன் சேர்வைக்காரருடன் உடன் அமர்ந்திருந்த சிங்கன் செட்டியும் ஷேக் இப்ராஹிம் சாயிபுவும் படை நடத்திய நிலவரம், செலவு, பொருள் தேவைகள் குறித்து விவாதித்துக் கொண்டிருந்தார்கள். உண்டாட்டைத் துவக்கலாம் என்ற சேதியை சின்னத்துரை வந்து தெரியப்படுத்தியதும் மூவரும் எழுந்து அவனோடு புறப்பட்டுப் போனார்கள். நடுகல் ஒன்று குற்றி வைக்கப்பட்ட காட்டு வெளியில் காலியான சோற்றுக் கலயங்கள் ஒன்றுக்குமேலாகக் குவிக்கப்பட்டு கிடந்தன. படைப்புச் சோற்றை இரு கைகளிலும் குற்றாக அள்ளி எடுத்து, ஒவ்வொருவருக்கும் பரிமாறச் சொன்னார் சித்திரங்குடிக்காரர்.

ஒரே பகல் பொழுதுக்குள் களத்தூர், அபிராமம், கமுதிப் பேட்டை என்று மூன்று பெரிய ஊர்களைக் கைப்பற்றியிருந்த பட்டாளத் துக்கு இரண்டாவது நாளில் நடக்கிற முதல் கறிச்சோற்று விருந்து. எல்லோருடைய வயிறும் நாக்கும் தணிந்தபோதும் சித்திரங்குடிக்காரரின் நெஞ்சு தவித்துக் கொண்டிருந்தது.

அவர் நினைப்பு மொத்தமும் சிறைக் கொட்டடியில் கிடக்கும் இளைய சேதுபதி நம்மோடு இல்லையே என்ற ஏமாப்பில் திக்கித் தவித்தது. சிங்கன்செட்டி அவரது எண்ணத்தை உணர்ந்தவனாகக் கிட்டேவந்து அமர்ந்துகொண்டான். எரிகிற நெருப்பின் வெக்கையை அகலாது அணுகாது தணித்துவிட முயலும் நம்பிக்கையில், அடுத்த நாளைய திட்டங்கள் குறித்து எல்லோருக்கும் முன்னால் பேசவேண்டியதை எடுத்துச் சொன்னான். சாயிபு அதை ஆமோதிப்பவராக சித்திரங் குடிக்காரரை உசுப்பிவிட்டார்.

''ஒண்ணுகூடி கச்சேரியை அடிச்சு, ஈடு எடுக்குறதால என்ன கிடைக்கப் போவுதுன்னு யாரும் நினைக்க வேண்டாம். அப்படி ஈடு கொடுத்தாதான்

கம்பெனியான் தெவங்குவான். அதுமட்டுமில்ல நமக்கு நிறைய துப்பாக்கியும் வெடிமருந்தும் வேண்டும். அதெல்லாம் இப்பொ அவன்கிட்ட சிக்கிக் கெடக்கு. அதைப் புடிக்கணும். வெள்ளனே புறப்படத் தயாரா இருங்க. அடுத்தா நாம கமுதிப் பேட்டைக்குப் போறோம். அங்க கொடுக்குற அடியில சிப்பாயெல்லாம் வந்த வழிக்கே நின்னு ஒண்ணுக்குப் போவணும். என்ன செஞ்சிரலாமா'' முகம்தெரியாத அவரது குரலை ஆமோதிப்பதாகக் கூட்டம் அவருக்குச் சம்மதம் எழுப்பியது.

உண்டாட்டு முடிந்ததும் சிங்கன் செட்டி மயிலன் சேர்வை, தன் பட்டாளத்தார் ஒவ்வொருத்தருக்கும் தலைக்குப் மூணேகால் ரூபாய் சுருள் வைத்தார். வெத்திலையில் சத்தியம் பண்ணி, அதைப் பெற்றுக் கொண்டவர்கள் பூசணை முடிந்த தடத்தை அளித்துவிட்டு கமுதிப் பேட்டைக்குப் புறப்பட ஆயத்தமானார்கள்.

குண்டாற்றுக் கரையில் மூன்று சுற்று மதில்களுடன் வானளாவி நிற்கும் கமுதிக் கோட்டைமேட்டை லேசிலே கிட்டே நெருங்கிவிட முடியாது. கோட்டைக்கு மேற்கிலும் வடக்கிலும் இருக்கும் பாறைத் திட்டுக்களின் மேலே ஏறிச் செல்லும்போதே எதிரிக்குத் தகவல் போய்ச் சேர்ந்துவிடும். எதிர்பாராத நேரத்தில் ஈடுகொடுக்காமல் கோட்டையைக் கையெடுக்க முடியாது.

''கட்டுன கோட்டைக்குள் களவாளி போலப் பூந்து போறதுக்குத் திட்டம் போடுறம் பார்த்திரா சேக்கே!'' சிங்கன் செட்டி எகனையாக சாயிபிடம் தன் வடவருத்தத்தைச் சொன்னான்.

''என்ன பண்ணுறது அந்நாளையில உடையத்தேவருக்குக் காப்பாளிப் படையிலே இருந்தவன், இப்போ குற்றவாளி மாதிரி தலைமறைஞ்சு நிக்கிற நிலைக்கு வந்தமின்னா சும்மயா...'' துயரங்களின் அனல் சாயிபின் மூச்சிலும் பேச்சிலும்கூட விரவியிருந்தது. என்ன தடுப்பு போட்டுப் பார்த்தும் சேதுச் சீமையில் நடக்கும் கலகம் சிராமலையையும் அதைச் சுற்றியிருந்த சிற்றூர்களையும் கூட எட்டியிருந்தது.

ஊரே அறிந்த சேதி ஆறாயிரமடி நீளம் கொண்ட சிராப்பள்ளிக் கோட்டையின் சிறைக்கொட்டடி அரணுக்குள், சிதலமடைந்த அரங்கில்

சிறை வைக்கப்பட்டிந்த இளைய சேதுபதி விஜயரகுநாத சேதுபதியின் செவிகளுக்குள் எட்டியிருக்காதா என்ன?

இருட்டு கவிந்து கொந்தளிப்புடன் இருந்த அவரது மனதிற்குள் ரொம்ப நாளைக் கழித்து இப்போதுதான் லேசான குளிர்காற்று புகுந்து இதமாக்கியதுபோல் உணர்ந்தார் இளைய சேதுபதி. உள்ளர்த்ததோடு அமைதிப்பட்ட அவரது சிந்தனை மலையில் வடிந்த காட்டாறு நிலத்தில் பரவுவதுபோல, பின்னோக்கி விரிந்தது.

கொங்கன் தொடங்கி நாஞ்சி வரையிருந்த எழுபத்தி இரண்டு பாளையங்களும் முன்பு இதே கோட்டைக் கதவுகளுக்குள்ளிருந்து ஆட்சி செய்த மதுரை நாயக்கருக்குக்கே கப்பம் செலுத்திக் கொண்டிருந்தன. நாயக்கருக்குக் கொடுக்கவேண்டியவை எப்போது நவாபுக்குக் கொடுக்கவேண்டும் என்று பேச்சு உண்டானதோ அப்போதிருந்தே தொடங்கிவிட்டது தீவினை.

நவாபுக்கு ஆனைமேலே உட்கார்ந்து செல்ல ஆசை வந்ததில் குறையில்லை. உந்தி ஏறி உட்கார புஜபலம் வேண்டுமே! புதுக்கோட்டை, தஞ்சை வேந்துகளெல்லாம் நவாபைக் கொசுறாகக் கூடக் கருதவில்லை. இதில் கப்பம் வசூலிக்க நவாபின் கைக்கூலிகளுக்குள் பதவிப் போட்டி வேறு.

அவர்களது சண்டையைத்தான் சாதகமாக்கிக் கொண்டான் இந்த ஜான் கம்பெனிக்காரன். அடியாள் போலக் கூலிக்குக் கப்பம் வசூலித்துக் கொடுக்கிறேன் என்று வந்தவன் அவர்களின் பதவி அதிகாரத்தையும் பறித்துக்கொண்டான்.

மக்களைக் கேட்டா எல்லாம் நடந்தது? மாகாணக் கோட்டையில் ஒப்பந்தங்களாகக் கையெழுத்துப் போட்டுக் குவித்தார்கள் மாபாவிகள். நவாப் அலியின் அண்ணன் மாபூஸ்கான் திருநெல்வேலியில் பொம்மை ஆட்சி நடத்த ஒப்புக்கொண்டுவிட்டான். ஆண்டுக்குப் பதினைந்து லட்சம் குத்தகைப் பணம். இதில் பாதியைக் கம்பெனிதான் சுருட்டிக் கொள்ளும். ஆனாலும் பாளையக்காரர்களிடம் பணம் வசூலிப்பது கல்லில் நார் உரிக்கும் வேலை என்று மாபூஸ்கானுக்குத் விளங்கவில்லையே. புத்தி

கார்த்திக் புகழேந்தி 45

உரைத்தபிறகு கம்பெனிக்கே ஊரை உள்குத்தகைக்கு விட்டுவிட்டான். எப்படி லெட்சணம்!

உழுதவன் கணக்குப் பார்த்த கதையாக கம்பெனிக்கு நவாப் கொடுக்க வேண்டிய பற்றுத் தொகை, படை நடத்திய செலவு என்று கடன்கட்டு ஏறிக் கொண்டேபோக, இன்னும் இன்னும் ஒப்பந்தக்கட்டுகள் குவிந்தது தான் மிச்சம். கடேசியில் கழுதை கட்டெறும்பான கதையாக, நவாபை நாசம் பண்ணியது கம்பெனி. மீனாட்சி ராணியின் சாவுக்குப் பிறகு, கிட்டத்தட்ட இருபது வருஷ காலம் பத்திரமாகக் கைபடாது காத்துவந்த பூமி இது ஒன்றுதான். அதையும் பஞ்சம் பிடித்தாட்டச் செய்துவிட்ட சூனியக்காரன்கள் கோட்டைகளைப் பறித்து, படைகளைக் காயடித்து, ஒட்டகம்போல மொத்த கூடாரத்தையும் தன் வசப்படுத்திவிட்டான்கள்.

உறவிருந்தும் பகையான தொண்டைமான்கூட ஜான் கம்பெனிக்குத் தொண்டூழியம் பண்ணிக் கடைசியில் சேது சீமை மீது படை நடத்துகிறான். எப்பேர்பட்ட சூனியம். அன்றைக்கு, நவாப் உம்தத்தும் தளபதி ஸ்மித்தும் ராமநாதபுரம் கோட்டையை மறித்து நின்றபோதும், கப்பம் செலுத்த முடியாது என்றல்லவா மறுத்தாள் என் ஆத்தா திருவாயி நாச்சியா.

ஒரே நேரத்தில் கோட்டையைச் சுற்றி நின்ற கம்பெனியின் பீரங்கி வண்டிகள் அடி அடியென்று நொறுக்கியபோதும் கல்லும் கம்பந்தட்டையும் பனம்பதக்கும் பயனியும் சுண்ணாம்பும் சேர்த்தரைத்துக் கட்டிய கோட்டை இரும்பாய் முறுக்கி நின்றதே... அதிலும் கிழக்கு மதில் அத்தனை நேரம் தாக்குபிடித்ததை நினைத்துப் பார்க்கவே ஆச்சரியமாக இருக்கிறது. கிடைத்த சின்ன விரிசலில் கம்பெனிப் படைகள் உள்ளே நுழைந்தபோது, கத்தியும் வாளும், துப்பாக்கி வெடிகளும் முட்டி மோதி வெடித்த சத்தத்துக்கு மத்தியில் ரத்தமும் சதையுமாக மூவாயிரம் வீரர்களை இழந்தார் ஐயா கிழவன் சேதுபதி.

ஐயாவையும் அக்காளையும் என்னையும் கைதுசெய்து முதல்முறை இதே திருச்சிக் கோட்டைச் சிறைக்கு கைதிகளாகக் கொண்டுவந்தபோது, எவ்வளவு வலியும் வேதனையும் தாங்கியிருந்தது அவரது முகம். இன்று நினைத்தாலும் நரம்பு வெடிக்கிறதே...

பனிரெண்டு வயதிலிருந்து பத்து வருசம் சிறைவாசம். நாடில்லா மன்னனாகச் சிறைபட்டுக் கிடப்பது புதிதில்லைதான். ஆனால், இந்தச் சிறையிலிருந்து முதல்முறை வெளிவந்தபோது கம்பெனிப் படைகளின் தலைகளைச் சிதறடிக்கவும் சேதுச்சீமை வெகுண்டெழவும் வெள்ளையரின் கச்சேரிகள் தீக்கிரை ஆக்கவும். சுங்கத்தால் பஞ்சப்படுத்தப்பட்ட பாஞ்சைக் கூட்டம் பலம்கொண்டு போராடவும் துப்பாக்கித் தோட்டாக்கள் வெடித்து முழங்கவும் ஒரு நல்ல நாளை உண்டாக்குவேன் என்று செய்த நான் ஏற்ற சத்தியம் இன்றைக்கு நிறைவேறுகிறது.

''மன்னன் இல்லாதபோதும் சேதுக்குடிக்கு வீரம் போகாது என்று காட்டியிருக்கிறது என் சீமை...'' என்று உள்ளூர மகிழ்ந்து, தனக்குக் காவலுக்கு நின்ற சிப்பாய்கள் முன்னால் நின்றுகொண்டு வெறிகொள்ளும்படிச் சிரித்துக் கொண்டிருந்தார் இளைய மன்னர் முத்து விஜயரகுநாத சேதுபதி.

கமுதிப்பேட்டையின் ரிப்போர்ட் கலெக்டர் லூஸிங்டன் வசம் வந்து சேர்ந்தது.

''கச்சேரியில் பொறுப்பு தாசில்தாராக இருந்த செவத்தையா பிள்ளை, தன் பாதுகாவலுக்கு வெளியூரிலிருந்து ஆட்களைக் கொண்டுவந்து நிறுத்தியிருந்தார். அதில் அவர் மருமகனும் உண்டு. இந்த முறை தாசில்தாரைச் சிறை பிடிக்கும்போது, அவரது மருமகனுக்குக் குத்து பட்டு இறந்துவிட்டான். கூடவே துப்பாக்கி உள்ளிட்ட கச்சேரியின் ஆயுதங்களுடன் தீர்வைத் தொகைவாக வசூலான ஆயிரத்தி பதினேழு ரூபாய் பணமும் கேங் வசம் போய் விட்டது. மேலும் குறிப்பிட்த்தக்க செய்தி கேங்கில் இப்போது இருப்பவர்கள் எண்ணிக்கை தற்போது முன்னூறு பேராக உயர்ந்திருந்தது.''

லூஸிங்டன் பொறுமையில் எல்லையைக் கடந்திருந்தார். பாளையங்கோட்டை ராணுவத்திடம் உதவி கேட்டுக் கடிதம் எழுதி, நாட்கள் கடந்துகொண்டிருந்தன. ராணுவம் எப்போது வந்துசேர்ந்து, என்றைக்கு இவர்களைக் கட்டுப்படுத்தப் போகிறது என்ற கவலை அவரது மனதைக் குடைந்துகொண்டிருந்தது.

சாலைப் போக்குவரத்து அனைத்தையும் மறித்துப் போட்டும் கலகம் நடந்த செய்தி பாப்பான்குளம், பள்ளிமடம், குண்டுக்களம், பேரையூர் என்று அடுத்தடுத்த ஊர்களுக்கும் தீயாய் பரவி விட்டது. புற்றீசல்போல அந்தந்த ஊர்க்காரர்களும் அதிக எண்ணிக்கையில் சித்திரங்குடிக்காரரின் கலகக் கூட்டத்தாருடன் கைகோத்துவிட்டதாகச் செய்தி வந்தது.

பாளையங்கோட்டை ராணுவம் இன்னும் ஒட்டபிடாரத்தைத் தாண்டவில்லை. ராணுவத் தளபதி மார்டின்ஸுக்கு அவசரக் கடிதம் எழுதி அனுப்பியும் இன்னும் பதில் வந்துசேரவில்லை. ஒருநாள் இரண்டு நாள் அல்ல இத்தோடு பதினோரு நாட்களாக ஊரெங்கும் பரபரப்பு. எங்கிருந்தும் எந்தப் போக்கும் வரவும் இல்லை. இடையிலே மாட்டிக்கொண்ட கம்பெனி ஊழியர்களும், ஏவலாளிகளும் கூட ராமநாதபுரத்தைத் தொடர்புகொள்ள முடியாத நிலை. களத்தூருக்கு ஓலைகளுடன் வந்த ஏவலாளிகளின் சீருடைகளைப் பறித்து, அவர்களைக் கோமணத்துடன் விரட்டியடித்திருக்கிறது உள்ளூர் கேங்.

ஆனால், ரொம்ப முக்கியமாக கவனிக்கக் கூடிய விஷயம், இந்தக் கலகத்தில் மிகத் தெளிவாகத் திட்டமிட்டு கம்பெனியின் சொத்துக்கள் மட்டுமே தாக்கப்படுகின்றன. ஆயுதங்களும் தானியமும் வெடிபொருட் களும் மட்டுமே கைப்பற்றப்படுகின்றன. விலையுயர்ந்த தறித்துணிகள் கூட எடுத்துச் செல்லப்படாமல் அழிக்கப்பட்டிருக்கின்றன. ஆட்கள் யாரையும் சிறைபடுத்தவில்லை. மிகச்சில இடங்களிலே கொலைகள் நிகழ்ந்திருக்கிறது.

தற்காப்புக்காக முரட்டு நடவடிக்கைகளில் இறங்கியவர்கள்தான் அதிகம் உயிரை விட்டிருக்கிறார்கள். இதுவெறும் சாதாரண கொள்ளைக் கும்பலின் வன்முறை அல்ல. இதனை முன்னின்று நடத்தும் நபர் மிகச் சிறந்த, போர்முறை அறிந்தவன். அவனை மிகத் தெளிவாக எடை போட்டே கெஜட்டில் குறிப்பு எழுதியிருக்கிறார் காலின் ஜாக்ஸன். அந்தச் சிறிய குறிப்பின் கடைசியில், ‘முன்பே அவனைக் காரணம் தேடிக் கைது செய்யாமல்விட்டது நிர்வாக ரீதியிலான நமது தோல்விகளுக்கு வழிவகுக்கும்...’ என்று எழுதியிருந்தார் ஜாக்ஸன்.

சிந்தனையின் ஆழத்தில் அமிழ்ந்த கலெக்டர் லூஸிங்டனுக்கு திடீரென்றுதான் அந்த எண்ணம் புலப்பட்டது. அடுத்த வேளையாக அவர் மெட்ராஸ் பிரஸிடன்ஸிக்கும் திருச்சி கோட்டைக்குமாகத் தனித்தனியே இரண்டு கடிதங்களை எழுதத் தொடங்கினார்.

''இதனாலே அறிவிப்பது என்னன்டா! ராமநாட்டிலே, களத்தூர் ஜில்லாவிலே, கமுதி, பெருநாழி சுத்துப்பட்டு ஊர்களிலேயும் கலகம் பண்ணிக் காட்டுகுள்ளே ஒழிஞ்சு கிடக்கும் மயிலன் சேர்வையும் அவரோட கூட்டாளிகளும் கும்பினிக்கு விளைவித்த சேதம் பெருத்த நஷ்டம். அவர்களாலே ஏற்பட்ட இழப்பு அவர்களாலே தீர்த்து வைக்கப்படும். ஆனால், மயிலன் சேர்வைக்கோ, அவருக்குப் பாத்திரப்பட்ட சொந்த பந்தங்களுக்கோ உதவி செய்யுறது பொது சனங்களுக்கு நல்லதில்லே. உடனடியா அப்படி உதவி செஞ்சோரும் அதுக்கு உபகாரமா பொருள், பொன், பணங்காசு வாங்கினோரும் ராஜங்கத்திடம் வந்து உண்மையை ஒப்புக்கொள்ள வேணும்.

அப்படி ஒப்புக்கொள்ள முன்வருவோருக்கு, கும்பெனி அரசாங்கம் ஐநூறு சக்கரம் அன்பளிப்பு கொடுத்து மன்னிப்பும் வழங்கும். டுண் டுண் டுண்...''

கம்பெனியின் விளம்பரத்திற்குப் போதுமான வரவேற்பு கிடைக்க வில்லை. சேதுச்சீமை தொடர்ந்து இருபதாவது நாளாக சித்திரங் குடிக்காரரின் கட்டுப்பாட்டில்தான் இருந்தது. பேருக்குத்தான் சீமையில் போக்குவரத்து துண்டிப்பு. ஆனால், எல்லா திக்குதிசைகளில் இருந்தும் அவருக்கு ஓலைகளும் தகவல்களும் வந்துகொண்டிருந்தன. யுத்தத்தை நடத்துவது என்று முடிவான பிறகு, கண்காணிப்பு வளையங்களைக் கட்டுப்படுத்துவதும், செய்திகளைத் திரட்டுவதும், பொருளுதவி, படைபலம், ஆயுதபலம் ஆகியவற்றைத் பகிர்ந்து பங்குபோடுவதும் அவருக்கு கைவந்த கலை!.

இந்தத் தருணத்துக்காக அவர் மாதக்கணக்கில் திட்டம் தீட்டிக் காத்திருந்தார். ஒவ்வொரு கட்டத்திலும் திருச்சி சிறைக் கொட்டடிக்கு ரகசியமாகச் சென்று, இளைய சேதுபதியிடம் கலந்து ஆலோசித்திருந்தார்.

இலக்கு என்பது இளைய சேதுபதியின் விடுதலை என்று முடிவானபிறகு, சேதுச் சீமையிலே கம்பெனிக்கு ஒத்து ஊதுபவர்கள் என்று கணித்த நபர்களுக்குக் எச்சரிக்கையும், காட்டிக் கொடுப்பவர்களுக்கு என்ன தண்டனை என்று ஓலையும் அனுப்பிய பிறகே தன் பட்டாளத்தைத் திரட்டியிருந்தார் சித்திரங்குடிச் சேர்வைக்காரர். கூடவே கம்பெனியின் நகர்வுகளைக் கண்காணிக்கவும் வேறுபல திட்டங்களுக்காகவும் அவரது உளவுப்படை இயங்கிக் கொண்டிருந்தது.

அதனாலேயே, 'சேதுச் சீமையைக் கட்டுக்குள் கொண்டுவர, பாளையங் கோட்டை ராணுவம் வரப்போகிறது'' என்ற செய்தியை மிகச் சீக்கிரமாகவே அறிந்துகொண்டிருந்தார் மயிலன் சேர்வை.

இதே படைகள்தான் மூன்று ஆண்டுகளுக்கு முன்பு, சேதுச்சீமையில் பெரும் அட்டூழியங்கள் புரிந்து, இளையவரைக் கைதுசெய்யவும் காரணமாக இருந்தது. இப்போது மீண்டும் அதே எமகிங்கரர்கள் வந்திறங்கப் போகிறார்கள். பலிக்குப் பலிவாங்க நல்ல சந்தர்ப்பம்தான். இந்தமுறை கொடுக்கிற அடியில் இந்தத் திசைக்கே அவர்கள் தலைவைத்துப் படுக்கக் கூடாது. அதற்குத் தேவையான ஆள்பலமும் ஆயுதபலமும் மேற்கே இருந்து திரட்டிக் கொண்டுவரப் போவது பற்றி, சிங்கன்செட்டியின் மூலம் சின்னத்துரைக்கும் கந்தையாவுக்கும், கழுவனுக்கும் அறிவித்திருந்தார் சித்திரங்குடிக்காரர்.

பாளையங்கோட்டை ராணுவத் தளபதியுடன் நடந்த நேர் சந்திப்பில், ராமநாதபுரம் கலெக்டர் லூஸிங்டன் சேதுச் சீமையின் நிலவரத்தைத் தெள்ளத் தெளிவாக விளக்கினார்.

''மிஸ்டர் மார்டின்ஸ் கம்பெனியின் ராணுவப் படையணி உடனடியாக கமுதிக்கோட்டைக்குப் புறப்பட்டுச் செல்ல வேண்டியது மிகஅவசியம். அங்கே, சேது சமஸ்தானத்தில் சிறு படையணி ஒன்றின் தலைவனாக இருந்து, பதவி இழந்த ஆப்பனூர் நாட்டைச் சேர்ந்த சித்திரங்குடி மயிலன் என்பவன் ஒளிந்திருக்கிறான். களத்தூர் தாலுகாவுக்கு உட்பட்ட சித்திரங்குடி, ஆப்பனூர், பேரையூர் நாடுகளின் அடர்த்தியான காட்டுப் பகுதியைப் பயன்படுத்தி, சில அடியாட்களோடு,

கமுதி. கிடாத்திருக்கை, முதுகளத்தூர், கருமல் பகுதிகளில் பெரும் கலகத்தை உண்டுபண்ணி வைத்திருக்கிறான். நமது கம்பனிச் சொத்துக்களைச் சூறையாடி, பெரும் பொருளிழப்பை ஏற்படுத்தியதோடு ஆயுதங்களையும் பறித்து வைத்திருக்கிறான். இதனால் அவனது கேங் சற்று வலிமை அடைந்துள்ளது என்பது கசப்பான உண்மை. அவனை எப்படியாவது நீங்கள் கைதுசெய்து இந்தக் கலகத்தைக் கட்டுப்படுத்த வேண்டும்.''

''நீங்கள் கவலைப்படுவதுபோல இனி அசம்பாவிதங்கள் எதுவும் நிகழாமல் பார்த்துக்கொள்வது எங்கள் பொறுப்பு மிஸ்டர் கலெக்டர். வரும் வழியிலேயே இதுதொடர்பான சில வேலைகளை நான் செய்து முடித்து விட்டே இங்கு வந்து சேர்ந்திருக்கிறேன். உங்களது கவலைகளை விரைவாகத் தீர்த்து வைப்பது எங்கள் கடமை.''

''உங்கள் ஆறுதலான வார்த்தைகளுக்கு நன்றி. இன்னொரு முக்கியமான விஷயம். நீங்கள் எண்ணுவதுபோல மயிலன் என்பவன் சாதாரணமான ஆள் அல்ல. அவனது இலக்கு கமுதிக் கோட்டையோ கம்பெனியின் கிட்டங்கிகளோ அல்ல. அவனது இலக்கு திருச்சி சிறைச்சாலை. அங்கே சிறைவைக்கப் பட்டிருக்கும் இளைய சேதுபதியை எப்படியாவது மீட்டுவிடவேண்டும் என்றுதான் இந்தக் கலகத்தையே துவங்கியிருக்கிறான். இதற்காக அவன் செய்த முயற்சிகள் கைகூடாமல் போக, நிலவரித் தீர்வைப் பிரச்சனையை காரணமாகக் காட்டி மக்களைத் திரட்டியிருக்கிறான். அவனால் கடந்த இருபத்தைந்து நாட்களாகத் தாலுகாவின் நிர்வாகம் செயல்படவில்லை. சிவகிரியில் இருந்து ராமநாதபுரத்துக்கு வந்துசேரவேண்டிய கிஸ்திப் பணப் பெட்டியைக் கொள்ளை அடித்திருக்கிறான். அவ்வளவு ஏன் இதே மாளிகையில் சிலநாட்களுக்கு முன்பு என்னைக் கொலை செய்வதற்கும் ஒரு முயற்சி நடைபெற்றது.'' அச்சமும் தவிப்பும் கலந்த குரலுடன் கலெக்டர் தனது நிலையை விளக்கினார்.

தளபதி மார்டின்ஸ் மிக நிதானமாக, 'நீங்கள் இனி பாதுகாப்பாக இருப்பீர்கள். திருச்சியில் இருக்கும் கிழவரின் மகனை எனக்கு நன்றாகத்

தெரியும். அவரை வடக்கே, நெல்லூர் ராணுவப் பாசறைக்கு மாற்றச் சொல்லி ராஜதானிக்கு இன்னொரு கடிதம் எழுதுங்கள். மேலும் சில தகவல்கள் எங்களுக்கு வரவேண்டியிருக்கிறது அதுவரை நீங்கள் அமைதிகாக்கவும். மற்றவற்றை நான் பார்த்துக் கொள்கிறேன்.'' என்றார்.

பட்டாளத்தில் புதுசாக வந்து சேர்ந்த இளசுகளுக்கு மயிலன் சேர்வையை நேரில் பார்ப்பது என்பதே ஒருவித கிறக்கத்தைத் தந்தது. படைநடத்தும் தலைவர் பற்றிக் கேள்விப்பட்டிருந்தாலும் சித்திரங்குடிக்காரரின் முகத்தைப் பார்ப்பதற்கு அவர்களில் பலருக்கும் வாய்க்கவில்லை. படையல் நாளில் அவரது குரலைக் கேட்டோம் என்று கூடே இருந்தவர்கள் சொன்னபோது, இளந்தாரிகள் இரண்டு பேருக்கு அவரை நேரே பார்த்தே தீருவது என்ற வெப்ராளம் எழுந்துவிட்டது.

குண்டாற்றுக்கரையில் குடிசையிட்டுத் தங்கியிருந்த சிங்கன் செட்டிக்குத் தண்ணீர் எடுத்துச் செல்வதுபோல வெறுங் குடுக்கையுடன் அவர்கள் ஓலைப்பறைகளைச் சுற்றி வந்தார்கள். குடிசையின் ஓட்டைகள் வழியாகச் சித்திரங்குடிக்காரர் உள்ளே இருக்கிறாரா என்று எட்டிப் பார்க்க நினைத்தபோது, பின்னாலிருந்து சிங்கன்செட்டி அவர்களைக் கழுத்தைச் சேர்த்துக் கீழே மல்லாத்தினான்.

''ஏம்பா என்ன ஆளுப்பசங்க நீங்க? யாரனுப்பி இங்க வந்தீங்க...''

''ரெண்டுபேருமே பரளாச்சிதான். தண்ணிக்கு வந்தோம்'' அதற்குள் கழுவன் அந்த இடத்துக்கு வந்துசேர அவர்களை இன்னார் என்று அடையாளம் கண்டு, விட்டுவிடச் சொன்னான். சத்தம் கேட்டு உள்ளிருந்து வெளிப்பட்ட சித்திரங்குடிக்காரர் விவரங்களைக் கேட்டுக் கொண்டார்.

''சர்தான், சிங்கா ஒனக்கு தூரப்பட்டுச் சொந்தக்காரப் பயல்களா! ஏம்பா சாப்பிட்டீங்களா. எதுக்கு இந்தப்பக்கம் சுத்துறீங்க. ஆளுகளோட ஒண்ணா இருக்கணும்னு சொல்லிருக்கோம்லா''

''அதில்லண்ணே உங்களப் பாக்கணும்னு நினைச்சோமா... அதான்.''

''என்னப் பார்த்துட்டுப் போய் என்ன பண்ணப்போற. சரி இப்படி வந்து நில்லு...'' மயிலன் சேர்வைக்காரர் அவர்களைத் தனது குடிசைக்கு

உள்ளே அழைத்துச் சென்றார். இருவருக்கும் இருந்த ஆர்வத்தைப் புரிந்து கொண்டவர் அவர்களுக்குள் வேறு எந்தக் கள்ளமும் இல்லை என்பதையும் மேல்பேச்சில் உறுதிசெய்துகொண்டார்.

''ஏண்ணே பாளையங்கோட்டைல இருந்து வருத சண்டைக் கூட்டம் ரொம்ப துடியா இருக்குமுன்னு இவன் சொல்லுதான் உண்மையாவா?''

''அதுக்கெல்லாம் பயப்படுத ஆளா நீங்க...''

''ச்சீய்ய் அதெல்லாமில்ல. இவந்தான் அவனுவோள பத்தி ரொம்ப பரிஞ்சி சொல்லுதான். நம்மட்ட இருக்கதவிட பெருசான துப்பாக்கில்லாம் வச்சிருப்பான்னு சொன்னான். அதான் கேட்டேன்.''

''யோல் நா எங்கலச் சொன்னம்... நீதாம் பெரியண்ணன் கிட்ட அதவிட சத்தமா வெடிக்கிற துப்பாக்கி இருக்குன்ன...''

''சண்டவுட்டுக்காம நில்லுங்க... ஒங்கொப்பன் சித்தப்பனல்லாம் முன்ன நின்னு கம்பு வீசி அடிச்ச சில்வண்டுப் பயகதாம்ல பாளயங் கோட்டக்காரனும் தெயரியமாட்டு இருங்கல. இந்த வாட்டியும் நம்ம ஈடுதான் நறுக்குன்னு விழும்.'' இளந்தாரிகள் இருவரையும் பேச்சுவாக்கில் தன்கூடே வெளியேற்றி அழைத்துச் சென்றான் கழுவன். மயிலன் சேர்வைக்கு மனசில் பழைய விஷயங்கள் உலாவரத் துவங்கின.

பாளையங்கோட்டை படையணி ஒன்றும் ராமநாதபுரம் மாளிகைக் காவல்படைபோல்பின்னங்கால்பிடறி தெறிக்கஓடும்கூட்டமல்ல. அது ஒரு கொலைகாரப் படை. கண்மண் தெரியாமல் சுட்டு வீழ்த்தவும், ஈவு இரக்கம் இல்லாமல் அடி நொறுக்கவும் பயிற்சி கொடுத்து உருவாக்கப்பட்ட மிருகக் கூட்டம். கடுஞ்சித்திரவதைகளின் மூலமாக துரோகிகளை உருவாக்கி, அவர்களைச் சுதந்திரமாக வெளியிலே உலவவிட்டு தங்கள் காரியத்தைச் சாதித்துக் கொள்ளும் நரித்தனம் அவர்கள் கற்றுக்கொடுத்ததுதான்.

நவாபுடன் கூட்டு போட்டுக்கொண்டு ராமநாதபுரம் கோட்டையை பீரங்கி வைத்து அடித்து, ராணி திருவாயி நாச்சியார் கண்முன்னால் கிழவன் சேதுபதியையும் அவரது இரண்டு பிள்ளைகளையும் இழுத்துக்கொண்டு போய் சிறை வைத்த பிறகு, இரண்டரை லட்சம் பணத்தை சூதாகக் கொட்டிக் கொடுத்துத்தான் மன்னரை மீட்க முடிந்தது.

கார்த்திக் புகழேந்தி 53

கிழவன் சேதுபதிக்குப் பிறகு ஆட்சிக்கு வந்த இளைய சேதுபதி கம்பெனிகளின் சூதாட்டத்தைப் புரிந்துகொண்டு, அவர்களின் முக்கியமான பகடைக்காய் எது என்று கண்டுகொண்டார். வெட்டரிவாளும் வேல்கம்பும் பிடிகத்தியும் மட்டும் இனி வேலைக்கு ஆகாது என்று அவர்தான் துப்பாக்கியைத் தூக்கிக் கைகளில் கொடுத்தார். டச்சுக் கம்பெனியிடமிருந்து பீரங்கிகளை வாங்கிச் சேதுச் சீமைக்குக் கொண்டுவந்தார்.

இதற்காக திருப்புல்லாணியில் புதிய கோட்டை கட்டியதும், அங்கே ஆயுதப் பட்டறை உண்டாக்கியதும் இளைய சேதுபதியின் முன்யோசனைத் திட்டங்கள். எல்லாம் சரியாகப் போய்க் கொண்டிருந்த நேரத்தில்தான் ஒப்பந்தப் பத்திரத்தைக் காட்டி வாசலில் வந்து நின்றது கம்பெனி.

சேதுச் சீமையில் பருத்தி வியாபாரம் பண்ணச் சிறப்புச் சலுகையும், பாம்பன் கால்வாயில் கம்பெனிக் கப்பல்களுக்கு வேகத் தணிக்கை நீக்கமும், சீமைப் பஞ்சாயத்துக்களில் நாட்டாமை செய்யும் பொறுப்பும் வேண்டும் என்று பங்காளிபோல உரிமைகேட்டு வாசலில் வந்து நின்றவர்களை வழியில்லாமல்தான் விரட்டிவிட்டார் இளையசேதுபதி.

அதையே சாக்காக வைத்து, சென்னைக் கோட்டையிலிருந்த தண்டல்காரனையும், கல்கத்தாவில் தடிக்காரனையும் கைக்குள் போட்டுக்கொண்டு இதே பாளையங்கோட்டை ராணுவத்தைக் கூட்டி வந்து இளைய சேதுபதியைப் பாதுகாப்புக் கைதி என்று கைதுசெய்து போனார்கள். அப்போது அவர்களைத் தடுக்க வழியற்றுப்போன குற்றவுணர்ச்சி சித்திரங்குடிக்காரரின் மனத்தைச் செல்லாய் அரித்தது.

''அவன் சொல்றதும் உண்மதான். இதே பாளையங்கோட்டை எமனுங்களால அப்போ நமக்கிருந்த கோட்டைகள் போச்சு, கொத்தளங்கள் போச்சு, இராமநாதபுரம் அரண்மனை போச்சு. ஊரும் மாளிகையும் கம்பெனியும் கலெக்டரும் கூத்தடிக்கும் இடமாச்சு. அதுக்கெல்லாம் சேர்த்து வெச்சு பதிலடி கொடுக்கத்தான், சேதுச் சீமையோட அத்தனை பெரிய தலைக்கட்டுகளையும் ஒண்ணு திரட்டி, ஐஞ்சு பேரோட களத்தூர் கச்சேரியில் ஆரம்பிச்சு, இப்போ ஆயிரம்

பேரா மாறி நிக்கோம். கைவசம் அறுவது துப்பாக்கி ஒப்பேறும். நாற்பது வெடி மிச்சமிருக்கும். இன்னும் கத்தி வேல்கம்பு அருவா... இந்த இருவத்தஞ்சு நாளையிலும் ஒருத்தனாலும் நம்ம கிட்டவே நெருங்க முடியல. கம்பெனியைத் துடிக்க வெச்சுட்டோம். அதேமாதிரி பாளையங் கோட்டக்காரனுவளையும் துடிக்க வச்சிரமாட்டமா... என்ன சிங்கா சொல்லுற?'' சிங்கன்செட்டியால் மயிலன் சேர்வையின் ஆவேசத்தை உள்வாங்கிக் கொள்ளமுடிந்தது. அதேநேரம் இது வாழ்வா சாவா போராட்டம்தான் என்பதும் செட்டிக்கு நன்றாகவே தெரியும். ஆனால், அவர் மனத்திலும் அந்த எரிப்பு இருந்தது.

எழுநூற்றுச் சொச்சம் கிராமங்களின் உழவுமாடுகள், வீடுகளின் கதவு சன்னல்கள், தட்டுமுட்டுச் சாமான்களை எல்லாம் வரிக்குப் பாத்தியதை யாகப் பறித்துக்கொண்டுபோய், நெசவாளிகளுக்குச் சுங்கம் போட்டு, சாலியர் வீடுகளுக்குள் புகுந்து, பொம்பளை ஆட்களை அசிங்கம் பண்ணி, வயிற்றுப் பாட்டுக்கு வழியில்லாமல் பெஞ்சாதியையும் பிள்ளைகளையும் கூட்டிக்கொண்டு நடந்தே கயத்தாருக்கும், திருநெல்வேலிக்கும் நாடுவிட்டு நாடுதாண்டிப் போன சனத்தின் சாபத்துக்கு வலு இல்லாமலா போகும்.

மொத்தச் சீமையின் வியாபாரத்தையும் கலங்கடித்தவர்களை கண்ணசந்து தூங்க முடியாமல் செய்துவிட்டோம். இப்போது கம்பெனிக்காரன் சோற்றுக்கு வழியில்லாமல் வீட்டடைந்து கிடக்கிறான். ஒரு சித்திரை மாசத்தின் அக்கினி வெயிலில் தன்னுடைய வீடும் பற்றி எரியும் என்று தெரியாமல் ஏழை சனத்தின் அடிமடியில் கைவைத்தவனின் தொப்பிகளைத் தெறிக்கவிடாமல் நம்ம கட்டை வேகக்கூடாது.'' சிங்கன்செட்டி தன்னுடைய உறவுக்காரர் களை மனதில் எண்ணி முறுக்கிக் கொண்டான். ஆனால், வெயிலை மறைக்கும் கருமேகங்கள் வானத்தில் சூழ ஆரம்பித்திருந்தன.

மதுரையிலிருந்து வந்திருந்த அந்தக் கடிதம் கலெக்டர் லூஸிங்டனைத் துள்ளிக் குதிக்க வைத்தது. ''எட்டையபுரம், நாகலாபுரம் ஆகிய இரண்டு பாளையங்களில் இருந்து புதிதாக வந்த இருநூறு பேர் மயிலன் சேர்வை கேங்கில் சேர்ந்திருக்கிறார்கள். ராமநாதபுரம் இளைய

சேதுபதியின் அமைச்சராக இருந்த முத்தையாபிள்ளையின் தம்பி முத்துக்கருப்பப்பிள்ளை இவர்களுக்குப் பொருளதவி செய்கிறார். மேலும் வெள்ளக்குளம் அருகே ஐநூறுபேர் கொண்ட கேங், கமுதிக் கோட்டைக்குக் கீழே, குண்டாற்றின் எதிர்கரையில் தங்கியிருக்கிறது. மயிலன் சேர்வை அங்கிருந்து கிழக்கே அரை மைல் தள்ளியுள்ள பாறைக்கட்டுப் பகுதியில் தலைமறைவாக இருப்பதாக நமது உளவாளி ஒருவர் மூலம் செய்தி கிடைத்திருக்கிறது.''

கடிதத்தை அனுப்பிய மதுரை லெப்டி கர்னல் டிக்பர்ன் மட்டும் அருகில் இருந்தால் அவரைக் கட்டிப் பிடித்து ஆர்ப்பரித்திருப்பார்போல லூஸிங்டன். கையோடு, இந்த ரகசியத் தகவலை தானே நேரில் பாளையங்கோட்டை ராணுவத்துக்கு நேரில் சென்று தெரியப்படுத்தினார். அடுத்த வேலையாக இரண்டு பாளையக்காரர்களுக்கும் எச்சரிக்கைக் கடிதம் எழுதி அனுப்பி வைத்தார்.

அதேநாளில், பாளையங்கோட்டைப் படைத் தளபதி பானர்மேன் தலைமையில் கமுதி, ஆப்பனூர், குமாரக்குறிச்சிக்குள் நுழைந்து, மயிலன் சேர்வை கேங்கைத் தாக்கப் போகிறது என்ற செய்தியும் வந்துசேர, லூஸிங்டன் நீண்ட நாட்களுக்குப் பிறகு நிம்மதி பெருமூச்சு ஒன்றைக் காற்றதிர வெளியிட்டார்.

இளஞ்செம்பூர் ஊர்த்தலைவர் பண்டாரத்தேவர் தன் மகனைத் தூது சொல்வதற்காக மிக ரகசியமாக காட்டுக்குள் அனுப்பி வைத்திருந்தார்.

''கிளர்ச்சியில் ஈடுபட்ட குடிமக்களுக்கு கம்பெனி சர்க்கார் பொது மன்னிப்புவழங்கும்.ஆனாலும்ஆப்பனூர்நாட்டுச்சித்திரங்குடிமயிலப்பன் சேர்வைக்கும், முதுகளத்தூர் கிராமம் முத்துக்கருப்பப் பிள்ளைக்கும் தண்டனை கட்டாயம்''

சுற்றுவட்டாரம் முழுக்க பறைகொட்டப்பட்ட செய்தியையும் ஊர் நடப்புகளை ஆடுமேய்ப்பது போல காட்டுக்குள் வந்த அந்தச் சிறுவன் சித்திரங்குடிக்காரரிடம் நேர்முகமாகத் தெரிவித்ததோடு, தன் அப்பா கொடுக்கச் சொன்னதாக ஓர் ஓலையையும் அவர் கையில் திணித்தான்.

கம்பெனியின் தேடுதல் வேட்டை சேதுச் சீமையின் நாலா பக்கமும் நீட்டிக்கப்பட்டிருந்தது. தீவுகள் சல்லடையாகச் சலிக்கப்படுகின்றன. கடலுக்குள் இருந்து இனி சாயிபுகளின் உதவிகள் கிட்டாது என்பது மயிலன் சேர்வைக்கு கைவிரல் துண்டானதுபோலிருந்தது. காடல்குடிபாளையம், பிள்ளையார்குளம், பாஞ்சலங்குறிச்சி, வில்லார்குளம் என்று நாளுக்கொரு உறைவிடத்தை மாற்றிக்கொண்டே இருக்கவேண்டியிருந்தது.

பெரிய போராட்டம்தான். பின்வாங்கக் கூடாத யுத்தம்தான். சிறையில் இருக்கும் மன்னரை விடுவிக்க முடியாமல், கலகமும் தோல்வியில் முடிந்து, களப்பலியான உறவினர்களை இழந்து, வலியுடன் இப்படி ஒழிந்து மறைந்து திரிய வேண்டிய நிலைமையை நினைக்க நினைக்க காய்ந்த பனவோலையைப் போல மனசு அறுத்துக்கொண்டே இருந்தது அவருக்கு.

பாளையங்கோட்டைப் படை கமுதிக்கு வந்துசேரும் திசை கிட்டத் தட்ட உறுதியானதும், இறுதிக்கட்டப் போருக்குத் தயாராகும்படி, சேதுச் சீமை முழுவதும் ஓலை எழுதி அனுப்பிவிட்டு கமுதிக்கோட்டையின் பிற்பாடுள்ள காட்டின் வழியே மாற்றுத் திசைக்கு விரைந்தார் சித்திரங் குடிக்காரார். ஆனால், எதிர்பாராவிதமாக அந்தவழியிலே, கன்னம் வைத்துக் காத்திருந்தது பாளையங்கோட்டை ராணுவம். தளபதி கிரிப்ஸ் சித்திரங்குடிக்காரரையும் சிங்கன்செட்டியையும் சுற்றி வளைத்துப் பிடித்திருந்தான்.

சுற்றிவளைப்பு ஒன்றும் சாமானியப்பட்டதல்ல. மொத்தப் பட்டாலியனையும் திரட்டிக்கொண்டு வந்து ஈடுபிடித்துச் சுடமுடியாத வேகத்தில் வளைத்துக்கொண்டார்கள். பாறைகளுக்குப் பின்னால் ஒளிந்திருந்தபோது, பீரங்கிக் குண்டுகள் வந்து வெடித்துப் பிளந்தன.

பீரங்கிகளை இங்கே கொண்டு வந்து இறக்கியிருக்கிறார்கள் என்றால் இந்தப் பாதையில் வருவது எங்கோ யாரால் காட்டிக் கொடுக்கப்பட்ட ஒன்று என்பது மயிலன் சேர்வைக்குப் புரிபட்டது. தாக்குப்பிடித்துத் அடிப்பதைத் தவிர வழியில்லை. வந்தவரைக்கும் வெடியை வீசுவோம் என்றவரை சேதுபதியை விடுவிக்கவேண்டும் என்ற ஒற்றை இலக்கைக்

காரணம் காட்டி, கீழ்க்குளம் காட்டுக்குள் பின்வாங்கச் சொன்னான் சிங்கன் செட்டி. மயிலன் சேர்வையைக் காட்டுக்குள் தப்பிப் போன நிலையில் சண்டையை சிங்கன்செட்டி மட்டும் முன்னின்று நடத்தினான்.

ரத்த காயங்களுடன் காக்கூர் நோக்கிப் புறப்பட்ட மயிலன் சேர்வைக்கு இரண்டு நாள் பிந்தியே சிங்கன்செட்டி கொல்லப்பட்ட சேதி வந்து சேர்ந்தது. நொடிந்துபோனார். இருந்தும் கிரிப்ஸன் பட்டாலியனுக்குத் தங்கள் ரகசியத் திட்டம் எங்கே யார் வழியாகக் கசிந்தது என்ற குழப்பம் மட்டும் அவருக்குள் தீராமலிருந்தது.

நாற்பத்து இரண்டு நாட்கள் தலைமையேற்று நடத்திய கலகம். கமுதிக் கோட்டையைக் கைப்பற்றுவதில் ஏற்பட்ட தோல்வி. சிங்கன் செட்டியின் மரணம், கீழ்க்குளம் காட்டுப்போரில் கம்பெனி நடத்திய படுகொலை. இப்படிப் பேரையூரில், கள்ளக்குளத்தில், உலகனோடையில், ஆனையூரில் அடுத்தடுத்து கலகத்தை அடக்குகிறேன் என்று நடந்த அடூழியங்கள் அனைத்தும் மயிலப்பன் சேர்வையை வந்தடைந்தபோது, ஆடுமேய்க்கும் அந்தச் சிறுவன் வழியாக வந்து சேர்ந்த அந்த ஓலை அவரைக் கொலைவெறிக்குள் தள்ளியது.

இடையனைப்போல தலையில் முண்டாசு, இடுப்பு வேட்டி, தோளைச் சுற்றிக் கம்பளியும், கையில் களைக்குச்சியுமாக மாறுவேடத்தில், திருச்சுழி பார்த்திபனூர், காளையார் கோவில், தொண்டி, சுந்தர பாண்டியப்பட்டினம் வழியாக ஒட்டி சோழநாட்டுக்குத் தப்பிச் செல்வது. அங்கே சிலகாலம் தாமதித்து சரியான தருணத்தில் திருச்சி சிறையைத் தகர்ப்பது. சேதுபதியை மீட்பது என்று வரிசைக்கிரமமாகத் திட்டங்களை ஏற்படுத்தி வைத்திருந்தார் சித்திரங்குடிக்காரர் மயிலன் சேர்வை. ஆனால், அத்தனை திட்டங்களையும் கைவிட்டுவிட்டு இரவோடு இரவாக எஞ்சியிருந்த தன் கூட்டாளிகள் ஏழெட்டுபேரைச் சேர்த்துக்கொண்டு மதுரைக்குப் பாய்ந்திருந்தார் அவர்.

நள்ளிரவு கடுங்குளிராக வாட்டியெடுத்துக் கொண்டிருந்த நேரத்தில்தான் பெண்ணெடுத்துக் கட்டின உறம்முறைக்காரனான தன் மாமனின் வீட்டில் ஓட்டைப் பிரித்து இறங்கியது சித்திரங்குடிக்காரர் கூட்டம். ஆளவரவம்

கேட்டதும் தப்பித்து ஓடப் பார்த்த மாமனின் முதுகில் அரிவாளை இறக்கியபடியே 'காட்டிக் கொடுத்தியோடா கயவாளி மவனே' எனக் கத்தினார் கத்தினார் சேர்வை.

மறுநாள் காலையில் ரத்தம் வடிந்தோடிய முண்டம் ஒன்று ஊர் முச்சந்தியிலிருந்த கோயிலடியில் கிழக்குப்பார்த்துக் கிடக்க, கரகரவென அறுத்தெடுக்கப்பட்ட அதன் தலை சூலத்தில் சொருகிவைக்கப்பட்டிருந்தது.

– யாவரும் - 2022

கல்மனம்

சந்திராவுக்கு மூச்சு முட்டிக்கொண்டு வந்தது. பாத்திரம் பண்டங்களைக் கழுவிக் கவிழ்த்து, போர்வை, சீலை பிள்ளைகளின் துணிமணிகளை எல்லாம்அலசிப்போட்டுவிட்டு,வீட்டையும்ஒட்டடைஅடித்துப்பெருக்கித் துடைத்து, வாசலில் ஊடு புள்ளியில் தரதரவென நாலு கம்பிகளை இழுத்து முடித்து நிமிர்ந்தபோது, அக்கடாவென எங்காவது ஓடிப்போய் குறுக்கைச் சாய்க்கலாமென வலி ‘விண்விண்’ என்று தெறித்தது.

சின்னக்குட்டிக்கும் பெரியவளுக்கும் பள்ளிக்கூடம் லீவு விட்டால் போதும் வீட்டுக்குள் கால் நிக்காது. பரத்திக் கொண்டு பக்கத்து குடித்தனத்துக்கு டி.வி பாக்கப் பாய்ந்துவிடும். பனங்கிழங்கு தரைக்கடியிலே பருவம் கண்டது மாதிரி எப்போ விடைத்தது என்றே தெரியாமல் திம்மென வளர்ந்து நிற்கிறாள் பெரியவள் உமா. இந்த மார்கழி வந்தால் பதினாலு தொட்டுவிடும்.

சின்னக்குட்டியும் அவள் வேகத்துக்கு ஈடுகொடுத்து தானே வளர்கிறது. இத்தனைக்கும் ஆறு வருசம் இளமைதான் பெரியவளைவிட. பார்த்தால் அப்படி வித்தியாசம் பிரிக்க முடியாது. ரெண்டும் ஒரே சைஸ் பீஸ் பெனியனைத் ‘தொள தொள’வென மாட்டிக் கொண்டு அச்சில் காய்ச்சின வெல்லக் கட்டியாட்டம் கழுத்தைக் கட்டிக்கொண்டு கிடக்கும்ங்கள். சமயத்தில், எது முன்ன உக்காரும் எது பின்ன உக்காரும் என்று சொல்ல முடியாத வாக்கில் தத்தளித்துக் கிடக்கிறது.

பெரியவளுக்கு எங்கே விஜய் படம் போட்டாலும் மூக்கு வேர்த்து விடுகிறது. சின்னதும் அது கழுத்தைப் பிடித்துக் கொண்டே விஜய் விஜய் என்று கூப்பாடு போட்டுக்கொண்டு பின்னாலே ஓடுகிறது.

அப்போதெல்லாம் சந்திராவுக்கு விஜயகாந்தைதான் இவ்வளவுக்குப் பிடிக்கும். ஆனாலும் அதை ஒரு ரகசியமாக வைத்துக்கொண்டாள். எப்போதோ குமுதத்தில் வந்த விஜயகாந்தின் அகண்டு சிரிக்கும்

படத்தைத் தன் தையல் மெஷினின் நூல்கண்டு பெட்டிக்குள் ஒட்டி வைத்திருந்தாள். எங்க நேரிலேயேவா வந்துவிடப் போகிறான் என்கிற தைரியத்தில் ஒன்றிரண்டு முறை முத்துக் கொடுத்துக் கொண்டதும் உண்டு. எப்படித்தான் மாரீஸ்வரிக்கு மூக்கு வேர்த்ததோ விசயத்தைக் கண்டுபிடித்து விட்டாள்.

மாரீஸ்வரி சந்திராவுக்கு நேர் மூத்தவள். ஆள் சிவப்பு முள்ளங்கிக்குப் பக்கத்தில் வைத்து ஒத்திக் கொள்ளும் நிறம். கன்னம் ரெண்டு பப்பாளியாட்டம் பழுத்து சிவந்து கிடக்கும். அதில் ஒன்றிரண்டு பரு எட்டிப் பார்த்துவிட்டால் குய்யோ முய்யோ என்று வீட்டையே ரெண்டு பண்ணி விடுவாள். வட்டுக் கண்ணாடியைத் தூக்கிக் கொண்டு கன்னத்தைப் பிதுக்குவதற்கே நேரம் சரியாக இருக்கும்.

பிறக்கும்போது என்ன கவனிக்காமல் விட்டார்களோ தெரியவில்லை, காய்ச்சல் வந்து வலதுகால் மெலிதாகச் சூம்பிவிட்டது அவளுக்கு. நடக்கும்போது காலைச் சரித்து சரிந்து அரைக்கோபுரமாகத் தெரிவாள். அதனாலே வெளியே தெருவுக்கு என்று எங்கேயும் அவள் போனதில்லை. காய் வாங்க கமருகட்டு வாங்க என்று எல்லாத்துக்கும் சந்திராதான்.

மாரீஸ்வரிக்கு ராம்கி என்றால் உயிர். ஏட்டிக்குப் போட்டியாய் எப்போதாச்சும் சந்திரா அவளோடு மல்லுக் கட்டுபோது, அவள் விஜயகாந்தும் சந்திராவைப் போலக் கட்டக் கருப்பு என்று வெருட்டுவாள். பதிலுக்கு இவள் ராம்கி மட்டும் என்னவாம், கருப்பா இருக்க நிரோசாவைத் தானே கட்டிக்கிட்டான் என்று சண்டைக்கு நிப்பாள். ‘இனி ஒருதரம் அவளப் பத்திப் பேசின அவ்ளோதான்’ என்றபடியே செம்பை ஓங்கிக் கொண்டு அடிக்க வருவாள் மாரீ.

‘நீ மட்டும் என் ஆளச் சொல்லுற’ இவள் பதிலுக்குக் கடித்து வைக்க ரெண்டுபேரும் தலைமுடியைச் சிக்காக்கிக் கொண்டுதான் அடங்குவார்கள். இப்போது அதையெல்லாம் நினைத்துப் பார்க்கும்போது சந்திராவுக்குச் சிரிப்பாய் வந்தது.

அப்பவும் சரி இப்பவும் சரி வீட்டில் டீ.வி என்கிற ஒரு வஸ்து இருந்ததே இல்லை. வாரமானால் எட்டு ரூபாய்க்கு கல்கண்டு,

குமுதம், ராணி முத்து, கண்மணி என்று வரும். ஆள்மாற்றி ஆள் சுற்றிச் சுற்றி வந்து பிடிங்கிக் கொண்டு போய்தான் வாசிக்கணும். ஒலியும் ஒளியுமெல்லாம் பார்க்கணும் என்றால் பக்கத்து வீட்டுத் திரணையில்தான் ஒண்ட வேண்டும்.

காலனியில் சாந்தி அக்கா வீட்டில் மட்டும்தான் டீ.வி இருந்தது. மரக்கதவு போட்ட பெட்டிக்குள் அம்சமாய் இருந்துகொண்டு வசீகரிக்கும். எப்போது சாந்தி அக்கா கொழுந்தன் காலேஜ் படிப்பதற்காக அவர்கள் வீட்டில் வந்து தங்க ஆரம்பித்தானோ அப்போதிருந்து, ஜாக்கெட்களுக்கு 'ஊக்' தைத்துக்கொண்டே அவர்கள் வீட்டில் போய் டீவி பார்ப்பதும் நின்றுபோனது.

ரொம்பக் காலமாக காலனியில் ஒரே குடித்தனத்தில் வாடகைக்கு இருந்தது சந்திரா குடும்பம்தான். எட்டுக்குப் பத்தில் ஓர் உள்ளறை, அதில் இடைமறுத்து சின்னதாக ஒரு நெத்தி உயரத் தடுப்பு, வாசலிலே அடுப்படியும், திர்ணையும். பீடி சுற்றவும், ஊர்க்கதை பேசவும் யாராவது ரெண்டு ஆள் அந்தத் திர்ணையே கதியாய் கிடப்பார்கள்.

அவர்களை உட்கார வைத்துக் கதை பேசிக் கொண்டே வீட்டில் உள்ள நாலு பேருக்கும் சோறும் குழம்பும் பொங்கி ஆக்கி இறக்கி விடுவாள் கோமு ஆச்சி.

மாரியையும் சந்திராவையும் 'தாயில்லாப் பிள்ளைங்க' என்றாலும் மண்டையில் கொட்டிக் கொட்டித்தான் வளர்த்தாள் கோமு ஆச்சி.

தான் பெத்த ஐந்தில் ஒரே பெண் பிள்ளையான பரிமளத்துக்குக் காசநோய் வந்தபோது அவளைக் காப்பாற்றுவதற்காக கோமு ஆச்சி அலைந்து திரியாத வைத்தியம் இல்லை. எந்தப் புண்ணியமும் கைகொடுக்காமல் போக முப்பது வயது மகளைத் துள்ளத் துடிக்கத் தூக்கிக் கொடுத்திருந்தாள்.

அப்போதிருந்து மகன்கள் யார் வீட்டிலும் தங்காமல் தன் மகள்வழிப் பேத்திகளை வளர்ப்பதற்காகக் கிளம்பி வந்து இங்கு நிரந்தரமாகி விட்டாள்.

என்னதான் மாமியார் வந்து பிள்ளைகளைப் பார்த்துக் கொண்டாலும், அந்த சின்ன வீட்டில் தானும் கூட மாடப் படுத்துறங்குவதில் இருக்கும்

சிக்கல்களைப் புரிந்துகொண்ட சுப்பிரமணியம், மார்க்கெட்டில் துணி தைக்கும் கடையின் பெஞ்சையே தன் குடியிருப்பாக மாற்றிக் கொண்டார்.

'நல்ல நாள் பொல்ல நாளு'க்கு அவர் வீடு வரும்போது, வாசல் திர்ணையில் உட்கார்ந்திருக்கும் பெண்கள் மடியில் சிதறிக் கிடக்கும் பீடித்தூளை சுளகில் உதறிவிட்டு, எழுந்து அவரவர் வீட்டை நோக்கிக் கிளம்புவார்கள். பிறகு அது அவர் நிலைகொள்ளும் இடமாக அந்த நாள் முழுக்க மாறியிருக்கும். இப்படியே தீர்ந்தன வருசங்கள்...

அந்த ஏழு வீட்டுக் காம்பவுண்டில் வாடகைக்கு வந்தவர்கள் மட்டும் மாறிக் கொண்டே இருந்தார்கள் மற்றபடி இவர்களது வாசலுக்குள் எந்த மாற்றமும் ஏற்பட்டிருக்கவில்லை. அக்கம்பக்கத்திலும் ஒருத்தரொருத்தர் பழகி பாசங்காட்டி, கோதத்த, செம்பகம் மைனி, விமலாக்கா என்று உறவு சொல்லி அழைத்தவர்கள்கூட திடும்திடுமெனப் புது வீடு மாறிக் கிளம்பிவிடும் போது நெஞ்சைப் பிய்த்துப் போட்டது போல இருக்கும் மாரீஸ்வரிக்கும் சந்திராவுக்கும்.

ஏதோ சொந்த பந்தம் பிழைப்புத் தேடி நாடு தாண்டிப் போவதுபோல நாலு நாளைக்கு அக்காளும் தங்கச்சியும் கண்ணீர் வடித்துக் கொண்டே உண்ணாமல் பரயாமல் கிடப்பார்கள். பிறகு, பொங்கலுக்கு தீபாவளிக்கு கார்டு எழுதி அனுப்புவார்கள். அதுவும் கொஞ்ச காலத்துக்குள் நீர்த்து விடும். பிறகு புதிய வருகை, புதுப் பழக்கம், புதிய சொந்தம் என்று அலையடிக்கத் துவங்கிவிடும்.

சந்திரா, கதிரவனைக் கல்யாணம் பண்ணிக்கொண்டு இந்த திருப்பூர் உப்புத் தண்ணிக்கு வாக்கப்பட்டு வந்த போதும்கூட அப்படித்தான் அழுது வடிந்து கொண்டிருந்தாள். ஏழு வீட்டுக் காம்பவுண்டைத் தாண்டி வெளி உலகம் எதுவுமில்லை என்று இருந்தவளை, அடி வேரோடு பிடுங்கி இங்கே கொண்டு வந்து போட்டுவிட்டார்களே என்று சந்திரா வாய்விட்டு அரற்றாததுதான் விட்டுவைத்த பாக்கி.

எல்லாத்துக்கும் மேலே, அடியோ புடியோ அது மாரீஸ்வரி முகத்தில்தான் அவளுக்கு விடியணும். அப்படி வளர்ந்தவளை 'எக்கேடும் கெட்டுப் போ' என்று விரட்டி விட்டது மாதிரி இங்கு தள்ளிவிட்டதால்

கோமு ஆச்சி மீதும்கூட தின்றுசெரிக்க முடியாத கோபம் ஒன்று அவள் கொதவளைக்குள்ளே முட்டிக் கொண்டு கிடந்தது.

சந்திரா கதிரவனுக்கு வாழ்க்கைப்பட்டு வந்து இன்றோடு பதினாலு வருசம் பூர்த்தியாகிறது. முன்பு காங்கேயம் ரோட்டில் இருந்த வீடு இடம் பத்தவில்லை என்று வெள்ளியங் காட்டுக்கு குடிமாறி, மூணு வருசம்தான் ஆகியிருந்தது. அதுவும் பிள்ளைகளுக்காக தனிக் கக்கூஸ் இருக்கும் வீடுதான் வேண்டும் என்று அழுது ஆர்ப்பாட்டம் பண்ணி, சண்டை போட்டுத்தான் மாறினாள்.

கதிரவன் எதற்கும் வாயோடு வாய் திறக்கமாட்டான். ஆனால், ஒரு சொல் என்றாலும் மனதைத் தைக்கிற மாதிரி செ ால்லிவிடுவான். சந்திராவைப் பெண் பார்க்க வந்திருந்தபோது கூட, வரக்காப்பி போட்டுக் கொடுத்து, ஆள்மாற்றி ஆள் வாய் ஓயாமல் ஊர்ப்பேச்சு பேசிக் கொண்டிருக்க, இரும்பு ஸ்டூல் போட்டு அவர்களுக்கு நடுவாந்திரமாக உட்கார்ந்திருந்தவனை, 'பொண்ணுகிட்ட பேசணும்னா போய் பேசிப் போட்டு வாப்பா' என்று கூடத்திலிருந்து யாரோ சொன்னபோது கூட அவன் பெரிதாக எதுவும் பேசவில்லை.

''ஓங்க வீடு ஓட்டு வீடா மட்டப்பா போட்டதா, கக்கூஸ்க்கு கதவு போட்டதா'' என்றெல்லாம் விசாரிக்க நினைத்தாள் சந்திரா. ஆனால், வழக்கத்துக்கு மாறாக கை, கால் நடுங்கத் தொடை கிடுகிடுக்க அன்றைக்கு ஒரு பேச்சும் பேச முடியாமல் சுவரோடு ஒட்டின பல்லிபோல கடைசி வரைக்கும் நின்றுகொண்டாள்.

கதிரவனின் குடும்பத்தினர் தண்டுகாரன்பாளையத்தில் வீட்டோடு சேர்த்து பெட்டிக் கடை வைத்திருந்தார்கள். வளையோடு போட்ட பெரிய வீடுதான். பழைய தொழுவத்தில் மாடு மாடாய் வளர்த்து, மடி மடியாய் கறந்து, வண்டி வண்டியாய் சாணி அள்ளிப்போட்டு, உட்கார்ந்து தின்றிருக்கிறார்கள். இப்போது ஒருபிடி எருவுக்கு ஏழு வீதி நடக்கணும்.

'என்ன மாடு வச்சாங்களோ.. எல்லாமும் கொண்டா கொண்டானு வரக் காப்பியால்லா கேக்குதுங்க' என்று வெள்ளைச் சீலை ஆச்சி கல்யாணம் முடியுமட்டும் வாய் ஓயாமல் சொல்லிக் கொண்டிருக்க மாரீஸ்வரி பொத்திப் பொத்திச் சிரித்துக் கொண்டாள்.

‘அக்கா இருக்குமுன்ன தங்கச்சிக்குக் கலியாணமா’ என்று கேட்காதவர்கள் யார்தான் ஏழு வீட்டுக் காம்பவுண்டைக் கடந்து போனார்கள். மாரீஸ்வரி எல்லாரின் வாய் ஒழுக்கையும் தையல் மிஷின் சத்தத்தில் மடித்துத் தைத்து விட்டாள். ஆளும் அமுக்குணி தானே! ‘எனக்கு கல்யாணமே வேணாம்’ என்று தன் ஒற்றைக் காலில் உட்கார்ந்தே சாதித்துவிட்டாளே படுபாவி.

கோமு ஆச்சி வடித்த கண்ணீரெல்லாம் அவள் கண்ணுக்கு ஒரு ஈரமாகவேபடவில்லை. அப்பாவும்தான் அவள் குரலுக்கு மேலே எந்திரித்துப் பேசிவிட்டாரா என்ன?

‘‘ஒழுங்கா அவளுக்கு மாப்பிளை பாக்க வழியப்பாரு. சீட்டு கீட்டப் போட்டு அவளை இங்கருந்து அனுப்பு...’’ என்று அவரையும் அதட்டாத குறைதான்.

‘‘நீ பண்ணலாட்டி போ, என்ன ஏன் வெரட்டப் பாக்க?’’ என்று சந்திரா எரிந்து விழுந்தபோது, ‘‘வந்தம்னா வாய் இருக்காது’’ என்று கத்தரிக்கோலை காண்பித்து உக்கார்ந்த மேனியில் அரட்டிவிட்டாள்.

சொல்லப்போனால், கதிரவன் பெண் பார்த்துவிட்டுப் போன பிறகு, ‘‘உனக்குச் சரியா வருவாருபில.. சரின்னு சொல்லு’’ என்று அவள்தான் தெரிந்தெடுத்துப் பேசினாள்.

சந்திராவுக்கு பொங்கல், தீபாவளிக்கெல்லாம் அளந்து அலங்கரித்து மாரீஸ்வரி தைத்துக் கொடுக்கும் பட்டுப் பாவாடைச் சட்டை மாதிரிதான் கதிரவனும் அவளுக்குக் கிடைத்திருந்தான்.

‘‘ஒனக்குன்னு மனசுல கல்யாண ஆசையே இல்லயாபிள..’’

‘‘ஏன்ட்டி கேக்க..’’

‘‘சொல்லு...’’

‘‘என்னத்த ஆசப்படணும்ங்க..’’

‘‘கல்யாணம்லாம் பண்ணி, பிள்ளேல்லாம் வேணும்ட்டு..’’

‘‘அதுக்குதா நீ இருக்க. நீ பெத்து என்ட கொடுத்துருவல்லா..’’

"கேக்கதுக்கு ஒழுங்கா பதில் சொல்தாளா பாரு.."

"அந்தச் சிறுக்கி மனசுக்குள்ள ஊரயே ஒளிச்சி வச்சிருப்பா.." கோமு ஆச்சி பழைய கஞ்சியைத் தூக்குப் போணியிலிருந்து ஆலாட்டிக் கொண்டே இடைபுகுந்தாள்.

"தெ.. நீ ஏன் சும்மா ஊடைல வார.. கெழவி."

"ஏம்ட்டி நீங்க ரெண்டு கெழவிகளும் ஒண்ணா கழுத்தக் கட்டிக்கிடக்க என்ன கெழவிங்கியோள..''

"நீ சொல்லுங்கன்லா.." சந்திரா கொஞ்சல் மொழியுடன் கேட்டாள்.

"எனக்கென்னப்ள... எனக்கு அதெல்லாம் தோணவே இல்ல. என் ஆளுதான் ஏற்கனவே என்ன விட்டுட்டு உன்ன மாதி ஒரு கருத்தவளக் கட்டிக்டாம்லா.."

"மூஞ்சி.. நீ பண்ணாட்டி எனக்கும் வேணாம்."

"எடு வெளக்கமாத்த..."

சாலைக்குமரன் சன்னிதியில் தாலிகட்டு முடிந்ததும், காசி விநாயகாவில் பதினோரு மணிக்கெல்லாம் மதியச் சாப்பாடு சொல்லியிருந்தார்கள். ஏழு வீட்டுக் காம்பவுண்டின் கடைசி வீட்டு ஆட்டோ டிரைவர் முத்து அண்ணன்தான் பெண் வீட்டு, மாப்பிள்ளைச் சொந்தங்களை முகச்சாடை நியாபகம் வைத்து சாப்பாடு டோக்கன் விநியோகித்துக் கொண்டிருந்தார்.

கல்யாணம் முடிந்த அன்றைக்குச் சாயங்காலமே ஜங்ஷனில் இருந்து திருப்பூருக்கு ரயில். மறுவீடு, விருந்து, சீதனம், எல்லாம் கனவு மாதிரி ஒரே நாளில் முடிந்துபோன ஊரிலில்லாத அதிசயக் கல்யாணம் சந்திராவுடையது.

"திருநல்வேலியில இருந்து எப்படி இங்க கல்யாணம் பண்ணி வந்தீங்க.." பனியன் கம்பெனியில் அவள் வேலைக்குச் சேர்ந்த முதல் நாளே தனம் அக்கா, கேட்ட கேள்வி இதுதான்.

"ஏன் வரக்கூடாதா?" கருக்கென்று முகத்தில் அடித்த மாதிரிதான் பதில் கொடுத்தாள் சந்திரா. அன்றைக்கு அவள் இருந்த கொதிப்பு அப்படி.

கல்யாணம் முடிந்த மறு வாரத்திலே மாமனார் வீட்டின் மூத்த மருமகள், "உம்மவன் கல்யாணத்துக்கு செஞ்ச என் செலவுப் பைசாவை எடுத்து வை" என்று வாசலில் நின்று கொண்டாடி விட்டாள். காலையில் பேச்சாக ஆரம்பித்த சண்டை மதியத்தில் கைகலத்துவிட்டது.

சாயங்காலத்தில் எல்லாம் சந்திராவுக்கு, மாரீஸ்வரி ஆசை ஆசையாக வாங்கிப் போட்டக் கம்மலையும், கழுத்துச் செயினையும் கழற்றிக் கொண்டுபோய் கில்டு கடையில் வைத்துவிட்டு, அத்தோடு அவர்கள் சங்காத்தமே வேண்டாம் என்று தண்டுகாரன்பாளையத்திலிருந்து, கதிரவன் வேலைபார்த்து வந்த பனியன் கம்பனிக்குப் பக்கத்திலே குட்டியாக வீடு ஒன்றை வாடகைக்குப் பார்த்து அமர்ந்துவிட்டார்கள்.

அதே வாரத்தில் நட்டநிசியில் கழுத்துப் பக்கத்து முடியை விலக்கி விட்டுக் கொண்டே, "வீட்டில தனியாதானே இருக்க, கம்பெனில பீஸ் வெட்ட வந்தா..." என்று கதிரவன் இழுத்ததும், மறுநாள் காலையிலே கொண்டையை முடிந்துக்கொண்டு வெறுங்கழுத்தோடு வேலைக்குக் கிளம்பி வந்து விட்டாள் சந்திரா.

ஹ்ம்ம்ம்... என்ன ஆங்காரங்கள் கொண்டிருந்தும் என்ன... பொம்பளை மனசாச்சே! நாள்பட நாள்பட ஒரு சுதாரிப்புக்கு வந்தாக வேண்டியிருக்கிறதே...

வேலையும் சரி; தனம் அக்காவும் சரி... பழகவும் பேசிக் கொள்ளவும் எளிதான 'விஷய'ங்களாக மாறிப்போனார்கள். சந்திராவுக்கு அந்த ஊரில் வாய்த்த ஒரே கொடுப்பனை இப்போதெல்லாம் தனம் அக்காதான் என்றாகிவிட்டது. ஒரே வாரத்தில், கதிரவன் காண்ட்ராக்டருக்கு கணக்கு வழக்கு முடித்து எழுதிக் கொடுப்பது வரை காத்திருக்க வேண்டாம் என மினி பஸ் பிடித்து வீடுவந்து சேர, கூடமாட வேலை பார்க்கும் பெண்களோடும் பொருந்திக் கொண்டாள். பேச்சுப் பழக்கம் மெல்ல வளர்ந்தும் கேள்விகள் மாறவில்லை.

"திருநல்வேலியில இருந்து எப்படி இங்க கல்யாணம் பண்ணி வந்தீங்க.."

"எங்கப்பா டெய்லர் வேலை பார்த்தாங்க... நாங்க அக்கா

தங்கச்சி ரெண்டு பேரும் அப்படியே வேலை பழகிட்டோம். டெய்லர் மாப்பிள்ளைக்கு டெய்லர் பொண்ணு பார்க்கப் போ...க அப்படி விசாரிச்சு வந்ததுதான் இங்க குடும்பம். அவங்க பூர்வீகமும் எங்க ஊர்ப்பக்கம்தானாம்.''

கதிரவன் கடும் உழைப்பாளிதான். என்ன ஒன்று... நாலு காசை நறுவுசாகச் சேர்த்து வைக்கத் தெரிந்திருக்கவில்லை. 'அவன் கேட்டான் இவன் கேட்டான்' என்று வாரச் சம்பளத்தைக் கடனுக்குக் கொடுத்து விட்டு, இவன் பெட்ரோல் இல்லாமல் வண்டியைத் தள்ளிக்கொண்டு பத்தரை மணிக்கு வீடுவந்து சேரும்போது எரிச்சல் அப்பிக்கொண்டு வரும் சந்திராவுக்கு.

கொண்டுவந்த பீரோலும் கட்டிலும், குத்து விளக்கும் எவர்சில்வர் பித்தாளைப் பாத்திரங்களும் மட்டும் நிறைந்து கிடந்த வீட்டிற்குள் தன்னுடைய வாரச் சம்பளத்தைக் கொண்டு ஒவ்வொரு பொருளாக தவணையில் வாங்கிச் சேர்ந்தது சந்திராதான். எப்போதாவது நோவு நொடியென்று அவன் படுத்துக் கொண்டபோது மட்டும் மாமியார் வந்து ஒரு எட்டு மகனைப் பார்த்துவிட்டுப் போவார்.

சொல்லச் சொல்லக் கேட்காமல் மகனும் மருமகளும் வீட்டை விட்டுப் புறப்பட்டுப் போனதில் ஏற்பட்ட கோபத்தால் மாமனார் மட்டும் தலை காட்டவே இல்லை. விருந்தாளிக் காக்கைகள் கத்தவே கத்தாத அந்த குடியிருப்பில், சந்திரா மாசமானது தெரிந்த மூன்றாவது கிழமையில், மாவிலங்கா, கல்கோணா, முந்திரிக்கொத்து என்று அவளுக்குப் பிடித்ததெல்லாம் ஒயர் கூடை நிரம்பத் தூக்கிக் கொண்டு வந்து சேர்ந்தது கோமு ஆச்சி.

அன்றைக்கு சந்திராவின் முகமெல்லாம் வெளிச்சம் தீரவில்லை. ''மாரீ வரலையா ஆச்சி?'' என்று ஆசை ஆசையாகக் கேட்டாள்.

''அது அங்க மெசினக் கட்டிகிட்டு அழுது. நீ லெட்டரு போட்டீல்லா. அததான் ராவும் பவலும் படிச்சுட்டு கெடக்கா. மனசே கேக்கலம்மா. நீ மாசமா இருக்கன்னு போலீஸ்காரரு வீட்டுக்குப் போன்போட்டுச் சொன்னாலுஞ் சொன்ன தையத் தக்கான்னு ஒரே குதியா குதிக்க ஆரம்பிச்சுட்டா..''

''ஏ ஆச்சி என்னையும் ஒங்கூட கூட்டிட்டுப் போயிரேன். எனக்கும் அவளத் தேடுது. கம்பனி போன் நம்பர்தான் லெட்டர்ல எழுதிருக்கம்லா. அவளா ஒருதரம் கூப்டா என்னவாம் கொறஞ்சா போயிருவா''

''ஒ.. அக்காளப் பத்திப் புதுசா தெரிஞ்சவ மாதிரி கேக்கியம்மா.. சரி மாப்பிள எப்ப வருவாரு. பொங்கி ஆக்கி கொடுக்கியா...''

''இல்ல ஆச்சி. கடைலதான் வாங்கிச் சாப்பிடுதாரு. எனக்கு வாந்தி நிக்கல. படுத்தே கிடக்கேன். வேலைக்கும் போகல ஒரு வாரமா...''

அன்று மாலை நேரத்தோடு கதிரவன் வீடு வந்து சேர்ந்திருந்தான். 'மீன் கிடைக்காத ஊரா இது?' என்று வசை வைத்துக் கொண்டே ஆச்சி கறி சமைத்து வைத்திருந்தாள்.

ஆச்சியின் கைச் சமையல் ரொம்பவே பிடித்திருப்பதாகச் சொன்ன கதிரவன், இரவு நெடுநேரம் அவளோடு பேசியிருந்து விட்டு இங்கயே கூட இருந்து சந்திராவைப் பார்த்துக் கொள்ளத்தானே என்று வாய்விட்டே கேட்டுக்கொண்டான். மாரீஸ்வரியை தனியாக விட்டுவிட்டு வந்திருப்பதை மனசில் வைத்து ஆச்சி நாசூகமாய் அவன் கோரிக்கையை மறுத்துவிட்டு இரண்டாவது கிழமையில் ஊர் திரும்பினாள்.

சொன்னமாதிரியே ஐந்தாவது மாதத்தில் ஆச்சி திரும்ப வந்திருந்தாள். அன்றைக்குச் சாயங்கால ரயிலில் கதிரவனும் ஆச்சியும் மல்லுக் கட்டித்தான் ரயிலில் சீட் பிடிக்க முடிந்தது. வீங்கிவிடாமல் இருக்க ராத்திரி முழுதும் சந்திராவின் கால்களை அழுத்திவிட்டுக் கொண்டே இருந்தாள் கோமு ஆச்சி.

கடைசி வீட்டு முத்து அண்ணன் அந்த அகாலத்திலும் ஆட்டோவை எடுத்துக்கொண்டு ஜங்ஷன் ஸ்டேசன் வாசலில் காத்துக் கொண்டிருந்தார். ஆட்டோவை நெருங்கினபோதுதான் உள்ளுக்குள் மாரீஸ்வரி சரிந்து உட்கார்ந்திருப்பதே தெரிந்தது. அந்த இடத்திலே அவளைப் பார்த்துவிட் டதும் கண்ணெல்லாம் பொங்கி தாரை தாரையாக வடிய, ஏட்டீ.. என்று வாய்விட்டே கத்தி அழத் துவங்கிவிட்டாள் சந்திரா.

''ஏப்ள.. ஏப்ள.. ச்சி ஆள்லாம் பாக்காங்க. ஏப்ள அழாதப்ள.. பிள்ளத்தாச்சி அழக்கூடாதுப்ள'' என்று எவ்வளவுதான் தேற்ற...

''வாங்க... எப்படி இருக்கீங்க... நல்லா பாத்துக்குறாளா.. என் தங்கச்சி...''

கதிரவன் கன்னம் குழியச் சிரித்து, ''அதெல்லாம் சொல்லவா வேணும்..'' என்று மனப்பூர்வமாகச் சொன்னான் கதிரவன்.

மூத்தது தலைப்பிரசவம் தாய் வீட்டில்தான் என்றாலும் தாய் இல்லாதது ஒரு குறையே இல்லை என்கிறபடிக்கு ஆச்சியும், மாரியும் சந்திராவை விழுந்து விழுந்து கவனித்துக் கொண்டார்கள்.

கை நிரம்ப வளையல் போட்டு, வயிறு பெருத்ததும் நாடாவை நீட்டிப் புதுப்பாவாடை தைத்துக் கொடுத்து, நின்றால் நடந்தால் தண்ணி எடுத்துக் கொடுத்து, சூடு காணாமல், சுரம் பிடிக்காமல் தட்டில் வைத்து அவளைத் தாங்கினார்கள்.

பாளையங்கோட்டைவேளாங்கண்ணிஆஸ்பத்திரிநர்ஸ்வந்து, ''சந்திரா வீட்ல இருந்து யாரும்மா.. உங்களுக்கு பொம்பளைப் பிள்ளை'' என்று சொல்லிவிட்டுப் போனபோது மாரி குதியாட்டம் மட்டும்தான் போடவில்லை.

கோமு ஆச்சி ஆம்பளைப் பிள்ளைக்கு ஆசைப்பட்டிருந்ததை வெளியில் காட்டாமல், ரெண்டு உசுரும் நல்லபடி வரணும் என்று திரிசூலி மாரியம்மனை மனசுக்குள் நேர்ந்துகொண்டாள்.

கோலமாவு டப்பாவை சன்னல் கம்பியின் ஓரத்தில் சொருகிவிட்டு கடிகாரத்தில் மணி பார்த்தாள் சந்திரா.

ஆறு அடிக்க இன்னும் இருபது நிமிஷந்தான் இருந்தது. காபி குடிக்கக்கூட வராமல் இன்னும் என்ன செத்த டிவி என்று இரண்டையும் வாய்விட்டுத் திட்டிக்கொண்டே பேங்க் மேனேஜர் வீட்டு வாசல் நோக்கி நடந்தாள்.

''ஏ ரேணு, உமா.. டீ.வி பார்த்தது போதும், ரெண்டு பேரும் வாங்க..''

''ஏ அம்மா கூப்புட்றாங்க வா..'' தோள்பட்டை வரைக்கும் இறங்கிக் கிடந்த பனியனைக் கழுத்தை ஒட்டித் தள்ளிக் கொண்டு சின்னக்குட்டி

ரேணுகா முதல் ஆளாக ஓடி வந்து சந்திராவின் காலைக் கட்டிக் கொண்டாள்.

அவள் பின்னாலே உமா மெதுநடை போட்டு வந்த உமாவுக்குச் சுள்ளென்று ஓர் அடியோடு, ''வெளக்கு வச்சா வீட்டுக்கு வரணும்னு தெரியாதா கழுத.. அப்படி என்ன டீ.வி கேக்கு ஒனக்கு..'' என்ற திட்டும் விழுந்தது.

''ம்மா எப்பம்மா நம்ம ஆச்சி ஊருக்குப் போவம்..'' என்றது சின்னக்குட்டி.

''ஏன்டி...''

''விஜய் படத்துல நம்ம ஆச்சி ஊரல்லாம் காட்னாங்கம்மா...''

''ஆமாம்மா திருநெல்வேலின்னு பஸ்லாம் வந்துச்சு...''

''என்ன படம்டீ...''

''பைரவாம்மா...''

''ம்மா நாம எப்பம்மா பஸ்ல ஊருக்குப் போவம்...''

''போலாம் போலாம்...''

''ம்மா அப்பா எப்பம்மா வருவாரு...''

''வருவாரு வருவாரு.. பேசாம புக்க எடுத்து வச்சிப் படிங்க.. காப்பிய சிந்தாம குடிக்கணும்.''

சீக்கிரமாகவே தன் சொந்த ஊருக்குத் திரும்பும் எண்ணமும் ஆசையும் சந்திராவுக்கும் ஏற்பட்டிருந்தது என்னவோ வாஸ்தவம் தான்.

பெரியவள் பிறந்தபோதுதான் கடைசியாக ஊரில் அதிக காலம் இருந்தது. சின்னவளுக்கு அது கொடுத்து வைக்கவில்லை. அவள் பிறந்த வீட்டுக்குள்ளே 'காப்பர்-டி' வைத்துக் கொண்டதாலும், அது பனியன் ஆர்டர்கள் குவியும் காலமானதாலும் அடிவயிற்று வலியும், பாலூட்டாத மார் கடுப்புமாகச் சேர்த்து பெறாத வலியெல்லாம் சேர்த்து பேறுகால நோவாக இறங்கியிருந்தது.

சந்திராவின் மாமனார்கூட அவள் பிறந்த மாசத்திலேதான் இறந்திருந்தார். எல்லாமுமாகச் சேர்த்து நாட்களை நகர்த்திக் கொண்டே போனதே தவிர ஊரோடு போய் எட்டிப் பார்க்கும் காலம் பழுக்க வேண்டுமே...

ஹ்ம்... எல்லாம் நேற்று ஆரம்பித்த மாதிரி இருக்கிறது. போட்டிருந்த நகைகளைக் கழுத்திலிருந்து கழற்றின வேகம் போல இந்தப் பதினைந்து வருஷங்களில் விஷயங்கள் ஒவ்வொன்றும் நினைப்பில் மட்டுமே குடியிருக்கிறது.

அதனதன் இடங்களை எதுவெதுவோ வந்து ஆக்கிரமித்துக் கொள்கிறது தானே! இன்று தனக்குக் கல்யாண நாள் என்பதேகூட நினைவில்லாமல் வீடு திரும்பும் கதிரவனும் அப்படித்தான் அவளை ஆக்கிரமித்துவிட்டான். சித்தாறு நனைத்த உடம்புக்குள் நொய்யலின் வாடை குடியேறின மாதிரி எல்லாமே பழகிவிட்டது சந்திராவுக்கு...

ஆனாலும் சாயக்குழிக்குள் கல்லைத் தூக்கிப் போட்டதும் கசடுகள் மேலேறிவந்து குமட்ட வைக்கிற மாதிரி ஏதேதோ விசயங்களை நினைக்கவோ பேசவோ தொடங்கினால் மனதுக்குள் குப்பென நாற்றமடிக்க ஆரம்பித்துவிடுகிறதே...

''காப்பியக் குடிச்சா டம்ளர அங்கயே வப்பியா.. எந்திரிச்சிப் போய் கழுவப் போடு..''

உமா தன் தங்கச்சியின் தம்ளரையும் சேர்த்து எடுத்துக் கொண்டு அடுப்படிக்குள் நுழைந்தாள். அதேநேரம் வாசலில் அதே பழைய டி.வி.எஸ்-50 ஒன்று இருமிக் கொண்டே வந்து நின்ற சத்தம் கேட்டது. அன்றைக்கும் மூக்கு வியர்க்கக் குடித்துவிட்டு தட்டுத் தடுமாறி வீடு திரும்பியிருந்தான் கதிரவன்.

நடுராத்திரியில், பிள்ளைகள் உறங்கியதும், கிட்டே நெருங்கி வந்து, கன்னம், கழுத்து, கால்கள், முலைகளில் முத்தங்கள் வைத்து, மேல்மூச்சு கீழ்மூச்சு வாங்க சந்திராவுடன் கலவி கொண்டு நீங்கி, வசமாகத் தன்மேல் கால்களைத் தூக்கி அவள் மேல் போட்டுக்கொண்டு உறங்கும்போது,

இதே மாதிரி என்றைக்கோ ஓர்நாள் ராத்திரியில் சொன்ன அவனது வார்தைகளும்கூட அவள் ஞாபகக் குட்டைக்குள் இருந்து, மக்கி மருக்களித்து குமட்டுகிற வாடையோடு மேலெழுந்து வந்தது.

''ஆனாலும், உங்கக்கா நல்ல கலர்ல.. தப்பா எடுத்துக்க மாட்டன்னா ஒண்ணு சொல்றேன். கால் மட்டும் நல்லா இருந்தா நான் அவங்களைதான் கட்டியிருப்பேன் தெரியுமா..''

வீட்டையும் மனசையும் என்ன கழுவிப் பெருக்கித் துடைத்தும் என்ன... இவ்வளவு காலமும் மனசுக்குள் நட்டு வைத்திருக்கும் அந்தக் கல்லைப் பெயர்த்து வெளியில் தூக்கிப் போடவே முடியவில்லையே அவளால்.

– யாவரும் - 2020

காந்தல்

"ரோ ரோ ரோ எங்கம்மல்லோ... அழாதீங்கம்மோ..."

சகுந்தலாவின் அந்தப் பலவீனமான தாலோலத்தையும் மீறி, அவளின் ஒன்பது மாதப் பெண் குழந்தை வீல்வீலென்று அழுகைக் கச்சேரி நடத்திக் கொண்டிருந்தது. அவள் நின்றுகொண்டிருந்த அந்த நீண்ட வரிசை முன்னே நகர்கிற மாதிரி தெரியவில்லை. தாய், சேய் இருவரின் அடிவயிறுகளையும் சுரண்டிக் கொண்டிருந்தது பசி.

நேற்றைக்கு பொழுது கவிழ்ந்த நேரத்தில், அரிசிப்பெட்டியில் கடைசியாக மிஞ்சிருந்த குருணையைக் கஞ்சியாகக் காய்ச்சிக் குடித்திருந்தாள் அவள். பிள்ளைக்கு மீனாப் பாட்டி கடையிலிருந்து இரவில் கொடுத்துவிட்டிருந்த இட்டிலிகளை ஊட்டிவிட்டிருந்தாள். இப்போது அதெல்லாம் எந்த மூலைக்கு...

இரண்டு மூன்று மாதங்களாகவே இதே கதைதான். ஊரெங்கும் காலரா பரவி ஜனங்கள் சுருண்டுகிடந்தார்கள். ஜனக்கூட்டத்தால் ஆஸ்பத்திரிகள் நிரம்பி வழிந்துகொண்டிருந்தன. 'எட்டாங் கிளாஸ் படிச்ச பொம்பளைப் புள்ளைகளை எழும்பூர் ஆஸ்பத்திரியில வேலைக்கு எடுக்குறானுங்களாம்...' என்று ரிக்ஷா வண்டியோட்டும் மூர்த்தியண்ணன், நேற்றிரவுதான் நரியங்காட்டுச் சனங்களிடம் சொல்லிச் சென்றிருந்தார்.

காலையிலேயே பேங்கர் வீட்டுக்குப் பத்துப் பாத்திரம் தேய்க்கப் புறப்பட்டுக் கொண்டிருந்த சகுந்தலாவிடம் அந்தத் தகவலை மீனா பாட்டிதான் ஓடிவந்து சொன்னாள்.

"புள்ளைய நா பாத்துக்கிறேன் கண்ணு. நீ போயி அந்த வேலை ஒனக்கு அமையுமான்னு பாரு. உனக்குதான் நாலெழுத்து எழுதப் படிக்கத் தெரியும்லா... எதுக்கு பச்சப் புள்ளையோட கெடந்து இப்படிச் சீரழியுற சர்க்காரே ஆளெடுக்குறான். பேசாம போயிதாம் பாறேன் கண்ணு..." என்று சகுந்தலாவை அவள்தான் முடுக்கிவிட்டிருந்தாள்.

வரிசை செத்த பாம்பைப் போல அசைவின்றி கிடந்தது. பசி அழுகையினாலும் வெய்யிலினாலும் களைத்துப் போன குழந்தை அழுகையை மட்டும் நிறுத்தவில்லை. வசையில் நின்றுகொண்டிருந்த, பெண்கள் சிலர், பாவம் பார்க்கிற பாவனையில் சகுந்தலாவையே கவனித்துக் கொண்டிருந்தார்கள்.

மெலிசான பருத்திச் சீலை, சுருக்கமும் கசங்கலுமாக வெளுத்துப் போயிருக்க, அரங்கு நிற ஜாக்கெட்டின் அக்குள் பக்கங்களில் லேசாக உப்பு பூத்திருந்தது. வலது பக்கக் கழுத்து விளிம்பையொட்டி, மூன்று வருஷங்கள் கண்ட பழைய தாலி அழுக்கேறிக் கிடந்தது. மூக்கில் பித்தளையாலான தாமரைப்பூ மூக்குத்தியும், இரண்டு காதுகளிலும் பொட்டுக் கம்மல்களையும் தவிர்த்து வேறு கோரங்கள் எதுவுமில்லை அவள் உடம்பில். சிறுத்துத் துவண்டு கிடந்த மார்களும் வத்திக் காய்ந்த வயிறும் ஒடிசலான தேகமும் சகுந்தலாவை ஒரு குழந்தைக்குத் தாய் என்பதையேகூட நம்பமுடியாமல் செய்தன.

சுணங்கி நின்ற வரிசை மெல்ல முன்னகர்ந்தது. வேலைக்குச் சேர வந்தவர்களைவிட, கூட வந்திருந்த பெண்களின் தலைக்கணக்கு அதிகமாக இருந்தது. தனக்கு இந்த வேலை கிடைத்துவிடுமென ச குந்தலாவுக்கு நம்பிக்கையே இல்லை.

என்றைக்கு அர்த்த ராத்திரியில் சிந்தாதிரிப்பேட்டை போலீஸ்காரர்கள் அவளின் குடிசை வீட்டுக்குள் புகுந்து, ‘மாணிக்கம் இங்க வந்தானா...’ என்று அடிக்காத குறையாகக் கேட்டு, அட்டூழியம் பண்ணிவிட்டுப் போனார்களோ அன்றிலிருந்து அவள் எல்லா நம்பிக்கைகளையும் இழந்து நிலைகுலைந்து போயிருந்தாள்.

முதலில் மாணிக்கத்தை எங்கேயென்று காணாமல் அழுதாள். பிள்ளையைத் தூக்கிக் கொண்டு அவனைத் தேடி அலைந்து ஒரு தடயமும் தெரியாமல் நொந்தாள். பிறகு, உயரமாய் யாராவது சிவப்புத் துண்டோடு மாணிக்கத்தின் சாயலோடு யாராவது வாசலைக் கடந்து போனால் சென்றுகொண்டிந்தால், ‘மாமா மாமா’ என அவர்கள் பின்னாலே கத்திக்கொண்டு சென்று ஏமாந்தாள்.

கடைசி நம்பிக்கையோடு, கும்முடிப்பூண்டியிலிருந்த மாணிக்கத்தின் சித்தப்பன் வீராசாமியின் வீட்டைத் தேடிக் கண்டுபிடித்து, அவர்கிட்டே கேட்கலாம் எனக் கிளம்பிச் சென்றாள். அந்தப் பக்கத்தில் மாணிக்கத்தின் சித்தப்பா கொஞ்சம் வளமான ஆள்தான்.

ரெண்டாவது உலகமகா யுத்தத்தின்போது, வெள்ளைக்கார சர்க்கார் சோழவரத்தில் ஒரு விமான ஓடுபாதையையும் கும்மிடிப்பூண்டியில் ஓர் ஆயுதக் கிட்டங்கியையும் உண்டாக்கிய போது, அந்த ஆயுதக் கிட்டங்கியில் போர்மேனுக்குக் கீழே வேலையில் இருந்தவர் வீராசாமி.

யுத்தம் முடிந்து ஆட்சிகள் கைமாறிய பிறகு, அங்கேயே அவருக்கு மேஸ்திரி வேலையும் கிடைத்தது. மாணிக்கம்கூட கொஞ்சக் காலம் அங்கேயேதான் வேலை செய்தான். பிறகு, தன் சித்தப்பன் கூடேயே சண்டை கட்டிக்கொண்டு, அங்கிருந்து வெளியேறிவிட்டான்.

அன்றைக்கு அவனை, ''இந்தச் செங்கொடிக்காரன் சகவாசம் உன்னைச் சீரழிக்காம விடாதுரா'' என்று சாபம் விட்டுத்தான் துரத்திவிட்டார் வீராசாமி.

சகுந்தலா கைப் பிள்ளையோடு, வியர்க்க விறுவிறுக்க அந்தப் பெரிய வீட்டின் வாசலில் போய் நின்றிருந்தாள். முற்றத்தில் சாக்கடை வழிந்து ஓடிக்கொண்டிருந்தது. தாழ்வாரத்தில் ஈக்கள் அங்குமிங்கும் தாவிக் கொண்டிருந்தன. கம்பி அழி போட்ட தார்சாலில் ஈஸி சேர் போட்டு, அமர்ந்திருந்தார் வீராசாமி. காலைச் சுற்றிலும் அவர் குடித்து முடித்து வீசிய பீடித்துண்டுகள். குரலில் அதற்கேற்ப அடிக்கடி ஒரு செருமல்.

வீராசாமிக்குப் பார்வை அவ்வளவாகத் துலங்காததால் சகுந்தலாவை, நெற்றிச் சுருங்கக் கவனித்துவிட்டு, ''ஆரது..'' என்று இழுத்தார்.

''நா, சற்குணம் மவ, சகுந்தலா...''

தன் ஒடம்பிறந்தவளின் பெயரைச் சொன்னதும் மாணிக்கத்தின் சித்தப்பன் வீராசாமிக்கு உள்ளுக்குள் ஏதோ உரைத்தது. மெல்ல சேரிலிருந்து நிமிர்ந்து உட்கார்ந்துகொண்டு, அவளைக் கிட்டே வரச் சொல்லி சைகை காட்டினார். இன்னொரு பீடியை எடுத்துப் பத்தவைத்துக் கொண்டு, 'என்ன விசயமா வந்திருக்க...' என்றார் வீராசாமி.

சகுந்தலா, மாணிக்கத்தை ஒருவார காலமாகக் காணவில்லை என்பதையும் அவனைத் தேடி போலீஸ்காரர்கள் வீட்டுக்கு வந்து விசாரித்து விட்டுப் போனதையும் சொன்னாள். அதுவரை குழப்ப ரேகைகள் ஓடிய வீராசாமியின் முகத்தில் வன்மமும் காழ்ப்பும் கலந்து இறுகியது.

''அருமாந்து கிடந்து குடும்பம் நடத்தத் துப்பில்லாதவன்... எக்கேடோ கெட்டு ஒழியுறான்னு விடாம நீ அவனத் தேடிட்டு அலையுறியா... நீ படிச்சவதான, பேப்பர்காரன் என்ன எழுதுறான்னுல்லாம் பாக்கமாட்டியா...'' என்றார் அவர்.

சகுந்தலா பதிலேதும் பேசாமல் வாசல்படியிலே தவித்துப்போய் நின்றுகொண்டிருந்தாள். வீராசாமி இரண்டொருதரம் தொண்டையைச் செருமிவிட்டு, ''அந்த நாயி, போலீஸ்காரன் வண்டி மேலயே குண்டு வீசிருக்கான். அதில ரெண்டு போலீஸ்காரனுங்க செத்துப் போயிட்டானுங்க. அவனப் போலீஸ் தேடிட்டு கெடக்கு. அதுக்கு வக்காலத்து வாங்க நீ எங்கிட்ட வந்தியா...''

சகுந்தலாவுக்கு இப்போது கண்ணீர் முட்டிக்கொண்டு வந்தது. அதற்குள் அந்த வீட்டுக்குள்ளிருந்து குழந்தைகள் ரெண்டு பேர் விளையாட்டுச் சலசலப்புடன் ஓடிவந்தார்கள். அவர்கள் பின்னாலேயே வீராசாமியின் இளைய மருமகள் வந்து நின்று, யார் என்ன விபரமென்று சகுந்தலாவை விசாரிக்க வாயெடுத்தாள். அவளிடம், ''புள்ளைகளைக் கூட்டிட்டு உள்ள போம்மா...'' என்று எரிந்துவிழுந்தார் வீராசாமி.

பிறகு, ''அண்ணன் மவன்ற உருத்தெல்லாம் அத்துப்போய் பலகாலமாச்சு. ஒடம்பொறந்தவளுக்காக, ஒன்னக் கண்டு நா எரக்கப் பட்டா, நாளைக்கு என் வூட்டுக்குப் போலீஸ்காரன் வந்து நிப்பான்...'' என்று பேச்சை நிறுத்தி எச்சிலை உமிழ்ந்தார்.

சகுந்தலாவுக்கு அதற்குமேல் அங்கே நிற்கத் தோன்றவில்லை. அவள் அழுகை இப்போது கரை உடைந்திருந்தது. ஆற்றாமை பொங்க, மூச்சு முட்டிக்கொண்டு வந்தது. பிள்ளையைக் கைமாற்றிக் கொண்டு விடுவிடுவென்று வந்தவழியே திரும்பி நடக்கத் தொடங்கினாள்.

தெருமுனையைத் தாண்டி, பஸ் பிடிக்க அவள் நடந்து சென்று கொண்டிருந்தபோது சின்னப்பிள்ளை ஒன்று ஓடிவந்து, 'எக்கா இத எங்க அம்மா உங்கட்ட குடுக்கச் சொன்னாங்க...' என்று ரெண்டு ரூபாய் தாள் ஒன்றை அவள் கையில் திணித்துவிட்டுத் திரும்பி ஓடியது. என்ன நினைத்தாளோ சகுந்தலா அந்த ரூபாய் உள்ளங்கை வியர்வைக்குள் சுருட்டிக்கொண்டு தன் திசையிலே நடந்தாள்.

''ஏமா... கொழந்தைய இப்படியா அழுவ விட்டுட்டு நிப்ப... அது கம்முறத வச்சே தெரியல, எதுக்கு முண்டுதுன்னு. ஒரு மறைவா போயி வாயில சப்பக் கொடுக்காத... அதுகிட்டப் போயி... ம்மோ...மோன்னு மொணங்கிட்டு கிடக்க...'' வரிசையில் சகுந்தலாவுக்குப் பின்னால் நின்றுகொண்டிருந்த பெரியம்மா ஒருத்தி, குமைச்சலாகத் திட்டினாள்.

அவள் திட்டியதைக் கேட்டு விதிர்விதிர்த்துப் போன சகுந்தலா, தொண்டை வறண்டு வெறிக் கூச்சலோடு அழுதுகொண்டிருந்த, பிள்ளையைத் தன் மார்போடு இறுக அணைத்து, அதன் அழுகைச் சத்தத்தைப் பாதியாகக் குறைக்கப் பார்த்தாள். ஆனாலும் பிள்ளை அமைந்துபோகிற மாதிரி தெரியவில்லை.

பொறுமையிழந்த அந்தப் பெரியம்மா சகுந்தலாவின் கிட்டே வந்து அவளை ஏற இறங்கப் பார்த்துவிட்டு, ''தே புள்ளைய இப்புடிக்கொடு... புள்ளைய அமர்த்த முடியாதது... எதுக்கு புள்ள பெத்துக்கிடுதுங்களோ! தே... தே... தே... என்னா வோணும் இந்தச் சிலுப்பட்டைக்கு, பசிக்குதா... என் கண்ணில்ல... என் ராணில்ல...'' என்று சிலாக்கியம் பண்ணினார்.

''தே... கூடமாட ஒத்தாசைக்கு வூட்டாளுங்க யாரையும் கூட்டிட்டு வர்றதில்ல...'' சகுந்தலா அந்தக் கேள்விக்குப் பதில் சொல்லச் சத்தில்லாதவளாக நின்றுகொண்டிருந்தாள். பேசாமல் மீனா பாட்டியிடமே பிள்ளையைக் கொடுத்துவிட்டு வந்திருக்கலாமோ என்றுகூட ஒருகணம் யோசித்தாள்.

அதுவரை கையிலிருந்த குழந்தை இப்போது பெரியம்மா கையில் இடம் மாறியது. சட்டென்று நடந்த அந்தச் செய்கையால் துலாக்கோல் தள்ளாடுவதுபோல மெல்ல நடுங்கவும் செய்தாள் சகுந்தலா.

''என்னட்டீ இப்படிச் சரியுற... பச்சப்புள்ளக்காரி நீ மொதல்ல வயித்துக்கு ஏதாச்சும் தின்னியா இல்லியா...'' எல்லோரின் முன்னிலையிலும் அந்தப் பெரியம்மா உரத்து உரத்துக் கேள்வி கேட்டது சகுந்தலாவுக்கு என்னவோ போலானது.

''புள்ள பால்குடி மறந்துடுச்சா...''

'இப்பதான் கொஞ்ச நாளா' மென்று முழுங்கினாள்.

''அதுசரி அங்க என்ன இருக்கு... பிள்ளைக்குத் தூக்கிக் குடுக்க... ஏ செந்தாமர இங்க வா... இந்தாப் புள்ளையப் புடிச்சி அப்படி நெழல்ல வெச்சி கொஞ்சம் பாலச் சப்பக்கொடு... இந்தாமா... லைனுல பூந்து வர்றவுகளா... ரெண்டு பேரும் இப்ப வந்துருவோம். தே... நீ என்ன நிக்கிற, வா எம்பின்னால'' சடசடவென அதிகார தோரணையோடு உடனிருந்தவர்களிடம் சொல்லிவிட்டு, சகுந்தலாவின் கையைப் பிடித்து இழுத்துக் கொண்டே தெருச் சாலையிலிருந்த டீக்கடையை நோக்கி நடந்தாள் பெரியம்மா.

''ஏ பாயி... கடையில பன்னு வெச்சிருக்கியா... ஒரு டீயும் ஆத்திக் கொடு... தே இந்தா இதத் தின்னு. என்ன பாத்துட்டே நிக்க.. தெய்வம் காட்டும், வந்து ஊட்டுமா... மனசிலே உள்ளத தூக்கி ஓரம் வெச்சிட்டு... நீ வயித்த நெரப்பு. ஆமா ஊரெங்கடி ஒனக்கு...'' சகுந்தலா கையில் அந்தப் பெரியம்மா ரெண்டு பன்னைத் திணித்துக்கொண்டே கேட்டாள்.

பிள்ளையை யாரிடமோ கொடுத்துவிட்டு வந்து நிற்கிறோம் என்ற தவிப்புடனும் கையிலிருந்த பன்னை ஒழுங்காக மென்று தின்ன முடியாமலும், சகுந்தலா பெரியம்மாவுக்கு கொத்திக் கொத்தி பதில் சொன்னாள்.

''கவரப்பேட்டை... கும்முடிப்பூண்டி கிட்ட...''

''அங்கயிருந்தாடி இம்மாந்தொலவு வார...''

''இங்க எழும்பூருலதான் எங்கம்மா, ஆயால்லாம் இருந்தாங்க. காலரால போய்ட்டாங்க. கல்யாணமாயிப் போனது கவரப்பேட்டை...''

''அங்... ஒனக்கு ரெண்டு உசுரா... எனக்கு நாலு உசுரு. செரி என்னா செய்யுறான் உன் ஊட்டாம்பள... இப்படி பச்சப் புள்ளக்காரிய தன்னாந்தனியா உட்டுட்டு எந்தச் சீமையில சீனி யாவாரம் பாக்கப் போனானாம்''

''அவரக் காணோம்...''

''காணோம்னா... இட்டாந்து புள்ளையக் குடுத்துட்டு ஓடிட்டானா கம்மனாட்டி...'' கேட்டுக் கொண்டே இன்னும் ஒரு வாய் பன்னைத் தின்னச் சொல்லி கையசைத்தாள் பெரியம்மா.

''இல்லல்ல... அவர ஜெயில்ல புடிச்சு போட்டுட்டாங்க...''

''ஜெயில்லயா... இந்தா இந்த டீயக்குடி... விக்கிக்கப் போவுது... எம்புட்டு ஆச்சி பாயி...'' பெரியம்மா தன் சீலை முந்தானைச் சுருளிலிருந்து பத்து, இருபது பைசாக்களை எண்ணிக் கொடுத்துவிட்டு, சகுந்தலாவிடம் கமுக்கமாகக் கேட்டாள்.

''என்ன பண்ணாம்டி, ஜெயில்ல புடிச்சு போடுத அளவுக்கு...''

''என்னென்னம்மோ சொல்றாங்க... போலீஸ்காரங்க மேல குண்டு வீசுனாருன்னு சொல்றாங்க. எங்கயோ ஒளிஞ்சி இருந்தவரை ஜெயில்ல புடிச்சு போட்டங்களாம். யாருகிட்ட கேட்டாலும் இதுக்கு மேல எதுவும் சொல்ல மாட்டுக்காங்க. தெனமும் ஜெயில் வாசல்ல வந்து நின்னு, மாமா மாமான்னு கூப்ட்டு பாப்பேன். பிள்ளை அழுகையைக் கேட்டாச்சும் வந்துடமாட்டாரான்னு... ரொம்ப மாசமா அவரு மொகமே பாக்கல... அவரு ஜெயிலுக்குள்லதான் இருக்காரா... இல்ல எல்லாரும் என்ன ஏமாத்துறாங்களான்னே தெரியல'' சகுந்தலாவுக்கு பேச்சு முறிந்து அழுகை முட்டிக்கொண்டு வந்தது.

''அட சண்டாளி... ஒரு சொந்தக்காரன் கூடவா ஒனக்குத் தொணைக்கு இல்லாம போனான். நாசமாப் போறவனுவ...'' சகுந்தலா இன்னும் துயர்கொண்டு தேம்பியழத் தொடங்கினாள்.

பெரியம்மா அவளைத் தன் தோளோடு சேர்த்தணைத்துக் கொண்டபோது, ஆஸ்பத்திரி வளாகத்துக்குள்ளிருந்து, ''யம்மோ வெரசா வா... நம்ம லைன் வரப்போவுது...'' என்று செந்தாமரையின்

கூக்குரல் கேட்டது. இரண்டு பேரும் திடுதிடுவென எழுந்து வரிசையை நோக்கி ஓடினார்கள். சகுந்தலா ஓடிப்போய் செந்தாமரையிடமிருந்த குழந்தையைத் தன் கையில் வாங்கிக்கொண்டாள்.

பெரியம்மா அவளைத் தடுத்து, ''நீ வெரசா போ... புள்ளை என்கிட்ட இருக்கட்டும். நீயும் கூடப் போடி.'' என்று தன் மகளையும் ஆஸ்பத்திரி வராந்தாவுக்குள் தள்ளிவிட்டாள்.

உள்ளே இடியும் புடியுமாய் இருந்தது. சகுந்தலா பிள்ளையைத் திரும்பித் திரும்பிப் பார்த்துக்கொண்டே கூட்டத்துக்குள் கலந்தாள். செந்தாமரை அவள் கைகளைப் பிடித்துக்கொண்டு வராந்தா பாதைக்குள் முன்னேறினாள்.

இருபுறமும் கம்பி வலைத் தடுப்பு போட்ட அந்தப் பாதை உள்ளே செல்லச் செல்ல இருட்டு கசமானது. பேச்சுக்குக் கூட காற்றில்லாத அளவுக்குப் புழுக்கமேறியிருந்தது. ஏற்கெனவே உள்ளே வந்து சேர்ந்திருந்தவர்கள் பத்தாம் நம்பர் அறை முன்னால் முண்டிக்கொண்டு நின்றார்கள். அந்த அறை வாசலில் நின்றிருந்த வெள்ளை கவுன் அணிந்த பெரிய நர்ஸ் ஒவ்வொருத்தரின் முகம் பார்த்து, 'நீ அங்க போ.. நீ இங்க போ' பிரித்து அனுப்பிக் கொண்டிருந்தார். சகுந்தலாவை ஏற இறங்கப் பார்த்தவர், அவளைக் குறித்து விசாரிக்க ஆரம்பித்தார்.

''உம் பேரென்ன...''

''சகுந்தலா...''

''வீட்டுக்காரர் பேரு...''

''...மாணிக்கம்.''

''என்ன படிச்சிருக்க...''

''எட்டாவது வரைக்கும்...''

''க்ளீனிங் வேலை செய்வியா... ரத்தம், வாந்தியல்லாம் பார்த்தா மயங்கிற மாட்டல்ல...''

''செ...செய்...வேங்க...''

''எங்க அங்க எழுதிப் போட்டிருக்கத வாசி...''

சகுந்தலா வாசித்துக்காட்டினாள். பிறகு, கைகளை நீட்டச் சொல்லி, நகங்களில் அழுக்கு இருக்கிறதா என்று சோதித்தார். அவள் கைகள் நடுங்கிக் கொண்டிருந்தன.

தயக்கத்தோடு என்ன ஏதென்று அவளை விசாரித்தார் பெரிய நர்ஸ். பிறகு, துண்டுச் சீட்டு ஒன்றைக் கிழித்துக் கொடுத்து, அதே வராந்தாவிலிருந்த மற்றோர் அறைக்கு அவளைப் போகச் சொன்னார்.

அங்கே, வரிசையில் நின்றுகொண்டிருந்த நூற்றுச் சொச்சம் பேர்களில் முதற்கட்டமாகத் தேர்வான நாற்பது, ஐம்பது பேர் மட்டும் கிடைத்த இடங்களில் அமர்ந்திருந்தார்கள். சகுந்தலா அவர்களுடன் சேர்ந்து அமர்ந்த சில நிமிஷங்களிலேயே செந்தாமரையும் கையில் துண்டுச் சீட்டுடன் அங்கு வந்து சேர்ந்தாள். அவளை அங்கு பார்த்ததும்தான் பிள்ளை பத்திரமாக இருக்கும் என்று சற்று ஆசுவாசமானாள் சகுந்தலா.

ஈறு தெரிய சிரித்துக்கொண்டே வந்த செந்தாமரை, சகுந்தலாவை ஒட்டிக் கொண்டு அவள் கிட்டேவந்து உட்கார்ந்தாள். ''ஓம்பேரு சகுந்தலாவா... எங்கக்கா பேரும் அதுதான். அது செத்துப் போயிடுச்சு. எங்கக்கா வீட்டுக் காரருக்கே என்னையும் கட்டி வெச்சிட்டாங்க. எனக்கு அங்க பிடிக்கல. சண்ட போட்டு கொழந்தயோட வந்துட்டேன். நானும் எட்டாவதுதான் படிச்சிருக்கேன்... ஓம் பாப்பா பேரென்ன... ரொம்ப அழுதுச்சுல்ல. ஆனா, எங்கிட்ட நல்லா ஒட்டிக்கிட்டா... எங்கக்கா பொண்ணும் இப்படித்தான் என்னக்கண்டா இப்படித்தான் தொத்திக்கும். ரெண்டையும் ஆயாட்ட விட்டுட்டு, எங்கம்மாகூட இங்க வந்தேன். இங்கன டீக்கம்பேனிலதான் வேலை செய்ஞ்சிட்டுதான் இருந்தேன்... எங்கம்மாதான் ஆயா வேலை பாருன்னு இங்க கூட்டிட்டு வந்துடுச்சு. எனக்கு இந்த வாடையே பிடிக்கல... ஆமா, அந்த நர்ஸம்மாவ ஒனக்குத் தெரியுமா... ஒன்னப்பத்தி என்கிட்ட விசாரிச்சிட்டே இருந்துச்சு...'' செந்தாமரை பேசிக்கொண்டே இருந்தாள்.

சகுந்தலாவுக்கு ஆஸ்பத்திரியின் வாசனை ஒரு மெல்லிய கிறக்கத்தைக் கொடுத்தது. செந்தாமரையின் இடைவிடாத பேச்சு அவள் நினைவை

மெல்லப் பின்னோக்கிப் பாயச் செய்தது. தன் அம்மாவையும் ஆயாவையும் நினைத்து ஏங்கினாள். கண்கள் வழமைபோலத் தானாகச் சுரந்தன. எல்லோராலும் கைவிடப்பட்ட தன் நிலையை எண்ணித் தேம்பினாள். ''ஏய்ய்ச்சீ இந்தா பிள்ள அழாத... ஒண்ணும் ஆவாது. நீ தைரியமா இரு. என் வேலைய கூட நீ எடுத்துக்க. எதுக்குபோட்டு அழுவுற... தைரியமா இரு...'' செந்தாமரை அவளாகவே ஏதேதோ சமாதானங்களைச் சொன்னாள்.

அம்மாவும், ஆயாவும் அடுத்தடுத்து காலராவில் விழுந்தபோது, மாணிக்கமும் இதே வார்த்தைகளைச் சொல்லித்தான் அவளைத் தேற்றினான். இப்போது அவனும் தன்னை அனாதரவாக்கிவிட்டு கண்மறைந்து போனதை நினைத்து, தாங்கிக் கொள்ள முடியாத துயரத்தில் சிக்கிக் கிழிபட்டாள். வாழவும் சாகவும் காரணங்களா இல்லை மனுஷிக்கு...

''இங்க சகுந்தலா யாரு...''

''ஏக்கா, உன்னத்தான் கூப்புடுறாங்க... கண்ணத் தொடச்சிட்டு எந்திரிச்சு வா...'' செந்தாமரை சகுந்தலாவை உசுப்பினாள்.

''இங்க பாரும்மா... ஒனக்கு காலரா வார்டுல க்ளீனிங் வேலை போட்டிருக்கு. பச்சப் பிள்ளை வெச்சிருக்கன்னு பாவம் பார்த்து, நான்தான் மருந்து செக்ஷன்ல டோக்கன் வேலைக்கு மாத்திவிட்டிருக்கேன். ஊரே கொள்ளையில விழும்போதுதான் உன்ன மாதிரி, என்ன மாதிரி உள்ளவங்க இந்த மாதிரி ஆள் பஞ்சத்துக்கு இங்கன வேலைக்கு ஒதுங்க முடியும். இத கெட்டியா புடிச்சுக்க. சரியா... ஏதோ உன்னப் பெத்தவங்க நாலெழுத்து படிக்க வெச்சதுங்களேன்னு சந்தோசப்பட்டுக்க. நாளைக்கு காலைல டான்னு எட்டு மணிக்கு டூட்டிக்கு வந்துடணும்... சரியா?'' பெரிய நர்ஸ் சகுந்தலாவிடம் ஒரு பாரத்தைக் கொடுத்து நிரப்பி வாங்கிக் கொண்டே சொன்னார்.

சகுந்தலா வராந்தா வழியாக ஓடிவந்து, பிள்ளையும் பெரியம்மா வையும் தேடினாள். அவள் கண்களிலிருந்த தெளிச்சியைக் கண்டுகொண்ட பெரியம்மா, ''என்னாடி சொன்னாங்க... எடுத்துட்டானுங்களா ஒன்ன... வேலைக்கு?'' என்று எதிர்பார்ப்போடு கேட்டார்.

''நாளைக்கு காலைல வேலைக்கு வரச் சொல்லிட்டாங்க''

''முனீஸ்வரா... ச்சரி... இந்தா புள்ளைய புடி... இனி இதான் ஒனக்கு உசுரு. இதத் தெம்பா புடிச்சுக்க. செத்தவன் சூத்து கெழக்க இருந்தா என்ன... மேக்க இருந்தா என்ன... அம்போன்னு வுட்டுட்டுப் போனவன நெனச்சி சீரழியாத... பொம்பளைங்க சுத்தி இருக்க எல்லாரும் நல்லா இருக்கணும்னுட்டுதான் அத்தனையும் வாரியெடுத்து தலைமேல போட்டுக்குறோம். நாமல்லாம் அடுப்புல வெச்ச கொள்ளி மாதிரி. எரிஞ்சிதான் தீரணும். வெறகு கோணல்னா நெருப்பு பத்தாதா. போனது போவட்டும் இனியாச்சும் ஒனக்காக வாழு''

எல்லாமே கூட இருந்து பார்த்தவள்போல தன்போக்கில் புத்தி சொல்லிவிட்டு, 'இந்தச் சிறுக்கிய எங்க இன்னும் காணும்... ஏ செந்தாமர... செந்தாமர...'' என்றபடி அந்தப் பெரியம்மா கண்மறைந்து போனாள்.

சகுந்தலாவின் பிள்ளையைத் தோளில் போட்டுக் கொண்டு, ''ரோ... ரோ... ரோ... எங்கம்மல்லோ அழாதீங்கம்மோ...'' என்று மீண்டும் தேற்றத் தொடங்கினாள்.

– ஆனந்த விகடன் - 2023

காளிக்கூத்து

01

மேளச் சத்தத்தின் உக்கிரம் கூடியிருக்க, ஆதாளி வந்த அம்மை ஒருபாடு ஆட்டம் ஆடித் தீர்த்துக் கொண்டிருந்தாள். மஞ்சள் சீலையின் சிவப்பு முந்தியை வாயில் கவ்விக்கொண்டு, அங்கும் இங்கும் அசைந்து ஆடும் கழுத்து மாலை காலடியில் சிந்திச் சிதற, ஒரு கையில் வெங்கலத் திருநீத்துச் சட்டியும், மறு கையில் வேப்பிலைக் கொத்தும், கண்ணிரண்டில் அருளும் வந்திறங்கி, நின்ற நிலையிலே உடல் அதிர 'யேய்..' என்று ஓர் அதட்டுதான் கொடுத்திருந்தாள். அம்மையின் கர்ணத்தைப் புரிந்த வாக்கில் கொட்டுக்காரர்கள் அடியை நிறுத்திப் பிடித்திருந்தார்கள்.

ஆடி, சித்திரை மாதங்கள் வந்துவிட்டால் போதும். எங்கள் வீட்டுக் கோவிலைச் சுற்றி விரிந்திருக்கும் ஒவ்வொரு தட்டிக் காலுக்கும் ஒரு வெள்ளாடுக்குட்டி மாலை சூடி, குலைகளை மென்றுகொண்டே நிற்கும். அதுநாள்பட்டு என்னென்ன மனவேண்டுதல் எல்லாமோ வைத்துவிட்டுப் போயிருந்த சனங்கள் வண்டிகட்டிக் கொண்டு வந்திறங்கியிருக்கும். பொங்கல் சட்டி அடுப்புக்கு தட்டாம்பாறைக் குழியில் கல் வெட்டி எடுக்கும் வேலையை ஆம்பளையாட்கள் தொடங்க, பொம்பளைகள் சாரைவாரியாக தண்ணிக் குடத்தோடு குழிப் பாதைக்குள் இறங்கி ஏறுவார்கள்.

ஆச்சிக்கு மூத்தார்தான் இந்தக் குடிலை எடுத்து வேய்ந்திருக்க வேண்டும். அவர்களுக்கும் முன்னவர்கள் இந்தக் காளித் தெய்வத்தை பூசணை கொடுத்துக் கும்பிட்டு வந்திருக்கிறார்கள். அப்போது காளி அடுப்பளவு சின்னதாயும், பலிவிடும் பீடம் ஒரு கஞ்சித் தொட்டி அளவுக்குப் பெரியதாயும் இருந்திருக்கிறது. குடிலைச் சுத்தியும் பந்தல் போட்ட போதெல்லாம்கூட கோவிலுக்கு ஒரு கைப்பிடிச் சுத்துச் சுவர்கூட இருந்ததில்லை. கல்கட்டு, நடை, படி எதுவும் இல்லாத வெட்டவெளி வெயிலில் காந்தும் அக்கினி காளி இவள்.

இன்று அம்மை காளியருள் வந்து ஆடுகிறது. முன்னெல்லாம் ஆச்சிக்குள்தான் காளி இறங்கும். சுதியேற ஏற அடித்து முழக்கும் கொட்டுச் சத்தத்துக்கு சுழண்டடித்து, கிழக்கும் மேற்கும் கால்வீசி சலங்கை கட்டி ஆடும். ஆட்டம் முடித்து அருள்வாக்குச் சொல்லி அடங்கியதும் ஒரு பித்தளைக் கும்பா முழுக்க வழிந்து ஒழுகும் நீத்துப் பாகத்தை ஒரே மடக்காகக் குடித்து விழுங்கும். அந்த நேரத்தில்தான் கும்ம வயித்து வலியெடுத்த பொட்டச்சிப் புள்ளைகளை அவரவரது வீட்டாள்கள் கொண்டு வந்து ஆச்சியின் காலடியில் கிடத்துவார்கள். கண்கொண்டு கண்டதைப் போல் ஆச்சி காளியாக நின்று அருள்வாக்கு உதிர்ப்பாள்.

''எம்மோவ்.. நின்னா நடந்தா புள்ள உசுருபோக துடிக்கா. ரவைக்கு தூக்கமில்ல. ஈருக்குச்சியா எம்புள்ள மெலிஞ்சி போறத நெதமும் பாக்க நெஞ்சு கொடையுது. நீ என்ன கேக்கியோ அதக் கொண்டுவந்து உங்கோயிலடியில கொட்டுதேன். நீதாம் எம்புள்ளைக்க வயித்து வலியத் தீத்து நல்ல வழி காம்பிக்கணும்..''

''என்னத்தல கொண்டாருவ.. பச்ச ரத்தம் குடிச்ச பாவி. நீ செஞ்ச பாவமில்லா இந்தப் பிஞ்சு உசுரப் படுத்தி எடுக்கு. வங்கொலயா கெடந்து கதறுனாளே.. ஒம் ஒடம்பொறந்தவ.. அவள கருவறுத்திருக்கியே அது நாயமா. ஏஞ் சொல்லுக்கு கட்டுப்பட்டுக் கெடந்தாலும் அவ பசிக்கி பசிக்கி கொண்டா கொண்டான்னு எங்கிட்ட உம்புள்ள உசுரல்லா கேக்கா.. கொடுத்துரவா!''

''எம்மா தாயி. உங்காலடியில விழுந்து கெடக்கேன். எம்புள்ளய மட்டும் வுட்டுரச் சொல்லு. அவ நெழலுக்கும் கொடபுடிச்சு எம்பாவத்தக் கழுவுறன்''

''ச்சீ எந்திரிரா.. இப்பச் சொல்லுதேன் கேளு. தெக்காலயும் வடக்காலயும் காத்தடிக்கும் தெரட்டு மேட்டுல ஒன்னால செத்த ஒந்தங்கச்சிக்காரி ஒத்தக் கல்லா நிக்கா. அங்க ஒரு பூடம் எழுப்பு அவளுக்கு. கெழம தவறாம வெள்ளி செவ்வா வெளக்கு போடு. சித்திரைக்கு மூணாம் சனிக்கெழம சாமக் கொட குடுத்து, கெடா வெட்டி ரத்த பலி குடு. கேட்டியா... ஒரு கோட்ட நெல்லக் குத்தி

பச்சரிசிச் சோறாப் படையல் போடு. படப்புச் சோத்துல ஒரு பருக்க நீ திங்கக் கூடாது. பந்த போட்டு, எல விரிச்சு, ஊரக் கூப்புட்டு ஒக்கார வச்சிப் பரிமாறு... உம் புள்ள உசுருவலி உருவுன சுளுக்கா போயிரும்.'

"நீ சொன்னத ஒண்ணுவுடாம செஞ்சிருதெம் தாயீ. எம்புள்ளய மட்டும் கை உட்டுராத..."

02

ஆச்சியின் அருள்வாக்குகளும் தெறித்து விழும் கட்டளைகளும் காளியின் உக்கிரத்துக்குக் கொஞ்சமும் குறையில்லாதது. அவளது துடிக்கும் உடம்பும் கனன்றெரியும் கண்களும் வெட்டின ஆட்டின் துடிப்புக்கும் கொள்ளாமல் ஈரக் கொலையை ருசிக்கும் ஆவேசமும் எந்தச் சண்டியனையும் கெதக்'கென மருள வைத்துவிடும்.

செய்த குத்தத்தை சாமியே வந்து கேட்டாலும் ஒத்துக் கொள்ளாதவர்கள்கூட காளி ரூபங்கொண்டு அவள் அதட்டும் போது எதிர்த்து ஒருவார்த்தை சொல்லிவிட முடியாதபடி தெய்வ வாக்கு அவளிடம் குடிகொண்டிருந்தது.

நாளும் கிழமையும் தள்ளி ஒருநாள், காளியின் சொரூபம் ஆச்சியிடமிருந்து விலகி அம்மை மீது வந்திறங்கியது. அம்மையின் உடற்பூச்சும் வாசனையும் காளிக்குப் பிடித்துக் கொண்டது போல.

கொட்டு மேளம் கொட்ட ஆரம்பித்த சாயங்காலத்தில் தட்டாம்பாறைக் கல்குழி கரையடியில் தண்ணிக்குப் போன அம்மை, அங்கிருந்து ஈரப் பாவாடை சொட்டச் சொட்ட ஒரே மூச்சாய் சன்னதமெடுத்து ஓடிவந்து கோவிலடி முன்னால் மண் தெறிக்க ஆடினாளாம்.

ஆட்டத்தின்போது அம்மை பிடித்த ஒவ்வொரு அடவிலும் ஆச்சியின் அதே ஆவேசம்.

இனி காளியாயி தன் மீது இறங்க மாட்டாள் என்று ஆச்சிக்குப் புரிந்துபட்டது. தன் நாலு பெண் மக்களில் நடுவாந்திரமாகப் பிறந்த அம்மையையே தனக்குப் பிறகு அடுத்த வாரிசாக்கி கோயிலுக்கென நேர்ந்துவிட்டது.

அம்மைக்குள்ளும் ஆசாபாசங்கள் நிறைய இருந்திருக்கிறது. கல்குழியின் வேலியோரத்து தாழம் புதரில் கொத்துக் கொத்தாய் சுருண்டு கிடக்கும் பாம்புக் குட்டிகளை உதிர்த்து, தொரட்டியால் சுண்டிப் பறித்த தாழம்பூ வாசனைமேல் அவளுக்குச் சொல்ல முடியாத கிறக்கம் உண்டு.

ஊருக்குள் மல்லாந்து நின்றுகொண்டிருந்த பொத்தைகளையும் பாறைக் குழிகளையும் வாகாய் வெடி வைத்துப் பிளக்கும் கம்பிரசர் வண்டிக்காரர் ஒருத்தரை விபரம் புரிந்து கலியாணமெல்லாம் கட்டிக் கொள்ள ஆசைப்பட்டிருக்கிறது. ஆனால், காளி சொரூபம் அவள் என்று ஆச்சி தலையிட்டு அம்மையை ஒரு கட்டுக்குள் கட்டி வைத்துக் கொண்டுவிட்டாள் அந்த வயதில்.

இருந்தும் அம்மையின் பத்தொன்பதாம் வயதில் ஐயாவோடு அவளுக்குக் கலியாணம் நடந்தது. காலங்களில் வயல் வேலைகள், வெள்ளாட்டுச் சேர்மானம், எண்ணெய் பிண்ணாக்கு வியாபாரம் என்று ஐயா அவர் சுத்துக்குள் சுத்தி வந்துகொண்டுதானிருந்தார். ஆணும் பொண்ணுமாக ரெண்டு பிள்ளைகள் பிறந்த கொஞ்ச வருசத்திலே ஐயாவைப் பொட்டல் நாகம் தீண்டிவிட்டது. ஒருகால் நரம்பு முழுக்கச் சுண்டி வெடித்து, சரியான வாகடம் பார்க்காமல் அப்படியே ஒரு மூலையில் சுருண்டு விட்டார் ஐயா.

அவர் ஒடுங்கியதும் அம்மைக்குக் காளியும் சன்னதமும் என்று காலம் பழையபடி சரிபட்டு வந்தது. அருள்வாக்கு குறி கேட்டு நிறைய சனங்கள் பழையபடி குவியத் தொடங்க வந்த வரும்படியில் கோயிலடிக்கு மேல்சுவர் எழுந்தது. வாசலில் சூலம் குத்தி வைத்திருந்த இடத்தில் சிம்ம பீடம் நட்டு, பூசணை சாமான்களில் சிலது புதுசேறியிருந்தது.

குடும்பமாய் வந்து பொங்கல் விட்டு படைக்கிறவர்களுக்குக் குளிக்க கொள்ள மறைவு ஒன்று குடிலுக்குப் பின்னால் ஏற்படுத்தப்பட்டு பக்கத்திலே சிமெண்டுத் தொட்டியும் கட்டி முடித்திருந்தாள். தாக்கீதுகளோடு வந்து ரெண்டு மூணு நாள் கோவிலிலே தங்கியிருந்து போகும் வெளியூர் சனங்கள் சிலபேர் குடிலின் தார்சாலில் துண்டையும் கோணியையும் விரித்து படுத்துக் கிடந்த வகையில் ஐயாவுக்கு ஒதுக்கப் பட்டிருந்த

கட்டில் அவ்வப்போது அவரிடமிருந்து பறிபோக வேண்டியிருந்தது.

பாறைத் திட்டுக்கு மேல் ஒத்தையில் நிற்கும் நீர்முள்ளி மரத்தடி நிழலில் போய் படுத்துத் தூங்கி எந்திரித்து வந்தவர் ஒருநாள் வீட்டுப் பக்கம் சாப்பாடுக்கும் கூடத் திரும்பாமல் இருந்தார். அம்மையும் அவரை அவர் போக்கில் விட்டுவிட ஐயா ஒருநாள் காணாமலே ஆனார்.

03

கல்குழி அணைக்கட்டு மாதிரி நிரம்பி வழிந்த மாரிக் காலத்தில் ஒருநாள், வெள்ளை வேட்டி ஆட்கள் சிலபேர் அம்மையின் பேரைச் சொல்லி விசாரித்துக்கொண்டே பிளசர் காரில் வந்திறங்கினார்கள்.

ஊரைச் சுற்றி உள்ள பழைய கோவில்கள் சிலதுக்குத் துட்டு கொடுத்து இடிபாடுகளைக் கட்டிச் சரிசெய்து கொடுப்பதற்காக அரசாங்கத்தில் இருந்து வந்திருப்பதாகச் சொன்னார்கள். கோயில் மேல்கூரையை எடுத்துக்கட்டி, வண்ணம் தீட்டிப் புதுசாகச் சிலை வைக்கவும், ஊர் கடைக் கோடிக்கும் கேட்கும்படி பாட்டுக் கேசட் குழாய் வைக்க செலவுகளும் செய்து, மேற்கொண்டு ஆவதற்குக் கோவில் பேரிலே அறக்கட்டளையும் ஆரம்பித்துத் தந்து அச்சடித்த ரசீதும் போட்டுக் கொடுத்துவிடுவோம் என்றார்கள்.

வந்தவர் சொன்ன விபரங்களை அம்மை ஆச்சியின் காதில் போய் ஓதியபோது அவள் விடாப்பிடியாக மறுத்து விட்டாள்.

''அவ நம்ம காளியாயி அவளுக்கு வேணுங்கத அவளே கேட்டு வாங்கிப்பா. எவனோ துட்ட கொண்டாந்து கொட்டுதான்னு அவள வித்து தின்ன நெனைச்சிராத'' என்று அம்மையை வெருட்டி எடுத்து விட்டது ஆச்சி.

பிளசர் வளைத்து வளைத்து மூணு முறை நேரில் வந்து பேசி, கடைசியில் அம்மையைச் சம்மதிக்க வைத்திருந்தார்கள்.

எட்டே மாசத்தில் விறுவிறுவென கோவில் புதூசாகத் தலையெடுத்து விட்டது. மஞ்சள் காரைப் பூச்சும் மத்தியான வெளிச்சத்தில் மினுங்கும் தீப்பாய்ச்சியும் போட்டி போட்டுக் கொண்டு காளியாயி கோயிலைச் சுத்தபத்தமாக்கிக் காட்டியது. வாசல் வைத்த சுற்றுச்

சுவர். ரெண்டு நடை உயரத்துக்குக் பீடம். ஊதா நிற உண்டியலுக்கு அமுக்குப் பூட்டு, சுச்சைத் தட்டினால் மேளமடிக்கும் யந்திரக் கொட்டு முழக்கு. அம்மன் படம் அச்சடித்த பேப்பர் சீட்டில் குங்குமமும் திருநீறும் என்று கோயிலின் வனப்பே துப்புரவாக மாறியிருந்தது.

கோயிலைக் கட்டியெடுத்த பிறகு வரப்போகும் முதல் சித்திரைக்கு இன்னும் நான்கு மாசங்கள்தான் மிச்சமிருந்தன. கல்குழியில் தண்ணீர் பாதியளவுக்கு இறங்கியிருந்தது.

அக்கம் பக்கத்து ஊரிலிருந்து செவ்வாய் வெள்ளி காளிக்கு விளக்குபோட வரும் சனங்கள் எல்லாரிடமும், ''இந்தச் சித்திரைக்கு சொந்தத்தார் சுகத்தார் எல்லார்த்தையும் கட்டாயம் பெரிய கும்பிடுக்குக் கூட்டிட்டு வந்துருங்க என்ன...'' என்று ஒவ்வொரு முறையும் அழுத்தி அழுத்திச் சொல்லிக் கொண்டிருந்தது அம்மை.

அவர்களும் தங்கள் பங்குக்கு ஆள் மாத்தி ஆள் சொல்லி கோயில் சிறப்பை ஊரூராய் கொண்டு சேர்த்துக் கொண்டிருந்தார்கள்.

04

பங்குனி விழுந்து ரெண்டாம் வெள்ளியில் பிளசர் கார் ஆட்கள் திரும்ப வந்து இறங்கியிருந்தார்கள். இந்த முறை கூட ரெண்டு மூன்று கலர் வண்டிகளும் சேர்ந்திருந்தன.

அதிலிருந்து இறங்கினவர்களில் வெளுத்த முகமும் மீசை இல்லாத சவரமும் செய்திருந்த ஒரு பெரியவரைக் காட்டி நெல்லூர் பக்கத்தில் சைவ ஓட்டல் நடத்திக் கொண்டிருப்பவர் என்று அம்மையிடம் அறிமுகப் படுத்தினார்கள்.

ரொம்ப நாளாய் கனவில் ஒரு பெண் வந்து அழுவதாகவும், தாழம் புதரும் கல் குழியில் தண்ணீரும் வற்றிக் கிடக்கும் பாறை நிலத்தில் தான் பசியோடு இருப்பதாகவும், 'அங்கே எனக்குச் சாப்பாடு எடுத்துக் கொண்டு வா...' என்று தினமும் கேட்பதாகவும் விபரித்தார்.

அறிந்தவர் தெரிந்தவர்களிடம் சொல்லி விசாரித்தபோது உங்கள் கோவிலை இவர்கள்தான் அடையாளம் கண்டுபிடித்துச் சொனார்கள்.

வந்திறங்கிப் பார்த்தால் அப்படியே கனவில் பார்த்த முகம் இந்த சாமிக்கு என்றார்.

நெல்லூர் ஓட்டல்காரர் சொன்ன அடையாளங்கள் காளியாயிக்குப் பொருந்தும்தான். என்றாலும், 'அவளை நாங்கள் பசியோடு ஒருநாளும் வைத்திருக்கவில்லை' என்பதாக அம்மையும் பங்கமில்லாமல் ஒரு பதிலைச் சொன்னாள். ஆனாலும் அந்தப் பதிலில் இருந்த கனிவைப் புரிந்துகொண்ட ஓட்டல்காரர், ''இந்த அம்மனுக்கு ஒரு வேளை படையலாச்சும் வைக்க எனக்கு வழி ஏற்படுத்திக் கொடுங்க...'' என்று இறங்கிப் பேசினார்.

அம்மை நேரே காளியாயிக்கு முன்னால் போய் பூவெடுத்துப் போட்டு அருள் கேட்டது. வெள்ளை வந்திருந்ததால் மனசு கனிந்து ஓட்டல்காரருக்கு சித்திரை பெரிய கும்பிடுக்கு முன் கட்டளை ஏற்றுநடத்த ஒப்புதல் தந்தது.

05

ஓட்டல்காரர் குடும்பம் தனத்தில் செழித்திருந்தது. செவெல் எனச் சிவந்த அவர் பொண்டாட்டியும் பிள்ளைகளும் வெறுங்காலும் நெற்றியும் தரையில் அழுந்த விழுந்தெழுந்து காளியாயியைக் கும்பிட்டார்கள்.

''நாகபூஷணிதான் எங்கள் குலதெய்வம். அவளுக்கு ஒருதுளி பால்விட உங்க கோயில்ல ஒரு மூலையில் இடம் ஒதுக்கிக் கொடுக்க முடியுமா?'' என்று ஓட்டல்காரர் பணிந்து கேட்டபோது, ''சாமியில் உங்களுது எங்களுதுன்னு என்ன இருக்கு...'' என்று அம்மையும் கோவிலடிக்கு வடக்கில் நாகத்துக்கு இடம் ஒதுக்கிக் கொடுத்தது. அந்தச் சித்திரையில் அதுவரை காணாத அளவுக்கு கோவிலில் கூட்டம் வெள்ளணை மாதிரி திமுதிமுத்திருந்தது.

நீர்முள்ளி மரத்தடியில், வெட்டைப் பாறையில், தட்டி கட்டாத சந்தடிகளில், குடியிருப்புகளில், காய்ந்த வயல் வரப்புகளில் எல்லாமும் கூட குடும்பங்கள் படுதா விரித்துச் சாத்தி, காளியாயியைக் கும்பிட வந்து காத்திருந்தன.

அன்றைக்கு ஒரு பகலில் மட்டும் நூற்று எண்பத்தோரு கிடாய் வெட்டு. கல்குழி பாதையெங்கும் ரத்தக் கவுச்சி. செக்கச் சிவசிவக்க அம்மை தடுப்பெடுத்து ஆடினாள். ஆயிரம் பேருக்கு மேல் குறிசொல்லி உதடு வெடித்திருந்தாள். கோவிலில் இருந்து கிளம்பிய அடுப்பங் கரிப் புகை மூட்டம் ஊரையே மறைத்திருந்தது. பொங்கலும் குலவையும் கொட்டுமேளச் சத்தமும் என காளியாயிக்கு வாழ்நாள் காணாத கொடை.

06

"தப்பா எடுத்துக்காதீங்க. எங்க இஷ்ட தெய்வமா இந்த அம்மனை ஏத்துக்கிட்டாலும் நாங்க உயிர்ப் பலி கொடுக்கிறதில்ல. அதனாலேயே விழாவுக்கு நீங்க நேரில வந்து அழைச்சும் வரமுடியலை. இந்தாங்க என் காணிக்கை" என்று ஒரு துணிப்பை நிறைய ரூவாய்த்தாள் கட்டுக்களை அம்மையிடம் எடுத்து நீட்டினார் ஓட்டல்காரர்.

அம்மைக்கு கை விடைத்து விட்டது. "உங்க காணிக்கை எதுன்னாலும் அதை நீங்க காளிக்கே கொடுத்துடுங்க. எங்க கையில வேண்டாம்" என்றது அம்மை.

"சொல்றேன்னு வித்யாசமாப் பார்க்க வேண்டாம். எங்கெங்கயோ எப்படி எப்படியோ சிக்கல்பட்டு மாட்டி நின்றிருக்க வேண்டியவன் நான். இந்தக் கோவிலுக்கு வந்து, இந்த அம்மன் முன்னாடி வந்து நின்ற மறுபொழுது என் எல்லா பிரச்சனைகளும் தூசி மாதிரி காணாமல் போயிடுச்சு. இந்த தெய்வத்தை நீங்க இவ்வளவு வருஷம் பாடுபட்டு கட்டிக் காப்பாத்தி இருக்கீங்க. அதுக்காக என்னால முடிஞ்ச பங்களிப்பா இதை ஏத்துக்கோங்க. உங்களுக்கும் பிள்ளைங்க இருக்காங்களே. அவங்க படிப்புச் செலவுகளுக்கு உதவட்டுமே!" என்றார் ஓட்டல்காரர். ரொம்பவும் யோசனைக்குப் பிறகு அம்மை அந்தக் காசை வாங்கிவிட்டிருந்தது.

மறுநாளே கரூர் பட்டறையில் சொல்லி, ஆறு பவுனில் ஆரம் ஒன்றும் ஐந்து பவுனில் காசு மாலையும், அதுபோக புது ஆளுயர சூலமும் ஏழெட்டு ஜவுளிப் பட்டும் கோயிலுக்கென வாங்கிச் சேர்த்தது அம்மை. 'நம்ம பசியை அவளே தீர்க்கும் போது, அவ தராம நம்ம தட்டுக்கு வர்றது எதுவும் நமக்கு ஒட்டாது' என்று அம்மை தெளிவோடு இருந்தது.

மொத்த காசையும் கோவில் பேரில் இருந்த அறக்கட்டளை கணக்கில் சேர்த்து எல்லாவற்றுக்கும் ஓட்டல்காரர் பேரில் ரசீது போடச் சொல்லி அதிலிருந்துதான் செலவழித்தது அம்மை.

சரியாக ரெண்டே வருடத்தில் ஆச்சிக்கு மேலுக்கு முடியாமல் பஞ்சணையில் விழுந்துவிட்டது. கோவில் காரியங்களை அம்மை ஒருத்தியால் பார்க்க முடியாமல் போக வம்படியாக என்னையும் சாமி வேலைகளில் இழுத்து விட்டுத் தம்பியைப் படிக்க அனுப்பியது.

ரொம்ப நாள் யோசனைக்குப் பிறகு கோயில் அறக்கட்டளையில் ஓட்டல்காரரையும் ஒரு பொறுப்பாளராகச் சேர்த்துக் கொள்ள அம்மை முடிவெடுத்திருந்தது. அன்னதானச் சொத்து, பொன் பொருள் கணக்கு வழக்குகளைச் சமாளிக்க அவரது உதவியும் அடிக்கடி தேவைப்பட்டதால் அம்மை இந்த முடிவுக்கு வந்திருக்கக் கூடும்.

ஓட்டல்காரரும் எதிர்பார்த்துக் காத்திருந்த மாதிரி எந்த முகச் சுழிப்பும் இல்லாமல் கோயில் விசயங்களை தலைமேல் எடுத்துப் போட்டுக் கொண்டு செய்தார். கோயிலைச் சுற்றித் தளம் போடும்போது வட புறத்தில் அவருக்கென்று எடுபித்துக் கொடுத்த இடத்திலே நாகபூஷணிக்கும் அன்னபூரணிக்கும் சிலை எழுப்பி இச்சையோடு வழிபட்டு வந்தார்.

07

அவதியால் துள்ளாமல் துடிக்காமல் அவசரமென்றும் அழைக்காமல் நல்ல குளிரிரவில் தன் பஞ்சணையிலே உயிரை விட்டிருந்தது ஆச்சி. கோயில் கதவை இழுத்துச் சாத்திவிட்டு எல்லா பணிவிடையும் முடித்து, தெக்கே உள்ள காட்டிலே அவளைக் கொண்டுபோய் ஆச்சியை அடக்கிவிட்டு வந்தோம். சித்தியும் பெரியம்மைப் பிள்ளை களும் வந்திருந்தாலும் தம்பிதான் ஆச்சிக்கு முடி இறக்கினான். துஷ்டி விழுந்திருந்த பதினாறு நாளும் சாமி பூசையை நிறுத்தக் கூடாது என்று வெளியாள் பூசகரை வரவழைத்துக் கொண்டு கோவில் காரியங்களை ஓட்டல்காரரே முன்னின்று கவனித்துக் கொண்டார்.

ஒவ்வொரு நாளும் காளியாயியைக் கட்டிச் சேர்த்து, ''அம்மோ இன்னைக்கு நீ கட்டியிருந்த செகப்பு பட்டுல என்னம்மா இருந்த

கார்த்திக் புகழேந்தி

தெரியுமா.. எந்தக் கோவமும் இல்லாம பச்சப் புள்ளைக்கு தன்னோட பாலாடைய விலக்கி பாலூட்டுற தாய் மாதிரி உன் முகத்துல அவ்வளவு தெளிச்சி. சரம் சரமா பூ கட்டிவச்சி உன்ன அலங்காரம் பண்ணிப் பார்க்கத்தான் இந்த பொறப்ப நீ கொடுத்திருக்க. என் அம்மால்ல நீ..'' என்று ஊனுருக உயிருருக அவள் தாளடியிலே கிடக்கும் அம்மைக்கு மனசும் இருப்பும் ஓரிடத்திலும் கொள்ளவே இல்லை.

பதினாறாம் நாள் துஷ்டி காரியங்களைக் கழிக்க வந்தவர்கள் ஊர் திரும்பி அவரவர்கள் வீடேறினார்கள். மறுநாள் விடிகாலைக் கருக்கலிலே அம்மை எழுந்து நேரே கல்குழியை நோக்கி நடந்தாள். கால்முட்டிக்கு வறண்டிருந்த தண்ணியில் இறங்கி கையாலே கோரிக் குளித்தாள். தனக்குப் பிடித்த மஞ்சள் நிறச் சீலையை உடம்பகலச் சுத்தி உடுத்திக் கொண்டு, கோயிலடி திசைக்கு ஏறி நடந்தாள்.

கோயிலடி முகப்பிலே நிலை வாசல் வண்ணம் மாறியிருந்தது. ரெண்டு பக்கமும் நளின முகத்தோடு கட்டுச் சரியாத முலைக்கச்சைகளுடன் துவார பாலகிகள் சல்லடை தடுப்பு போட்டு சிறையாகியிருந்தார்கள்.

கோயிலின் நெற்றியில் அருள்மிகு ஸ்ரீமகாதேவியர் அன்னபூரணி நாகபூஷணி அம்மன் திருக்கோயில் என்று கொட்டை எழுத்தில் விளக்கு வாசகம் மின்னியது. சன்னதிக்கு பக்கவாட்டில் ரெண்டு பக்கமும் ஆட்கள் அகண்டு நிற்கும்படி தடுப்புக் கம்பிகளும், ஒரு சுற்றுப் பருத்த உண்டியலும், சுற்றுப்பாதையில் நவக்கிரகங்களும், பாதையின் கடைசி மூலையில் கன்னங்கரேலென்று பின்னமாக்கப்பட்ட காளியாயின் சிலையும் இடம்பெயர்ந்திருந்தது.

அம்மைக்கு நெஞ்சு பதபதைத்துவிட்டது. தவிப்பும் கொந்தளிப்புமாய் ஓங்காரம் எடுத்துக் கதறத் துவங்கி விட்டாள். தன்னினைவு இழந்து மூர்ச்சையாகித் தரையில் விழும் மட்டும் அந்தப் பொட்டுக் கருக்கலில் சன்னதம் வர ஆடி அசந்திருக்கிறாள். ஆளரவமற்ற கோவிலடியில் அம்மையும் காளியும் அனாதரவாய் நொடிந்து கிடக்க, பூட்டிய கர்ப்பகிரகத்திற்குள் புதுசாய் குடிவந்த தெய்வம் எந்த அணுக்கமும் இல்லாமல் உறங்கிக் கொண்டிருந்தது.

08

ஆச்சியை அடக்கம் பண்ணின எங்கள் சொந்த நிலம் அறக்கட்டளை யின் கணக்கிற்குள் வருவதாகவும், அதைச் சட்டத்துக்குப் புறம்பாக, சொந்தப் பயன்பாட்டுக்கு எடுத்துக் கொண்டதாகவும் அம்மை மீது ஓட்டல்காரர் வழக்குப் பதிந்திருந்தார்.

பெரியம்மையின் கொழுந்தனார் கீழ்கோட்டில் வக்கீலாக இருந்ததால் அம்மைக்காக வாதாடி அந்த நிலம் எங்களுக்குச் சொந்தமானது என்று தீர்ப்பு வாங்கித் தந்தார். ஆனாலும் கோவில் அறக்கட்டளையில் முறைகேடுகள் இருப்பதாயும் அதனால் அறக்கட்டளை நிர்வாகத்தில் எங்களுக்கு எந்தப் பங்கும் இல்லை என்றும் புதிதாக வக்கீல் நோட்டீஸ் அனுப்பப்பட்டிருந்தது. கோர்ட்டுக்கும் வாய்தாவுக்கும் அலைந்து கையில் இருந்த காசெல்லாம் பஸ்சுக்கே கரைந்தது.

தம்பியின் படிப்புச் செலவுக்காக வாங்கிய கடன்களும் கழுத்தை நெறிக்க இவ்வளவு காலமும் ஊருக்கெல்லாம் அள்ளி அளந்து அருள் கொடுத்த காளியாயி கடைசியில் எங்களுக்கு ஏன் கைவிரித்தாள் என்று புரிபடாமலே அம்மை வீட்டுக்குள்ளே முடங்கிப் போனது.

09

கொட்டு மேளச் சத்தம் நின்றடங்கி குந்துமணியும் கீழே விழுந்தால் காதால் கேட்டுத் தேடி எடுத்துவிடும் அமைதி.

"யேய்.." என்ற ஒரு குரல்தான்.

அம்மையின் தளர்ந்த உடலுக்குள் இருந்து அவ்வளவு வலுவாய் ஒரு சத்தம் வரும் என்று யாரும் எதிர்பார்த்திருக்கவில்லை.

"யாரயடா பட்டினி போட்டுப் பாக்கீங்க. பச்ச எல ஒண்ணும் பூக்காம, கருக்க மழை ஒரு துளியும் தரையில வந்து விழாம தண்ணிக்கும் சாவுக்கும் நடுவுல தவிச்சுக் கெடக்கிங்களே ஏந்தெரியுமா! ஆய்ய்... ஊம்... நான் போய்ட்டேன். இந்த மண்ணுக்கு இனி தண்ணி இல்ல. இந்த மண்ணுக்கு இனி சீவன் இல்ல. இந்த மக்களுக்கு இங்க நீதி இல்ல.. இந்த ஊருக்கு எந்தச் சாமியும் இல்ல.. நான்

காடேறிட்டேன். காட்டுலருந்து மலையேறிருவேன். அதுதான் இனி என் எடம். அதுதான் இனி என் எடம். அதுதான் இனி என் எடம்...."

அருளிறங்கிய அம்மையின் உடல் தளர்ந்து, கையிலிருந்த திருநீற்றுச் சட்டி நிலமெங்கும் சிதற, வேப்பங்குலை அங்கமெல்லாம் விசிறடிக்க, கழுத்து மாலை அந்துவிழ ஆச்சியின் உடம்பு அடங்கின தெக்குக் காட்டின் திட்டையில் எரிந்து கொண்டிருந்த மாடக்குழி விளக்கின் வெளிச்சம் மறைய அதன் மீதே சாய்ந்து விழுந்தது அம்மை.

மேளக்காரர்கள் கொட்டுக் கம்பை வானத்துக்கும் பூமிக்குமாய் ஏற்றி இறக்கி அடிக்கத் துவங்கினார்கள். பெண்களின் குலவைச் சத்தம் காதைப் பிளக்க அம்மை முற்று முழுதாய் மலையேறியிருந்தாள்.

– குறி சிற்றிதழ்-2019 , வாசகசாலை-2020

கொடிக்கால்

எந்தக் குடும்பத்திலும் உண்டா இப்படி ஒரு அழிமானம்... அப்படி என்ன விவஸ்தை கெட்ட இருமாப்பு? பெத்த பிள்ளைமேல என்ன மனக்கசப்பு இந்தக் கிழவிக்கு? சரி அவளுக்குத்தான் ஏதோ வராதது வந்துட்டது. ஒரு எண்பது வயசுக் கிழவி மேலே அப்படியென்ன பொல்லாப்பு இந்த இவனுக்கு?

ஊரே இப்போது ரெங்கதாசன் குடும்பத்துக் கதையை குறித்துத் தான் மூகூர்த்தம் பேசிக் கொண்டிருந்தது. அம்மையும் மகனும் ஒருத்தருக்கொருத்தர் முகம்பார்த்துப் பேச்சுவார்த்தை வைத்துக் கொள்வதை நிறுத்தியே வருசங்கள் ஓடிவிட்டது.ஆனாலும் ஆச்சியம்மாள் கிழவியின் சொல் இல்லாமல், ஆவுடையாபுரம் பெரிய வீட்டில் எந்தக் காரியமும் நடக்காது. எந்த நல்லது கெட்டதுகளிலும் தாயும் மகனும் அவரவர் கட்டுக்குள் நின்றுகொண்டு வெடித்து மாய்வார்கள். பிறகு அவர்களாகவே சாந்தப்படுவதற்குள் போதுமென்றாகிவிடும்.

இவர்களின் இந்த ஜோடனைகளை எல்லாம் வெளியில் இருந்து பார்த்தால், அதில் ஒரு வேடிக்கை இருப்பது போலத்தான் தெரியும். இருந்தாலும் அவர்கள் பேச்சுக்குள் பல வருஷ கால மனத்தாங்கலின் சூட்சமம் ஒளித்து கிடக்கிறது என்பது அன்னம்மாளுக்கு மட்டுமே தெரியும். என்னவொன்று அது என்ன விவகாரமென்று கேட்டுத் தெளிந்து கொள்ளும் அளவுக்கு அன்னம்மாளுக்குத் துணிவு பத்தாது.

அந்தத் துணிச்சல் இருக்கக்கூடாது என்பதற்காகவேதான் அசலிலேயே வேண்டாம் என்று அந்நியத்தில் தேடிப் பிடித்து, சாதியிலேயே ஏழ்மைப்பட்ட குடும்பத்திலிருந்து ரெங்கதாசன் சம்சாரமாக கலியாணம் கட்டி அழைத்து வரப்பட்டாள் அவள். ஆனால், ஆச்சியம்மாள் கிழவி அப்படியில்லை. பதினோரு வயதில் தன் தாய்வழியில் சொந்தத் தாய்மாமனைச் சீர்செனத்தியோடு கட்டிக்கொண்டு ஆவுடையாபுரம்

வந்தவள். அவள் பாக்குரல் இடிக்கும் இந்தப் பெரிய வீடும் அவள் கொண்டுவந்த தாய்வழிச் சீதனம்தான்.

"இருக்கும் சொத்து சம்பத்துக்கள்மீது எனக்குள்ள உரிமையும் பாத்தியமும் ஒருக்காலும் உனக்கு வந்துசேராது' என்று சொல்லாமல் சொல்லுகிற மாதிரியே அன்னம்மாளை நடத்தினாள் ஆச்சியம்மாள் கிழவி.

பேருக்குத்தான் கொடிக்கால் வமிசம்; உள்ளே வெறும் ஈறும் பேனும் கதையாக பெரிய வீட்டுக்கு மருமகள் என்றாலும் ஒரு பரோபகாரியாக, ஏகாலியாக, குடிமகளாகச் சுருங்கிப்போயிருந்தது அன்னம்மாளின் வாழ்வு.

ஊர் விழாக்களில் பெரிய வீட்டின் சார்பில் கலந்துகொள்வது, வேலையாட்களுக்குக் கூலி கொடுப்பது, கொடிக்கால் குத்தகைகளைக் கவனிப்பது என்று பெரிய வீட்டின் எல்லா நகர்வுகளையும் ஆச்சியம்மா கிழவி அந்த வயதிலும் தன் பொறுப்பிலே வைத்திருந்தாள்.

இந்த பதினாறு வருஷங்களில் இதில் எதுவுமே மாறவில்லை. ஒரே நல்ல விஷயம் ஆச்சியம்மாளால் கட்டுப்படுத்த முடியாத ஒரே ஆளாக இருந்தது அவளின் மகன் ரெங்கதாசன். ஏழு பெண்ணுக்குப் பிறகு பிறந்த ஒரே ஆண் வாரிசு. அதுவும் ஆசை ஆசையாக கிருஷ்ணநாமம் சூட்டிய எட்டாம் கடைக்குட்டி.

அவரைக் கட்டிக்கொண்டு பெரிய வீட்டின் ஒரே மருமகளாக வந்ததில் அன்னம்மாளுக்குக் கொஞ்சம் ரகசிய கர்வம் உண்டுதான். ஆனால், ரெங்கதாசனைப் பழிக்கும் விதமாகத் தன்னை ஆச்சியம்மாள் மண்டியிடச் செய்வதைத் தாங்கிக் கொள்ள முடியாத எரிச்சலாக உணர்ந்தாள் அன்னம்மாள்.

தலையெல்லாம் பஞ்சு பஞ்சாக வெளுத்துவிட்டது என்றாலும் பருவத்தில் துள்ளி வளைய வந்தவள் ஆச்சியம்மாள். அவளுக்குப் பெயரே அப்படித்தான். நின்றாள் ஆச்சி; நடந்தாள் ஆச்சி என்று எல்லோராலும் தாங்கித் தாங்கி வளர்க்கப்பட்டவள். பருவம்பூத்த பெண்

பிள்ளை ஒருத்தி, பெரிய வீடுகளில் ஒய்யாரமாய் நெளிந்து, உடம்பைத் திருகும் பாவனைகளோடு வளைய வருகிறாள் என்றாலே, அந்தக் காலத்து வடபதி தட்டார்களுக்கு மூக்கு வேர்த்துவிடுமாமே!

கொங்கு நாட்டு கோனேரிகளிடம் புரளும் அசல் ரத்தினங்களைச் சீவி வாங்கி, அம்புநாடு, பொன்னமராவதி செட்டிகளிடம் பெற்ற பொன்னை உருக்கி, முத்துமாலை என்ன, மலைநாட்டுத் தந்தக்கோட்டு வளையலென்ன...

தினுசு தினுசான ஆபரணங்கள், தேயா வஸ்திரங்கள் எனச் சும்மாடாகச் சுமந்துகொண்டு வாசல் நடையில் வந்து வரிசைகட்டி நிற்பார்களாம். அதையெல்லாம் கைக்கு காலுக்கு கழுத்துக்கு மேனிக்கு என்று ஒவ்வொன்றாக தேர்ந்து, அழகு பார்த்துத்தான் ஆச்சியம்மாள் திருமணம் நிகழ்ந்ததாம். அவளுக்கென வந்த சீர்செனத்தியில் குதிரை, பசு, காளை மாடுகள், சொத்து சம்பத்துகள் என்று பெரும்பாட்டம் உண்டாம்.

அதுவெல்லாம் கடலில்போட்ட கல் உப்பாகக் கரைந்து, மிச்ச பெருமைக்கு அச்சலச்சலாய் மழைபெய்யும் ஒருபாட்டம் கரிசலும், இந்தக் கருங்கல் சுவரெழுப்பி, கருங்காலி மரத்தில் தூண்நட்டு, நாழி ஓடும் உள்ளொழுக்குக் கூரையும் விட்டுக் கட்டின பெரியவீடு எனும் மாளிகையும் தான் இப்போது கைதங்கியிருக்கிறது.

அத்தனைக்கும் காரணம் ஆச்சியம்மாளின் காலஞ்சென்ற கணவர் கைலாசபதி கொடிநாட்டார். ஏழு பெண்மக்களைப் பெற்றெடுத்த சீமான். அவரும் பெரிய குடும்பத்து ஆள்தான். மதுரை, ராமநாதபுரம், திருநெல்வேலி ஜில்லாக்களில் கம்பும் வரகும் சோளமும் கொருகொருவென முண்டிய காலத்திலேயே, ஆவுடையார்புரத்தில் கொடிக்கால் வைத்து 'கிருஷி' பண்ணியவர். சொத்துவரப்புகள் கணக்கு எக்கச்சக்கம். அதேபோலவே உடன்பிறப்புகள் கணக்கும்.

அவ்வளவு பேருக்கும் மூத்தவரென்றாலும் அவரைக் காட்டிலும் பெரிய இடத்தில் சம்பந்தம் செய்தவர் என்றால் கேட்கணுமா? வளப்பங்கள் தீரும்மட்டும் வாழ்ந்து தீர்த்தார்.

பிறகு எப்படி குடி முறிந்து விழுந்தது? மனங்கெட்டு செய்த பாவத்துக்கும் அது கொண்டுவந்து சேர்த்த சாபத்துக்கும் ஒரு வெகுமதி உண்டில்லையா?

தாத்தையா என்றழைக்கப்பட்ட கைலாசபதி கொடி நாட்டார் உயிரை, சீமைச் சாராய சகவாசம் குடித்திருந்தாலும் அவர் சொத்து, சம்பாத்தியங்களைக் கரைத்ததில் முக்கியப் பங்கு அவரது கூத்திமார் புழக்கம். ஆனால், அது பற்றியும்கூட ஆச்சியம்மா கடுகடுத்து நாலு வார்த்தைப் பேசியது கிடையாது.அவ்வளவு ஏன், தாத்தையாவுக்கு அதன்வழி பிறந்த சில வாரிசுகளும் உண்டு. ஆச்சியம்மா அதுபற்றி ஒரு வாக்கும் விட்டதில்லை. அவள் எதைத்தான் வெளிப்படை வைத்துப் பேசியிருகிறாள்?

கொடிநாட்டார் வம்சத்தின் வாழ்வரசியாக, வம்ச கௌரதையைக் காப்பாற்றுபவளாக, எப்போதும் தன் சீலை முந்தானையிலேயே அதன் அர்த்தப்பேறுகளை முடிந்து வைத்திருப்பளாக அத்தனைக் காலமும் தன் உயிரை இறுக்கிப் பிடித்துவைத்திருந்தாள் ஆச்சியம்மா.

ரெங்கதாசன் தன் சிறு வயதில் இவ்வளவு கடுமையான ஆளாக இல்லை. அவரது பதிமூணாம் வயதில் ஒருநாள் தீவிரக் காய்ச்சல் கண்டு படுக்கையிலே விழுந்தார். இனி பிழைக்க லாயக்கே இல்லை என்று கொடிக்குளம் பெரிய வைத்தியரும், இங்கிலீஸ் ஆஸ்பத் திரியாரும் கை விரித்த பிறகு, தன் கரிசலுக்கு வடக்காட்டில் வைத்த தெய்வத்தை நெக்குருக வேண்டிக்கிடந்து, நேர்ச்சை மூலமே மகன் உயிரை மீட்டெடுத்து வந்தாள் ஆச்சியம்மாள்.

ரெங்கதாசன் நோய் கண்டிருந்தபோது, அவர் உடம்பெல்லாம் அப்படியே ரத்தச் சிகப்பு கண்டுவிட்டது. ஒரே ஆண் பிள்ளை என்று படிக்க கொள்ள என்றுகூட வெளியிலே எங்கும் அனுப்பாமல் வளர்த்தவரின் பேச்சு, ஜாடை எல்லாம் மாறிவிட்டது. விவகாரம் கொடிநாட்டாருக்கே மெல்லதான் உரைக்க ஆரம்பித்தது.

ரெங்கதாசன் மேலே சின்னையா 'மேனி' இறங்கியிருக்கிறது என்று தெரியவந்தபோது, வேலையாட்கள் உட்பட எல்லோருமே அஞ்சி

அலறி ஓட்டமெடுத்தார்கள். தெய்வம்தான் அவரைக் காப்பாற்றி பெரிய வீட்டு ஆச்சியம்மாள் கையில் கொடுத்தது என்றும் பேச்செழுந்ததும்தான் அச்சங்கள் அடங்கின.

பூரண குணமானபோதும் சின்ன வயதில் தனக்கு எதுவோ நிகழ்ந்திருக்கிறது என்பது மட்டும் ரெங்கதாசனுக்குப் பிடிபட்டி ருந்தது. மண்ணள்ளிப் போட்டுப் புகையை மறைக்கும் காரியம் ஒன்று நிகழ்வதை அவனால் ரொம்பக் காலம் வேடிக்கை பார்த்துக் கொண்டிருக்க முடியவில்லை. சில காலத்துக்கு முன், ‘தெரிந்ததைச் சொல்லச் சொல்லி’ மூத்த அத்தை குமுதநாச்சியாளிடம் கேட்டறிந்துகொண்டார் ரெங்கதாசன்.

கைலாசபதி நாட்டாரின் உடன்பிறந்த தம்பி, சின்னையா எனும் திருப்பிரகாச பழபதி கொடி நாட்டார் தடயமின்றிச் செத்துப் போனது தொடங்கி, அவரது ‘மேனி’ குடும்பத்து ஆண்களைப் படுத்துவது குறித்து ஒவ்வொரு சொல்லாக குமுதநாச்சியாள் வாய் திறந்தாள். அதன்பிறகே எழுந்தது இந்த உள்வீட்டுப் பூசல்கள். அன்று முதல் குமுதநாச்சியாள் குடும்பத்துக்கு வேண்டாதவள் என்ற பேரையும் ஆச்சியம்மாளிடம் பெற்றிருந்தாள்.

கொடிக்காலுக்கு வடபுறத்தில் செல்லியம்மனுக்குக் கோயில் எழுப்பப்பட்டிருந்தது. வெளியாட்கள் யாரும் எட்டிப் பார்க்காத ஆவுடையாற்றுப் பள்ளத்தின் ஓடை பிரியும் இடத்தில்தான், ஓடைக்கரை தென்கலம் சிவனையாவின் குடிசை இருந்தது. சுத்துப்பட்டு ஊர் மிராசு களின் அத்தனை வில்வண்டிக் காளைகளுக்கும் பிடித்த பிடியில், ஒற்றை ஆளாக லாடம் அடிப்பார் சிவம்.

அவரின் மூத்த மகள் செல்லியை ஒரு வெட்டாப்பு காலத்தில் ஊருணிக் கரையில் பார்த்து அவள்மீது மனசு வைத்திருந்தார் சின்னையா திருப்பிரகாச பழபதி. அவருக்கு நேர் நாலுவட்டம் இளையவளான செல்லி, உழுமாடுகளோடும் உடுப்பனவுகளோடும் வாழும் சிறுகுடிக்காரிதான். தங்கம் குலுங்கினாலும் சத்தம் வரும். அவள் பேச்சுக்கு வாயெடுத்த வார்த்தை வெளியிலே வந்து விழாது. எந்த உயிருக்கும் குற்றமும்

தீங்கும் செய்ய நினைக்காத சின்ன உயிர் அவள். அப்பேர்பட்டவள் சின்னையாவின் மனசுக்குள் பூத்துவிட்டதில், அவளின் குற்றமென்று என்ன இருக்க முடியும்?

களையெடுக்கிற இடம், காடு கரைவெளி எங்கும் பின்னாலே அலைந்து வார்த்தை வளர்த்திருக்கிறார் சின்னையா. எந்தப் பெண்ணுக்கும் ஏற்படும் அச்சமும் தடுப்பும் கொள்ளாமையும் அவளுக்கும்தான் ஏற்பட்டது. கடல்கடந்த நாடுகளுக்கெல்லாம் சென்று பெரும்படிப்பு படித்து வந்தவரான சின்னவரின் பிரியம் அவர்மீது மெல்ல வசியம் வரவைக்காமல் இருக்குமா?! நம்பிக்கையும் பரிவும்கொண்டு அவருடன் துலங்கிவிட்டாள் செல்லி. கரிசல்காட்டில் பிஞ்சு கண்ட பருத்திக் காம்பு மீது கொடிக்கால் வெற்றிலை சுற்று கண்டுவிட்டது.

செல்லியைக் கலியாணம் கட்டிக்கொண்டு அவள் கூடே வாழ்வதெல்லாம் இந்த ஜென்மாந்திரத்தில் இங்கே நடக்காது என்றறிந்த பழபதி அவளை ஈழவநாட்டுக்குக் கையோடு கூட்டிச் சென்றுவிடுவது என்று திட்டமிட்டார். அதற்கான ஏற்பாடுகளில் முழுத்தீவிரமாக ஈடுபட்ட போதுதான், ஆச்சியம்மாள் காதில் இந்த விஷயம் காத்துவாக்கில் வந்திறங்கியது.

தன் இளைய கொழுநன் செய்யப்போகும் காரியத்தில் அவளுக்குப் பெரிய கிலேசமே வந்துவிட்டது. கைலாசபதி நாட்டாருக்கும் ஏகபோகக் கோபப் பெருக்குதான். விவகாரம் முற்றி, பாற்பட்ட பெரிய மனிதர்களைக்கொண்டு, தன் மற்ற சகோதர, சகோதரிக் குடும்பத்தாரிடம் பேச்சுவார்த்தை நடத்திப் பார்த்தார்.

எப்படியாவது இந்த விவகாரத்தில் இருந்து சின்னையாவை வெளியேற வைத்துவிட முடியும் என்றே அவர்கள் எல்லோரும் நம்பி இருந்தார்கள். எந்த நம்பிக்கையும் கைகூடி வரவில்லை. சொத்து சம்பத்துக் களைக் காட்டி மிரட்டினார்கள். ''நீங்களும் சரி; உங்கள் சம்போகங்களும் சரி'' என்று கை உதறிவிட்டார் பழபதி.

''சரி அப்படித்தான் போகிறான் என்றால் அவன் ஒழியட்டும்'' என்று பெரிய கொடிநாட்டார் உட்பட அத்தனை பேரும் அவரைத் தலை முழுக

நினைத்தபோது, ஆச்சியம்மாவுக்கு ஆவேசம் பெருத்துவிட்டது.

''எனக்குச் சமானமுள்ள இடத்தில் ஒரு கீழ்க்குடி பெண்ணைக் கொண்டுவந்து நிறுத்துவேன் என்கிறான். ஒழியட்டும் என்று எப்படி விடலாம். நாளைக்கு அவளுக்குப் பிறக்கும் சீமாந்திரப் புத்திரங்கள் வாசலில் வந்து நிக்குமே... அப்போ கொடிநாட்டார் வமிசம் முகத்தை எந்தப் பொந்தில் கொண்டு போய் வைக்கும்'' என்று பொரிந்து தள்ளி விட்டாள் ஆச்சியம்மா.

எல்லோருக்கும் அதை நினைக்க திக்கென்று இருந்தது.

தேய்பிறை முடிவுக்கு வர நாலு நாள்கள் இருந்த அந்த அர்த்த சாமம் முடிந்திருந்தது. ஊரார் யாரும் கண் பார்க்காத ஊமைச் சடங்காக வடக்குக் காட்டு முற்றத்தில் அந்தக் கொலை பாதகம் நிகழ்ந்திருந்தது.

கோணிச் சாக்கில் முகத்தைக் இறுக்கிக்கட்டி, உடம்பில் பொட்டுத் துணியில்லாமல் இச்சி மரத்தின் கட்டைக் கொம்பில் அலங்கோலமாகத் தொங்கிக் கொண்டிருந்தது ஒரு பெண்ணுடம்பு.

காத்தில் ஊசலாடி இறுவிப்போன கயிறு, அதன் தொண்டையை உடைந்து, தலை மூட்டையை திசைக்கில்லாமல் சரித்து விட்டிருந்தது. ஒடிந்த கால்களும் கைகளும் அந்த உடம்புக்குச் சம்பந்தமில்லாத உறுப்புகள் போல பருத்து வீங்கியிருந்தன. மயிர் அளைந்திராத உடலுக்கு நேர் கீழே ஊனும் ஊளையும் ரத்தமும் நரவலும் வழிந்து, நிலமெங்கும் கவுச்சி பட்டுக் கிடந்தது.

சங்கடம் பொசபொசவெனப் பரவிவிட்டது ஊருக்குள். போட்டது போட்டபடி பள்ளிக்குடி பெண்களும் ஆண்களும் வடக்குக் காட்டு முற்றத்துக்கு வந்துவிட்டார்கள்.

'...எங்கருந்து கொண்டுவந்து இங்கே கட்டித் தொங்க போட்டாங்களோ, யாரோ எவரோ, அறியா பாவம் தெரியா பாவம் என்னன்னு செஞ்சிதோ...' என்று உள்ளூற எழுந்த வயனங்களை அடக்கிக்கொண்டு, ஒருபக்க அழுகை முட்டத் தவியாய் தவித்துக் கொண்டிருந்தார்கள் பள்ளிப் பெண்கள்.

‘‘எள உசுர இப்படி நாசம் பண்ணிப் போட்டுருக்கானுகளே! யாரு ஊட்டுப் புள்ளடா இது. ஏள யப்பா! அன்னாந்து காணாம ஊருப் பொட்டப் புள்ளைகள்ள யாரக் காணமுன்னு தேடுங்கடாப்பா!’’ குப்பாயி கிழவி ஆம்பளை ஆட்களை புறம் போகச்சொல்லி அங்கிருந்து விலக்கி விட்டாள்.

‘‘என்னனுடா ஒறங்குச்சு இந்த ஊரு... ச்சீன்னு போச்சே பொம்பள பொளப்பு ஒரு ராவுலே! எம்மா தாயி...’’ பெருமாச்சி கனைப்போடு, தான் உடுத்தியிருந்த சீலையை உரிந்து கிளையில் தொங்கிக் கொண்டிருந்த உடம்பைப் பார்த்துத் தூக்கி வீசிச் சொன்னாள். அது கிளையையும் உடலையும் எட்டாமல் அலைபாய்ந்து எந்த நிலையுமற்றுக் கீழே விழுந்தது.

‘‘எடுத்து மறங்கடி நம்மூட்டு மானம்னு அறிஞ்சோமா!’’ வயது பெருத்தவர்கள் துடித்துப்போய் கைக்கு மாட்டிய துணிகளை எல்லாம் எடுத்து வானுக்கு எறிந்தார்கள்.

புறந்தேடிப் போன ஆம்பளைமார்களில் ஒருத்தர் கடுத்துக் கூக்குரல் போட்டார்.

‘‘எம்மோவ் தெங்கலத்தூராளு மருந்தடிச்சு வரப்புல கெடக்காரு. மாடு கண்ணுவளும் உசுரில்லாம வெட்டிச் சரிச்சுக் கெடக்கு...’’ என்ற அவர்களின் சத்தம் கேட்டு பதைபதைப்பு எல்லாருக்கும் தொற்றிக் கொண்டது.

மரத்தில் தொங்கிக் கொண்டிருப்பது செல்லி!

கிளையிலாடிய அவள் பருத்தியுடம்பு இப்போது ஒரு சீலைக் கொத்தாக மாறிப் போயிருந்தது. கண்மறைத்து நின்ற இளஞ்சிறுமிகளுக்கு எங்கிருந்து கிளம்பியதோ அத்தனை அழுகையும் ஆவேசமும் விசும்பலும்.

‘அக்கா அக்கா...’வென இப்போது அவர்கள் பங்குக்கும் வானும் மண்ணும் பார்த்து கதறத் தொடங்கினார்கள். குடும்பரும் வேறு சில ஆண்களும் வைக்கல் பிரியை அவசரமாக முடைந்து, அதைக் கயிறாகப்

பாவித்துக் கொண்டு, மரத்தின் கிளையில் கொத்திப் பிடித்துத் தாவி ஏறினார்கள். செல்லியின் கழுத்தை இறுக்கியிருந்த எருமைத் தோல் கயிற்றை குடும்பர் அறுக்க, மற்றவர்கள் கயிற்று முனையை முறுக்கிப் பிடித்துக் கொண்டார்கள். சில நிமிடப் போராட்டத்துக்குப் பிறகு செல்லியின் உடல் தரையை நோக்கித் தளர விடப்பட்டது.

பெண்கள் எல்லோருமாகச் சேர்ந்து அவளைத் தாங்கிப் பிடிக்க, பேய்க் காத்தில் மொட மொடவென்று உடைந்து விழும் பனைமரம்போல பள்ளியர் கைகளில் இரண்டு உயிராய் வந்து விழுந்தாள் செல்லி.

செல்லியின் உடம்பு அந்தரத்தில் துலாக்கோல் போலத் தொங்கவிடப் பட்டது கேட்டு, பைத்தியமும் வெறியும் ஒருசேரப் பிறந்துவிட்டவராக, தன் வீட்டார் எல்லா பேரையும் வெட்ட வாளெடுத்துப் புறப்பட்டார் பழபதி. இந்த மகாபாவச் செயலைச் செய்தவன் ஒவ்வொருத்தன் தலையையும் வாங்காமல் விடமாட்டேன் என்று புறப்பட்டுப் போனவர் போனவர்தான். அதன்பிறகு அவரைக் குறித்து எந்தத் தகவலும் ஊரார் காதுக்குக் கிடைக்கவில்லை.

பதிலுக்கு, சின்னவர் பழபதி சீமைக்கு ரயிலேறி, அங்கிருந்து தனுக்கோடி துறையடைந்து சிலோனுக்குக் கப்பல் பிடித்துப் போனதாகவும், பாதி வழியிலே பையித்தியம் முத்திப் போய் கடலில் குதித்துச் செத்துப் போனதாகவும் சில கதைகள் பரவியது. அவரது சொத்துக்களை மொத்தக் குடும்பமும் பங்கு போட்டுக் கொண்டது. உடம்பிறந்தாள் குமுதநாச்சியும் அவள் தங்கைகள் இருவரும் மட்டும் 'ஒரு குருகுமணி கூட இந்தப் பாவத்தில் இருந்து எங்களுக்கு வேண்டாம்' என்று ஒதுங்கிக் கொண்டார்கள்.

வந்து தொலைக்கப் போகும் பாவம் தெரியாமல், சொத்து பட்டக் குடும்பங்களில் இருந்து ஒவ்வொரு உயிரும் துள்ளத் துடிக்கப் பறிபோய் கொண்டிருந்தது. அதுவும் சூலை நோய் கண்ட கைலாசபதி கொடிநாட்டார் தன் வளர்ப்புக் காளை முட்டிச் செத்துப் போனார். அவரது கொடிக்கால் கிணறுகள் பொத்தல் விழுந்தன. கிணற்றுச் சுவர்கள் ஈரப்பாசி கூட பிழைக்காமல் வறண்டன.

கார்த்திக் புகழேந்தி

ஒட்டன்சத்திரத்திலிருந்து கல் ஒட்டர்கள் வந்து பார்த்துவிட்டு தலையைப் பிய்த்துக்கொண்டு போனார்கள். ஊர் வறண்டு உலை அடங்கியது. பச்சை பிடித்துக் கிடந்த மண்ணெல்லாம் பொங்க சங்கலாகப் புழுதி மண்டிய பாழ்வெளி ஆனது. மிராசுமார் வசமிருந்த ஆவுடையாபுரம் சொத்துக்களை கோயில் பிராமணனுக்கு இனாம் கொடுத்தும் எந்தப் பூவும் பூக்கவில்லை.

அதுவரைக்கும் இருமாப்பு குறையாதிருந்த ஆச்சியம்மாள் கடேசியாகத் தன் பிள்ளை ரெங்கசாதனுக்குச் சூலை நோய் கண்டபோது தான் செய்த பழிக்கு அஞ்சினாள். அங்கிங்கென அலைந்து திரிந்து கடைசியாக மறவன்மடம் கருமசண்டாளன் காளமுத்துத் தேவரிடம் போய் பரிகாரம் கேட்டாள். அவர்தான் ஊரைப் பொலி கண்டு, உயிர்களை வதைக்கும் சின்னையாவின் மேனி ரெங்கதாசன் மேலே இறங்கி இருப்பதை உறுதிசெய்தார்.

அந்த மேனியைக் கட்டுக்குள் கொண்டுவந்து, துன்பத்தில் செத்த அதன் சந்நிதியைச் சாந்தி பண்ணுவதற்கும் ஏற்ற பரிகாரம் கேட்டு ஆச்சியம்மாள் கண்ணீர் முண்டி நின்றாள்.

''ஈசான மூலையில் பேறுகாலக் குடிசை ஒன்று கட்டுத் திறந்து கிடக்குது. கை, கால் நீட்டி கழுத்து முறிஞ்ச பொம்பள ஒருத்தி அங்க படுத்திருக்கா... அவளுக்கு தட்டி வெச்சு பரண் கெட்டு. பக்கத்திலே குழியடுப்பு வெச்சு, ஊர் ஏகாலியர்கிட்டே மாத்துத் துணி கொண்டுவந்து போடச் சொல்லு.

பெறகு, பேறுகாலச் சாமான், நாட்டு மருந்து, பொரி, கடலை, வெந்த தட்டாம் பயிறு எல்லாம் படையல் வெச்சு, 'பிள்ளை பிறக்கப் போகிறது'ன்னு வாய்விட்டுக் கூப்பிடு. கடேசியாக தட்டாம் பயிறை உருண்டை பிடிச்சு 'இதுதான் உன் பிள்ளை'னு பரணுக்கு அடியில கொண்டுபோய் காணி. கூடவே, ஒரு நார்பெட்டியில புதுச்சேலை வெச்சு வணங்கு. கொல்லப்பட்ட உயிர் பிள்ளையப் பார்த்து சாந்தப்படும். உன் குடி மிஞ்சும். தெய்வக்கணமும் கை கொடுக்கும்'' என்றார் காளமுத்துத் தேவர்.

அவரின் வாக்கைக் கேட்ட தினமே வடக்காட்டை நோக்கிப் படையோடு பறப்பட்டுப் போனாள் ஆச்சியம்மாள். பயிர்பச்சை

வளர்ந்து, பூமியை மறைத்துச் செழித்துக் கொழுத்த பூமி கழுகு தின்ன மாட்டெலும்புக் கூடாக கரையான் அரித்துக் கம்பும் கழுக்கலுமாகக் கிடந்தது கண்டு அவள் மனம் நொந்தது.

பெருங்காலத்துக்குப் பிறகு அந்தப் பாதையில் நடந்தேவந்த பெரியவீட்டு ஆச்சியம்மாளைப் பார்த்த பள்ளிக்குடியினர் வியந்தும் மனசுக்குள் வசைபாடியும் திகைத்து நின்றனர்.யாரையும் சீந்தாமல் தன் நோய்வாய்பட்ட மகன் மற்றும் பரிவாரங்களோடு வடக்காட்டுக்குள் நுழைந்தாள் ஆச்சியம்மாள்.

பனந்தடித் தூண்களுக்குக் கீழாகச் செம்மண்ணில் மஞ்சள் பூசி, வாய், மூக்கு, கண்ணு என வனாந்தரமாக வைக்கப் பட்டிருந்தாள் செல்லி.

ஆச்சியம்மாள் அவளுக்குச் சுவர் வளர்த்துக் கூரை கட்டச் செய்தாள். முன்பக்கம் ஓலைப் பரண் எழுப்பி, தட்டிக்கதவு வைத்தாள். சம்பு வளர்ந்துகிடந்த கருங்குளத்தில் இருந்து தண்ணீர் எடுத்துவந்து வைத்து தானே ஏகாலித் துணியும் கொண்டு வந்து வைத்தாள்.

பேறுகாலச் சாமான், மருந்துப் படையல் எல்லாம் வைத்துவிட்டு, ‘‘புள்ளை பிறந்திருக்கு’’ என்று கொண்டுவந்து அந்தப் பேறுகால குடிசையின் வாசலில் நார்ப்பெட்டியோடு தன் மகன் ரெங்கதாசனைக் கொண்டுவந்து படுக்கப் போட்டாள்.

– புரவி - 2022

கொடிவீரன்

''நேரா கேமராவப் பார்த்து பேசுங்க. அங்க இங்க திரும்பக் கூடாது. இந்த மைக்ல நீங்க பேசுறதெல்லாம் ரெக்கார்ட் ஆகிட்டு இருக்கும். அதை அசைக்காம பார்த்துக்கோங்க. சரி ஆரம்பிக்கலாமா!''

''என்னன்னு சொல்லட்டும்''

''நீங்க இந்த ஊருக்கு எப்போ வந்தீங்க. எத்தனை தலைமுறையா இங்க இருக்கீங்க. இந்த தொழில் எப்படி கத்துக்கிட்டீங்க.செங்கல் சூளைகளில் குழந்தைங்களை வேலைக்கு வைக்கிறது சட்டப்படி தப்புன்னு இருக்கே. உங்க காலத்தில் எப்படி அதெல்லாம் பார்க்கப்பட்டது. அப்புறம் உங்க ஊர் பெருமைகள் இதெல்லாம் சொல்லலாம். இறுமல் வந்தா தண்ணி குடிச்சுக்கோங்க. பட், திரும்ப விட்ட இடத்தில் இருந்தே பேச ஆரம்பிங்க. மத்தபடி ஒரு பிரச்சனையும் இல்ல. இடையில கேள்வி கேட்டா பதில் சொல்லும்போது, கேமிராவப் பார்த்தே பேசுங்க சரியா!''

''நெறய கண்டீசன்லாம் வச்சிருப்பீங்க போலய தம்பி''

''ஐயா, மண்பாண்டங்கள் செய்யுறவங்களப் பத்தின ஆவணப் படம் இது. அவங்களோட வாழ்க்கையை பதிவு பண்ணனும்னு விரும்பி பண்றோம். அதான் உங்களை பேட்டி எடுக்குறோம்''

''டீவில வருமோ''

''இல்ல.. இது டீ.வில வராது... ஆய்வு பண்ற மாணவர்களுக்குப் போட்டுக் காட்டுவோம்..?''

''சரிய்யா.. நான் சொல்லட்டா''

''நல்லது. ஆரம்பிச்சுடலாமா, கவி வாய்ஸ் ஓகே தானே.. போய்டலாமா... டேக்.. அய்யா நீங்க பேச ஆரம்பிங்க''

''எங்கைய்யாவுக்கு தாய்வழிக் குடும்பம் மொதமொத இந்த ஊருக்கு வந்தப்போ இந்த செவக்காடு முழுக்க குளுர நனைஞ்சிபோயி சதசதன்னு

சவுதியா கெடந்ததாம். அப்புடி ஒரு பேய்மழக் காலம். ஊரையே ரெண்டுல ஒன்னு பார்த்துட்டு போயிருக்கு மானம்.

மழ பேய்ஞ்சி காஞ்சதும் ஊரு செழிச்சிரும்லா. அன்னா தெரியுது பாருங்க கொளம். அதுக்கு அங்குட்டு தெம்புறம் நாயக்கமார் கட்டின மடை இருக்கு. அது நெரஞ்சி வழியும். அப்ப வயக்காடு, கழனியெல்லாம் தட்டாம் பறக்கும். ஆணு, பொண்ணெல்லாம் வெத தானிய குதுருகளயும், பத்தாயத்தையும் உருட்ட ஆரமிச்சிருவாங்க.

சம்சாரிகளல்லாம் கோப்பு மாடுகள வச்சு கம்பங்காட்டை கொர் கொர்ன்னு உழுது, வெதப்பாட்டு பாடிட்டே தூவிட்டு இருப்பாங்க. மானாவாரில ஆடிப்பட்டம், பொரட்டாசி பட்டம், எறவையில மாசிப்பட்டம் சித்திரப் பட்டம்ன்னு கம்பு வெதைக்கவும் காலநேரம் ஏகக்கணக்குல இருக்கும்லா!

குச்சி தளுத்து எந்திரிச்சி செவக்கச் செவக்க பூ உட்டதும் பாக்கணுமே... ஒவ்வொரு சனங்களோட மொகத்துலயும் அம்புட்டு குளுமை குடியேறிக் கெடக்கும். மக்க செழிச்சா சாமிக்கு கொண்டாட்டம் வந்துரும்லா.

அன்னா நிக்கான் பாருங்க கொடிவீரன். அவன் காத்துநிக்குற மலையத்தான் சனங்க ஏந்தழையா கும்புடுவாங்க. ஆமா அப்ப அங்கன கொடிவீரனே கெடையாது.

இன்னைக்கு நீங்கல்லாம் பாக்குத கொடிவீரஞ்சாமி எங்க பாட்டனுக்கு முப்பாட்டன் உண்டாக்கினது. அதுக்கெல்லாம் முன்ன அந்த மேல்ப்புறமெல்லாம் என்னங்கீய. வெறும் பூச்சிக்காடு. நாலு காடுதாண்டி செடியுங் கொடியும், மரமும் மட்டையுமா கிடந்த இந்த பூச்சிக்காட்டை திருத்தி, வயல் வரப்பு கம்மாய்ண்ணு பக்குவம் பாத்தது பூராம் நாயக்கமார் சனங்கதான். அவங்கள நம்பி நாங்க தெக்க இருந்து பொழைக்க வந்த கூட்டம். அதான் பேச்சுவாடை தனியா தெரிஞ்சிரும்.

எரசின்னமநாயக்கருன்னு அவருக்குப் பேரு. அவருதான் மொத சமீந்தாரி. ஊருக்கு மேக்கால கோயில் அமச்சி குடிகளுக்கு குடியா, மன்னருக்கு மன்னரா வாழ்ந்திருக்காரு. வடக்கால அமரநாயகம்னா தெக்கால நாயக்கம் பாளையம்னு ஜொலிச்சிக் கெடந்துட்டு ஊரு.

கெழவி சொல்லி இருக்கால்லா... காடா இருந்தா என்ன நாடா இருந்தா என்ன ஒம்மேல நடக்குறவன் நல்லவனா இருந்தா எம்மண்ணே நீயும் நல்லா இருப்பான்னு. அப்படித்தான் நாயக்கரும் நல்ல மனுசன். ஊரும் நல்ல ஊரு.

அண்ணா தெரியுது பாருங்க பொந்து வெளக்கு. அதுக்கு கூடு எப்புடி வக்கனையா இருக்கு பார்த்தீயலா. அப்படித்தான் இந்த ஊரும். சுத்தி மூணுபக்கமும் மலைங்க, ஒருபக்க வாசல். கள்ளன் வந்தாலும் மலமேடு தாண்டித்தான் வரணும். அதான் ஏழுமலைய அரணா வச்சி எழுமலையின்னே ஊருக்குப் பேரு.

பெரிய நாயக்கரு எங்களத் தவிதாயப்பட வுடாம நல்லமாரி பார்த்துட் டாரு. காடு கழனின்னு கோயில் சொத்தாவே நானூறு ஏக்கரா நெலத்தை எழுதிவெச்ச மவராசன் தடுக்குன்னு போய் சேந்துட்டாரு.

அதுக்கப்புறம் ஜமீன் ரொம்ப துன்பப்பட்டுப் போச்சு. ஜமீன கவனிச்ச நல்காமு நாயக்கரு, சேத்தூர் ஜமீனுக்கு ஊரு வரிய கெரையம் பண்ணி கொடுத்தாலும் கொடுத்தாரு தீக்க முடியாத பெரச்சனையா போச்சு. ஊடால வெள்ளக்காரம் வந்து சமரசம் பேசி நாயக்கரு வாரிசுங்க ஜமீன மீட்டாலும் இன்னும் கோர்ட்டு கேசுன்னுதா அலைஞ்சிகிட்டு இருக்காங்க.

நல்காமுநாயக்கருபேரந்தான்இப்பகோயிலுக்குபெரிய ஆளு. எல்லாம் வெவரமானபுள்ளைங்கதான். ஆனா என்னகவர்மெண்டு கட்டடம், தண்ணி டாங்கி எல்லாம் எங்க நெலத்துல கட்டிட்டாங்கன்னு அரசாங்கத்துட்ட சண்டைக்கு ஏறிக்கிட்டு நிக்கிறாரு. அப்ப பேச்செல்லாம் இப்ப எடுபடுமா?

ஆச்சி அஞ்சாறு தலைமொற, நாயக்கியரம்மா, பொம்மத்தம்மா கையில ஜமீன் இருந்தப்போ மூட்டை முடிச்சுகளோட, கட்டுக் கொலஞ்சு போன ஒத்த கட்டவண்டியும், சுழலு மனையும், நாலைஞ்சு கலயஞ் சட்டியுமா வந்து எறங்கின எங்க மூத்தக்குடி சனங்களுக்கு கண்ணு எறங்கி குடிகொடுத்தது அந்தத்தாயிதான்.

எங்க தாத்தனுக்கு எங்காத்தா ஒத்த பொம்பளப் புள்ள. அஞ்சாறு தலையெடுப்புக்கு பெறகு ஒரே பொம்பளப் புள்ள அவதான். எனக்கு நேர் மூத்தவா ஒருத்தி.

பொட்டயா பொறந்து ஏழு வயசு கண்டப்போ செந்தேளு குஞ்சி கொட்டி செத்துப்போச்சுன்னு அடிக்கடி பொலம்புவா.

செங்காட்டுப் புழுதில குடுச போட்டு கூலி கெடைச்சா கூலி வேல, மத்த நேரம் கொசவ வேலையின்னு பெத்தவங்க வாழ்ந்திருக்காங்க. மண்ணு மிதிச்சு சட்டி வனஞ்சி எடுத்துட்டுப் போய் உசிலம்பட்டி சந்தையில கூடுமான வெலைக்கு வித்து, அந்த துட்டுல பேர்வாதிக்கு கம்பும் பருப்புமா வாங்கியாந்து வயித்துப் பாட்டை தீர்த்துக்கிட்டதாம். மத்த காலம் ஜமீனுக்கே நியாயம் சொல்ல, வைத்தியம் பண்ண எங்க ஆளுங்க போவாங்களாம்... வெள்ளக்காரன் ஆட்டங்கண்டதுக்கு அப்புறம் அங்கிட்டிருந்து எதுவும் வாரதுமில்ல. இங்கிட்டிருந்து எதுவும் போறதுமில்ல.

கடேசி நெனைப்பா எங்கைய்யாவுக்கு பாட்டன் பொம்மத்தம்மா பேரனுக்குஅக்கிஎழுதிட்டுவந்திருக்காரு.அது ஒண்ணுமில்லமுட்டைமேல அக்கி வந்த ஆளுக்க படத்த வரைஞ்சி, அத தண்ணில வேக வச்சி பூச கீசல்லாம் பண்ணி அப்புடியே எடுத்து தின்னுரணும். அப்படியே கட்டி வந்த எடத்துல தொக்கம் பாக்கையும் காவிக் கட்டியையும் கரைச்சி தடவி உட்ருரணும். மருந்து முக்காபங்கு மந்தரம் காப்பங்கு கததான். எல்லாம் கண்கட்டு ஆனா நோய் குணப்பட்டுரும். மண்ணுக்குள்ள கெவுரதை அப்படி. மண்ணு எத்தாம் பெரிய நோயயும் கொணப்படுத்திரும் தெரியும்லா... ஹொாக்..ஹொாக்க்க்...''

''தண்ணி குடிச்சிக்கோங்க...''

''வயசாகிட்டுல்ல அதான்... இன்னைக்கு இந்த ஊருல கோயில் பேரச் சொன்னீங்கன்னாகூட தெரியாதுன்னு சொல்லிரலாம். நாயக்கரம்மாவோட நாலுகால் மண்டபம் எங்க இருக்குன்னு கேட்டா பச்சப்புள்ளக்கூட வழி சொல்லும்.

அதுக்கு வடபுறம்தான் எங்க சுள்ளை. இங்குட்டுள்ள ஜனங்க காளவாசல்னும் சொல்லுறதுண்டு. பூர்வீகம்ன்னு வேறன்னு இருக்கும் போது பேரும் மாறுபட்டுக்கும்லா.

காலங்காத்தால மண்ணு மிதிக்கும்போது, பிள்ள இடுப்புல நிக்க மாட்டுக்கான்னு எங்காத்தா பூவரசமரத்துல சீலத்துணிய தூரி

கட்டி என்னைய தொங்கவிட்டுரும். உடுப்பை எடுத்து இடுப்புல சொருவிக்கிட்டு மிதிக்க ஆரம்பிச்சான்னா, எங்கைய்யன் மனைய சுத்தவுட்டு வரிபிடிக்க ஆரம்பிச்சிருவாரு. இந்த மண்ணுக்குத்தான் எத்தன வக. மணமண்ணும், சண்டுமண்ணும் சரிக்கி பாதியா குமிச்சி வச்சிருக்கும்.

சட்டிப்பானைக்கு மொத ரகம், குதிரு மொடா செலைங்கன்னா தனித்தனி ரகம்ன்னு மண்ணப் பார்த்தே இது என்னாத்துக்கு ஆவும்ன்னு சொல்லிடுவாரு. வெவசாயிங்களும் அப்படித்தான... அதான் வேளாளன்னுபேரு. வந்துச்சு. வேளுன்னா வேறென்ன மண்ணுதான். மண்ண ஆளுதவன். அதுக்குமேல சேர்ந்ததுல்லா சாதியெல்லாம். அது ஒரு பீடைதான்.

இந்த ஊருக்கும் ஒருதரம் பீடை புடிச்சுது. நாயக்கருதான் நியாயம் பண்ணிவெச்சாரு. சரியோ தப்போ அப்படி ஒண்ணும் செய்யவும் ஆளு இருக்கணுமில்லா. அந்த நியாயத்தோட சின்னம் தான் கொடிவீரன் செல. குதிரையில வர்றது யாரு நாயக்கருதான். அது ஒரு ஞாபகம். அந்தச் செல செஞ்ச கதை என்னான்னு தெரியுமா! சொல்லுதேன் கேளுங்க.

கொடிவீரன் கோயிலுக்கு அப்ப செல கெடயாது. மலங்காட்டுல கல்லெடுத்துத்தான் கும்புட்டுருக்காங்க. ஆகாத எவனோ கல்லைச்சரிச்சு விட்டுப்போக ஊருக்கு பீடை பிடிச்சுப்போச்சு. சம்சாரிகளுக்குள்ளே நீயா நானான்னு சண்டை நடக்குது. வரப்பு, ஓடையெல்லாம் ரத்தமா ஓடுது. சண்டைய நிப்பாட்டி நியாயம் சொல்லுதாரு நாயக்கரு. கூடவே எங்கவங்களும் இருக்கோம்.

நீயி நானுன்னு இல்லாம ஒத்துமையா நிக்கணும்னா அதுக்கு ஒரு சடங்கை உண்டாக்குவோம். எல்லாரும் சேர்ந்து ஒரு நல்லதச் செஞ்சா கெட்டது தானா மறைஞ்சிரப் போவுதுன்னு நாயக்கரு தர்மம் சொன்னாரு.

அப்பல்லாம் கொசப் பூசாரிதான. அதான் முதுகுல புரி தொங்கிட்டு கெடக்கு. எங்க மூப்பரே கொடி வீரனுக்கு சடங்கு சொல்லிருக்காரு. சனங்க அத தட்டாம கேட்டுக்கிட்டாங்க. இந்தா இந்த சுள்ளையிலதான் வெந்து எந்திச்சாரு கொடிவீரஞ்சாமி. அலங்கார அலங்காரமா சாமி செஞ்சி, வீதி வீதியா எடுத்துப்போய் கொடிவீரனை மலைக்காட்டு மேல சாத்துனாங்க. அப்புறம் எங்கப்பாரு காலம் வரைக்கும் மறு

சாமிங்க, குதிரைங்க வச்சது இதே சுள்ளையிலத்தான். வண்ணம்னா வண்ணம் அப்படி ஒரு வண்ணம்லா கொடி வீரனுக்கு. செரட்டைய எரிச்சு கம்பச்சோத்துல அரைச்சி கருப்பு மையெடுத்து கண்ணெடுத்து செஞ்சோம். காக்காப்பொன்னு பொறக்கி சுள்ளையில எரிச்சி தங்கவார் பிலிட்டு செஞ்சோம். வாவரகாச்சி யெலையெடுத்து பச்சையில தோடு செஞ்சோம்... இப்படி ஒரு தினுசா பாட்டாவே பாடுவோம். மண்ணில கெடைக்குறத வெச்சி வண்ணமெடுத்து செஞ்ச கொடிவீரனுக்குத்தான் இன்னைக்கு பெயிண்டப் பூசிடுறான்வ. அவரும் பொண நாத்தம் அடிக்குதப்பான்னு பொலம்புதாரு.

சாமி செய்யுறது சடங்குக்கு. வயித்துக்கு வட்டப்பானை தான. இந்த வட்டாரம் முழுக்க சுத்திவந்தாலும் எங்க அய்யன் மாதிரி அதுல பெரியாளு காங்க முடியாது. கொத்துக்கரண்டி, மூங்கிகட்ட, ஈக்கங்குச்சி, அம்மிக்கல்லு, கோழி றெக்க, அணில்வாலுன்னு எதுகெடச்சாலும் அத வச்சி வடிவம் போடுவாரு. கிட்ட இருந்து பாத்து வளந்தவன்லா.

அவரு வேலைசெய்யும் போது, மண்ணுல கிண்ணுல உருண்டு பொரண்டு மூஞ்சி முகரையெல்லாம் செகப்பாக்கிக்கிடுறது. அப்ப இருந்து மண்ணுல இருந்து என்னையும், எங்கிட்ட இருந்து இந்த மண்ணையும் பிரிக்க முடியல.

எங்காலத்துல கஞ்சிச் சட்டி சுத்திமுடிச்சா அதுகள சீர்பாத்து, வெடிப்பு இருந்தா அடையாளந் தெரியாம நீவிவுட்டு, பிசிறு உதுத்து, அடி தட்டி காயவச்சி, வாடுன நேத்து சுள்ளையில சுட்டெடுப்போம். உசுலம்பட்டி சந்தைக்கிப் போனா வார சனங்க எல்லாம் பானயோட கழுத்த ஒத்தக்கையில புடிச்சுட்டு நங் நங்குன்னு சுண்டவும் சத்தம் கணக்கா வந்தாத்தான் இடுப்புல இருந்து ஓட்டக் காச நவுட்டுவாங்க. அப்படி வாங்கிட்டுப் போன சட்டிப்பானைக தேய்ஞ்சி தொலி உரிஞ்சி ஓட்ட விழுந்து கட்டமண்ணா போனாலும், வயக்காட்டு கொளுற பூசி வச்சிவச்சி புளங்கிக்குற சனங்க வாழ்ற ஊருல கொசவன் என்னத்த வருமானம் பார்த்துற முடியும்.

ஊரே மழையடிக்கனுமேன்னு வேண்டிக்கிட்டுக் கெடந்தா கொசவன் எங்க மழை வந்துருமோன்னு பயந்துட்டே தொழிலு செய்வான்ம்பாங்க.

என்ன செய்ய பொழப்பு அப்படி. முன்ன இருந்த மாதிரி அச்சக்கிரயம் கொண்டான்னு வாங்கி, அளவு வைக்கிற நெலைமை இப்ப எங்க இருக்கு. ஈயப்பானை வந்துச்சு எங்க தலையில செங்கக்கட்டி விழுந்துருச்சி. அலுங்கு அலுங்கா அழகுபாத்த கையி. கட்டையில மண்ணத்திணிச்சி கட்டங்கட்டமா வெட்டி எடுக்கோம்.

என்னதான் குலத்தொழில்ன்னு இருந்தாலும் அதுக்கு கௌரவம் கொடுக்கன்னு ஆள் இல்ல பாருங்க. இதுல இருக்கும் நுணுக்கமும், பகுமானமும் எவனுக்குத் தெரிஞ்சிடப் போகுது. அம்புட்டு ஏன்! ஒரு குத்து உப்ப கையில கண்டாலும் புடிச்சி வரி போட்டுருவான் வெள்ளக்காரன். ஆனா அவங்கூட எங்க பொழப்பில் இருந்த சங்கடங்கள மனசுல வாங்கி, உங்கிட்ட இருந்து வரியே வேணாம் போய்த் தொலைன்னு உட்டுட்டான். தெரியுமா... அவனுக்கு மதிப்பு தெரிஞ்சிருக்கு.

இன்னிக்கு ஒங்களமாதிரி ஆளுங்க டிவிப்பொட்டில போடுறீங்களே... ஒலகத்துல எந்த மூலைல குழி வெட்டுனாலும் பானத் துண்டு கெடைக்கி துன்னு. மொதமொத எந்த நாட்டுக்காரன் மண்பானை செஞ்சான்னு யாராச்சும் கண்டு புடிச்சீங்களா... அப்படி எவனும் மார்தட்டுனதே கெடையாது. அப்பேர்பட்ட பழந்தொழிலு.

அப்பல்லாம் புள்ள பொறந்தா எங்ககிட்டத்தான்யா தூக்கிட்டு வருவாங்க. நாங்கதான மண்ணெடுத்து சேனை வெப்போம். அதுக வளர்ந்து வாலிபமாயி, கலியாணம் கட்ட நாங்கதான் சடங்கு வெப்போம். மூப்பாகி மாஞ்சி போனா சுடுகாட்டுல ஒடைக்குற கொள்ளிச்சட்டியும் நாங்கதான் வனஞ்சி கொடுப்போம். பொறப்புல இருந்து சாவுவர எங்களுக்கு வேளை உண்டு. மண்ண நம்பி ஒழவன் மட்டுமா நின்னான். நாங்களும் தான் நின்னோம். ஆனா, எங்க புள்ளைங்களே எங்கள கைவிட்டிருச்சுங்க. மத்தவங்க மாதிரி அவங்கள படிக்க வைக்கன்னு அனுப்ப எங்களுக்கென்ன காடா வெளையிது?

எட்டு வயசுலயே மண்ணு மிதிச்ச காலு. இன்னைய வரைக்கும் ஈரம் காயல. எப்பயாச்சும் இந்த சனங்க பழச மறக்காம, வேண்டுதலைய்யா பேச்சியம்மன் செஞ்சுகுடு, பேராச்சியம்மன் செஞ்சிகுடுன்னு வந்து

நிக்கும். அந்தச் சனங்கதான் இன்னும் எங்கள மண்ணுக்குள்ள கொஞ்ச நஞ்ச மரியாதையோட நிக்க வைக்க இருக்குற ஒரே பிடிமானம்.

மோடாவும் பானையும் வனைஞ்சவன் கைய செங்கலுக்கும் பூந்தொட்டிக்கும், பொங்ககட்டிக்கும் குறுக்கியாச்சு. செவக்காட்டு மண்ணுக்கு இன்னைய தேதிக்கு நல்ல கிராய்க்கி. மூணு சுள்ளை வச்சிருக்கப் பயலுக்கு ஒரு கிலுக்கஞ் சட்டி வளைக்கத் தெரியாது பார்த்துக்கிடுங்க. ஆனா, அவந்தாம் வேலை சொல்லுறான். கூலியுங்கொடுக்கான்.

குந்துமணி நெல்லு கீழ சிந்தாம, கஞ்சம் புடிச்சி, இந்தா எதுத்தாப்புல இருக்கும் சுள்ளையையும் வெலபேசிட்டான். ஈட்டுக்கு நாப்பதாயிரங்கல்லு வேகுது. கட்ட மண்ண எல்லாம் உப்புத்தண்ணி சேர்த்து பெணைஞ்சி கல்லு வெட்டி, எடுத்து எரிச்சிர வேண்டியதுதான். எதன்னு கேக்குறியா, செங்கக் கட்டிக்கூட எங்க நெனப்புகளையும் சேர்த்துதான்...

என்னென்னவோ பொலம்பிட்டேன்லா. இதெல்லாம் டிவில போட்றாத. நாங்க நல்லா வாழ்ந்தோம்னு மட்டும் சொல்லு. அப்புறம் எந்த மண்ணுல இருந்து பொறப்புட்டு வந்தாலும் எந்த மண்ணுல நாங்க வாழ்ந்தாலும் எல்லாமே எங்களுக்கு ஒண்ணுதான், சமந்தான்னு சேர்த்துக்கோ. மனுசனுக்கு பீடை புடிக்கும். மண்ணு அப்படி இல்ல. நீ சொல்லாட்டியும் அந்தக் கொடிவீரன் சாமி அதுக்கு சாச்சியா இருக்கும்''

''கட் இட்...''

– 2018

கொலைச்சொல்

ஆர்.வி தோட்டத்தில் மட்ட கணேசன் வீடு எது என்று கேட்டபோது, பெட்டிக்கடைக்காரர் சாதாரணமாகத்தான் வழி சொன்னார். ஒரு சிகரெட்டை வாங்கிப் பற்றவைத்துக் கொண்டே, ''அவர் வீட்டுக்கு யாராவது புதுசா யாராவது ஆள் வந்திருக்காங்களா...'' என்று விசாரித்த போதுதான் அவரின் முகம் கடுகடுவென ஆனது. சூழல் இன்னும் கொஞ்சம் மோசமானதாக இருந்திருந்தால் என் கேள்விக்கான விளைவுகளே மாறிப்போயிருக்கும். இருந்தாலும் எனக்கு வேறு வழியில்லை!

சங்கர் இங்கேதான் இருக்கவேண்டும் என்ற நம்பிக்கை எனக்கிருந்தது. பெட்டிக் கடைக்காரர் பார்வையில் விழாமல் கணேசன் வீட்டுக்கு யாரும் சென்று திரும்புவது சாத்தியமில்லை. கண்களால் என்னை ஒரு முறை அளவெடுத்தவர், காக்கி இல்லை என்பதை உள்வாங்கிக் கொண்டவர் காசை வாங்கிக் கொள்ளும் விதமாக, 'ஆளுன்னா எப்படி...' என்றார்.

சங்கருக்கு அடையாளம் அவனுடைய இடது கை சுண்டுவிரல். சிறையில் வைத்து நறுக்கப்பட்டு, அந்த இடம் மொட்டையாக இருக்கும். பெட்டிக்கடைக் காரர் சட்டெனப் பிடித்துவிட்டார். நான் தேடி வந்தது வீண் போகவில்லை.

சங்கரின் அங்க அடையாளத்தோடு பொருந்துகிற ஆள் ஒருவன் கணேசன் வீட்டில் இரண்டு நாள்களாகத் தென்படுவது உறுதியானது. அதோடு, 'அந்தப் பையனை எங்கயோ பார்த்த மாதிரி இருந்துச்சுங்க...' என்று கடைக்காரர் பேச்சை வளர்க்கத் தொடங்கினார். ஆனால் அதற்கு மேலாக அவரிடம் எந்தத் தகவலையும் கசிய விட நான் தயாராக இல்லை. பேச்சுவாக்கில் சங்கர் யார் என்பதை அவர் அறிந்துகொண்டால், நிச்சயம் தகவல் வேறு நபர்களைச் சென்றடையும். அதைவிட சங்கர் யார் என்று தெரிய வந்தால் நிச்சயம் அவரே கொதித்துப் போவார்.

மீதி சில்லரையை வாங்கிவிட்டு கணேசன் வீடு இருந்த தெருவை நோக்கி நடந்தேன். என் முதுகில் நிச்சயம் பெட்டிக் கடைக்காரரின் அவர் பார்வை படிந்திருக்கும். அவர் முகத்தில் நிறைய வினோதங்களும் குடியேறியிருக்கும்.

சங்கர் சிறையிலிருந்து வெளியே வந்து இன்றோடு பதினான்காவது நாள். தூக்கிலிருந்து ஆயுள் வாங்கி, பத்தொன்பது வருடங்கள் சிறை வாசம் அனுபவித்து, கோரிக்கை மனுக்களால் தண்டனைக் காலம் குறைக்கப்பட்டு விடுதலையாகி இருந்தான்.

வெளியே வந்ததும் அவன் முதலாவதாகத் தொடர்புகொண்டது என்னைத்தான். சிறை வேறு சில அறிமுகங்களைக் கொடுத்திருந்தாலும் அதைத் தவிர்த்திருந்தான்.

சங்கருக்கு நாற்பத்தியோரு வயது நிரம்பியிருக்கலாம். ஆனால் ஐம்பதைக் கடந்தவன் போல ரொம்பவும் தளர்ந்திருந்தான். என்னிடமும் அதிகம் பேசவில்லை. 'எனக்கு ஒரு கண்ணாடி வாங்கிக் கொடுக்க முடியுமா...' என்றான். அதுதான் அவன் பேசிய நீண்ட வாக்கியமே...

உசேன் பாயின் லாரி செட்டை கவனித்துக்கொண்டு அங்கேயே அவன் இரவில் தங்கிக்கொள்ள வசதி பண்ணிக் கொடுத்திருந்தேன். கொஞ்ச நாளைக்கு வெளியில் எங்கும் போக வேண்டாம் என்றதோடு என்னோடு அவனை வீட்டுக்கு அழைத்துப் போக முடியாத சூழலையும் விளக்கினேன். புரிந்துகொண்டான்.

இருந்தும் நான்கு நாள்களுக்கு முன்பாக அங்கிருந்த யாரிடமும் சொல்லாமல் கொள்ளாமல் எங்கோ புறப்பட்டுச் சென்றுவிட்டான். தனித்து அவன் தன்னைப் பார்த்துக் கொள்ளக் கூடிய அளவுக்கு அவன் மனநிலை இன்னும் திரும்பவில்லை என்பதை அறிந்திருந்ததாலேயே அவன் எங்கே இருக்கிறான்என்பதைத்தேடிக்கண்டுபிடிக்கவேண்டியிருந்தது. மூன்றுநாள் விசாரணைக்குப் பிறகு இதோ கணேசனின் வீட்டு வாசலில் வந்து நிற்கிறேன்.

சங்கர்! எனக்கு அவன் கல்லூரி படிக்கும்போது அறிமுகம். ஒரே ஊர்க்காரன். அப்போது உழைப்போர் பேரவையில் நான்

கார்த்திக் புகழேந்தி

மாவட்டத் துணைப் பொறுப்பில் இருந்தேன். பேரவை மெல்ல கட்சியாக உருப்பெற்று வளர்ந்தபோது, தலைவரின் குடும்பம் நடத்திவந்த கலை - அறிவியல் கல்லூரியின் நிர்வாகப் பொறுப்புகளைக் கவனித்துக் கொள்ளும் வேலையை எனக்குக் கொடுத்திருந்தார்.

கட்சி நிகழ்ச்சிகள், பொதுக் கூட்டங்கள் நடக்கும்போதெல்லாம் கல்லூரியிலிருந்து அரசியல் ஈடுபாடுள்ள பசங்களைத் தேடித் திரட்டுகிற பணியும் எனக்கு அளிக்கப்பட்டிருந்தது. அப்படி ஒரு பழக்கத்தில்தான் சங்கர் எனக்கு அறிமுகமானான்.

ரொம்பவும் துருதுருவென இருப்பான். கல்லூரியில் தப்புத் தண்டா யார் செய்தாலும் துணிந்து விழுகிற முதல் அடி அவனுடையதாக இருந்தது. சின்னச் சின்னதாகக் கை நீட்டி, பயம் என்பதை எல்லாம் அவன் உதறிவிட்டிருந்தான். பெண்பிள்ளைகளிடம் சில்மிஷம் செய்த ஸ்டாஃபை மூத்திரம் பெய்யும் இடத்தில்வைத்து தலையில் துண்டைப் போட்டு அமுக்கி வெளுத்துக்கட்டி அனுப்பினான். சக ஜூனியர் பையன்களின் ஊர் பிரச்னையில் கூடத் தலையிட்டு லோக்கல் ஸ்டேஷனில் அரெஸ்ட் ஆனான்.

தலைவருக்கு விஷயத்தைச் சொல்லி, அன்று அவனை ஸ்டேஷனில் இருந்து மீட்டுக் கொண்டுவந்த நாளில்தான், இவன் நகத்தால் கிள்ளிப்போட்டாலே வேர்பிடிக்கிற பயிர் இவன் என்பதைப் புரிந்துகொண்டேன். ‘நம்ம பையன்’ என்ற அடையாளம் தெரிந்ததும் தலைவருக்கும் அவனைச் சட்டென்று பிடித்துப் போனது. குடும்பத்தைக் குறித்தெல்லாம் விசாரித்தார். ரொம்ப அணுக்கமாக தலைவர் அவனது தோளில் கைப்போட்டு பேசினது சங்கருக்குப் பிடித்துப் போனது. ‘இவனை ஒரு கண் பார்த்து வைச்சுக்கோ தனா இவன் பெரிய ஆளா வருவான் பாரு...’ என்று தலைவர் என்னிடம் சொன்னது சங்கருக்குள் நெருப்பாகப் பற்றிக்கொண்டது. கல்லூரிக்குச் செல்வதுபோல அடிக்கடி கட்சி அலுவலகங்களில் தென்பட்டான். தலைவரும் அவனைத் தனது மேல்மட்டத் தொடர்புகளுடனான மீடிங்கில் அருகில் வைத்துக்கொள்ள ஆரம்பித்தார். கட்சியின் தலைமை அலுவலக நிர்வாகிகள் மத்தியில்

பேர் சொன்னால் தெரிகிற அளவில் சங்கர் உலாவரத் தொடங்கினான்.

ஆரம்பத்தில் சின்னச் சின்ன வேலைகளுக்கு சங்கரைப் பயன்படுத்திய நிர்வாகிகள். முதல் தடவை ருக்மணி லாட்ஜ் விஷயத்தில் அவனை எச்சரிக்கையாகக் கையாள வேண்டும் என்று முணுமுணுக்கத் தொடங்கினார்கள்.

அது ஒரு கையாடல் விவகாரம். தலைவருக்குச் சொந்தக்கார மச்சினனின் ரெக்கரேஷன் க்ளப் அது. அங்கே வேலைபார்த்த மேனேஜர் க்ளப் கலெக்ஷனில் ஒரு பெரிய தொகையைச் சுருட்டிக்கொண்டு தலைமறைவாகிவிட்டான்.

அது போலீசிடம் போகிற விவகாரமும் இல்லை. மேனேஜர் திருப்பதிக்குப் பக்கத்தில் ஒரு பெண்ணுடன் தலை மறைவாக இருப்பதாகத் தகவல் வந்ததும் திருவள்ளூர் மா.செ., மூர்த்தி டீமை அனுப்பி, பெரிய விவகாரமாக்காமல் மேனேஜரைத் தூக்கிவரச் சொன்னார் தலைவர்.

மூர்த்தி தனது தம்பியை அனுப்பி வைத்தான். அவன்மீது ஏற்கெனவே ஆந்திரா போலீஸில் ஆறு 'கட்டை' வழக்குகள் இருந்தன. எதற்கும் இருக்கட்டும் என்று சங்கரையும் 'கூடே போறியா தம்பி' என்று கேட்டிருக் கிறார் தலைவர். தலைவர் அப்படிக் கேட்டா கூடே போ என்றுதான் அர்த்தம். இவனும் தலையாட்டிக் கொண்டுகிளம்பியிருக்கிறான்.

ஆந்திராவில் அறை எடுத்துத் தங்கிய நேரத்தில், 'இப்போ போனா சிக்கமாட்டான்' என்று காத்திருக்கச் சொல்லிவிட்டு, கிளப் ஒன்றிற்குள் நுழைந்து ஆட்டம் பார்க்கத் தொடங்கி யிருக்கிறான் மூர்த்தியின் தம்பி. அங்கு அவன் செய்த ரகளையில் ஆந்திர போலீஸ் அவனை அள்ளிக்கொண்டு போய் விட்டது.

விஷயம் தலைவருக்குத் தெரியவந்ததும் பணம் போனால் போகிறது, விவகாரம் பெரிதாகாமல் ஊர்வந்து சேருங்கள் என்று எரிச்சலாகிக் கத்தி விட்டார். ஆனால், ஆந்திர போலீஸ் கண்ணில் மண்ணைத் தூவி, மூர்த்தியின் தம்பியை மீட்டுவந்ததோடு, அவனை லாட்ஜ் அறைக்குள் வைத்து பூட்டிவிட்டு, சங்கர் மட்டும் தனியாளாகச்

சென்று அந்தக் கையாடல் மேனேஜரை லாக் செய்துவிட்டான். அவனிடம் மிச்சமிருந்த பணத்தை வசூல் செய்ததோடு, அவனுக்கு அடைக்கலம் கொடுத்த பெண்ணிடமிருந்தும் நகை, பணத்தைப் பறித்துக் கொண்டு ஊர்வந்து சேர்ந்தான் சங்கர். மறுநாள் இங்கிருந்து ஆள்போய்தான் மூர்த்தியின் தம்பியை லாட்ஜ் கதவை உடைத்து மீட்டுக்கொண்டு வந்தார்கள்.

தலைவர் மா.செ மூர்த்தி முன்னிலையிலேயே சங்கரை மெச்சத் தொடங்கினார். ‘போனவன் வெறுங்கையோட வராம வசூல் பண்ணிட்டு வந்துட்டான் பாரு...’ என்று வெடித்துச் சிரித்து அவர் பாராட்டியதிலிருந்து சங்கருக்கு வசூல்குட்டி என்று செல்லப்பேர் அமைந்துவிட்டது. அதன்பிறகு எந்த வெளியூர் காரியமானாலும் வாகனங்களில் சங்கருக்கும் ஒரு சீட் காத்திருந்தது.

கணேசன் வீட்டின் காலிங் பெல்லை அழுத்தியபோது, சந்தேக மாகப் பார்வைக்குப் பழகிப்போன ஒரு ஜோடிக் கண்கள் இரும்பு கேட் இடைவெளி வழியாக என்னைத் துளைத்தன. ‘‘யாரு... என்ன விஷயம்...’’ என்றது குரல்.

‘‘கணேசனுக்கு என்னைத் தெரியும்’’ என்றேன். அதற்குள் இன்டர்காம் சிணுங்கியது. பனியனும் சிவப்பு நிற கைலியும் அணிந்திருந்த இளைஞன் அதை எடுத்துப் பேசினான். சில நொடிகளில் ஆள் நுழைகிற அளவுக்குக் கதவு திறந்துவிடப் பட்டது. கூடவே, வீட்டின் உள்ளறையில் இருந்து இறுக்கமான குரல் வெளிப்பட்டது.

அது கணேசனின் குரல்தான். வீல் சேரில் அழைத்து வரப்பட்ட முன்னாள் ரௌடியும் தற்போதைய தொழிலதிபருமான மட்ட கணேசன் என்னை அடையாளம் கண்டுகொண்டான். சூழல் நாங்கள் இருவரும் பரஸ்பரம் நலம் விசாரிக்கவோ பேசிக் கொள்ள முடியாததாக கனத் திருந்தது. நான் எதற்காக வந்திருக்கிறேன் என்பதை நன்றாகவே புரிந்து கொண்டவனாக மாடி அறையை நோக்கி கணேசன் கைகாட்டினான். சங்கர் அங்குதான் இருக்க வேண்டும்.

கல்லூரியில் படிக்கும் போது இதே போல மாடி அறை ஒன்றில் தான் சங்கர் தங்கியிருந்தான். எப்போது ஜோ’வென கூட்டம் நிரம்பி

வழியும். அவன் எப்படி படிப்பை முடித்தான் என்பதெல்லாம் எனக்கு நினைவில்லை. ஆனால், மா.செ மூர்த்தி டீமுக்கும் சங்கர் டீமுக்கும் இடையே மோதல்கள் தலையெடுக்கத் துவங்கியதும் தலைவர் அவனைச் சில காலம் தன் கிட்டே வைத்துக் கொள்ளவில்லை. அதற்காக முற்றாக அவனை ஒதுக்கிவிட்டார் என்று சொல்ல முடியாது. சுற்றியிருந்தவர்கள் அவன் தலைவரை நெருங்காமல் பார்த்துக் கொண்டார்கள் என்றால், தலைவர் அவனுக்கு வேறோர் ஏற்பாட்டைச் செய்து வைத்திருந்தார்.

புது வருஷப் பிறப்பின்போது சங்கரை அழைத்து, லாரி சர்வீஸ் ஆபீஸைப் பார்த்துக்கொள்ளும் பொறுப்பை ஒப்படைத்தார் தலைவர். சொல்லப்போனால் விசிட்டிங் கார்டு கூட இல்லாத நிறுவனத்தில், பெயருக்கொரு சூப்பரவைசர் ஆனான் சங்கர். ஆரம்பகாலத்தில் தலைவர் அந்த லாரி செட்டில்தான் தொழில் பழகினவர். ஆந்திராவுக்கு கள்ளச் சரக்கு ஓட்டினார். நகரைச் சுற்றுயுள்ள ஆலைகளில் ஸ்க்ராப் வேஸ்ட் எடுத்தார். புதுப்பேட்டை பாய் கையாளும் துறைமுகச் சரக்குகளை வெளியேற்றிக் கொடுத்தார். முதலைகளுக்கு கறித் துண்டு; நாய்களுக்கு எலும்புத்துண்டு என வாரி வழங்கினார். பிறகுதான் அவர் கல்வி நிலையம் தொடங்கி, அரசியலில் இறங்கி, சாதிச் சங்கம், பேரவை, கட்சி அலுவலகம், நகராட்சி இடங்களில் பள்ளிக்கூடம், பினாமிகள் பேரில் அரசு ஒப்பந்தம் என்று அசுர வேக வளர்ச்சியை எட்டினார்.

அவரைப் பொறுத்தவரை லாரி சர்வீஸ் ஆபீஸ் என்பது குரு பீடம். அந்த இடத்தில் நம்பிக்கையானவனாகத் தன் வசூல் குட்டியை உலவ விட்டார். லாரிகள் ஆந்திராவுக்கும் தமிழ்நாட்டுக்கும் இடையே வளைய வந்தன. அதற்கேற்ப சங்கர் கையிலும் பணம் விளையாடியது. கூடவே அதிகார வர்க்க நெருக்கமும் கிடைத்தது.

அந்த ஆண்டு நடந்த சட்டமன்றத் தேர்தலில் தலைவர் ஆளுங் கட்சியோடு கூட்டணிவைத்துக் கொண்டார். எட்டு இடங்களில் களமிறங்கி, ஏழு சீட் ஜெயித்ததை அவராலேயே கூட நம்ப முடியவில்லை. தலைவரின் செல்வாக்கு பறந்து விரியத் தொடங்கியது. அமைப்பு பலம் என்பதைவிட சாதிக் கட்டமைப்பின் வலு எவ்வளவு முக்கியம் என்று

கார்த்திக் புகழேந்தி

புரிந்துகொண்டார். பேரவைக் கூட்டங்களிலேயே 'நாமெல்லாம் இன்னார்டா… தலை எடுக்கத்தான் போகணும். தலைவணங்கிப் போகக்கூடாது' என்று பேசிவந்த தலைவர் இப்போது வார்த்தைகளை மென்று விழுங்க வேண்டியிருந்தது. அதற்காக சாதிய விவகாரங்களை விட்டுவிடாமல் ஒரு புதிய கட்டமைப்பை கட்சிக்குள் உருவாக்கினார்.

ஒரே நேரத்தில் ரகசியமாகவும் துணிச்சலோடும் சாதி ரீதியிலான விஷயங்களில் கட்சி நிர்வாகிகள் தீவிரமாகத் தலையிடத் தொடங்கியது அப்போதுதான். வெற்றியும் பணமும் வந்த வேகத்தில் கரைந்துவிடும். அரசியலில் நிலைத்து இருக்க வேண்டுமென்றால் யாராலும் மறக்கடிக்கப் படாமல் இருக்க வேண்டும். அதற்கு நல்லது செய்வதைவிட கெட்டது செய்வது எளிய வழி' என்ற தந்திரத்தைக் கற்றுத் தேர்ந்தவர் தலைவர்.

அப்போது நடந்த நாடாளுமன்றத் தேர்தலில் இரண்டு தொகுதிகளையாவது வளைத்துவிடவேண்டும் என்று பெரிய இடங்களில் எல்லாம் துண்டு போட்டுக் கொண்டிருந்தார் அவர். அந்த சமயத்தில்தான் நான் தலைவரிடமிருந்து வெளியேறும் முடிவை எடுத்தேன். அதற்கான சூழல் ஏற்பட்டுவிட்டது. என்ன ஒன்று வெளியேறுவதற்கான காரணத்தை நேர்மையாக அவரிடம் சொல்லி இருக்கக்கூடாது நான். அது அவரை உஷ்ணப்படுத்தியது. அவருக்குள் இருந்த சாதிய வெறியாட்ட மனத்தின் உச்ச சொரூபத்தை அப்போதுதான் நேரில் கண்டு அதிர்ந்தேன்.

'என் கண் முன்னாலே நிக்காதே போய்டு. எந்த தே.... கூட நீ படுக்கப் போனாலும் கேட்ருக்க மாட்டேன். எந்த சாதியில பொறந் துட்டு, எந்த சாதிக்காரிய கட்டப்போறேன்னு வந்து என்கிட்டே சொல்லுவ...' என்று கையில் கிடைத்த பொருள்களை எல்லாம் எடுத்து வீசி என்னைத் தாக்கினார். அடித்துத் துவைத்தார். நான் நிலைகுலைந்தது என்னவோ உண்மை. அடிக்காதீர்கள் என்று என்னால் அவரை எதிர்க்க முடியாது. அதற்கான மன வலு எனக்கு அப்போது இல்லை. கிட்டத்தட்ட உயிர்ப்பிச்சை போட்டாரென்று நினைத்துதான் அவரிடமிருந்து தப்பித்து வந்தேன். ஆனாலும் அந்த விடுவிப்பு முழுமையானதாக இருக்கவில்லை.

கல்லூரி பொறுப்புகளிலிருந்து விலகிய மறுநாளே நான் சிறைக்குச் செல்லத் தயாராகவேண்டி வந்தது. நிர்வாகத்தில் கையாடல் பண்ணியதாக என்மீது புகார் சொல்லப்பட்டிருந்தது. இவ்வளவு கீழ்த்தரமாகவா நடந்து கொள்வார்கள் என்று மனம் வேதனையில் துடித்தது. அள்ளி முடித்த பாவம் குடுமியில் இருக்கும் போது நிழலை பழிக்கவா முடியும்!

பதினாறு மாதங்கள் சிறையிலிருந்தேன். திருச்சி சிறை வாசத்தின் போது தான் தோழர்கள் பலர் அறிமுகமானார். அரசியல் கைதிகளாக உள்ளே வந்த அவர்கள் என்னைத் திடப்படுத்தினார். என் மீதிருந்த வழக்குகளிலிருந்து விடுபட உதவினார். 'அரசியலின் நிழலில் வளர்ந்தவர்கள் முகாம் மாற முடியுமே தவிர, நிரந்தர விலகலோ விடுதலையோ அவர்களுக்கு இல்லை' என்பதைத் தோழர்கள் உணர்த்தினார்கள்.

வழக்கிலிருந்து ஜாமீன் பெற்று வெளியே வந்ததும் நேராக அருந்ததியைத்தான் சந்திக்கச் சென்றேன். அன்றைய தினமே திடலில் எனக்கும் அவளுக்கும் திருமண ஏற்பாடானது. தோழர்கள்தான் எல்லாமே ஏற்பாடு செய்திருந்தார்கள். அவர்களே மண்டியில் கணக்கெழுதுகிற வேலை ஒன்றையும் வாங்கிக் கொடுத்தார்கள்.

இதுவரை இளைப்பாறிக் கொண்டிருந்த கூடாரத்துக்கு நேர் எதிரான சித்தாந்தங்களைக் கொண்ட எதிர்முகாமில் பாதுகாப்பாக முக்காடு இட்டுக் கொண்டு வெறுமனே காலம் கடத்தக் கூடாது என்ற எண்ணம் மட்டுமே எனக்குள் அப்போது தீவிரமாய் இருந்தது. ஏதாவது செய்யவேண்டும்... என்ன செய்ய முடியும்?

மாடி அறைக்குள் நான் நுழைந்தபோது, கட்டிலில் 'ஒரு பொருளாதார அடியாளின் ஒப்புதல் வாக்குமூலம்' புத்தகம் கிடந்தது. சங்கர் அணியும் சட்டை ஆங்கரில் தொங்கிக் கொண்டிருந்தது. என்னைக் கண்டதும் அமைதியாக அங்கிருந்த நாற்காலியில் வந்து உட்கார்ந்துகொண்டான்.

"ஏன் பாய்கிட்டே சொல்லாம கொள்ளாம இங்கே வந்துட்டே..." என்றேன். சங்கர் பதில் சொல்லும் மனநிலையில் இல்லை. அதை என்னால் ஓரளவு புரிந்துகொள்ள முடிந்தது. சங்கரின் இதற்கு முந்தைய மூன்று பருவங்களை நான் அருகிருந்து பார்த்திருக்கிறேன். துடிப்பான கல்லூரி

மாணவனாக, கட்சிக்குள் நுழைந்து பெரியவரின் அன்பைப் பெற்று அவரது குரு பீடத்துக்குள் உலாவந்த இளைஞனாக லாரி ஆபீஸ் மேனேஜராக... பிறகு, செங்கோட்டில் நடைபெற்ற ஆணவக் கொலைச் சம்பவத்தில் ஈடுபட்ட குற்றவாளியாக...

மற்றவர்களை எனக்கு அவ்வளவாக நினைவில்லை. நடுவிலிருந்த புகைப்படம் சங்கரின் புகைப்படம் அப்பட்டமாக எனக்கு நினைவிலிருந்தது. எனது விலகலை அறிவித்தபோது பேப்பர் வெயிட் கண்ணாடிக் குமிழைத் தூக்கி வீசியபோது என்மீது பெரியவர் முகத்திலிருந்த குரூரம் அப்படியே சங்கரின் கண்களில் தொனித்தது.

சங்கர் இந்த நிலைக்கும் இறக்கப்படுவான் என்று நான் எதிர்ப் பார்த்திருக்கவில்லை. முதலில் என்னென்ன பிரிவுகளில் அவன்மீது வழக்கு போடப்பட்டிருக்கின்றன என்று உள்ளூர் தொடர்புகள் மூலம் விசாரிக்கத் தொடங்கினேன். பட்டியல் சமூகத்தைச் சேர்ந்த முன்னாள் சட்டக்கல்லூரி மாணவன் ஒருவன், பெரியவர் கட்சியைச் சேர்ந்தவருக்குத் தெரிந்த குடும்பத்துப் பெண்ணுடன் பழகி, இருவரும் வீட்டை விட்டு வெளியேறி பதிவுத் திருமணம் செய்திருக்கிறார்கள்.

எட்டு மாதங்கள் ஒன்றாக வாழ்ந்து வந்தவர்களைப் பொது இடத்தில் வைத்து சரமாரியாக வெட்டிச் சாய்க்கப் பட்டிருக்கிறார்கள். சம்பவ இடத்திலேயே அந்தப் பையன் துள்ளத் துடிக்கப் பலியாகிவிட, பெண் குற்றுயிராக மருத்துவமனையில் கிடக்கிறாள்.

‘இப்படி ஒரு கொலை பாதகத்தில் ஈடுபட சங்கருக்கு வேறென்ன காரணம் இருக்க முடியும்...’ என்று யோசித்துத் தெளிந்த பிறகும் சிறை வாசம் அவனை எப்படியெல்லாம் மனச் சிதைவுக்கு உள்ளாக்கும் என்பதை அனுபவித்தில் உணர்ந்தவன் என்பதால் சங்கரைச் சந்திக்க வேண்டுமெனத் தோன்றியது. தோழர்களைக் காண அடிக்கடி மனு போட்டுக் காத்திருக்கிற பழக்கத்தில் கனத்த மனதுடன் அவனைச் சந்திக்க கோவை சிறைக்குச் சென்றேன்.

முதல்தடவை அவனைச் சந்தித்தபோது, ‘‘ஜாமீனில் எடுக்க வந்திங் களாண்ணே...’’ என்றுதான் கேட்டான். அவனுக்கு பெரியவரிடமிருந்து

நான் விலகியதும் அதற்கான காரணங்களுமே தெரிந்திருக்கவில்லை. அதை நானும் எதிர்ப்பார்க்கவில்லை.

"ஏன்டா இப்படி பண்ணே. படிச்ச பையன் உனக்கு இதெல்லாம் தேவையா... உன்னை இந்தக் கூட்டத்தில் இழுத்து விட்டதுக்கு இந்தப் பாவமும் என் தலையிலேல்லா விழுந்துட்டு' என்றேன்.

"என்னண்ணே சொல்ற, நம்ம வீட்டுப்பொண்ணை கண்ட நாயும் இழுத்துட்டு ஓடும். சும்மா விடச் சொல்றியா. அவன அறுத்துக் கூறுபோட வேணாமா..." என்று சங்கர் குரலை உயர்த்தியபோது அவன் எவ்வளவு காட்டுமிராண்டித் தனமாக மாறிப்போயிருக்கிறான் என்பதைப் புரிந்துகொண்டேன்.

காலகாலமாகப் ஊட்டி வளர்க்கிற ஜாதி வன்மத்தையும் கசப்பையும் கச்சிதமாக இவனுக்குள்ளும் செலுத்திவிட்டார்கள். அதுவும் பெரியவர் போல 'அக்கினித்தூபம்' ஒன்று பக்கத்திலே இருந்தால் அதன் வீர்யத்தை நினைத்துப் பார்க்கவே தேவையில்லை.

"அடுத்த வாரத்தில பார்ணே வெளியே வந்துடுவேன். வந்ததும் உன்னைப் பார்க்க வரேன். ஆமா எங்க இருக்க நீ. உன் அட்ரஸ் தந்துட்டுப்போண்ணே..." என்றான். எனக்கு அவனிடம் பேச மேலதிக வார்த்தைகள் இல்லை.

ஆண்டுகள் ஓடித் தீர்ந்தபிறகு நான் தோழர்களோடு நெருங்கி இருந்தேன். எனக்கு இந்த புது அத்தியாயம் பிடித்திருந்தது. அதிகாரத் துக்கு எதிராகக் குரல் கொடுக்கிற கலை முகத்தை கட்டி எழுப்பும் வீதி நாடகங்களை எழுதிக்கொண்டிருக்கும் விதத்தில் வாழ்க்கை மாறிப்போயிருந்தது. மணல் கொள்ளைக்கு எதிரானக அப்படியொரு வீதி நாடகத்தை அரங்கேற்றிய போதுதான் என்னையும் தோழர்களையும் கைதுசெய்து வேலூருக்குமாக புழலுக்கும் அலையவிட்டார்கள்.

பனிரெண்டு கழித்து அப்போதுதான் மீண்டும் நான் சங்கரை வேலூரில் சந்தித்தேன். ஒரு வார்த்தைகூட அவன் என்னிடம் பேச வில்லை. உடல் உருகி, சிந்தை கலங்கிச் சிதைந்து அடையாளமே

தெரியாமல் தொண்டைக்குள் குத்திய குற்ற உணர்வின் முள்போல சங்கர் உருமாறியிருந்தான்.

சங்கரை வெளியே எடுக்கும் முயற்சிகளைப் பெரியவரோ அவரின் கட்சி நிர்வாகிகளோ மேற்கொள்ளவே இல்லை. அவனுடைய துரதிஸ்டம் அந்தக் கொலை நடைபெற்ற சில நாள்களுக்குள்ளே தேர்தல் அறிவிக்கப்பட்டிருந்தது. புலனாய்வுச் செய்தி இதழ்களில் விலாவரியாக எழுதித் துவைக்கப்பட்ட அந்த வழக்கின் கறைகள் பெரியவர்மீது நேரடியாக சேற்றை வாரியிறைத்தது. அந்த ஆணவப் படுகொலையின் நேரடி எதிரியாக பெரியவர் சுட்டிக் காட்டப்பட்டார். பிரசார மேடைகளில் பாதிக்கப்பட்ட பெண்ணை ஏற்றி எதிர்முகாமினர் நீதி கேட்டார்கள்.

தேர்தல் முடிவில் கட்சிக்கு ஒரு தொகுதியில்கூட வெற்றி கிட்டவில்லை. பெரியவர் வீழ்த்தப்பட்டார். அவரது மத்திய அமைச்சர் பதவி கனவும் பறிபோனது. சங்கரோடு சேர்த்து பெரியவரின் உறவுக்காரர்கள் இருவரும் வழக்கில் குற்றவாளியாக சேர்க்கப் பட்டார்கள். வெளியே என்னென்ன நிகழ்ந்தன என்ற தகவல்கள் அனைத்தையும் சங்கரிடம் விளங்க வைக்கத் தோழர்கள்தான் உதவினார்கள். அவன் ஆழமாக நம்பும் 'பெரியவர்' போன்ற நபர்களின் போலித்தனத்தையும் சாதிய மனத்தையும், அதைவைத்து நடத்திக் கொண்டிருக்கும் ஓட்டுப் பொறுக்கித் தனத்தையும், கடைமட்ட மக்களின் ஜனநாயக வாழ்வுரிமையையும் அவனுக்கு என்னால் விளக்கிச் சொல்லிப் புரியவைக்க முடியும் என்று நான் நம்பவில்லை.

மணல் வழக்கிலிருந்து ஜாமீன் பெற்று வெளிவந்த பிறகான நாள்களில் சங்கரின் ஆயுள்தண்டனையினை குறைக்கும் பணிகளில் முழுமூச்சாக ஈடுபட்டேன். சிறைக்குள்ளே படிக்கவும் எழுதவும் அவனுக்குப் என்னாலான ஏற்பாடுகளைச் செய்துகொடுத்தேன். என் கைகளில் அப்பியிருந்த பாவத் தின் கறைகளைக் கழுவவும் என் தொண்டையில் சிக்கிய முள்ளை உமிழ்ந்து தள்ள வேறு வழியும் எனக்குத் தெரிந்திருக்கவில்லை.

தோழர்கள் சங்கரின் நடத்தையில் மாற்றங்கள் இருப்பதாகச் செ ான்னார்கள். தண்டனை முடிந்து வந்ததும் இயக்கத்தில் ஈடுபட

விரும்புகிறேன் என்பதையும் தெரிவித்தார்கள். அதையெல்லாம்விட சங்கர் சொன்னதாகக் கேள்விப்பட்ட ஒரு வார்த்தைதான் என்னைத் தூங்கவிடவே இல்லை. அன்றைய இரவு முழுக்க அருந்ததியிடம் அதுபற்றியே பேசிக் கொண்டிருந்தேன்.

"ஏன் பாய்கிட்டே சொல்லாம கொள்ளாம இங்கே வந்துட்டே..." இந்தக் கேள்வியைக் கேட்டுவிட்டாலும் அவனுடைய பதில் என்னவாக இருக்கும் என்பதை என்னால் யூகிக்க முடிந்திருந்தது.

"ஒருவேளை சங்கர் தோழர் வெளில வந்துட்டார்னா அவர் நேரா செங்கோட்டுக்குத்தான் போவார் பாருங்களேன்..." என்று இயக்கத் தோழர்கள் அன்று சொன்ன வார்த்தைக்குள் அவனின் பதில் இருக்கிறது.

மன்னிப்பு ஒன்றும் சாதாரணமான சில் இல்லையே... அதை உரியவரிடம் கேட்க நினைப்பது எத்தனை பெரிய திருப்பம். சங்கரின் இடத்திலிருந்து அவனுடைய கண்களால் இதைப் பார்ப்பவர் களாலேயே அதைப் புரிந்துகொள்ள முடியும். இறக்கி வைக்க முடியாத அது ஒரு மலையின் சுமையை அவன் ஒரு சொல்லாகச் சுமந்துகொண்டிருந்தான் என்பது அறைக்குள் நிலவிய அமைதியில் தென்பட்டது.

உக்கிப் போயிருந்த உடம்பிலிருந்து அவன் குரல் வெளிவந்தது.

"அங்கே எனக்கு சேரலை. பழைய நியாபகமெல்லாம் வருது."

"சரி ரெண்டு வாரமா எங்கே போயிருந்தே"

"அந்தப் பையன் வீட்டுக்கு..."

உமிழ முடியாத சொல் ஒன்றை அவன் மிச்சமாய் வைத்துக் கொண்டிருந்தான்.

– 2015

தலபுராணம்

செம்புலம்

பின்னிரவில் மேல்வானம் கண்ணுக்கு அவ்வளவு தெளிவாய் இல்லை. தெற்கு, வடக்காக வீசும் கூதலும் பொடிச் சத்தம் கூடக் காட்டாதிருந்தது. அதனாலேயே எப்போதும் ஒன்றையொன்று தள்ளிக்கொண்டும் தழுவிக் கொண்டும் வம்பளந்து கொண்டிருந்த பால்பிடியாத நாற்றுக் கொத்துக்களும் வயல் ஏலாவுக்குள் சுருண்டு படுத்துக்கிடந்தன.

ஊருக்குள் கன்று காலிகளின் கழுத்து மணிச்சத்தம் என்றுகூட எதையும் காணும். ஒரு குடிசை, குசினி, மச்சிலையும் விட்டு வைக்காமல் குளிர் துளைத்தெடுத்துக் கொண்டிருந்தது. அந்த நேரத்தில்தான் பெருங்குடியான் அரண்மனை வீட்டுக்குப் பின்பக்கமுள்ள தொழுவத்தின் சாணக்குழியைத் தாண்டிக் குதித்துச் சாடி விழுந்து, கும்மிருட்டுக்குள் மறைந்தான் சங்கையா.

வண்டிப்பாதையில் கடுங்கல்லை ஆரக்கால்கள் ஏறி இறங்கித் தடுமாறும் நொடிப்பொழுதுக்கும் இடைவெளி விடாத ஓட்டம். விலா வெடிக்கப் போகிற அளவுக்கு மூச்சு வாங்கியது. காட்டுத் திக்கில் தூரமாக எரிகிற தூசு வெளிச்சம் சுடலை எரிகிற திசையாகத்தான் இருக்கவேண்டும்.

தோளுக்கு மேலாக அள்ளி முடித்த கோடாலிக் கொண்டை அவிழ்ந்து விழுந்திருந்தது. மேல்சட்டை இல்லாத உடம்பு விசர்த்து நீர்பொங்கி வழிய, எதுபற்றிய சிரத்தை யில்லாமல் திடுதிடுமென ஓடிக்கொண்டே இருந்தான்.

வெள்ளி கீழே விழத்துடிக்கும் தூரத்தில் வீராசமுத்திர ஆற்றங்கரையின் தாழம்புதர் வாடை காற்றில் மணந்தது. அரைமனசோடு ஊரை சலசலக்கச் செய்து கொண்டிருக்கும் ஆற்றைக் கடந்து மறுகரை ஏறினால் தலை கண்டு அறிய முடியாத விடிலிக்காடு. நத்தத்திலிருந்து பயினி இறக்குகிற

ஆட்களும், பனஞ்சீவிகளும் கும்மாறமிடும் முன்னால் பனை விடிலியைக் கடந்துவிட்டால் மிச்சமனைத்தும் மேற்படியான் விட்டவழி.

சங்கையா இப்போது நிதானத்துக்கு வந்திருந்தான். இடுப்புக் கச்சையில் இறுக்கியிருந்த குத்துவாளை இன்னொரு தரம் தடவிப் பார்த்துக் கொண்டான். பல வருசத்துப் பகை. இவ்வளவு காலம் பொறுத் திருந்து தீர்த்து முடித்ததன் எக்காளம் அவன் மனசில் பிறந்தது.

"அய்யோ எந்தத் தள்ளையடா இந்தக் காரியத்தப் பண்ணவன். அரமண ரத்தம் ஆறா வழிஞ்சி கிடக்கே, எங்கருந்து யெவன் வந்து குதிச்சானுவளோ... அய்யோ எங்க சாமிய இப்படி அக்கக்கா அறுத்துப் போட்டு பேயிருக் கானுவளே... அறுதலிகளா, ஒங்க வமிசம் கருத்தரியுமா, ஒங்க வாச நெல நிக்குமா, பெய மக்களா நீங்க வெளங்க மாண்டிய. ஒங்க சாக்காடு நாதியத்து போவ..." ஏரளமெடுக்கும் ஏச்சுக் குரல்கள் தூரத்திலிருந்து ஒலிப்பது பிரமை எடுத்துச் சிலிர்த்தான்.

பழி பாவங்கள் என்று இனி புதுசாகச் சேர்க்க ஒன்றுமில்லை. சாவும் பிறப்பும்போல சாபங்களும் இந்த ஊர் உண்டான காலந்தொட்டு இங்கேயே உலவிக் கொண்டிருக்கும் ஆங்காரங்கள்தான். மண் தூற்றி வீசி மாடமழிந்த கதைகள் எத்தனை. அதன் உருவமும் அசைவும் தான் இடம் மாறிக் கொண்டிருக்கின்றன. ஒவ்வொன்றின் பின்னாக அற்றமழிந்து போன சொந்த வமிசத்தின் ரத்தத்தைத் தானே அவனும் கருவறுக்க வேண்டியிருந்தது.

ஆற்றடி கிட்டே நெருங்கியதும் தாழம்புதர் மண்டின ஒத்தையடிப் பாதையில் இறங்கினான். அறுவடை முடித்ததும் கருவைப் போரைக் கொளுத்தின சாம்பல் இப்போது காலடி பட்டுப் புகையாகக் கிளப்பியது. ஆள்வீச்சம் அடித்ததும் கல்லுத் தேரைகள் கூப்பாடுபோடத் துவங்கி விட்டன. அருவமில்லாமல் ஒவ்வொரு பாறையாக மிதித்துத் தாவி தண்ணீருக்குள் இறங்கினான். ஈரம்பட்டதும் பொதுமின உமிச்சாம்பல் வாசனை அந்நேரத்துக்கு அடிவயிற்றுப் பசியைக் கிளப்பிவிட்டது.

வீராத்துத் தண்ணீருக்கும் விடிலிக்காட்டுப் பயினிக்கும் பந்தயங் கட்டினால் பயனி ருசி தோத்துப் போகும். கள்ளுப் பானையைக் கழுவிக்

கார்த்திக் புகழேந்தி 129

குடித்ததுபோல சுர் என்று அடிநாக்கு இழுக்கும். மலையூத்தில் இருந்து புறப்பட்டு இறங்கிவந்து, காற்றுப் போக்கில் ஊரைச் சுற்றி அலையும் ஆற்றுத் தண்ணீர் இப்போது கிழடு தட்டிப் பள்ளம் கண்டுவிட்டது.

சங்கையா இடுப்புச் சவுக்கையை அவிழ்த்து தலையில் சுற்றிக் கொண்டான். தண்ணீரைக் கைநிறைய அள்ளி வயிறுமுட்டக் குடித்துக் கொண்டிருக்கும்போது, கண் நொடிக்கும் வேகத்தில் பின்னாலிருந்து சரசரவென சத்தம். குறுக்கே பாய்கிற ஆளென்றுதான் முதலில் பரபரத்தான். மஞ்சள் பிடித்திருந்த எருக்கஞ் செடி மூட்டிலிருந்து விரியன் ஒன்று அவசரமாகத் தண்ணீருக்குள் 'சலப்' என்று சாடியதைக் கண்டதும் ஒரு சின்ன பதற்றம் அவனைத் தொற்றிக்கொண்டது.

சத்தம் கேட்ட வேகத்துக்கு சங்கையாவின் கை தானாகக் குத்துவாளை இடுப்பிலிருந்து உருவி மேலுக்கு ஓங்கியிருந்தது. தண்ணீருக்குள் உன்னி உன்னி நீந்திச் சென்ற சாரையின் கழுத்தைச் சுற்றி ஏழெட்டு பொடிக் குஞ்சுகள் ஒட்டிக் கொள்வதைக் கவனித்ததும் ஓங்கிய கையை தன்னாலே கீழே இறக்கினான்.

இதுநாள்வரை முன்பின் அறியாத எத்தனையோ மனிதர்களை நம்புவதற்குப் பயன்பட்டு வந்த கருவி அது ஒன்றுதான். ஒடுக்கத்தில் கற்றாழைக் கூம்புச் சாடை. ரெண்டு தரிப்பிலும் கொஞ்சமும் நெரியாத கூர். ரத்தம் ஒழுகிச் சிவந்து போயிருந்த கலாமரக் கைப்பிடியில் வளை வளையாய் நான்கு அழுத்தமான கோடுகள். அதன் முன்னும் பின்னும் பித்தளை பூண். மேல் பூணின் முனையில் வாங்காகப் பறக்கும் மூளிப் பருந்துச் சின்னம். அதன் கீழே மூன்று நட்சத்திரங்கள். உறையோடு பிணைத்துக் கட்டுவதற்கு ஏற்ப பொடீசான தோல் கயிறு என்று ரசித்து ரசித்து இழைத்துக் கொடுத்த கருமாரக்காரனை நெஞ்சில் எண்ணிக் கொண்டான். உயிர்களைப் பிரசவிக்கிற கைகள் தானே உறவும் பகையும் அறியாத இந்த கொலைக் கருவியையும் உண்டாக்கி இருந்தது.

எந்த ஒரு கொலைக் கருவியும் ரத்தம் பார்க்காமல் செத்துப் போவதில்லை. யாருடைய ரத்தத்தைத் தொட்டு அது தன் பசியை எழுதப் போகிறது என்பதுதான் விளங்கிக் கொள்ள முடிந்திராத புதிர்.

இத்தனை காலம் காத்திருந்து அந்தப் புதிருக்கான விடையைத் தீர்த்துக் கட்டியிருந்தான் அவன்.

ஒரு கையால் தண்ணீரை அள்ளி அள்ளி உடம்பில் தெளித்தான். பசிதீர ஏந்திக் குடித்தான். தலைக்கு மேலே கருநீல நிறத்தில் அடர்ந்து படர்ந்திருந்த வானத்தில், எரிந்து விழும் நட்சத்திரம் ஒன்று தண்ணீரில் பிம்பமடித்தது. உடம்பு சிலிர்த்துப் போனவனாக தன் குத்துவாளைச் செங்குத்தாக தண்ணீரில் அலசத் துவங்கினான்.

அத்தனை காலமும் அடிமனசில் கசந்து கிடந்த ஆங்காரங்களெல்லாம் குருதியாய்க் கசிந்தன. தண்ணீருக்குள் கைவிட்டு அடிமண்ணை உள்ளங்கையில் கொஞ்சமாக அள்ளி, வாள் முழுக்க ராவினான். ராவின இடங்களில் இருந்து மறுபடியும் ரத்தம் கசிந்தது. வாளை இப்போது தண்ணீரில் அலசினான். பொழிகிற அருவிபோலச் சிவந்து வழியும் குருதிக் கசிவு நிற்பதாகத் தெரியவில்லை. விரல்களால் மழுங்கத் தேய்த்தான். தேய்க்கத் தேய்க்க ரத்தம் பீறிட்டுக் கிளம்பியது. முழு ஆறும் செம்புலமாகச் சிவந்து கொந்தளித்தபோதும் வாளின் ஒழுக்கு நின்றபாடில்லை.

வலசை

பாண்டி நாட்டு பலவேசத்தம்மாளுக்கு அடுத்தடுத்து ஆறு பிள்ளைகள். தலைச்சன் பெண்பிள்ளை பிறக்கும் போதே ஆச்சு பூச்சென்று சத்தம் எதுவும் இல்லை. சந்தேகித்த மாதிரி கால்கள் நேருக்கு நிற்கிற வயசு வரைக்குமே எந்தப் பேச்சுக் குரலும் அவள் தொண்டையில் எழும்பவில்லை. லெச்சுமி என்று மார்மேல் வைத்துத் தாங்கியபோதும் ஊமச்சி என்றே ஊர் அழைத்தது.

அவளுக்கடுத்தடுத்து ஏழாவதாக இளைத்துப் பிறந்த கடைக்குட்டிதான் சங்கையா. ரெண்டு பேருக்கும் இடையில் சங்கு கழுத்தோடு பிறந்த ரெண்டாமவளைப் பிறந்த மறுநாளையிலே கிடங்கு நரிகள் கூட்டமாக வந்து தூக்கிக்கொண்டு போனதென்றும், பாசிப்பூ நிறத்தில் கண்கொண்டு பிறந்த பெண்பிள்ளை கொள்ளையில் விழுந்து இறந்ததென்றும் ஒவ்வொரு பிஞ்சுக்கும் ஒவ்வொரு கதையை தன் நெஞ்சுக்குள் சுமத்தி

வைத்திருந்தாள் பலவேசத்தம்மாள். பிறந்த ஐந்தும் பெண் பிள்ளைகளாய் இருந்துமென்ன அதுகளில் ஒன்றுகூட பிழைத்துக் கிடக்காமல் போனதே என்ற ஏக்கம் பலவேசத்தம்மாளுக்கு மீளமுடியாத கொடுந்துயரம்.

சங்கையா பிறந்த வீட்டுக்குள்ளேதான் அவன் ஐயா காமாண்டி நம்பியார், வெண்ணாவல் மரத்தில் தூக்கு மாட்டிக்கொண்டு, நாக்குத் தள்ளச் செத்துப் போனார். மருந்தும் மந்திரவாதங்கள் பண்ணிக் கொண்டிருந்த மனுசனைப் பஞ்ச காளி ‘பொலி’ வாங்கிவிட்டதாக ஊர்மந்தையில் சம்சயம் பேசிக் கொண்டார்கள். ஆனால், தூண்டி நம்பியான் கூளிப்பேய்களுக்கு சடங்கு செய்கிறேன் என்று தன் பெண் பிள்ளைகள் ஒவ்வொன்றாக அதற்குக் காவு கொடுத்து, கடேசியில் அந்தச் சதிகளிலேயே செத்தொழிந்து போனான். ஊமச்சியாய் இருக்கவே லெச்சுமி பிழைத்திருந்தாள்.

நம்பி செத்துப்போன சில காலத்திலே தேசாந்திரங்கள் முழுக்க கொடும் பஞ்சம் பிடித்தாட்டியது. மேய்ச்சல் புல்லெல்லாம் கருகிச் சாம்பலாக, வரப்பு வாறுகால்கள் வெடித்துக் கிடக்க, குளத்தடிகளில் ஆடுமாடுகள் தண்ணீருக்குத் தவித்துச் சுருண்டு விழுந்தன. வலசுப் பாதைகளிலும் ஒரு குன்னி குருணி தண்ணீர் காணும். ஆறு பட்டுப்போன கதையை கூத்தாகச் சொல்லி கோடாங்கிகள் வீதிப் பிச்சைக்கு வந்துவிட்டார்கள்.

கந்தலும் கடவங்களுமாகச் சுமந்துகொண்டு நாடுதாண்டிப் போன ஆணும் பொண்ணும், பிள்ளைகளை எங்காவது மடங்களிலும் கச்சேரிகளிலும் விட்டு விட்டுப் போக வழிகிடைக்காதா என்று ஏங்கினார்கள். எந்த திசைக்கும் வழியற்ற கூட்டம் பசி தாளாமல் சாணக் குழியில் விழுந்து செத்து விழுந்து கிடந்த மாட்டின் எலும்பை வெட்டி எடுத்துக் கொண்டுபோய் சுட்டு வைத்துத் தின்றது.

சுள்ளியும், களையும், கிழங்கு, கொட்டை, வேர்களையும், தோண்டிப் பறித்து நாக்கடியில் ஊற வைத்துப் பசியை மயக்கியது. எலிவளைகளும் எறும்பு புத்துகளும் அங்கோலகங்கோலமாகச் சிதைந்து கிடக்க இனி எதற்கும் வழியில்லை என்றான பிறகுதான் பலவேசமும் ஊரைக் காலி பண்ண சித்தமானாள். அமாவாசை முடிந்த மறுநாள் லெச்சுமியை ஒரு

கையிலும், சங்கையாவை இடுப்பிலுமாகக் கட்டித் தூக்கிக்கொண்டு மேற்றங்காட்டை நோக்கி நடையாக நடக்க ஆரம்பித்துவிட்டாள்.

'பூமி பலியெடுக்க புத்திரரோ பரதேசம்
புண்ணியரும் தன்னாசம்; சோறு சோறுன்னு சொல்லி
துள்ளுதே பாலரெல்லாம் – அன்னம் அன்னமென்னு சொல்லி
அழுகுதே பாலரெல்லாம். கோடை அழிய வேணும்;
கொள்ள மழை பெய்ய வேணும்; மாவு கொதிக்க வேணும்
கொழந்த பசி ஆற வேணும்; பூமி வெளைய வேணும்
புள்ள பசி ஆற வேணும்'

என வாபாட்டுப் பாடிக்கொண்டு எல்லா சனமும் கிழக்குச் சீமைக்கு நடக்கும்போது, மேற்கே மலங்காட்டை நோக்கி நடந்தவளை, "பாதகத்தி இந்தப் பிள்ளைகளச் சாவடிக்கத்தான் போறா" என்றே காவல் தெய்வங்கள் கூட கண்மூடிக் கொண்டன. அதுகள் கண்மூடிக் கொள்வது ஒன்றும் புதுசுமில்லை.

பாண்டிப் படைகள் இதே பாதையில் புகுந்துவந்து மனுச மக்களை அட்டூழியம் பண்ணிக் கட்டி இழுத்துப் போன போதும், பாண்டிகளோடு சண்டைகட்டிச் செத்துப் போனவர்களின் சவமெல்லாம் இந்த வீதிகளிலே இறைந்து கிடந்த போதும் இந்தத் தெய்வங்கள் இப்படியே தான் கண்மூடிக் கொண்டிருந்தன.

மலைக்கு அந்தப் பக்கத்தில் ஆயி, அப்பனுமாக வேடுவம் பண்ணிக் கொண்டிருந்த குடிபிறப்பினர் யாரும் திரும்ப வந்தவழி ஏறி வாழ்க்கை கண்டதில்லை என்கிற கதையை வாழ்நாள் முழுக்க கேட்டிருந்தும் எந்த நம்பிக்கையோ பலவேசத்தை மேலேறி வா என்றழைத்திருந்தது.

பலவேசத்தின் குடிபிறப்பினர் மலைக்கு அந்தப் பக்கமிருந்து வந்தவர்கள். ஆயி, அப்பனுமாக மேய்த்துப் பிழைத்தவர்கள், நாள்பட்டுக் கிழக்கில் இறங்கி வந்துவிட, அங்கேயே வாழ்க்கையும் பட்டுவிட்டாள் பலவேசம்.

நீண்ட மலையேற்றத்திற்குப் பிறகு வெகுகாலம் பிந்தி, தன் பிறந்த மண்ணின் எல்லையில் அவள் கால்மிதித்த போதும் அந்தப் பரவசங்கள் எதையும் அவள் தனக்குள் பூசிக் கொள்ளவே இல்லை.

கைக்குக் கையாக பொதிகளை மாற்றிக் கொண்டே மூணாம் நாள் பகல் பொழுதில் மலைக்கு அந்தப் பக்கத்தை முழுவதும் அடைந்தார்கள். சங்கையாவை தூக்கிக்கொண்டு, தன் பொதிகளை லெச்சுமி அந்தப் பக்கம் தூக்கி வீசிவிட்டு, முதல் எட்டை எடுத்து வைத்தபோது, கால்கள் சரேலென்று பள்ளத்தில் இடறியது.

தரையில் அவ்வளவு ஈரம். தூரத்தில் பாறைகளில் மோதி கெந்திக்கொண்டு தண்ணீர் ஓடும் சத்தம் தொண்டைக்குழிக்கு வலிகொடுத்தது. குரங்குக் கூட்டம் கடித்து வீசிப் போட்ட மாம்பிஞ்சுகள் வாசனையில் பசியும் வெடவெடத்தது. மலையடியைத் தாண்டி ஊர்களின் தலைவாசலில் இறங்கியதும் வழிகளில் பூப்பிடித் திருந்த வரகுக் குருணையைப் பறித்து பசிக்குச் சவைத்துக் கொண்டாள்.

அவ்வளவு காடும் நடந்து களைத்திருந்த லெச்சுமிக்கு அன்றைக்குத்தான் இனி நாம் பிழைத்துக் கொள்வோம் என்ற நம்பிக்கை பிறந்திருந்தது. காவுக் கோயிலின் மடத்தில் நெருப்பு கூட்டி உறங்கிய இரவில் தம்பியின் வாய்க்கு விரலைச் சப்பக்கொடுத்துக் கொண்டே, அம்மையின் மடியில் தலைவைத்து நிம்மதியாக உறங்கினாள். ஒரு தொடையில் மகனையும் மறுதொடையில் பிள்ளையையும் படுக்கப் போட்டுக்கொண்டு, தன்னுடைய அந்த சொந்த மண்ணின் பேறுகளைத் தாலாட்டாக வாயெடுத்துப் பாட ஆரம்பித்தாள் பலவேசம்.

கரை புரண்டு ஓடுமம்மா கொத்தாளன் ஆளும் பூமி
நெளிநெளியா ஓடுமம்மா நீலவண்ணத் தண்ணியெல்லாம்
சுழிசுழியா ஓடுமம்மா சுத்தமான ஆத்துத்தண்ணி
வெயிலடிக்கும் நேரத்திலே வெள்ளிபோல மின்னுந் தண்ணி
குடிதண்ணியும் குளிதண்ணியும் கண்ணே
கொடம் கொடமா எடுப்போமடி – தாலோலம்

தண்ணிக்கொரு தீட்டுமில்ல கண்ணே
தடுக்க ஒரு நாதியில்ல – தாலோலம்
பாப்பாருக்கும் பச்சத்தண்ணி கண்ணே
பறையருக்கும் பச்சத்தண்ணி – தாலோலம்
கோதையுங் கோவலனும் கண்ணே
கோரிக்கொள்ளும் பச்சத்தண்ணி – தாலோலம்
தண்ணியக் கடந்தாக்கா தங்கம்போல வெளையும் பூமி
தாமனே தாய்மாமன் தலையேத்து ஆளும் பூமி... – தாலோலம்

லெச்சுமியும் சங்கையாவும் தாலாட்டில் சொக்கிக் கிடக்க, பலவேசம் ரொம்ப நேரமாக ஊரின் கடைக்கோடிப் புள்ளி யாய் தீ வெளிச்சம் தெரியும் தன் அண்ணன்மார் கொத்தளத்தையே இமைக்காமல் உற்று கவனித்துக் கொண்டிருந்தாள்.

சீர்பாகம்

வெயில் விழாத கொட்டாரத்து வாசலில் கட்டுக்கட்டாக நிற்க வைக்கப்பட்டிருந்த குதிரைகளின் கனைப்பொலிகளைத் தாண்டி, அச்சமும் தவிப்புமாக தன் அண்ணன் முத்தையன் முன்னால் பிள்ளைகளோடு இறுக்க அணைத்தபடி நின்றுகொண்டிருந்தாள் பலவேசம்.

பலவேசத்தின் அண்ணன்மார் முத்தையன் அந்த வட்டாரத்தின் ராஜாங்கத்தைக் கண்காணித்து வந்தார். அண்ணன்மார் பேரைச் சொல்லி தவிட்டையாவது தின்று கொண்டு பிள்ளைகளைக் கரையேற்றிவிடலாம் என்கிற அவளது கடைசி நம்பிக்கை வீண்போகவில்லை. அண்ணமார் முத்தையனும் அவரது பெஞ்சாதி குமராத்தாளும் மனதுவந்து புன்முகம்காட்டி பலவேசத்தையும் அவள் பிள்ளைகளையும் உபசரித்தார்கள்.

இருதாய் வயிற்றில் பிறந்திருந்தும் அண்ணன்மாரோடு அருகருகிருந்து வளர்ந்ததில்லை. இருந்துமென்ன அங்க லட்சணங்கள் அப்படியே உரித்தல்லவா வைத்திருக்கிறது. யார் வந்து இடையில் நின்று இவர்கள் பந்தத்தை விளங்க வைக்கணும் என்ற முணுமுணுப்பு கொத்தாளமெங்கும்

பரவியது. அதற்கொப்ப பராதியாய் வந்த உடன்பிறந்தவளுக்குப் பரிபூரண ஆதரவு தரத் துணிந்துவிட்டார் முத்தையன்.

இடைக்குடியிலே ஒரு விடுதி ஒதுக்கி, கைம்பெண்ணாக வந்தவளுக்கு அண்ணமார் கோடிகளும், விளக்கெரிக்க ஒரு வரையாடும், பாய் படுக்கை, பண்டபாத்திரங்கள் கொடுத்து, கேப்பையும், புல்லரிசியும், புளி, மிளகுச் சேர்மானங்களும் முடிச்சு முடிச்சாய் கழுதைப் பொதியாகக் கொண்டு சேர்த்து இறக்கினார். ராசாங்கம் பண்ணினாலும் உடன்பிறந்த பிறப்புக்கு முறையோடு அரவணைக்கிறான் தன் அண்ணன் என்று மனத்தால் பெருமை பூத்தாள் பலவேசத்தம்மாள்.

முத்தையன் பெஞ்சாதி குமராத்தாளும் நல்ல குணம் மாதிரிதான் தெரிந்தது. பொலிவைக் கொண்டே வயசில் ரொம்ப இளமைதான் அவள் என்று பார்த்ததுமே யாரும் கணித்துவிடலாம். ரொம்பக் காலமாக கலியாணம் கட்டாமலேயிருந்து, பத்து சித்திரைக்கு முந்திதான் அவளை மணந்திருந்தார் முத்தையன்.

அண்ணன் பாடு செழிப்பும் வளப்புமாய் இருந்தாலும், அளவோடு எதையும் எடுத்துக் கொள்வது தான் தனக்கு நல்லது என்று பார்த்துப் பரிதவித்து எதையும் பெற்றுக் கொண்டாள் பலவேசம். தன்பலத்துக்குக் காட்டு மூங்கிலைப் பிளந்து, கல்லடுப்பும், விறகும் கூட்டி பிள்ளைகளுக்கு களியும் கீரையும் கிண்டிக் கொண்டாள்.

கழுதைகளைப் பத்திக் கொண்டு ஊர்வேலி வரை நெருங்கிப்போய் பாதை பொட்டு களைத் தெரிந்து கொள்வதும், கிழங்கறுத்து, கொள்ளு பறித்து, கொஞ்சங் கொஞ்சமாக தன் புதுச் சக்கரத்தை தானே உருட்டப் பழகினாள். எல்லாமே நன்றாகத்தான் போய்க் கொண்டிருந்த ஒரு நல்ல நாளில், லெட்சுமி பூப்பு கண்டிருந்தாள்.

தங்கச்சி மகளுக்குச் சீர்செனத்தியோடு பாக்கும், புதுச் சேலையும், பொன் சவிரியும், திரவியமும் கொடுத்தனுப்பினார் முத்தையன். வந்தது சீதனமும் சவிரியும் மட்டுமா?

''தனக்குக் கலியாணம் ஆயிருந்தாலும் இதுவரைக்கும் வாரிசு ஒன்னும் உருசு கொள்ளலே. ஆகையால், உன் மகளை நான் கலியாணம் செய்து

கொள்ள உத்தேசித்திருக்கிறேன். இதனால் நம் ரத்த பந்தமும் விட்டுப் போகாமலிருக்கும்'' என்று மலையை முழுங்குவது போல சேதியையும் கூடே அனுப்பி வைத்திருந்தார். கொற்றத்து இடி தன் தலைமேலே நேராக்கில் விழுந்ததுபோல பலவேசத்தம்மாள் நொடிந்து விழுந்தாள்.

சங்கையாவுக்கு அப்போது விபரம் புரிந்திருக்காத வயது. அக்காளுக்கும் மாமனுக்கும் அறுதலிக் கலியாணம். யார் யாரோ முன்னின்று எடுத்துச் செய்கிறார்கள்.

அம்மைக்கு என்னமும் சொல்லி இதையெல்லாம் தடுத்துவிடக் கூடிய பாக்கியதை கூட கிடையாது என்பதுவும் அவன் அறியவில்லை. பலவேசத்தம்மாள் வாய் வார்த்தை சொல்லத் திராணியற்று தனக்குள்ளே தவித்துக் கிடந்தாள். ஊமைப் பிள்ளையின் வாழ்க்கை சீரழியப் போகிறதா, சீமாட்டியாக மாளிகை புகப்போகிறாளா என்று எதுவும் புரியாமல் இருந்தது அவள் பாடு.

சித்திரை மாசத்திலே சீர்பாகம் தேதியிலே ஞாயிறு திங்களுக்கு நல்ல புதன்கிழமை நல்ல தேதியென்று சொல்லி முகூர்த்தம் முடிவானது. முடி மன்னருக்கும், அம்பத்தாறு அரசருக்கும் அருமையாய் சீட்டெழுதி அழைப்பு அனுப்பினார் முத்தையன்.

வாழை மரம் பிளந்து வாசலெல்லாம் பந்தல், தென்னை மரம் பிளந்து தெருவெல்லாம் பந்தல். ஒவ்வொரு வீட்டுக் காரர்களும் தங்கள் வீட்டுக் கல்யாணமாகக் கொள்ள ஊரே தூள் பரத்தினதுபோல் இருந்தது. இளம்பிள்ளைகள் வந்து மஞ்சள் குத்திக் கொண்டாட்ட மாய் சடங்கை ஆரம்பித்தபோது ஆர்ப்பாட்டமாய் வந்திறங்கினார் மாமன் முத்தையன்.

ஏயப்பா என்ன தோற்றம் அது.. கிழ யானையின் கனத்த காலடித் தடம்போல் மண்ணில் பதியப் பதிய நடக்கும் இந்த மானுடத்துக்கும் எலிக்குஞ்சு போலிருக்கும் தனக்கும் இன்றைக்குக் கலியாணம் என்று பதபதைப்பதா அல்லது இந்தப் புத்தம்புது அலங்காரங்கள் தந்த கௌரதையையும், சட்டி சட்டியாக நிரப்பியிருக்கும் பலகாரங்களையும் எண்ணிக் குதூகலிப்பதா என்ற எந்த மனமுடிவுக்கும் லெச்சுமி வரத் தயாராயிருக்கவில்லை.

ராத்திரி நேரத்துக்கு ஊர்ப்பாடுகள் வந்துசேர, வெட்ட வெளிப் பந்தலில் கலியாண கச்சேரி களைகட்டத் துவங்கியது. பால் உலையிலும், புளிநீரிலும், கரும்பஞ் சாறிலும் சோறு போட்டு சமைத்த புகை ஊரை உசுப்பேற்றியது. கள்ளுப் பதக்கு, கதலி, பொங்கல் கறி, எள், அவல், பொரி, வெல்லம், பலாச்சுளை என்று உபசரிப்பு தடபுடலாக இருந்தது. சந்தனமும் மஞ்சளும் பன்னீருமாக வந்தமர்ந்திருந்தார் மணமகனாக முத்தையன். தந்தூபி ஊதிகள் முன்னால்வந்து கலியாணச் செருக்குகளைப் பாட ஆரம்பித்தார்கள்.

'சந்திர சூரியர் தானவர் வானவர் முந்தியோர் தேவரும் முனிவரும் காத்திட நல்லக் கலியாணம் நடந்திடச் செய்வாரே! இந்தப் பெண்ணும், மாப்பிள்ளையும் நாரும் கொழுந்தும் நந்தியா வட்டமும், வேரும் கொழுந்தும் வில்வப் பத்திரமும், தண்ட மாலை, கொண்டமாலை தானணிந்து, ஆடை ஆபரணம் அலங்கரித்து, வெற்றிலைப் பாக்கும் வீட்டுப் பேழையில் நிறைநாழி நெல்லுமெடுத்து, நாட்டிலுள்ளோர் சபைக்கு வர....

தாயிடம் முறைகேட்க, தம்பியிடம் வழிகேட்க, உரும்பு துடும்படிக்க, ஊர்மேளம் பறையடிக்க, கொம்பு, துத்தூரி, மல்லாரி, திமிரித்தாளம், பம்பை, பேரணி எல்லா அமளிகளும் ஒலிக்க ஒலிக்க, வெள்ளைக்குடை சுழல சுழல, வெண் சாமரம் விசிற விசிற... விருதுகள் சுற்றி, தீவட்டிச் சகிதமாய் கட்டுக தாலி மன்னவரே!' என்று முழங்கியபோது மைத்துனனாக சங்கையா எடுத்துக் கொடுத்த கழுத்து மாலையை லெச்சுமிக்கு அணிவித்து, அரிசிப் பொன்னால் கோர்த்த தாலியை லெச்சுமியின் கழுத்தில் கட்டி எல்லார் முன்னிலையிலும் அவளைத் தன் இளைய பெஞ்சாதியாக்கிக் கொண்டார் முத்தையன்.

மைதானப் பொட்டல் முழுக்க உண்டு களித்த மயக்கத்தில் கலியாணத்துக்கு வந்தவர்கள் மாப்பிள்ளை பொண்ணை கேலிக்கூத்து பண்ணிப் பாடிக் கொண்டிருந்தார்கள்.

வயசாளிப் பெண்கள் மாப்பிள்ளையின் அழகுகளைப் பாட, இளசு நட்டுக்கள் மாப்பிள்ளையைச் சீண்டவுமாக நெடுநேரம் வரை

களியாட்டங்கள் தொடர்ந்தது. இடக்கை வலக்கையினர் இருபுறமும் சூழ்ந்து நிற்க, துணைச் சேகரங்கள் தண்டிகையின் மேலேவர, தனக்கு வாழ்வரசியாகிவிட்ட லெச்சுமியைச் சிங்காரமாக மட்டத்துக் குதிரைமேல் ஏற்றி மைதானத்தைச் சுற்றி வந்தார் முத்தையன்.

மொத்த அமளியிலும் ரெண்டுபேர் மட்டும் கண்காணாமல் போன சேதி, நேரம் பிந்தியே முத்தையன் காதுக்கு வந்து சேர்ந்தது.

வேடுவம்

கருப்பன் கோயில் பூடத்துக்கு முன்னால் ஒருபாடு அழுது தீர்த்துக் கொண்டிருந்தாள் பலவேசத்தம்மாள். சங்கையாவை மட்டும் இழுத்துக் கொண்டு ஊருக்கு எதிர் திசையில் இருட்டுப்போக்கில் கால்நடையாக நடந்தே ஊரெல்லையைக் கடந்திருந்தாள். எந்த ஊருந் தண்ணியும் இனி நம்மை வாழ வைக்கும் என்று நம்பினாளோ அதே வெள்ளத்தில் விழுந்து சாகலாம்போல எரிந்தது நெஞ்சு. எப்பேர்பட்ட பாதகக் கூட்டுக்குள் தான் பெத்த ஒரே பெண் பிள்ளையைக் கேப்பார் பொறுப்பார் இல்லாமல் தள்ளி விட்டுவிட்டோம் என்ற ஆத்தாமை அவளைப் பலியாய் சுட்டது.

அம்மையும் தம்பியும் கோட்டைக்குள் வந்து எப்போ தன்னைப் பார்ப்பார்கள் என்ற கேள்வியை, தன் ஊமை மொழியால் வருவோர் போவோரிடமெல்லாம் கேட்டுக் கேட்டு ஓய்ந்திருந்தாள் லெட்சுமி. யாருக்கும் அவளுக்குப் பதில் சொல்ல நேரமில்லை. இளம்பிராயத்தில் தன் கண்ணுக்கு முன்னாலே அய்யா தூக்கில் தொங்குவதைப் பார்த்தவள். இன்று அம்மையும் தம்பியும் இந்தத் திக்கு தெரியாத காட்டுக்குள் தன்னை தள்ளிவிட்டுவிட்டு எங்கோ போய்ச் சேர்ந்துவிட்டார்கள் என்ற உண்மையும் சுட உள்ளமொடிந்து வாய்வராத வார்த்தைகளால் ஓங்காரமாய் அவர்களைச் சபித்தாள். அவளது எந்த தவிப்புக்கும் ஒரு சிறு குறிப்பும் கொடுக்க மாட்டாமல் ஒரு மலையைப்போல் எதிரே அமர்ந்திருந்தார் முத்தையன். புராதனமான அவரது ஆஜானுபாகு அத்தனையும் அசந்துபோய் தோல் வற்றி, தொடை வற்றி, குருக்கத்திப் பிஞ்சாய் நரைத்த மார்மயிர்களோடு வாய்பிளந்து சிரித்து அவளைக் கிட்டே அழைத்தார்.

கார்த்திக் புகழேந்தி

அவருடைய இந்த ராசா வாழ்க்கை எல்லாம் ஒருகாலத்தில் துள்ளித் திரிந்த வேகத்தில் புத்தி நிதானித்துச் செயல்பட்டதால் அவர் மடியில் வந்து விழுந்தவை. கையில் தடிபிடித்துக் கொண்டு மேட்டாங்காட்டுக்குள் வேட்டுவம் பண்ணவும், வெட்டு மரங்களைக் களவெடுக்கவும் போகும் கூட்டத்தாருக்கு ஊடே முத்தையன் வலுசாலியான வித்து. சாடி வந்தால் அவர் நடை மட்டும் துண்டாகத் தெரியும். தண்டங்கீரை இலை மாதிரி உடம்பெல்லாம் தடித்த நரம்புகள். தண்ணீருக்குள் சாடுகிற பாம்பை தலக்'கென்று கொண்டையிலே குறிபார்த்து அடிக்கிற கூரான பார்வை என்று தாட்டியமான ஆள்.

மேற்றை மலங்காடு மொத்தமும் திருவாங்கூர் ராசமார் ஆளுகைக்குள் இருந்தபோது, ஒருதடவை மாவேலிக்கரை படைக் கூட்டத்திடம் தன் கொத்தோடு அகப்பட்டுக் கொண்டார் முத்தையன். ரெண்டு தரப்புக்கும் பலத்த சண்டை. காட்டாறில் ரத்த ஆறு கலந்து ஓடும் சண்டை. எல்லா பேரும் சிறைப்பட்ட பிறகும், ராத்திரியோடு ராத்திரியாய் படைக் கூட்டத்திலிருந்து ஒரு குதிரையையும், படையாளி அணிந்திருந்த வெள்ளிக் காப்பையும், அவனது சுடுதோக்கையும் பறித்துக்கொண்டு, அடிபட்ட போர்ச் சேவல்போல கெந்திக் கெந்தி தான் மட்டும் தப்பித்து வந்து விட்டார் முத்தையன்.

தன் படைகளையே மறித்து ஒருவன் தப்பிப்போன விபரம் கேள்விப்பட்ட திருவாங்கூர் மகராசா, மறுவாரமே இவரைத் தேடிக் கண்டுபிடிக்க ஆளனுப்பி இருக்கிறார்.

காலடி காயம் ஆறிவந்த முத்தையனைக் கண்டுவிட்ட மகராசா, தன்னுடைய ராசாங்கத்திலேயே இருந்து, தனக்கு காவல் காக்கும்படி கேட்டுக் கொண்டார் ராசா. ராசாவின் அந்த வேண்டுகோளை மறுத்து, காட்டுக்குள் தனக்கு ஒரு எல்லையைக் கேட்டு வாங்கி, தன் கூட்டத் தாரையும் தன்னோடு விடச் சொல்லி, பறித்த குதிரையையும், காப்பையும், கொத்தபிடி சுடு தோக்கையும் தனக்கே தந்து உதவினால் ராசாங்கத்தின் மேலெல்லை வரைக்கும் காவல் பார்த்துக் கிடப்போம் என்று நியமனம் கேட்டிருக்கிறார். அப்படி ஒரு தைரியம், அதனுள்ளே ஒரு நிதானம்.

அன்றைக்கு முதல் மேற்றைக் காட்டுக்குள் தனக்கென்று மாவேலி நிலம், மகராசா புலிவேட்டைக்கு வரும்போதெல்லாம் அவருக்குப் பாதுகாப்பு என்று ராசாங்கத் தொடர்புகளில் வலுசாலியாகி விட்டார் முத்தையன். கூதல் எட்டிப் பார்க்கும் காலத்தில், மகராசா வந்து மேல்மலை கொட்டாரக் கோட்டையில் தங்குவார். அப்போதெல்லாம் அவருக்கான வசதிப்பாடுகள் அத்தனையும் முத்தையன் தரப்புதான் பார்த்துக் கொண்டது.

வெறுமனே பார்த்துக்கொண்டது என்றால் எப்படி... 'எரியுதே எரியுதே என் கொள்ளி' என்று பெத்தவர்கள் துடிதுடிக்க பல பெண் பிள்ளைகளைக் காவிக் கொண்டுவந்து ராசா மடியிலே போட்டு, அந்த உபகாரங்களுக்குப் பரிகாரம் பெற்று, பொன் பொருள், நிலபுலன், கோட்டைக் கொத்தளம் என்று தன்னை வளமாக்கிக் கொண்டார் முத்தையன். நாளாவட்டத்தில் களவெடுத்த காட்டுக்குக் கீழே தன் குடிசனங்களைக் கொண்டுவந்து அமர்த்தி, ராசாங்கப் பதவிகளும் வாங்கிக் கொண்டு பெருங் குடிக்காரனாய் மாறிப்போனார்.

இராவானால் இலுப்பைச் சாராயம். எதுக்களித்து படுக்கைக்குப் போகும்போது குளிருக்குக் கட்டிக் கொள்ள பெண்ணுடம்பு. மிடுக்கினால் மடிந்து விழும் பொடித் தலைகள். மடக்கின சாதியிலெல்லாம் பொஞ்சாதி. சொத்துக்கும் சுகத்துக்கும் பஞ்சமேயில்லை முத்தையனுக்கு. ஆனால், அப்படியும் இப்படியுமாய் வாழ்ந்தவருக்கு வாரிசு இல்லாமல் ஏன் போனது. அந்த ஒரு துயர்நீட்டம் தான் அவரை மாடாய்ப் போட்டு ஏறி மிதித்து உழட்டியது.

எங்கெங்கெல்லாமோ எகிறி விழுந்து பார்த்தார். ம்ஹூம் ஒரு கொழுந்து கூடத் தளிர்க்கவில்லை. பொண்டாட்டியாய் வந்தவளோ எரியும் நெருப்பு போல ச்சீ மனுசா என்று துப்பாத குறைக்குப் பேசி விட்டாள். அவள் முகத்தில் கரிபூசவாவது ஒரு பிள்ளையைக் கொண்டார வேண்டும். புத்திர துயரம் வந்து அவரை ஒரு ஆட்டிய ஆட்டில்தான் வந்துநின்ற அன்றைக்கே தன் உடன்பிறந்தாள் பிள்ளையையும் மனசுக்குள் வரித்துக்கொண்டார்.

கன்னி நிலத்தில் விளைந்த கதிர்கட்டுபோல கட்டாந்தரைச் சுருளில், லெச்சுமி சுருண்டு கிடந்தாள். சடை சடையான பழைய உடல் தினவோடும் சாராய மூச்சுக் காத்தோடும் அவளை எக்கிப் பிடித்து உலுப்பினார் முத்தையன். மூப்பின் புழுதி அவர் முகமொட்டப் படிந்துகிடந்தது. கண்களில் இருந்த காமத்திற்கு மட்டும் வயது என்ற ஒன்றில்லை.

வயதின் நடுக்கமும் புதிய பரவசத்தின் தளர்ச்சியும் அவருக்குள் நடுக்கத்தை ஏற்படுத்தினாலும், வடலி வளர்த்துக் கள்ளு குடிக்கக் காத் திருந்தவன்போல இத்தனைக் காலமும் மலடன் என்று கிடைத்த அவச் சொல்லுக்கு இவள் மூலமாக வேணும் ஒரு பதில் கண்டாக வேண்டும் என்கிற வெறி ஏறியிருந்தது முத்தையனுக்கு. சுருட்டுப் புகையை உள்ளிழுத்து விடும்போது, கொடுக்கும் கமறல் சத்தத்தில்கூட எந்தப் பதற்றத்தையும் காட்டாமல் லெச்சுமியை ஒரே சுண்டில் கிட்டே இழுத்துப் போட்டார்.

லெச்சுமிக்கு குரல் தான் கூடப்பிறக்கவில்லை. மற்றபடி அத்தரும் அஞ்சணமும் கொண்டை ஊசிகளும், தனந் தூக்கிகளும், கண்கட்டி வித்தை காட்டும் மேல்பூச்சுக்கள் எதுவுமே தேவைப்படாத பாண்டி நாட்டு தேக அழகி அவள். வயதைத் தோற்கடிக்கும் அவள் வாளிப்பும் வெட்டி வேரின் வாசனை வீசும் அவள் உடலும் ஆளைக் கிறுகிறுக்கச் செய்தது. விருப்பமோ இல்லையோ தன்மீது விழுந்த முதல் ஆணணைப்பின் மூர்க்கத்தில் மட்டும் கொஞ்சம் வெளிறிப் போயிருந்தாள். அதையெல்லாம் ஒரு பொருட்டாகவே கொள்ளாமல் அவளை ஒரு துணியைப் போல அள்ளி முடிந்துகொண்டார் முத்தையன்.

பிறகு வந்த ஒவ்வொரு நாளும் தசைகட்டிய மார்பில் பொங்கின மருட்சிகள் நீங்க, பனிச்சை மரத்தை எருக்கஞ் செடிகள் சூழ்ந்து பாழ்படுத்திப் போட்டதுபோல எந்நேரமும் களையிழந்தே கிடந்தாள் லெச்சுமி. அச்சமும், இரைப்பும், அலறலும், பயமும் மண்டிய அவளது அந்தக் கிடப்பை உள்ளூறிய குரோதத் துடன் ரசித்துக் கொண்டிருந்தாள் முத்தையனின் மூத்த பெஞ்சாதி குமராத்தாள்.

சாம்பவம்

மலையாள நாட்டின் குமரங்குடி பொற்றையடிக் குன்றத்தைக் கடந்து போய்க் கொண்டிருக்கிறது திருவாங்கூர் அரச பல்லக்கு. திடீரென விளக்குக் கிண்ணங்களும், தீப்பந்தங்களும் அணைந்துபோய் கும்மிருட்டில் தகித்து நிற்கிறது பல்லக்குப் பரிவாரம். வெளியில் எட்டிப் பார்த்து என்ன விபரம் என்று தெரிந்துகொள்ள தன் தளவாயை அழைக்கிறார் திருவாங்கூர் மகராசா.

''பந்தம் பொழிஞ்ஞுல்லோ குஞ்சுராமா''

''பனிபெய்யு ண்டே தம்புரானே''

''இது விதியோ சதியோ குஞ்சுராமா'' என்று ராசா விளித்துக் கொண்டுருந்த தருணத்தில் சரியாய் அவரது விலாவைச் சீவிக்கொண்டு வெளியேறுகிறது தறவாடுகளின் வல்லீட்டி முனை.

சுற்றிலும் கண் மாளும் இருட்டு. பல்லக்கிலிருந்து, மூச்சைப் பிடித்துக் கொண்டு கீழே குதிக்கிறார் மகராசா. தறவாடுகள் எல்லாப் பக்கமும் சூழ்ந்து நிற்கிறார்கள். ராசா அங்குமிங்கும் பார்க்கிறார். கீழ்தலையில் அண்ணாந்து பார்க்கிற உயரத்துக்கு எழுந்து நிற்கிறது பொன்குன்று. குன்றுக்குக் கீழே பரந்துகிடந்த சமவெளியெங்கும் நிலை தப்பிய அமளி.

ராசாவுக்குத் தசை வலி பின்னுகிறது. மூச்சிரைப்பு குறைந்தால் தேவலாம். துணைக் காவலாட்கள் எவரின் தீவர்த்தி ஜோதியும் கண்ணில் தென்படவில்லை. அலுக்க மாகச் சத்தம் போட்டாலும் அது எதிரிக்கே தான் இருக்கும் இடத்தைக் காட்டிக் கொடுத்துவிடக் கூடும். முடிந்தவரை இருளில் பம்மிப் பதுங்கி ஒளிகிறார் மகராசா.

அன்றைக்கு அந்த ராசாவை கமுகுப் பாளையில் அமுக்கிப் போட்டு தறவாடுகளின் வாசனையில் கூடப்படாமல் மறைத்துக் காப்பாற்றிக் கொடுத்தவர்கள் குமராத்தாளின் மூப்பர்கள். சாம்பவக் குடிகளான அவர்களின் மூத்தவர் மகராசா போல உடை தரித்துச் சென்றார். ராசாவுக்குப் பதில் தன்னுயிரைத் தந்து தறவாடுகளை திசைதிருப்பி, அவர்களைத் தற்காலிகமாக நிறுத்தி, காப்பரண் செய்த விசுவாசத்துக்காக வாரிக் கொடுத்த சொத்துக்களின் பூமியில் தான் குமராத்தாள் செல்வச்

செழுமையோடு ஏழு அண்ணன்களின் தங்கையாகப் பிறந்திருந்தாள். அந்தக் கன்னியை தனக்குச் சொந்தமாக்கிக் கொள்ள முத்தையன் ஆசை கொண்டது காலத்தின் சூது.

செல்வச் செழிப்பிலும் அண்ணன்மார் அரவணைப்பிலும் மிளாவாகத் துள்ளிக் கொண்டு திரிந்தவளைக் கண்டு மயங்கிய ஒரே ராத்திரியில் குதிரையில்போய் அவள் காடுகளை அழித்து கொள்ளையிட்டு, அண்ணன்மார்களைக் கொன்றுபோட்டு, அவளையும் கடத்தி வந்து கல்யாணம் செய்துகொண்டிருந்தார் முத்தையன்.

உடன்பிறப்புகள் ஒவ்வொருவரும் குடல் சரியச் சாகக் கிடக்க, தான் வாழ்ந்த மலையடியும் காடும் வயல்புரமும் நெருப்பில் கருக, கை வறண்டு, கால் வறண்டு, கண்ணீர் சுரப்பு மறந்து கதறித் துடித்தவளை தன் கொட்டாரக் கோட்டைக்கு வரும் பாதையில் வைத்தே அங்கலமங்கலம் ஆக்கின அவன் பாவங்களுக்கு பலி முடித்து அவனை நிர்கதியாக்கித் தீர்வதென்ற இறுமாப்பு அவளுக்குள் எப்போதும் குடிகொண்டிருந்தது.

சூலிக்குடம்

லெச்சுமி வயிற்றில் தங்கிய கரு கலைந்து கெட்டது என்று குமராத்தாள் வருத்தம் கொண்டுவந்து சொன்னபோது, முத்தையனுக்குத் தாளவில்லை. இத்தனைக் காலமும் தான் சேர்த்தெடுத்த அத்தனை சொத்து சம்பத்துக்களும் எந்தவோர் அவச் சொல்லை தன்மீது சாபமாகப் பொழிந்து கொண்டிருக்கிறதோ... அந்தப் பழி அழியவே அழியாதா என்கிற துயர் அவருள் நெருப்புக் குண்டமாய் பற்றி எரிந்தது.

இயலாமையின் கோபத்தால், லெச்சுமியை தளியில் கட்டி உதைத்தார். தன்னைச் சூழ்ந்து கிடக்கும் இந்த அவமானத்திற்கு மூலகாரணம் குமராத்தாள் என்கிற ஓர்மை அவருக்குள் இருந்தாலும், அவளை வெற்றி கொள்கிற வாய்ப்பு கைநழுவிப் போன உச்சக்கட்டத் தாளாமையில், குமராத்தாள் மீது எழுத முடியாத எல்லா ஆத்திரங்களையும் அவர் இப்போது லெச்சுமி மீது கொட்டத் துவங்கினார்.

நல்லபாம்பு படத்தை திருப்புகிற மாதிரி நாள்தோறும் தன்னைக் கொத்திப் பிடுங்கின மாமனைக் குறித்து மனதாரத் துக்கப்பட்டாள் லெச்சுமி. அவள் அவனது தோல்வியின் நெருக்கமான வடிவமாக இருப்பதை வலியோடு உணரத் துவங்கியபோது, தனக்கென்று பிள்ளை இல்லை என்ற பேர் இனி தன் மாமனுக்கு வரக்கூடாது என்று அவள் மனம் கருணைகொண்டு இரங்கியது.

கருப் பிடித்து தன்னையறியாமல் அது கலைந்து வலியால் துடித்த ராத்திரியின் கொடூரங் களை எல்லாம் வெளிச்சொல்ல முடியாமல் மறைத்துக் கொண்டவள், குடித்த மயக்கத்தில் முங்கிக் கிடந்த மாமனை, ஓர் அந்தி நேரத்தில் ஆளரவம் அறியாமல், பைய ஒளிந்து சென்று தானாய் அவனோடு கூடினாள். அந்தக் கூடலின் விநயமாக லெட்சுமிக்கு மீண்டும் கரு பிடித்தது.

இந்த முறை தன் மடி நிறைக்கப் போகும் பிள்ளையால் மாமனுக்கென்று ஒரு வாரிசைச் சுமக்கப் போகிறோம் என்ற குதிப்பில், யாருக்கும் இந்த உண்மையைச் சொல்ல மறைத்தாள். ஆனால், ஒருப்பொழுதும் எதிர்பாராவிதமாக, ‘எங்கோ யாரோடோ தொடர்பெடுத்துத்தான் வயிற்றில் பிள்ளை வாங்கி வந்திருக்கிறாள் லெச்சுமி என்று கூடத்தில் வைத்து அவளை மானமிழக்கச் செய்தாள் குமராத்தாள்.

லெச்சுமி எவ்வளவோ வாயசைத்தும், கையசைத்தும் எவனுக்கோ வந்ததை தன் பிள்ளையாக்கப் பார்த்தாளே என்ற பித்தம் தலைக்கேறின முத்தையன்கிட்டே அவளால் எதையும் விளங்க வைக்க முடியவில்லை. வாய்ச்சொல்லால் உள்ளதைச் சொல்ல முடியாத லெச்சுமியின் ஊனம் குமராத்தாளுக்குச் சாதகமானது.

அவமானத்தில் தார்க்கோலால் குத்தப்பட்டதாக உணர்ந்த முத்தையன், ஏனென்று கேட்க நாதியில்லாதவளென்று சொல்லிச்சொல்லி லெச்சுமியைச் சாணிக்குழியில் தள்ளி மிதித்தான். ஒழுக்கங்கெட்டுப்போன இவளோடு கூடினவன் யாராய் இருந்தாலும் அவனுக்கும் சாவு இப்படித்தான் என்று தண்டனை அறிவித்து லெச்சுமியோடு சேர்த்து, தான் சந்தேகித்த மூவரையும் ஊரறிய கழுவில் பாய்ச்சினான்.

வயிற்றில் கருப்பிடித்து, உயிர்த் தரித்த அந்தச் சிசுவும் அவளது உதிரத்தோடு உதிரமாய் கழுவில் மாள, வலியின் ஆங்காரத்தோடு தன் நாக்கைத் தானே பிடுங்கி வீசிச் செத்துப்போனாள் லெட்சுமி.

மூளிப்பருந்து

எட்டிக்காயைப் பறித்துத் தின்று சாகத்துணிந்துவிட்ட பலவேசம் தன் மகன் சங்கையன்கிட்டே வாங்கின கடேசி சத்தியம் அவன் தாய்மாமன் குலம் மொத்தத்தையும் கருவறுத்துவிட வேண்டும் என்பதுதான். தனித்து விடப்பட்ட அவன், காடோ செடியோ என்று அலைந்து திரிந்து, சத்திரம் சாவடிகளில் விழுந்து கிடந்து, கட்டக்கடேசியாக பணிக்கர் கூட்டத்தாரோடு சேர்ந்து மலையாள தேசம் முழுக்க காவல் பணியாகச் சுற்றித் திரிந்திருந்தான்.

எந்தக் கொழுகொம்பு கிடைத்தாலும் பற்றிப் படரக்கூடிய கொடியாக காத்து வளர்ந்த அவன் வெஞ்சினம் குஞ்சுகுடி வார்படச்சாலையில் அன்று ஓர் தீர்மானத்துக்கு வந்தது. காக்கையும் இறங்க முடியாத கொட்டாரப் பாதுகாப்பில் வாழ்ந்துவரும் தன் மாமனை நெருங்குவது கனவிலும் நினைத்துப் பார்க்க முடியாத காரியம் எனத் தெரிந்திருந்தது. சிவப்புச் சீருடையும், நாணல் தொப்பியும் அணிந்து மலையாளச் சிப்பாய்போல அரண்மனைக்குள் நுழைந்த போது சங்கையனை இன்னார் என்று ஆள் அடையாளம் சொன்னாலும் யாரும் கண்டுபிடித்திருக்க முடியாத தோற்றத்தில் இருந்தான்.

எங்கே திரிந்து சுற்றினாலும் அவன் மண்டைக்குள் நெருப்பு உளியைக் கொண்டு கீறினதுபோலப் பதிந்துவிட்ட உடம்பிறந்தவளின் அவச் சாவும், தாயாளின் சத்தியமுமாகப் பந்தாடி வந்த தாய்மாமன் பகையை அந்தப் பனி ராத்திரியிலே கரம் முடித்தான். பருந்தாய்க் காத்திருந்து இரு உயிர்களின் ரத்தத்தையும் தரை முழுக்கப் பரவவிட்டபோது, எல்லா காலமும் நெருப்பாய் பொழிந்து கொண்டிருந்த அவன் நெஞ்சுக்குள் கூதல் பெருகி உடல் சிலிர்த்தடங்கியது.

கொட்டுமுழக்கு

''இதனால் அறிவிப்பு என்னன்டா... வீராணசமுத்திரத்திலே அம்ம முத்தையங் கோயிலில கொடை காப்பு சாத்தியிருக்கு... அம்ம மேலங்காட்டு முத்தையஞ் சாமி கோயில் கொடைத் திருவிழாவுக்கு சுத்து பத்து அத்தனை ஊர்கள்ல இருந்தும் பெரிய மனுசங்க சனங்க எல்லாரும் இன்னையிலருந்து பதினெட்டாம் நாள் வரைக்கும் கறி மீனு கவுச்சி தின்னாம சாமிக்கு வெரதக் கட்டு கட்டிக்கணும்னு கேட்டுக்கிடுறோம்... இது தலையாரி அறிவிப்பு சாமியோ...''

முத்தையன் கோயில் கொடைக்கு ஊர் தயாராகியிருந்தது. கொட்டுச் சத்தம் விட்டம் அதிர முழங்க, பந்த வெளிச்சத்தில், அலங்காரங்கள் மின்ன, சாந்தில் குழைத்துச் செய்த முத்தையன் முகம் ஜோதியில் துலங்கி நிற்க, ஊர் எல்லையில் விளக்கு அலங்காரங்களில் சிவனும் பார்வதியும், பிள்ளையாரும் முருகனும் நெருக்கமாக உட்கார்ந்து கொண்டு புன்னகை பூரித்துக் கொண்டிருந்தார்கள்.

அந்தி சாய்ந்தபிறகு கோயிலுக்கு வரக் கூடாது என்று கன்னிப் பிள்ளைகளைத் தடுத்துவிட்ட பெரியாட்கள் ஆரம், பழம் ஊதுபத்தி சாம்பிராணி எல்லாம் தாம்பூலத்தில் எடுத்து வைத்துக்கொண்டு கருங் கிடாய்களுடன் கோயிலை நோக்கி நடந்தார்கள். கமிட்டிக் காரர் பத்து நிமிடத்துக்கு ஒரு தடவை சாமி வேட்டைக்குப் போகும் போது எதிரே ஊரார் யாரும் வந்துவிடக் கூடாது என்று மைக் செட்டில் திரும்பத் திரும்பச் சொல்லிக் கொண்டிருந்தார். கூடவே, நேர்த்திக் கிடாய்களை கோயில் மரத்தடியில் கொண்டுவந்து கட்டாத வரிக்காரர்களை விரசாக வரச்சொல்லி மைக்கிலே அதட்டிக் கொண்டிருந்தார்.

மணி பதினொன்று தொட்டிருக்கும். வில்லுக்கச்சேரி ஆரம்பமாகியது. வீரகேரளம் பாட்டுக்காரர்கள் சலங்கைச் சத்தம் கலகலக்க முத்தையன் கதையைப் பாடத் துவங்கினார்கள்.

'ஈரேழு பதினாலு லோகங்களையும் அடக்கி ஆண்ட மேலங்காட்டு பெருங்குடி முத்தையனாண்டவன் சுவாமிக்கு ரெண்டு சம்சாரங்களாம்.

"சரீய்ய்..."

"அவர்களிலே பெரிய நாச்சி ரௌத்திர காளி. சின்ன நாச்சி பிள்ளை வரங்கொடுப்பவள்."

"கேளாத வரமும் கொட்டிக் கொடுப்பவள்.."

"அருவாளை ஓங்கி, எதிரே நிற்கும் சங்கையன் இவர்களுக்கெல்லாம் காவல் தெய்வம்."

"ஆமா.. பொல்லாத காவல்காரன்... பொசுக்கென்றால் கோவக்காரன்."

"முத்தையனுக்கும் அவனோட ரெண்டு நாச்சிகளுக்கும் அந்தப் பக்கம் குடியிருப்பவள் பலவேசத் தாயார். இந்தச் சாமிகளுக்கெல்லாம் மூத்த தாயார்..."

"சரிய்..."

"ஈரேழு லோகங்களை அடக்கி ஆண்ட முத்தையன் ஆண்டவர் ஒவ்வொரு பங்குனியும் நடைபெறும் உத்திரத் திருவிழாவில் வெள்ளிக் குதிரை ஏறி அருள் பாலிக்க, மளையாள தேசமிருந்து பக்தர்களெல்லாம் வந்து வணங்கி.."

"வணங்கி..." "வெள்ளாடு குறும்பாடு வேலி தாண்டும் வரையாடு என்று வெட்டி வெட்டிச் சாத்துகிறார்..."

"எப்படியெப்படியெம்மா சாத்துகிறார்..."

"அஞ்சு கோட்டை அரிசிப்பெட்டி..."

"வந்ததம்மா... வந்ததம்மா..."

"பஞ்சுப் பஞ்சா வேக வச்சி..."

"வெந்ததம்மா... வெந்ததம்மா..."

"தலை வாழை இலை விரிச்சி தரமுழுக்க பர பரப்பி..."

"எல்லாம் தயாரா..."

"மாலையோடு கொடியோடு மதலையெல்லாம் வேக வச்சி..."

"வேக வச்சி..."

"ஈரக்கொலை காமரக்கால்... எலும்பெல்லாம் மல கணக்கா.."

"சரீய்.."

"பாளை அறுவாளால் நெஞ்சு கீறி வடிச்ச ரத்தம்..."

"அடேங்கப்பா...."

"எல்லாம் கொண்டாந்து வச்சாச்சா..."

"வச்சாச்சு வச்சாச்சு, இனி ஊட்டு கொடுக்க வேண்டியதுதான் பாக்கி.."

"அள்ளி அள்ளி ஊட்டுக் கொடுக்க ஆவேசங்கொண்டு வாராரய்யா..."

"ஆவேசங்கொண்டு வாராரய்யா..."

"முத்தையன் சாமி வாரா..ரய்யா.."

டுண்டுகு டுண்டுகு டுண்டக டுங் டக...

– 2020

தலைமுறை

மதுரை மாவட்டத்திலே, கம்பம் பள்ளத்தாக்கிலே, குமுளிப் பெரும் பாதையில் அப்போது மொத்தமே ஐந்து லட்சம் வரவு செலவுகொண்ட பஞ்சாயத்தான சின்னமனூரில் இருந்துதான் சிவகாமி ஆச்சியைக் கட்டிக் கொண்டு வந்தார் ஞானதிரவியம் பாட்டையா.

பாட்டையா ஞானதிரவியம் கணக்கஸ்தர். எதையும் இருப்பு, எண்ணிக்கை, விலாவரிகளோடுதான் சொல்லுவார். சின்னமனூரைப் பற்றி அவரிடம் யாராவது வாயாடினால், என்ன பெரிய ஊர், மொத்தமே ஐயாயிரம் வீடுகள், வீட்டுக்கு நாலுபேரென்று இருபதாயிரம் ஜனங்கள், கும்பிட மூணு கோயில், குடிக்க இருபது கிணறு, குந்திப் படிக்க பத்துப் பள்ளிக்கூடங்கள், நானூறு தெருவிளக்கு, அதுக்குக் கீழே உக்கார்ந்து படிப்பு சொல்லிக் கொடுக்கத் தெரிந்தது பதிமூணு வாத்திமார்கள். அதிலே, நம்மாளுக ஒருத்தர் மகதான் சிவகாமி. என்னைக் கட்டிக்கிடுறியான்னு அவுங்க ஐயன் கேட்டப்போ, பேதிலபோவா என்ன எளவுன்னே புரியாம ஆட்டும்னு தலையாட்டிருக்கா. இன்னியவரை அதுமட்டும் மாறல. ''என்னட்டி நா சொல்லுதது சரிதான... ஏட்டி சின்னமனூர்காரி..''

''என் சீவன எடுக்காம உடமாட்டீரா.. வெறுவளாங் கெட்ட மனுசா...'' சிவகாமி ஆச்சி உள்ளறையில் இருந்து எதித்துக் குரல் கொடுப்பாள். வெளியாள் யாராவது பார்த்தால் பாட்டையாவுக்கும் ஆச்சிக்கும் எல்லாத்திலயும் ஏழாம் பொருத்தம் என்றுதான் தோணும். ஆனால், விசயம் அப்படியல்ல. இன்றைக்கும் பொழுது சாய்ந்தால், ரெண்டுபேரும் கழுத்தாமட்டையைக் கட்டிக்கொண்டு, தம் பேரன், பேத்திகள் முன்னால் கூச்சநாச்சம் இல்லாமல் அப்பியாசம் பேசுகிறவர்கள்தான். சிவகாமி ஆச்சி வெகுளியாய் சிரிப்பாள். பாட்டையா முள்ளிங்கியாய் கிணுகிணுப்பார். ரெண்டு பேருக்கும் அப்படியொரு ரசபாவம்.

ஆண், பெண்ணென்று வரிசைக்கிரமம் பெற்றெடுத்த மகன் மகளுக்கெல்லாம் நல்லபடி சம்பாதித்துப்போட்டு, படிக்க வைத்து,

கல்யாணம் கட்டிக்கொடுத்து, வெளியூர், வெளிநாடு என்று அனுப்பி வைத்துவிட்டவர்களுக்கு, இப்போதைக்கு முடித்துக் கட்டவேண்டிய பெரும்பாடுகள் என்று ஏதும் இல்லை. அதனாலேயே, பழனி மலை அடிவாரத்தில் ஏர் பத்தாயிரம் என்று எப்போதோ வாங்கிப்போட்ட தோப்புக்குக் கீழ்புறத்தில் வீடு எடுத்துக் கட்டிக்கொண்டார் பாட்டையா. எல்லாம் கூடலூர், கம்பம், உத்தமபாளையம், கோம்பை, தேவாரம், போடி என்று அலைந்து திரிந்துசெய்த தென்னை யாவாரத்தில் சேர்த்த காசு. நூதனமாய் சிக்கனம் பிடித்துப் போட்ட சீரெல்லாம் சிவகாமி ஆச்சிக்குத்தான் சேரும்.

அன்றைக்கு, பொழுதாண்ட நேரத்தில் பாட்டையா தோப்புக்குக் வடபுறம் செழித்தோடிய தண்ணீர் பாத்தியை மேல்புறம் திருப்பி விட்டுக் கொண்டிருந்தார். இருட்டு மெல்ல கவ்விக்கொண்டு வந்ததும், பாத்தியிலே கைகால்களைக் கழுவிக்கொண்டு, கரையேறப் போனார். வீட்டு வாசல் நடையில் நின்று, சிவகாமி ஆச்சி, சிலுவர் போணியில் காப்பியை ஆத்திக்கொண்டிருந்தாள். ''இன்னும் என்ன அங்க'' என்று இருட்டுக்குள் குரலைத் தூது அனுப்பினாள். அவள் பேச்சுக்குக் கூட ஒரு பேச்சாக நாயும் இரண்டு முறை குலைத்து வாலாட்டியது.

''அதுக்குள்ளவாடி ஒனக்கு விளக்க அணைக்கணும், செத்த இரு வாரேன்'' என்று காத்துக்குக் கேட்காமல் முணகினார். கழுத்தில் போட்டிருந்த பச்சைத் துண்டை உதறி, ஈரத்தைத் துவட்டிக்கொண்டார். முகவாயில் ஷேவிங் செய்த வெள்ளைத் தாடி, முள் முள்ளாய் நீட்டியிருந்தது. போன வாரம்தான், பெரிய பேரனுக்குப் மகள்வழிப் பேத்தியை முடித்து வைக்கலாம் என்று தன் மாப்பிள்ளையிடம் பேசி விட்டு வந்திருந்தார்.

கேணியின் அடியாழத்தில் மோட்டார் கிண்'ணென்று இரைந்து கொண்டிருந்தது. இருட்டுக்குள் பூச்சிபொட்டு எதுவும் அங்குமிங்கும் தாவுகிறதா என்று டார்ச் லைட்டைப் பற்றவைத்து, பார்த்தபடியே மோட்டார் ரூமை நோக்கி நடந்தார் பாட்டையா. ஸ்விட்சை நெருங்கி அணைக்கப் போகிற நேரமும் மொத்த ஊருக்கும் மின்சாரம் போகவும் சரியாக இருந்தது.

‘‘ஏங்க அப்பாவும் அம்மாவுக்கும் என்னமோ ஆகிடுச்சாம். பழனி தோட்டத்துக்கு ஆம்புலன்சு போலீஸெல்லாம் வந்திருக்காங்களாம். எனக்கு இப்பவே பதறுதுங்க. சீக்கிரம் வீட்டுக்கு வாங்க.’’

கூச்சல் கூப்பாட்டுக்கு மத்தியில் புருஷன் ஜெயராஜிடம் விஷயத்தைச் சொல்லி முடித்தாள் தங்கக்கனி. காலையில் அவளுக்குத்தான் முதல் போன் வந்தது. ‘‘தோட்ட வீட்டுக்குள் திருடன் புகுந்துவிட்டான். ஆச்சியையும் பாட்டையாவையும் அடித்துப்போட்டு, களவாண்டு போயிருக்கிறான். அப்புவையும் ஆச்சியையும் ஆஸ்பத்திரிக்குக் கொண்டுபோக ஆம்புலன்ஸ் வந்திருக்கிறது. ஆள் யாரையும் உள்ள விடல’’ என்று பக்கத்துக் காட்டுக்காரர் மகன் சங்கர்தான் அவளுக்குப் போனடித்துச் சொன்னான்.

ஜெயராஜ் பழனிக்குப் பக்கத்திலே சினிமா கொட்டகை வைத்திருந்தான். ப்ளஸர் காரில் அடித்துப் பிடித்து வீடுவந்து சே ர்ந்தவன் பொண்டாட்டியைக் கூட்டிக் கொண்டு, முதலில் தோட்ட வீட் டுக்கு விரைந்தான். அவர்களுக்கு முன்பாகவே, தங்கக்கனியின் தம்பி சேர்மக்கனி தோட்டத்துக்கு வந்துசேர்ந் திருந்தான். மூணு போலீஸ் ஜீப், மோப்பநாய் வண்டி, ஏழெட்டு பைக்குகள், கும்பலாய் ஊராட்கள் வாசல் கேட்டைச் சூழ்ந்து நின்றுகொண்டிந்தார்கள்.

‘‘எம்மா எம்மா... எப்பா எப்பா...’’ என்ற அழுகைக் கச்சேரியோடு கூட்டத்தைத் தள்ளிக்கொண்டு, பிள்ளைகளைச் சேர்த்தணைத்து, தோட்டத் துக்குள் நுழையப் பார்த்தாள் தங்கக்கனி. பெரியவளை வீட்டில் விட்டுவிட்டு, பள்ளிக்கூடத்துக்குப் புறப்பட்ட பிள்ளைகளை மட்டும் அரை யூனிபார்மில் அவளோடு கூடச் சேர்ந்து இழுத்து வந்திருந்தார். அதுகள் என்ன விபரம் என்று பிடிபடாமல் நடந்த களேபரத்தைப் பார்த்து, தாத்தா, பாட்டி என்று அரற்ற ஆரம்பித்திருந்தார்கள்.

காவலர் பழனியாண்டி ஜெயராஜையும் தங்கக்கனியையும் உள்ளே விடச் சொல்லி, அவர்களிடம் விவரம் விசாரிக்க ஆரம்பித்தார். சேர்மக்கனி ஒரே கத்தலாக அவள் கிட்டேவந்து, ‘‘எக்கா, அப்பாவயும் அம்மாவயும் கொன்னு போட்டானுங்கக்கா’’ என்று கதறினான்.

தங்கக்கனி மூச்சு நின்றுபோவதைப்போல, ''சேர்மா, என்ன சொல்த, என்ன சொல்த'' என்றபடி அவன் நெஞ்சுச் சட்டையைப் பற்றி இழுத்து மூர்ச்சை ஆனாள். ஜெயராஜ் முன்வந்து அவளைத் தாங்கிப்பிடித்து, வரப்புத் தரையில் உட்கார வைத்தான். பிள்ளைகள் இப்போது அம்மா அம்மா என்றார்கள். ''ஏப்பா ஆள் யாராச்சும் தண்ணி கொண்டாங்க, பொம்பளையாள் மயங்கி வுழுந்துட்டா'' என்று கூட்டத்துக்குள் சொல் பறந்தது. வேடிக்கை பார்க்க வந்தவர்களில் கூலிக்குப் போய்க்கொண்டிருந்த பெண் ஒருத்தி, தன்னிடமிருந்த பழைய கோலா பாட்டில் தண்ணீரை எடுத்துக் கொடுத்தாள்.

செல்வேந்திரன் மும்பையில் இருந்து புறப்பட்டிருந்தான். பாட்டையாவின் மூத்த மகன்வழிப் பெயரன். வேலையிலிருந்த நிறுவனத்தின் மீட்டிங்கைப் பாதியிலே முடித்துவிட்டு, கோயமுத்தூர் ப்ளைட் பிடித்து, அங்கிருந்து காரில் பழனிக்குப் புறப்பட்ட போது, பொழுது மசங்கியிருந்தது. சித்தப்பாக்கள், அத்தைகள், தம்பித் தங்கைகள், அவரவர் பிள்ளைகள் என்று எல்லாபேரும் பக்கத்துக் காட்டுக்காரர் முற்றத்தில் அவன் வருகைக்குக் காத்திருந்தார்கள்.

''போஸ்ட்மார்டம் முடிஞ்சதும் நாளைக்கு உடலைத் தந்திடுவாங்க. புதைக்கிற முறை தானே. காட்டுக்குள்ள முதல்ல முடியாதின்னாங்க. பிறகு போலீஸ்ட்ட பேசி இடம் ஒதுக்கியாச்சு. மத்தமாதிரி விஷயத்துக்குல்லாம் ஆள் சொல்லியாச்சு. ஒங்க ஜெயராஜ் மாமா முன்ன நிக்காங்க. வீட்டாளுங்க எல்லாம் பக்கத்துக் காட்டுக்காரர் வீட்ல இருக்காங்க. அவங்களுக்கு முழுவெவரம் கொஞ்சம் முன்னதான் சொன்னோம். தோட்டத்துக்குள்ள காவலுக்கு போலீசும் நிக்காங்க. சந்தேகப்பட்ற மாதிரியான எல்லார்த்தையும் புடிச்சு விசாரிச்சுட்டு இருக்காங்களாம். பம்புசெட் ரூமுக்கிட்ட வச்சுதான் பாட்டையாவ...''

''சொல்லு..''

''கருக்கல்ல மோட்டார அணைக்கப் போன நேரமாப் பாத்து கரண்டு போயிருக்கு. பம்புசெட் உள்ள யாரோ ஒளிஞ்சி கிடந்திருக்கானுங்க. எப்படியும் ரெண்டு மூணு பேர் இருக்கணுமாம். சேத்துல காலடி கிடக்கு.

அவருபோட்ட சத்தம் கேட்டு ஆச்சி ஓடி வந்திருக்காங்க. அவங்கள வீட்டு நடைலயே வச்சி வெட்டிருக்கானுங்க. வாசல் நடையெல்லாம் ஒரே ரெத்தம். வேலக்காரப் பிள்ள அவங்க ஊர்ல எதோ அக்கா பொண்ணுக்கு விசேஷம்னுட்டு போயிருந்திருக்கா போல. ஒரு நாளுதானன்னு தாத்தாவே செலவுக்குக் காசுங் கொடுத்து அனுப்பினாராம். அவள இப்போ ஸ்டேஷ னுக்குக் கூட்டிட்டுப் போயிருக்காங்க... கண்ணுங் காதுமிருந்தும் ஊராந்தரத்துல இப்படி நடந்துபோச்சு செல்வா.''

கோவையிலிருந்து பழனிக்கு வரும் வழியிலே, அட்வகேட் நண்பன் ராம்குமார், விசயங்களைச் செல்வேந்திரனுக்குச் சொல்லிக்கொண்டே வந்தான். வழியில் வண்டி எங்கும் நிற்கவில்லை.

ஆய்ச்சல் பாய்ச்சலாக செல்வேந்திரனின் கார் பழனித் தோட்டத்தை அடைந்தபோது, கண்ணே மூச்சே என்றபடி அங்கு நின்றுகொண்டிருந்த சித்தப்பா ராஜ அலங்காரம் செல்வேந்திரனை ஓடிவந்து கட்டிக்கொண்டார்.

''ஒன்னய கண்ல காங்கணும்னு என்கிட்டேச் சொல்லிட்டே இருப்பாங்களே செல்வம். ஒங்கல்யாணத்த நல்லமுறையில நடத்திப் பாக்கணும்னு துடிச் சாங்களே. இப்படி ஈரக்கொலைய அறுத்துப்போட்ட மாதிரி ரெண்டு கெழங்க உசிரையும் சாச்சிட்டானுங்களே. கற்குளத்து ஐயனாரு கண்ணயும் காதையும் பொத்திக்கிட்டாரே, எஞ்செல்வம் நா என்ன செய்வேன்... நா என்ன செய்வேன்'' என்று அரற்றினார். சுற்றி இருந்தவர்கள் யார் யாரைச் சமாதானப் படுத்துவது என்று தெரியாமல் கூடச் சேர்ந்து குமைந்தார்கள்.

''வழக்கமா கொலை பண்ணிட்டு, கொள்ளையடிச்சுட்டுப் போற ஆளுங்க மாதிரி தெரியலை. ஒருமாதிரி அமெச்சூர் அட்டாக். ரொம்ப நேரம் க்ரைம் ஸீன்ல நடமாடியிருக்காங்க. ஃபுட் ப்ரிண்ட் கன்னாபின்னான்னு கிடக்குது. நாயை சாக்குல சுத்தி, அதுமேல கல்லப்போட்டுக் கொன்னுருக்காங்க. மோட்டார் ரூம்க்கு அந்தப் பக்கம் வேலி எதுவும் இல்லாததால அந்தப் பக்கமா தப்பிச்சுப் போயிருக்கானுங்க. பெரியவருக்கு தலையில வலதுபக்கம் சரியான அடி. மண்வெட்டியை யூஸ் பண்ணி இருக்கானுங்க. கையும் தோள்

பட்டையிலயும் வெட்டுக்காயங்கள் இருக்கு. பாட்டியை கத்தில குத்திருக்காங்க. அவங்க பிழைச்சிடக் கூடாதுன்னு குத்தின இடத்தில, மண்ணைப் போட்டிருக்கானுங்க. அவங்க போட்டிருந்த நகைகள், பீரோல இருந்து பணமும், செல்போனும் மிஸ் ஆகியிருக்கு. உங்க வீட்டு ஆட்கள்கிட்ட கேட்டு லிஸ்ட் பண்ணியிருக்கோம். இதுல சிலது வெளில கசியாம பார்த் துக்கணும். இருந்தாலும் சொல்றேன். சேறு சகதியில கிடைச்ச ஃபுட் ப்ரிண்ட்ஸ் வச்சுப் பார்த்தா இளவயசுப் பசங்களோடது மாதிரி தெரியுது. அக்கம் பக்கத்துல விசாரிச்சுட்டு இருக்கோம். உங்களுக்கு அப்படி யார் மேலயாச்சும் சந்தேகம் வர்ற மாதிரி இருந்தா கை காட்டி விடுங்க.''

பைபாஸ் சாலையில் விளக்கொளி மின்னிக்கொண்டிருந்த ஐயங்கார் பேக்கரி வாசலில், ரோந்து வாகனத்தை நிறுத்திவிட்டு, சப்-இன்ஸ்பெக்டர் தனசிங், நடந்த விஷயங்களை வக்கீல் ராம்குமார், ஜெயராஜ், செல்வேந்திரன் மூவரிடமும் பக்குவமாகச் சொல்லிக் கொண்டிருந்தார். சேர்மக்கனி காருக்குள்ளே அமர்ந்து ஆள் மாற்றி ஆள் அவன் போனுக்கு அழைத்தபோதெல்லாம் கம்மிய குரலில் அவர்களுக்குப் பதில் சொல்லிக் கொண்டிருந்தான்.

''நம்ம வக்கீல் சார் உங்க கூடவே இருக்காரு. மேற்கொண்டு என்ன பண்ணனும்னு அவரே உங்களுக்குச் சொல்லிடப் போறாரு. நிறைய பேரை விசாரிச்சுட்டு இருக்கோம். ஸ்டேஷன் தரப்புல உங்களுக்கு என்ன உதவி செஞ்சுத் தர முடியுமோ அத்தனையும் செஞ்சுத்தர்றோம். இன்னும் மூணு நாள்ல எஃப்.ஐ.ஆர் காப்பி நானே கொடுத்து அனுப்பச் சொல்றேன். எதுக்கும் சிரமப்பட வேண்டாம். என்ன வக்கீல் சார் போதுமா?''

''டாக் ஸ்குவாடு என்ன சார் சொல்றாங்க?''

''அவங்க என்ன சொல்றது. நான் சொன்னதையே அவங்க ஒரு தனி பாஷைல எழுதித் தரப்போறாங்க. உள்ளூருக்குள்ளே சுத்தி சுத்தி வந்துட்டு, டீசல் பேட்டா வாங்கிட்டுப் போய்டுவாங்க. நீங்க நடக்க வேண்டியதை பாருங்க சார். அக்யூஸ்ட்டைப் புடிக்க வேண்டியது எங்க பொறுப்பு.''

எல்லாவற்றையும் பொறுமையாகக் கேட்டுமுடித்த செல்வேந்திரன் மனதுக்குள் பொங்கி எழுந்த குமுறலை அடக்கிக்கொண்டு, அங்கிருந்து புறப்படத் தயார் ஆனான். வழியிலே ராம்குமாரும் ஜெயராஜூம் ஆஸ்பத்திரியில் இறங்கிக் கொண்டார்கள். வீட்டில் இருப்பவர்களுக்குச் சாப்பாடு பார்சலில் வாங்கிக் கொண்டு, சேர்மக்கனியும் செல்வேந்திரனும் பக்கத்துக் காட்டுக்காரர் வீட்டு முற்றத்தை அடைந்தபோது, பிள்ளைகள் கூட உறங்காமல் கொட்டக் கொட்ட முளித்துக் கிடந்ததுகள்.

''எப்பா போலீசுல என்ன சொல்றாங்க, உடம்புகள எப்பத் தருவாங்களாம். முகத்தைக் கூடப் பாக்க முடியலையேன்னு உங்கத்தைங்க ஒவ்வொருத்தியும் கூப்பாடுபோட்டு அழுவுறாளுங்க. நான் ஒருத்தன் என்னன்னு பதில் சொல்லிட்டுக் கெடக்க முடியும். பெரியவங்க முகத்தையாச்சும் பார்த்தியா.''

''எல்லாம் பேசிட்டோம் சித்தப்பா. நாளைக்குப் பகல்ல தாத்தா பாட்டி வீட்டுக்கு வந்துடுவாங்க. நீங்க தைரியமா இருங்க. நம்மளல்லாம் விட்டுட்டு அவங்க எப்படித் தனியா போவாங்க....'' சொற்களும் வாக்கியமும் குழற செல்வேந்திரன் ஓ'வென்று அழத் தொடங்கினான். மொத்தக் குடும்பமும் அவனோடு சேர்ந்து மீண்டும் அழுதது. சந்திரா, முருகம்மாள், தங்கக்கனி என்று மூன்று பெண் மக்களும், மருமகள்களும் அவரவர்கள் பெற்ற பிள்ளைகளும் எழுப்பிய ஓலத்தில் அடிவாரக் காடே மனங்கலங்கி கம்மியது.

தாத்தாவுக்கும் பாட்டிக்கும் தேர்ப்பாடைக்குச் சொல்லியிருந்தார்கள். பிறகு, யாரோ அது வேண்டாம் என்று மறுத்தார்கள். வெட்டுபட்ட உடம்புகளை அப்படி ஊர் காணிக்கக் கொண்டுபோகக் கூடாது, அது பொல்லாப்பு என்றார்கள். பெட்டியில் வைத்துக் கொண்டு போறதுதான் சரி. அதுவும் ஆம்புலன்ஸில் இருந்து நேரே பெட்டிக்கு மாத்தி வைப்போம் என்றார்கள். மக்கமார்கள் முகம் பார்க்க வேண்டாமா, அம்மை அப்பன் உடம்பைத் தொட்டு அரற்றவேண்டாமா, என்னென்னவோ கேள்விகள் குழப்பங்கள்...

கடைசியில், தாத்தா பாட்டி உடம்பைக் கொண்டுபோக, மாட்டு வண்டி ரதம் வந்து சேர்ந்தது. உறவின்முறை சங்கத்தில் இருந்து ஏற்பாடு

பண்ணிய ரதம். ஊர் முழுக்க கருப்பு வெள்ளை வால்போஸ்டில் ஆச்சியும் பாட்டையாவும் அழகாகச் சிரித்தார்கள். 'அகால மரணம் அடைந்தார்கள்' என்றது போஸ்டர் குறிப்பு.

அவர்களின்நல்லடக்கம்கொலைநடந்ததோட்டத்தின்தெற்குமூலையில் ஏற்பாடானது. அதிகம் பேரை உள்ளே விடமுடியாது என்பதால், ஊர்க் கச்சேரிக்குப் பக்கமுள்ள சாலைமேட்டில் வைத்தே மாலை மரியாதைக்கு ஏற்பாடானது. வணிகச் சங்கத் தலைவர்கள், விவசாயிகள் நலச்சங்கம், கட்சிக்காரர்கள் சிலபேர், அங்காளி பங்காளிகள், சின்னமனூரைச் சேர்ந்த ஆச்சி வகையறா உறவுகள், உள்ளூர் ஆட்கள் என்று திமுதிமு கூட்டம்.

மகன்மார் பேரன்மார்கள் நீர்மாலை எடுத்துவரும்போது, குடிமகன் ஆட்கள் 'மாத்து' விரிக்க முன்வர, ராஜ அலங்காரம் ஓடிவந்து தடுத்து விட்டார். ''எங்கய்யா பெரியார் கட்சியில இருந்தவரு. அவருக்கு இதெல்லாம் புடிக்காது, விட்டுருங்க'' என்றார். மற்றவர்கள் அவர்கள் பாட்டுக்கு மற்றச் சடங்குகள் சரிவர நடக்கிறதா என்று பராமரிப்பு பார்த்துக் கொண்டிருந்தார்கள். வேட்டும் பட்டாசும் இடி இடியென மேலேபோய் வெடித்துக்கொண்டிருந்தன.

மருமகன் ஜெயராஜ் குடும்பம் ரெண்டாவது தலைமுறையாக வேதத்துக்கு மதம் மாறியிருந்ததால், சில சடங்குகளின்போது பின்வாங்கிக் கொண்டார். ஆனாலும், தன் ஆண் பிள்ளைகள் தலை மழிக்க வேண்டும் என்று தங்கக்கனி பிடிவாதமாக இருந்தாள். அக்காள் தங்கச்சிகள் ஒவ்வொருத்தரும் தங்கள் வீட்டுக்காரர்களை இழுத்துப் பிடித்து முறைகளைச் செய்ய வைத்தார்கள்.

ஆச்சிக்கு முகம் மூளியாய் இருந்ததைப் பார்த்து, முருகம்மாள் தன் புருசனிடம் சொல்லி, அசப்பில் வைர மூக்குத்தி போல இருக்கும் ஒரு ஜதை கவரிங் மூக்குத்தி வாங்கிக் கொண்டுவந்து போட்டுவிடச் செய்தாள். சந்திரா தன் பங்குக்கு மகள் கழுத்தில் கிடந்த நகையை எடுத்து ஆச்சி கழுத்தில் மாட்டிவிடச் சொன்னாள்.

ராஜ அலங்காரம், 'அதெல்லாம் வேண்டாம் விடு தாயி!' என்றதும் சற்றுத் தடுமாறியவளாக அமைதியானாள்.

‘எப்பா செல்வேந்திரா, ஆட்கள் வந்துகிட்டேதான் இருப்பாங்க. வெயில் கீழ இறங்கும் முன்ன உடம்புகள எடுத்தாதான் காரியம் ஒழுங்கா நடக்கும். என் பேச்சு உனக்குப் புரியும்னு நினைக்கேன்'' ஊர் பெரியவர் ஒருத்தர் கிட்டே வந்து சொன்னபோது, சாராய நெடி குப்பென்று அவன் நாசியில் ஏறியது.

செல்வேந்திரனுக்கு அவரை நன்றாக அடையாளம் தெரிந்தது. தன் அப்பா போத்திலிங்கம் உடல்நலிந்து மறைந்தபோது, இதே வார்த்தையைத்தான் தன் சித்தப்பாவிடம் சொன்னதும், சாதிச் சங்கத்தவர்களில் இவரும் ஏதோ முக்கியப் பொறுப்பில் இருப்பவர் என்பதும், தங்கள் வகையறாவில் நடக்கும் எல்லா நல்லது கெட்டதிலும் இவர் தலை தென்படுவது வரை அவன் நினைவில் இருந்தார் பெரியவர்.

வேட்டுச் சத்தம் செவுளைப் பிளந்துகொண்டிருக்கும்போதே, வெட்டிய குழிக்குள் இறக்கப்பட்டார்கள் ஆச்சியும் பாட்டையாவும். முதலில் ஆச்சியை இறக்கலாம். அப்போதான் சுமங்கலியாய்ப் போய்ச் சேர்ந்ததாகக் கணக்காகும் என்றார் குடிமகன். எல்லோரும் அதை ஆமோதிப்பதுபோல உச்சுக்கொட்டினார்கள். பெத்தவர், பேரன்கள், அங்காளி பங்காளிகள் என்று ஒவ்வொருத்தராக வந்து குழிக்குள் கைமண் அள்ளிப் போட்டார்கள். ஆச்சி மண்ணால் நிறைந்து, மங்கலமான முகத்தை ஒளித்துக் கொண்டாள். அவள் முகத்தின் பொலிவை மண் தன்மேல் அப்பிக் கொண்டதாக நினைத்துக் கொண்டான் செல்வேந்திரன்.

''உன்னைப் போய் வெட்டிக் கொல்ல ஒருத்தனுக்கு எப்படி மனசு வந்தது'' என்று நினைத்து அழுதான். ''என் செலுவப்பா அழக்கூடாது வா வா ஆச்சிகிட்ட'' என்று அவள் கைநீட்டிக் கூப்பிடுவதுபோல கற்பனை பண்ணிக்கொண்டான். ‘அண்ணா, அண்ணா’ என்று அவன் காலைத் தழுவிக் கொண்டு நின்ற சித்தப்பா மகனைத் தூக்கி, ஆச்சியின் உடலைக் காட்டினான். ஆச்சி குழிக்குள் சகல பக்கங்களிலும் இடம் விட்டு, எப்போதும் தன் கட்டில் முனையில் உறங்குவது போலப் படுத்துக்கிடந்தாள்.

தாத்தாவை அடுத்ததாக குழிக்குள் இறக்கும்போது, மகன்மார் களுக்குச்சிரசு முடி மழிக்கப்பட்டிருந்தது. பெரிய பேரன்களுக்குப் புறங்கை

மயிரை மழித்து விட்டாலும் போதுமென்றார்கள் முதலில். அதற்குள் சேர்மக்கனிக்கு யாரிடம் இருந்து போன் வந்ததோ, பேரன்மார்களுக்கும் தலைமுடி எடுக்கனும் என்று நிலையாய் நின்றான். அவனுக்கு இரண்டு ஆண்பிள்ளைகள். மற்றவர்கள் எல்லாருமே கணிசமாக ஆண் ஒன்று பெண் ஒன்று வைத்திருந்தார்கள். அவரவர் மனத்துக்குள் எதேதோ கணக்குகள். தாத்தா வெள்ளைத் துணி சுற்றி இறுக்கிய பொட்டலமாகக் குழிக்குள் அமிழ்ந்தார்.

சிவகாமி ஆச்சி அன்றைக்கு சுடுசோறும் தட்டாம்பயிறு போட்ட புளிக்குழம்பும், தொட்டுக்க பொன்னாங்கன்னிக் கீரையும் வதக்கி வைத்திருந்தாள். எடுபுடி வேலைக்குக் கூட்டிவந்து கூடே வைத்திருந்த மணிமேகலை, மத்தியான பஸ்சுக்கே தன் அக்காள் செவ்வந்திக்கு வளைகாப்பு என்று கன்னிவாடி கிளம்பிப் போயிருந்தாள்.

கூலி ஆட்களுக்கும் பெருசாக வேலை இருக்கவில்லை அன்று. அப்படியே இருந்தாலும் பழனிச்சாமி வந்து காய்ந்த விறகை முறித்துப் போடவும், தொட்டித் தண்ணியை திறந்துவிட்டு, பாத்தியை மண்வெட்டியால் கொத்திவிட்டு, தனி ஆளாக மொத்த காரியத்தையும் முடித்துவிட்டு, ராவில் அங்கேயே காவலுக்குத் தங்கிவிட்டுப் போவான்.

ஊர்புறத்தடியில் ஒண்ணுக்கு ரெண்டாக குடியாண்டிகள் கூடாரம் வந்து விட்ட பிறகு, எல்லாபேரையும்போல அவனும் குடிமட்டையாகிவிட்ட பிறகு, ''நீ பகலிலே தெளிஞ்சி கிடக்கும்போது மட்டும் இங்கன வந்தா போதும்போ...'' என்று துரத்தி விட்டு விட்டாள் ஆச்சி. ஆக, தோட்டத்தில் எவரும் இல்லாத பொழுது, அடிக்கடி வாய்க்கிற ஒன்றுதான். எப்போதும் நாய், கோழி, குருவி, குளவி என்று ஏதாவது ஒரு உயிர் நடமாட்டம் இருக்கிற இடத்தில் இது அவ்வளவு ஒன்றும் அந்நியமான விஷயமும் இல்லை.

பொழுது மசங்கி வந்தபோது, பாத்தியில் நின்ற பாட்டையாவுக்குக் குரல் கொடுத்துவிட்டு, நாயை அவிழ்த்து விட்டாள் ஆச்சி. ''இந்த நாய விட்டாதான் அந்த நாய் வரும்'' என்று மெல்லமாக அவளும் முணகிக்கொண்டாள். கையில் இருந்த காப்பி போணியை சூடு ஆறாமல்

இருக்க தம்ளர் போட்டு மூடி வைக்கும் போதுதான், கரண்டுபோனது, கூடவே பாட்டையாவின் அலறல் சத்தமும் கேட்டது.

முதலில் பக்கத்துக்காட்டில் குடித்துவிட்டு யாரும் அடித்துக் கொள்கிறார்களோ என்று நினைத்து, ஒருகணம் தாமதித்தவள், 'சிவாமீ' என்ற குரலைக் கேட்டதும் அடித்துப் பிடித்து ஓடிவந்தாள். அதற்குள் அவளைத் திண்ணைப் படிக்குக் கீழே இருந்து பாய்ந்த உருவம் ஒன்று அவளைத் தரையில் தள்ளிவிட்டு மேலே விழுந்து அமுக்கியது. அதன் கைகள், ஆச்சியின் புடவைத் தலைப்பை எடுத்து முகத்தை இறுக்கி மூடிக் கட்டியது. பிறகு வயிற்றில் சுருக்கென்று என்னம்மோ ஆழமாய் இறங்குவது போலவும், அடிமடியில் ஈரம் சூடாகப் பொங்கிக் கசிந்து நுரைத்துக் கொண்டிருப்பதும் கடைசியாக நினைவாக இருந்தது ஆச்சிக்கு.

பாட்டையா உண்ணி உண்ணி நகரப் பார்த்தார். அவரது ஒவ்வொரு அசைவுக்கும் அவர் உடம்பில் வெட்டு விழுந்தது. வாழைத் தாரை சீவுவதுபோல உடம்பில் அரிந்துகொண்டே இருந்தவன் முகத்தை பாதி மயக்கத்தில் பார்த்தார்.

இரண்டு பேர் அவரை இழுத்துக் கொண்டு போய் மோட்டர் ரூம் வாசலில் போட்டார்கள். ரத்தமும் சேறுமாக சுவரில்போய் விழுந்தார். இழுத்துக் கொண்டுவந்து போட்ட ரெண்டு பேரும் இளவட்டம்தான் என்பது அவர்கள் பிடியிலேயே தெரிந்தது.

பாட்டையா மயங்கத்திலும் தளர்ச்சியிலும் குடல் சரிந்து கிடந்தார். அவர் வாய் முணுமுணுத்துக் கொண்டிருந்தது.

''டேய் சங்கரு ஏன்டா... ஏன்டா இப்படிப் பண்ண..''

''இங்கப் பாருப்பா செல்வேந்திரா, ஒங்க பாட்டையா காடும், அவுங்க காடும் அக்கம் பக்கம் இருக்கு. ஒரே சாதி சனத்துல இப்படி பெரிய தப்பு நடந்துபோச்சு. போன உசுரு ரெண்டும் சாதாரண உசிரில்ல. ஒங்களுக்குப் பெரிய இழப்புதான். ஆனா, செஞ்ச பயலுங்க யாருன்னு போலீசு காதுக்குவரைக்கும் வந்துருச்சு. உங்களுக்கும் விஷயம் என்னன்னு சொல்லிருப்பாங்க. நான் பேரச் சொல்ல விரும்பல்ல. அதை வெளியில கொண்டுபோய் அந்தப் பயலைப் புடிச்சு உள்ளற போட்டு, நாளைக்கு அதுவே பெரும் பகமையா வளரக்கூடாது பாரு.''

சாதிச் சங்கப் பெரியவரும் அவர் கூடே வந்திருந்த வெள்ளை வேட்டிகள் சிலரும் ஜெயராஜின் சினிமா கொட்டகை மாடியில் அரை வட்டமாக அமர்ந்திருந்தார்கள். எதிர்ப்பக்கம் செல்வேந்திரனும், சித்தப்பா ராஜ அலங்காரமும் ஜெயராஜூம் அமர்ந்திருந்தார்கள். பெரியவர் சொன்னது கேட்டு ராஜஅலங்காரம்தான் முதலில் துள்ளினார்.

''பகைமையா, என்ன பேசுறீங்க. ரெண்டு உசிரத் துள்ளத் துடிக்கக் கொடுத்துருக்கோம். விரல் சூப்புற பயலுவ தெரியாம செஞ்சிட்டானுவன்னு பேசுறியளே, மனசாட்சி இருக்காவே ஒங்களுக்கு''

''ஏ அலங்காரம் பொறப்பா! அதான் பேசணும்னு வந்தாச்சில்லா. பொறுத்து நின்னு கேளு. வார்த்தைக்கு வார்த்தை அலை அடிக்கக்கூடாது.''

''மச்சான் கொஞ்சம் இருங்க அவங்க பேசட்டும்.''

''எப்பா, தம்புள்ள செஞ்ச தப்புக்குத் தண்டமா, அவங்கப்பன் பக்கத்தால உள்ள மொத்தக் காட்டையும் எழுதி கொடுத்துட்டு, களவெடுத்த நகைநட்டையும் மேக்கொண்டு பத்து லச்சம் பணமும் ஈடாத் தர்றேம், எம்மவன் பேரை நீக்கிக் கொடுங்கன்னு கேக்கான். அவனுக்கு எதோ பெத்த பாசம்னு மட்டும் நினைக்க வேண்டாம். சாதியில அவனும் முக்கியமானவன். இந்தக் கெட்டபேரு அவனால அழிக்க முடியாது. நம்மாளயும் அழிக்கமுடியாது. இதே வேற சாதி சனத்தான்னா சங்கம் உங்கூடல்லா கண்ண மூடிட்டு நின்னிருக்கும். இப்பயும் உங்கூடதான் நிக்குது. போலீசும் மனசு வைக்குது. நீங்க கேக்காட்டி போனா எங்களுக்கு ஒண்ணுமில்ல. என்ன நம்ம மகமை பேருகெட்டு நாறிப் போவும். கண்டவன் பல்லுப் போட்டுப் பேசுவான். நம்ம புத்தி நாறப்புத்தின்னு சொல்லிக் காட்டி ஏசுவான். இனி நீங்க சொல்றதுதான் முடிவு. எப்பா அலங்காரம் உனக்கும் சேர்த்துதான் சொல்லுதேன்.''

''நா என்னத்தப் பேச, எந்தாயத் தள்ளிப்போட்டுக் குத்திக் கொன்னுருக்கானுவ. எந்தகப்பன வங்கொலையா வெட்டிப் போட்டிருக்கானுவ. இதச் செஞ்சவனுங்க சங்க கடிச்சிக் கொல்லனும்னு ஆத்தாமைல தான் துடிக்கேன். ஆனா கையக் கட்டிப் போட்டுல்ல உக்கார வச்சிட்டு நாம்பொறந்த கேடுகெட்டச் சாதியும் சங்கமும்.''

''இவன் ஆவமாட்டான், ஏப்பா ஜெயராஜு உம்பெரிய மச்சானக் கொஞ்சம் கையடக்கிவிடு. இது வெட்டு குத்துன்னு முடியணும்னு அலைஞ்சா நாமல்லாம் ஊரான ஊருக்குள்ள நல்லா இருக்குறதா வேண்டாமா. முதல்ல நீயும் உம் மாப்பிளையும் நாஞ்சொல்றதக் கொஞ்சம் நிதானிச்சுக் கேளுங்க. இந்தக் கேஸ நடத்தி, தலைக்குத் தல முட்டிட்டு கிடந்தா யாருக்குப் புண்ணியம். பெரிய உசுருங்க போயிருச்சுங்க. ஊரும் சாதிசனமும் அவங்களுக்கு என்னமா மரியாதை காட்டுச்சுங்க. அதைக் கெடுத்துச் சீரழிக்கப் போறியளா. நாளைக்கு ஒங்களுக்கும் அந்த மரியாதை வேண்டாமா? நீங்களும் பெரிய ஆளு, எதுக்க நிப்பவரும் பெரிய ஆளு. அவன் புள்ளை புத்திகெட்டுப் போய் கூட்டாளிகளோடச் சேர்ந்து ஒரு வேலக்காரப் புள்ளையச் சீரழிக்கப் பார்த்ததும், அதப் பெரியவரு கண்டிச்சு அனுப்புனதுக்கு அவனுங்க இந்தப் பாதகத்தப் பண்ணுவானுங்கன்னு யாருதான் நினைப்போம். மேப்பேச்சு வேண்டாமப்பா. பயலக் காப்பாத்திக் கொடுங்கன்னு அவரு நிக்காரு. அதுக்கு இன்னின்னது ஈடு செய்தன்னு சொல்லுறாரு. மத்தது ஒங்க முடிவு. சங்கம் எல்லாருக்கும் பொது. ஒருபக்கம் சாஞ்சி நிக்காது. அதமட்டும் மனசுல வச்சிக்கிடுங்க.''

சினிமா கொட்டகை வாசலில் வெவ்வேறு நிற கார்கள் காத்துக் கிடந்தன. அதன்தன் டிரைவர்கள் கேண்டீன் கடை வாசலில் கூடி, தங்களுக்குள் தர்க்க ஞாயங்கள் பேசிக் கொண்டிருந்தார்கள். சேர்மக்கனி குடி கூட்டத்துக்குத் தேவையானதை எல்லாம் வண்டியில் இருந்து இறக்கிக் கொண்டிருந்தான்.

ஜெயராஜ் தங்கக்கனிக்குப் போன்போட்டு, ''இந்தா மருமவன் இருக்காரு பேசு'' என்றான்.

லவுட் ஸ்பீக்கரின் கரகரத்தக் குரலில் அவள் அழுகையும் ஆவலாதியுமாக என்னென்னமோ சொல்லிக் கொண்டிருந்தாள்.

'இது ஒப்பேறாது' என்று ஜெயராஜ் போனைக் கட் செய்துவிட்டு, ''மாப்ள உங்க அத்தக்காரிய நான் வழிக்குக் கொண்டு வந்துருவேன். நீ என்ன சொல்ற'' என்றான்.

செல்வேந்திரன் பதில் பேசாமல் சற்றுதள்ளி கூட்டத்தோடு நின்றுகொண்டிருந்த சித்தப்பா ராஜ அலங்காரத்தைப் பார்த்தான். அவர் துண்டை உதறித் தோளில் போட்டுக் கொண்டு விடுவிடுவென அங்கிருந்து வெளியேறினார்.

சபை திரும்பக் கூடியது.

''காட்டை எங்க பேருக்கு எழுதிக் கொடுக்கறதா இருக்க வேண்டாம். எங்க மாமா அத்தை பேருல ஃபவுண்டேஷன் ஒண்ணு ஆரம்பிக்குறோம். அது பேருக்கு சொத்தா எழுதிக் கொடுக்கச் சொல்லுங்க. இப்போதைக்கு வக்கீல வச்சி அத்தாட்சி போட்டுக்கலாம். பெறவு, திருடுபோன பொருள் எதுவும் எங்களுக்கு வேண்டாம். அது எங்க ரத்த உறவுகள நாங்க வித்துத் தின்னதா ஆகிப்புடும். அதுக்கு ஈடா பணமாவோ, வேற காடு இருந்தாலோ கொடுக்கச் சொல்லுங்க. போலீஸ் கேஸ்ல நாங்க தலையிட மாட்டோம். ஆனா, கூட சேர்ந்துசெஞ்சமத்தபயலுங்கமாத்திதலையாட்டிட்டாநாங்கபொறுப்பில்ல. அதையும் அவங்களே சரிகட்டிக்கட்டும். மத்தபடி சங்கத்துச் சொல்லுக்குக் கட்டுப்படுறோம். வேற என்ன மருமகனே மாமா சொல்ல வேண்டியத சொல்லிட்டேன், நீங்க என்னங்கிறீங்க...''

செல்வேந்திரன் அத்தனையையும் ஆமோதிப்பதுபோலத் தலையாட்டினான்.

– 2022

மழைக்கு முன்னால்...

01

நாடான நாடதிலே நல்ல லண்டன் பட்டணத்திலே...

தேசாதி தேசந்தனிலே சிறந்த லண்டன் பட்டணத்திலே...

பாரடக்கி அரசாண்ட பரங்கி ராசா துரையின் கதை...

நாங்கள் உங்கள் முன்னால் பாடவந்தோம்..

தோம் தோம் தக்கத் தகதிமி தோம் தோம்.....

செங்கிடாரன் கூத்து நடந்துகொண்டிருந்த பச்சேரி மைதானத்துக்குத் தெற்கே வெளிச்சம் விழாத இருட்டு கசத்துக்குள் நின்றுகொண்டு சுருட்டு பிடித்துக் கொண்டிருந்தார் ஊர்ப்பெருசு கருமாடன்.

'இந்தா இப்பொ வந்துடுதோம்' என்று சாராயக் குடுவையுடன் விடிலிக் காட்டுக்குள் இறங்கி நடந்த இளந்தாரிகள் வேம்பயலும், மாயாண்டியும் நேரம் பிந்தியும் இன்னும் ஊரான ஊருக்குத் திரும்பியிருக்கவில்லை.

சுருட்டுக் கங்கு விரல்மடக்கு வரைக்கும் எட்டிவிட்டது. அடித்த சாராயத்தின் மதமதப்பு அடிவயிற்றுச் சூட்டைக் கிளப்பி விட்டிருந்தது. ஆளில்லா இருட்டுச் சுகத்தில் கொஞ்சம் மூத்திரம் பேயலாம் என்று பனைமூட்டுக்குப் பக்கம் தன் வளைந்த கால்களைக் கிளப்பிக்கொண்டு ஒதுங்கினார் கருமாடன். அவரின் தலைக்கு மேலாக்கில், திடுக்கென்று கருங்காக்கா ஒன்று தனிக்குரலில் 'கரேல்' சீறிவிட்டுப் போனது.

'என்னம்மோ சரியாப் படலியே' வாய் வரைக்கும் வந்த வார்த்தையை தன் காதுபடவும் ஒருமுறைச் சொல்லிப் பார்த்துவிட்டார். மூத்திரம் பெய்து விட்டு மெல்ல இருட்டிலிருந்து வெளியேறுயவர், மைதானத்தின் ஓரமாக நெருங்கி வந்தார். ஓலைப் பாயை விரித்து, கால் நீட்டிக்கிடந்த கெச்சலான கிழவிகளும் அவர்கள் கைபடும் நெருக்கத்தில் சுத்தி உட்கார்ந்திருந்த நெஞ்சு வளர்ந்த குமரிகளும் மண்ணில் புரண்டழும் பொடிசுகளும்

அவரவரது தாய்மாரும் தகப்பன்மாறும் அறுதலிகளுமாக மைதானம் கசமுசவென வாப்பாறிக் கொண்டிருந்தது.

கூட்டமென்றிருந்த அந்த மொத்த தலைகளை எண்ணினாலும் முப்பது நாப்பது தேறாது. ஊர் மொத்தமுமே அவ்வளவுதான். காக்காய் கூடுபோல... புல்பூண்டு வாசம் பார்க்காமல், புளிச்சவாடை வீசிக்கொண்டு, வயக்காட்டுப் பாதைக்கும் வாய்க்கா கரைக்கும் நடுவாந்தரமாய், தண்ணி காணாப் புழுதியோடு சிறு பொட்டல்...

மழையும் மானமும் அவர்களிடம் மேனாமினுக்கி மருமகள்போல நடந்துகொண்டன. நல்ல விதைப்பாட்டுக் காலத்திலும்கூட காலூன்றி ஒது துளி பெய்யவில்லை. மழைக்குறி தோன்றாமல் ஊரே துன்பத் தூரியிலே தொங்க விட்டதுபோல ஆகிவிட்டது.

‘வயித்துப் பசியெல்லாம் வாய்ச்சவனுக்குத்தானே படைச்ச வனுக்கில்லீயே...’ எது பற்றியும் கொஞ்சங் கூடக் கூச்சநாச்சமில்லாமல் படைப்புச் சோற்றுக்கு வாயைப் பொளந்துகொண்டு நின்றார்கள் ஊர்மாடனும் மாடத்தியும். இவர்களுக்குக் கூட்டு நாட்டாக பேய்ச்சி, முண்டன், தளவாய்க்காரன், கருங்கிடாக்காரன், செங்கிடாக்காரன்...

‘ஊருல ஒருத்தனுக்கும் அவிச்சித் திங்கத் துப்பில்லாதெ, அறுதலி மவனுவளா நிக்கறீய. ஒங்க சூடுபாடு கெட்டச் சாமிவளுக்கு கொடை எடுக்கதுதான் முக்கியமாப் போச்சா. பேசாது போங்கல. ரோக்கியம் கெட்டச் சாமிவளுக்கு கெடாவெட்டுதான் கேடா. போங்கல’ -பழனி முடிப்பட்டம் குமார விசையகிரிச் சமீன் எடுத்ததுமே இப்படித்தான் ஆங்காரமாகத்தான் எரிவார். வேணா வெறுப்பாக மூஞ்சியை வைத்துக் கொள்வார். கோணிக் கோணி ஏசுவார். சன்னபின்னலாக ரெண்டுபேரை உதைக்கவும்கூடச் செய்வார். கொன்னே போட்டாலும் கேட்க ஆள் உண்டா என்ன... இருந்தாலும் கொண்டையை ஏற்றி முடிந்து, சுருளில் கணக்கு எழுதச்சொல்லி, கைச்சாத்தும் வாங்கிக் கொண்டு, கமுகு, வெற்றிலை, கா மூட்டை கறுக்காய் நெல்லு, ரெண்டு இணை இளந்தையாடு என்று வருவாசி கடனுக்குக் கொடுத்தனுப்புவார். அதைவைத்துத்தான் சாமிகளுக்கு இந்த வெளிச்சமெல்லாம். பிறகு அந்தக் கடனுக்கு ஏழெட்டு வம்சப் பிறப்புக்குச் செக்கு மாடாய் உழைக்கணும்.

சமீனிடம் இப்படித் தவிதாயப்பட்டுப் பிழைக்கணுமா ஒரு பிழைப்பு என்கிற நினைப்பு அத்தனைப் பேரையும் அசரடித்திருந்தது. ஆனால், சமீனையும் விட்டால் நமக்கும் ஊருக்கும் வேறு என்ன நாதி என்கிற கோவிப்பில் எல்லாம் தவிதாயமும் அடங்கிவிடும்.

'கா மூட்டை முத்தின நெல்லில் எந்தச் சாமிக்குப் பசியடங்கும்? சொல்லும்படி அதுகளுக்குச் சூடுபாடு மட்டுமில்லை. சூரமும் போய் பலகாலம் ஆகி விட்டது. இருந்தாலும் அதுகள் நம்மைக் கைவிட்டது போல அனாதியாகவா விட்டுவிட முடியும்...'

கிழக்குக் கரைக்குப் போனால், அந்தக் காமூட்டை நெல்லுக்கு முழு மூட்டை கம்பும், மூணு பொதி கேப்பையும் கிடைக்கும். அதை வைத்து கொடை கொடுப்போம். கூத்துக்காரனுக்கு இளந்தையாட்டுத் தோலைத் தந்தால் போதும். ஆவலாதி இல்லாமல் வாங்கிக்கொண்டு போவான். நைந்த துணி பொதிந்து கொடுத்தால், கோமரத்தாடிக்குச் சல்லியமும் பந்தலும் பாணாத்தியே தைத்துக் கொடுப்பாள். மற்றபடி பெரிய மேச்செலவு என்று பார்த்தால் எல்லோரின் நாக்கையும் சாராயத்தில் நனைப்பது ஒன்றே பிரதானமாயிருந்தது. சாராயத் துக்கு என்ன செய்ய என்று முடிவெடுக்கும்படி ஊர்க்கூட்டம் போடப்பட்டது.

ஊரின் தலையாள் என்றால் அது பெருசு கருமாடன் ஒருத்தர்தான். அவர்தான் தாய்க் கிராமத்தின் பழைய மிச்சம். அவர் பாட்டனும் ஓட்டனும் தாயூரில் பொண்ணு கட்டிப் பொண்ணெடுத்தவர்கள். இப்போ தாயோ கிராமமோ பொண்ணோ அங்கில்லை. மொத்த பேரும் ஊரையே கிளப்பிக்கொண்டு, சமீனிடமிருந்து விடுபட்டு எங்கேயோ கண்காணாத திக்குக்கு மாயமாய்ப் போயிருந்தார்கள். அப்படிப் போகும் போது, உழுபாட்டுக்காக அவர்கள் வைத்திருந்த கன்று, காலி, கொழு, கலப்பை, வடக்கயிறு, எல்லாத்தையும் ஈழுவச் சாணாரிடம் விற்று முதலாக்கியிருந்தார்கள். அந்தச் சல்லியில்தான் ஊர்ச்சாமிகளுக்கு ஏழுநாள் கொடைகொடுத்தார்கள்.

ஏழாம் நாள் சாயும்பொழுதில் தாயூர் ஆம்பிளை பொம்பிளை எல்லாபேரும் கள்ளுப் பானைக்குள் குதித்துக் கும்மாளம் அடித்துக்

கிடந்தது. ஏதோ பெரிய சோகத்தை உள்ளே மறைத்துக்கொண்ட பள்ளிகள், ஒப்பாரி வைத்து பள்ளேசம் பாடினார்கள். ஆம்பிளைகள் கள்வெறியில் சட்டிப் பானைகளை உடைத்துப்போட்டு வெறியாட்டம் போட்டார்கள். திடீரென்று ஊர் குப்பென்று தீப்பிடித்து எரியத் துவங்கியது. வயல் காடு கரை குடிசை எல்லாத்தையும் கைகளை வீசி வீசி விளையாடி அழித்தது நெருப்பு. புகை புகையாய் மங்கி மயங்கிய வேளையில், மொத்த தாயூர் சனமும் கண் காணாமல் மாயமானது. எங்கே போனார்கள் என்னவானார்கள் என்று சமீன் மொத்தத்திலும் சல்லடைபோட்டுச் சலித்தும் சின்னத் தடயம் கூட ஆப்படவில்லை. தடம் தேடி அலைந்த கண்களுக்கும் ஊர் வாவியைத் தாண்டி ஒரு மண்ணசைவு கூடத் தென்படவில்லை. மனுச மக்கள் எல்லாபேரும் தீயில் அழிந்தாலும் ஒருத்தர் அங்கம் கூடவா சாம்பலாய் கிடக்காது. என்னடா கூத்து இது என்ற பையித்தியம் எல்லாரையும் ஆட்டியது.

சமீன் விசயகிரி வையாவேள் கையொடிந்ததுபோலப் புலம்பினார். அடிமைப் பண்ணயம் செய்து வந்த ஊரே கண்மறைந்து போன மாயத்தை அவரால் நம்பவோ, ஏற்கவோ முடியவில்லை. இனி இதுபோல நடக்காமல் இருக்கணுமென்ற கோபத்துடன் சுத்துப்பட்டுக் கிராமங்களுக்கெல்லாம் படையெடுத்து வந்தார். உருப்படியானவர்கள் கை, கால்களை அவருடைய படை உடைத்து நொண்டியாக்கியது. ஆண்களின் முதுகுத் தொலிகள் உரிக்கப்பட்டன. பெண்கள் சடையிழந்தார்கள். இளவட்டங்கள் கைக்கட்டுகளுடன் சமீனுக்கு இழுத்துப் போகப்பட்டார்கள். அப்போது சுரத்திழந்ததுதான் இந்தச் சனமும் சாமிகளும். இப்போது ரெண்டு பேருக்கும் சாராயக் கேடு வந்திருக்கிறது.

வேம்பயலும் மாயாண்டியும் நல்ல செய்தி கொண்டுவந்தால், எல்லா காலத்துக்குமான கேடுகளையும் தீர்த்துவிடலாம் என்று தீர்க்கமாக நம்பினார் கருமாடன்.

02

மைதானத்தின் மத்தியில் வெள்ளக்காரத்துரை வேசங்கட்டின கூத்துக்காரன் நேரங்காலம் ஆளிருப்பு பத்தியெல்லாம் எந்த

யோசனையும் இல்லாமல் ஏலேலோ போட்டு தன் 'வாய்க் கப்பலை' கடல்விட்டுக் கடல் தாண்டி, லண்டனில் ஆரம்பித்து கன்னியாமரி தவிட்டுத்துறை வரைக்கும் பாராயணமாகத் தள்ளிக் கொண்டுவந்து சேர்த்திருந்தான்.

ராப்பூசை முடிந்த பிறகே அவனுக்கு ஆட்டுத்தோல் கூலியாகக் கைவந்து சேரும். இந்தப் பீடை காலத்தில் ஒராட்டுத் தோலே பெரிய தாராளம்தான். அதற்கே ஏழு நாள் ஏழூர் நடந்து சென்று, எட்டு பத்துக் கூத்துக்களைப் பாடச் சொன்னாலும் பாடித் தள்ளும் மனநிலையில்தான் கூத்தாடிகளும் இருந்தார்கள்.

கூத்தில் இப்போது செங்கிடாரனும், அவன் தங்கச்சி மண்டைக்காரியும் பருந்துகளாய் மாறி, வெள்ளைக்காரத் துரையின் கப்பல் கொடிமரத்தை ஆட்டி ஆட்டிக் கடலுக்குள் மூழ்கடித்துக் கொண்டிருந்தார்கள். துரையின் துப்பாக்கி வெடிக்கும் சத்தத்தை தென்னமட்டையை உள்ளங்கையில் 'டப் டப்'பென அடித்து பின்பாட்டுக்காரன் எழுப்பிக் கொண்டிருந்தான். பிள்ளைகள் மிரண்டுபோய் தாய்ச்சீலையைப் பற்றிக் கொண்டதுகள். சனம் மொத்தமும் கண்ணுக்கு முன்னாடி கடல் சண்டை நடப்பது மாதிரி ஆவேசம் தொற்றிக்கொண்டது. வயசுப் பிள்ளைகள் வா'பிளந்தபடி புதினம் பார்த்துக் கொண்டிருந்தன. எல்லாம் இன்னும் ஒரு சாமம்தான்.

மொத்த ஊரும் சமீனுக்குத் தெரியாமல் பொத்திப் பொத்தி வெளியேற வேண்டும். எத்தனையோ பனிக்கு முன்னால் தாயூர் சனம் மொத்தமும் சமீனைக் கைவிட்டுக் கண்மறைந்து தப்பிப்போனதுபோல கமுக்கமில்லாமல் வெளியேற வேண்டும். ஏற்பாடுகளை கருமாடன் நுணுக்க நுணுக்கமாகச் செய்துவந்திருந்தார்.

சமீனும் சாதாரணமில்லை. கொடுத்த கைச்சாத்துக்கும் வாங்கின கடனுக்கும் மேலே செலவளித்து ஊரைச் சுற்றியும் காவல்பிறை போட்டு வைத்திருந்தார். அதில் ஏறி நின்று காவல்காக்கும் குடியான்களை மீறி, ஒரு ஊனாக் குருவிகூட ஊரைவிட்டு வெளியேற முடியாது. முப்போதும் இப்படி ஊரையே சுற்றிவந்து காவல் காத்துக் கொண்டிருந்த அந்தப் படைகளுக்குச் சுரம் வரச் செய்கிற ஒரே சுரத்து சாராயக்குடுவை ஒன்றுதான்.

மைதானக் கூத்துக்கு காதை மட்டும் கொடுத்தபடி, கண்பார்வை முழுக்க விடிலிக் காட்டையே கவனித்துக் கொண்டிருந்தார் கருமாடன். இன்னொரு சுருட்டும் இப்போது எரித்து முடித்திருந்தது. இருட்டு துப்புரவாய் பரவிக்கிடந்தது. ஒரு கரித்துண்டை அவர் காற்று வீசும் திசைக்கு தூக்கி எறிந்து பார்த்தார். ஏக காலத்தில் ஆண் பனையில் கூடுகட்டியிருந்த தூக்கனாங் குருவி சத்தம்போட்டு ஆள்வரத்து தென்படுவதை அடையாளம் காட்டியது.

கட்டை உடம்பும் கனத்த கால்களுமாக வேம்பயலும், நெடுநெடு உயரத்தில் ஒடுங்கிய முகவாயுமாக மாயாண்டியும், முப்பது மைலுக்கு நடந்து களைத்த மூஞ்சுடன் மேடேறி வந்து கொண்டிருந்தார்கள்.

"வார நேரமா இது செரிக்கியுள்ளயளா.. போன நேரமென்ன வார நேரமென்ன..?"

"இல்ல அப்பு, வாற வழியிலே மொட்டப்பாற பக்கம் கள்ளக்கூட்டம் பரசனம் பார்த்துட்டு கெடக்கு. குறுக்கால போவானேன்னு சுத்திட்டு வந்தம். நேரமாயிட்டு"

"காவக்காரன மயக்கடிச்சி, கள்ளங்கிட்ட சிக்கயிருந்தீயளா. அதுசெரி. எங்கால போறானுவன்னு லெக்கு பாத்தீயலா"

"அது.. பாகம்பாகமா எறங்கி காட்டாளம்மங் கோயில் தெசைக்கிப் போனமாதிதான் தெரிஞ்சுது. நம்மப் பக்கம் வரமாரி தெரியல்ல. இங்க என்ன கெடக்கு. மண்ணத்தாம் பெறக்கிட்டுப் போவணும்.." மாயாண்டி வெறுப்பாகச் சொல்லிக்கொண்டான்.

கருமாடனே அடுத்த பேச்செடுத்தார். "ச்சரி அந்தச் சோலியெல்லாம் கெடக் கட்டும். போன விசியம் என்னாவாச்சி..."

"அதெல்லாம் சொன்னபடி செஞ்சிட்டம். வடக்கயும் கிழக்கையும் காவல்பெற போட்டு நிக்க ஆளுகளுக்கு நல்லா ஊத்திவிட்டுத்தாம் இன்னும் கறியெடுத்து வாரமின்னு வந்தம். அசந்து கெடக்குதான்வ. இடி உசுப்புனாலும் எந்திக்க மூணு சாமம் தாண்டிரும்"

வேம்பயல் முகத்தில் சாதுரியமாக வேலையை முடித்துவிட்டு வந்த பரபரப்பு தெரிந்தது.

03

பகல் பொழுது கிழக்குச் சீமையை வறுத்தெடுத்துக் கொண்டிருந்தது. ராவும் பனியுமாக மறைந்து மறைந்து வெக்கு வெக்கென பல மைல் தொலைவுக்கு நடந்தே வந்திருந்த சனக் கூட்டத்தின் கண்களில் இப்போது வெயிலையும் தண்ணீர்க் கரையையும் கண்ட சந்தோசத்துக்கு அளவே சொல்ல முடியாது. ராமன் விட்ட அம்பு அம்பறாத் தூணியிலேயே திரும்ப வந்து தைத்துக் கொள்ளுமாமே அப்படி, எங்கேயோ எப்போதோ தொலைத்துவிட்ட சந்தோச அம்புதான் திரும்பவந்து தைக்கிறதோ என்று தங்கள் நெஞ்சிலே அடித்துக்கொண்டு எல்லாபேரும் அழ ஆரம்பித்து விட்டார்கள்.

இருட்டோடு இருட்டாக அணக்கமில்லாமல் ஊரைவிட்டே அவர்கள் வெளியேறியிருந்தார்கள். ஓலைப் பாய்களுக்கு முன்னே கூத்துப் பாடியவன் அவர்களுக்கு முன்னே அடித்துப் பிடித்துக் கிளம்பிப் போனான். இப்படி நடக்கப் போகும் விவரம் மட்டும் முன்பே அவனுக்குத் தெரியவந்திருந்தால் அந்தத் திசைக்கே தலைகாட்டியிருக்க மாட்டான். வயசு தொலைந்த கிழங்களும் வளர்ப்புக்கென வைத்திருந்த காடைக்குருவி நாய்களும் தவிர ஊரில் எதுவும் மிச்சமில்லை.

இளந்தாரிகள் வேம்பயலும் மாயாண்டியும் கருமாடனைச் சூழ்ந்து நின்றிருந்தார்கள். அடுத்தது என்ன என்பது பற்றின ஆவலாதி மற்றவர்களுக்குள் நிரம்பி வழிந்தது. அத்தனை மைல் நடையிலும் ஒரு சொல்லும் பேசாது பின்தொடர்ந்து வந்த சனம் இப்போது கயமுயவென்றிருந்தது.

கூட்டத்துக்கு முன்னே நடுநாயகமாக வந்து நின்றார் கருமாடன்.

''பொழுது சாயம்முன்ன இருக்குறதை பொங்கி ஆக்கித் திம்போம். நடு சாமத்திலே சம்மாங்காரன் வருவான். நம்மளயெல்லாம் ஆத்தங்கரை வழியா அங்கன உள்ள திட்டில கொண்டோய் விடுவான். ஆத்தத் தாண்டிட்டா கலமேறிடலாம். அங்க போற வரை இந்த உசுரு நம்மளுது இல்ல. சாமிய வேண்டிக்கோ. இங்கனெ வாப்பாறினாதான் உண்டு.''

எல்லோரும் அமைதியாய் கேட்டுக் கொண்டிருந்தபோது, கூட்டத்திலே இருந்து ஒரு குரல் மீறிவந்து விழுந்தது.

''இனுமப்பட்டு நாம போற ஊருலே ஏரு பூட்டி உழுகலாமில்ல. அங்க மழையும் மானமும் உண்டா, அங்க உள்ள சமீன்ராசா நம்மளச் வெள்ளாம பண்ண விடுவாரா?''

இன்னொரு குரலும் இப்போது கூட்டு சேர்ந்தது.

''அந்த ஊருலயும் பஞ்சம், கிராக்கி, இதேபோலச் சமீனுன்னு இருந்துட்டா என்னாச் செய்யுறது?''

''இப்போ வந்தமாதிரி உசிரத் தூக்கிட்டு வேற ஊரு தேடிப் போவோம்.'' பொம்பளையாள் குரல் ஒன்று தப்பிலியாக வெளிப்பட்டது.

எல்லாக் கேள்விக்குமான பதிலையும் ரொம்பக் காலமாகவே மனசுக்குள் உழப்பியபடியேதான் இருந்தார் கருமாடன். அவர்கிட்டே எந்தப் பதிலும் இல்லை என்று எப்படிச் சொல்ல... எவ்வளவோ சாவுகளைக் கண்முன்னே பார்த்துவிட்டது சனம். உயிர் ரொம்பப் பெருசு தான். பசி பாவத்தைக்கூட அது பொறுத்துக் கொள்ளும். அடியும் புடியும் கூடப் பழகிவிட்டது. பின்னே என்னத்துக்கு இப்பொ திடீரென வீராப்பு?

காலிலே வெள்ளெலும்பு எட்டிப் பார்த்த காலந் தொட்டு தலமுற தலமுறயா பூமிக்கு அடிமயாத்தானே இருந்து வந்தோம். மாடனுக்குப் பயப்பிட்டதைவிட பழனிச் சமீனுக்குப் பயந்ததுதானே அதிகம். சாமி, எஜமானே, ஆண்டேன்னு கூளப்பாட்டுப் பாடியே வீணாப் போன உசிர்கள்... சமீனைக் கண்டால் நெடுமரம் போல வீழணும். ஊருலே ஒரு கலியாணம், எளவ நடத்தணுமின்னா அவங்க உத்தரவுப் பத்தரம் வாங்காம எதுவும் ஏண்டதில்லை. அவ்வளவு நல்ல மனசு. இளந்தாரிப் பயக சமீனுக்கு அடிமைக் கூலி. வயசடையாத பிள்ளைக சமீன் உடம்புக்குச் சேவகம். மேல போனா சாட்டையடி, சாணக்குழி, உசுரோட கொள்ளை... இதுக்கா உண்டானது இந்தப் பொறப்பு.

வித்து, மாடு, கலப்பைன்னு விதவிதமா உழுபாட்டறிவு உள்ள சனம்தான். அச்சு முறிஞ்சு விழும் எடைக்கு பொலிபொலியா அம்பது அறுபது ரகம்

நெல்லு பயிர் பண்ணும். அணையடிக் கருப்பனிலே ஆரம்பிச்சு முப்பது சொச்சம் தெய்வமுண்டு. என்ன இருந்து என்ன பரிவாரச் சாமிக்கும் சாதிக்கும் போக்கிடமின்னு ஒரு திக்குதிசை இல்லாதது தானே தலைவிதி...

அந்த விதியை மாத்துற பாதை ஒண்ணு கிழக்குச் சீமையிலேதான் தென்பட்டது. அது இந்தக் கட்டுத் தளைகளை விடுவிக்குமுன்னா, அந்தப் பாதையைக் கண்டுபோய்ச் சாவோமே என்று கருமாடன் முடிவெடுத் திருந்தார். வேம்பயலுக்கும் மாயண்டிக்கும் மட்டுமே கருமாடனின் மனவோட்டம் பிடிபட்டிருந்தது.

04

கிழக்குச் சீமைக்கு, கா மூட்டை நெல்லைக் காவடியாகக் கட்டிக் கொண்டு, வேம்பயலும் மாயாண்டியும் வந்துசேர்ந்த நேரம், சந்தை ஓ'வென வெறிச் சோடிக் கிடந்தது.

''ஏடா வேம்பா, இதென்னடா ஒரு தவிட்டுக்குருவியக்கூட காணல. ரொம்ப நேரம் முந்தி வந்துட்டமா. கிழவரு சொல்லவுஞ் செஞ்சாரு. இந்த விட்டவிடியங் காட்டுல நடையோ நடன்னு நடந்து வந்தும் ஆள விட்டுட்டமோ. பார தூரஞ்சொல்லக்கூட ஒருத்தரயுங் காணம். எங்க போயி யாரன்னு வெசாரிக்க..''

மாயாண்டியின் பேச்சைக் காதில் வாங்கிக்கொண்டே வேம்பயல் தன் தலையில் இருந்த சும்மாட்டை அவிழ்த்து தோளில் போட்டுக்கொண்டான். வியர்த்தடங்கிப் போயிருந்த போதும் தண்ணித் தாகம் ஆளைக் களைப்பாக்கி யிருந்தது. இருவரும் குளத்தங்கரையில் தாகந்தீர்த்துக் கொண்டார்கள். நிழலுக்காக புரசு மரத்தின் கீழே நின்றுகொண்டு, சுற்றி முற்றி நோட்டம் பார்க்க ஆரம்பித்தான் வேம்பயல். கொஞ்ச நேரம் முந்தி வரைக்கும் மனித நடமாட்டம் அங்கே உலவியதை அவன் உள்ளுணர்வு சொல்லியது. ''இந்தத் தடத்திலே நடப்போம் ஆட்க யாராச்சும் முன்னே நடக்கலாம். வா வேகமா...'' அவன் பேச்சுக்கு மறுபேச்சில்லாமல் மாயாண்டி நெல்லுக் காவடியை தோள்மாற்றிக் கொண்டு பின்னாலே நடந்தான்.

வெற்றிவேல் செழியப்பட்டணத்தின் அக்கசாலைப் பிள்ளையார் கோயில் முன்னால், சந்தை முடித்த வண்டி மாடுகள் தோணிப் பாரத்துடன்

காத்துக் கிடந்தன. மூட்டை மூட்டையாய் கச்சைத்துணி. தானியக்கட்டு, கூளம், உப்பு, மரக்கறி... என அத்தனையும் வரும் சின்ன மாசத்தில் கப்பலேறிக் கடல்கடந்து போகும் சரக்குகளாக இருந்தன. கப்பலுக்குப் போகும் பாரங்களுடன் ஆடு, மாடுகளைப் போல ஆட்கள் சிலபேரையும் வாணியச்செட்டி தலைக் கணக்கு எழுதிக் கொண்டிருந்தார்.

செட்டியைக்கண்டுவிட்ட வேம்பயலும் மாயாண்டியும் சமீன்கையளித்த சாத்துடன் கறுக்காய் நெல்லைக், கம்பு, கேப்பையாக ஆக்கித்தரும் மனுவோடு முன்னேபோய் நின்றார்கள். காடுகாடாய் நடந்துவந்த இரண்டு பேரையும் ஏற இறங்கப் பார்த்த செட்டி, 'சந்தை முடிஞ்சு சமுக்காளத்தையே ஒதறின பின்னாடி வந்து நின்னா எப்படி. இப்போவெல்லாம் வாங்க முடியாது. எடுத்துட்டு ஊர் போய் சேருங்க. அடுத்த சந்தைக்குப் பார்க்கலாம்'' என்று முட்டாக மறுத்துவிட்டார்.

செட்டியிடம் தோது பிடிபடாததால் மாயாண்டி இரைஞ்ச ஆரம்பித்தான். 'எண்ணி ஆறாம் நாளையிலே சாமிக்குக் கொடை கொடுக்கணும். புண்ணியமாப் போவும்' என்று தம்பித்து நின்றான். செட்டி மனமிரங்குவதுபோலத் தெரியாததால், எப்படியாச்சும் நெல் அவரிடம் படிஞ்சு போயிரணும் என்ற நோக்கில், அவர் கண்பார்வை படும்படி கோயிலடியிலேயே குத்துக்காலிட்டு உட்கார்ந்தார்கள் இருவரும்.

அதேநேரம் மாறுவேசங்கட்டி பண்டாரம் போலத் திரிந்துகொண்டிருந்த கடலோடி ஒருத்தர் இரண்டு பேரையும் ஏககாலத்தில் நெருங்கிப் பேச்சுக் கொடுத்தார்.

''கா மூட்டை நெல்லுக்கு ரெண்டு மூட்டை கம்பு நான் தரேன். ஆனா... ஒங்களால எனக்கு ஒரு காரியம் ஆவுமா...'' என்று பண்டாரம் விஷயத்தைச் சொன்னபோது ரெண்டு பேர் முகத்திலும் அநியாயத்துக்கு சந்தோஷமும் சந்தேகமும் குடியேறிக் கொண்டது.

''ஒண்ணும் பயப்படவேண்டாம். சொன்னபடி எல்லாம் நடக்கும். ஊருக்குத் கீழ்ப்புறமுள்ள தோப்புக்குள்ளே ஒரு குளத்தடி இருக்கும் அங்கே உங்களுக்குக் கேட்ட பண்டம் கிடைக்கும். போய் வாங்கிக்கோங்க'' என்றுவிட்டுக் கண் மறைந்தார் பண்டாரம்.

வேம்பயலும் மாயாண்டியும் தாங்குதாங்கென நடந்து, கீழ்ப்பக்கமிருந்த வாழைத்தோப்புக்குள் நுழைந்தார்கள். தோப்புக்குள்ளே குளக்கரை ஒன்று தென்பட்டது. அதில் சில ஓடங்கள் மிதந்துகொண்டிருந்தன. அங்கிருந்த ஆளிடம் தாங்கள் எந்தச் சமீனில் இருந்து வருகிறோம். கைவசம் உள்ள நெல் எங்கேயும் களவெடுக்காதது என்பதற்கான சமீன் சிட்டை முதலானதை எடுத்து வேம்பயல் நீட்டியபோது, அந்த ஆள் பொலபொலவெனச் சிரித்துவிட்டான்.

''நடுக்கடலிலே சீறிப்பாயுற கப்பலையே மறிக்கிறவன்கிட்டேயே உன் களவாளிச் சீட்டை கொண்டாந்து நீட்டிறியே... போ போ... நீ தந்த நெல்லுக்கு ஈடா இதை நான் தரலே. நான் கேட்ட காரியம் நடக்கணும். சொன்னபடி ஆளுங்க வேணும். அதுக்கான உபகாரம் தான் இது.'' என்று ஒன்றுக்கு இரண்டாக கம்பு, கேப்பை மூட்டைகளை அவர்கள் முன்னே இழுத்துப் போட்டான்.

பண்டாரமாக நம்மிடம் பேசிவிட்டு மாயமாய் மறைந்தது, இங்கே இருப்பவனும் ஒரே ஆள்தான் என்றறிந்ததும் வேம்பயலும் மாயாண்டியும் விக்கித்துப் போய் நின்றார்கள். சுமக்க முடியாத பாரங்களோடு ஊருக்குத் திரும்பி, பெரியவர் கருமாடனிடம் நடந்த அத்தனையும் வார்த்தை மாறாமல் கருமாடனிடம் போய்ச் சொன்னபோது, வானம் வேல் வேல் என இரண்டு முறை மின்னி இடித்தது.

05

முடிப்பட்டம் குமார விசையகிரிச் சமீனின் ஆட்கள் ஊருக்குள் புகுந்திருந் தார்கள். எப்பவோ ஒருதடவை நடந்ததுபோலவே மறுபடியும் நிகழ்ந்திருப்பதை அவரால் நம்ப முடியவில்லை. இவ்வளவு காவல்கட் டுக்களை மீறி, பள்ளியர் சனம் மொத்தமாக காணாமல் போனது எப்படி என்று தடுமாறினார். பக்கத்துச் சமீன்களுக்கு அவசரம் அவசரமாக ஓலை அனுப்பினார். ஆட்களைவிட்டு நாலாப் பக்கமும் தடம் பார்க்கச் சொன்னார்.

வெட்டவெளி மைதானம்போல கரிந்து புகைந்துகொண்டிருந்த சாம்பல் குடிசைகளுக்கு மத்தியிலிருந்து நகரமாட்டாத உடம்புடன் கிழவி

ஒருத்தி, கிழக்கு பார்த்துப் படையல் வைக்கப்பட்டிருந்த மாடனையும் மாடத்தியையும் அவர்களது கூட்டுச் சாமிகளையும் நோக்கித் தவழ்ந்தாள். "எல்லாரையும் காப்பாத்து எல்லாரையும் காப்பாத்து, கை, காலிருந்தும் மொடமான சனம் மொத்தத்தையும் காப்பாத்து. அதுகளாச்சும் இனி போற எடத்திலே தலையெழுந்து நிக்கட்டும். கூட இருந்து காப்பாத்து... நீ கூட இருந்து காப்பாத்து..." என்று அவள் வாய் ஓயாமல் அழுதாள்.

– சிறுகதை காலாண்டிதழ் - 2022

தேனடை

''ஏலே மாயாண்டி அந்தக் கம்பை இப்படி எடுத்துப்போடு...''

''எல கத்தாம பேசுங்கல, வெங்கம்பயலுவளா... தோப்புக்காரன் வந்துரப்போறான்''

''வந்தான்னா வெள்ளப்பாண்டிதான வரணும். அவந்தான் ஊர்லயே இல்லய...''

''சேர்ச்சேரி நீ மொதல்ல தீக்குச்சிய ஒழுங்கா பத்தவை. ஏல கண்ணா நீ வேலிக்கிட்ட மறைஞ்சு நின்னுக்கோ. ஆள் யாரும் வந்தா சத்தங் குடு. யேலே தொரப்பாண்டி மரத்துல நீ ஏறாத, உங்கம்மைகிட்ட பேச்சு வாங்க முடியாது, புகைய ஒழுங்கா காட்டி கொளவிய வெரட்டுனா மட்டும் போதும். எலே மயிரு புடுங்கிகளா கொளவி வெரட்டி வந்துச்சுன்னா நேரா கெணத்தங்கரை பக்கமா எல்லாரும் ஓடீருங்க சொல்லிட்டேன்''

முதலியார் தோட்டத்தில் பலாப்பழம் தண்டிக்கு நான்கு தேன்கூடுகள் கட்டியிருப்பதைப் பள்ளிக்கூடத்தில், 'ஒரு ரகசியம் சொன்னா குச்சு தருவியா...' என்று கேட்டபடி செவ்வந்திதான் ஒப்பித்தாள்.

அடுத்தநாள் காலையில், வெளிக்கிப் போகும் போது முதலியார் தோட்டத்தை எட்டிப் பார்த்தேன். பொந்து வாங்கிய மா மரத்தில் பலாப்பழத் தண்டியில் மூன்று கிளைகளில் மொத்தம் நான்கு தேன்கூடுகள் கட்டியிருந்து உறுதியானது.

தோட்டத்தில் எப்போதும் வெள்ளைப்பாண்டிதான் காவல் இருப்பான். அவன் வெளியே போகும் நேரத்தில் மூங்கித் தட்டியை மட்டும் மூடிவிட்டுப் போவான். மற்றபடி பெரிய அம்பாரிக் கோட்டை காவலெல்லாம் அதற்குக் கிடையாது. ஆனால், மாட்டிக்கொண்டால் கட்டி வைத்துத் தொலியை உரித்துவிடுவார்கள்.

எதிர்பாத்தடியே அந்த மாதம் வெள்ளிமலை சுடலைக் கோயில் கொடைவந்து சேர்ந்தது. மொத்த ஊரும் அன்று கோயிலில்தான் கிடக்கும்.

வெள்ளைப் பாண்டியும் அங்கேதான் கிடப்பான். அந்த நேரம் பார்த்து கூட்டைக் கலைத்து தேனை வடித்தெடுத்துவிடலாம் என்று திட்டம் போட்டுக் கொண்டேன்.

களவுக்குப் போகும்போது கூட்டுக்கு மாயாண்டியைச் சேர்த்துக் கொள்ளலாம் அவன் தேனெடுப்பதில் பெரிய நக்கி. கண்ணா வேறு ஊர் பள்ளிக்கூடத்தில் படித்துவிட்டு இப்போதுதான் எங்கள் பள்ளிக்கூடத்தில் சேர்ந்து புதுக்கூட்டாளி ஆகியிருந்தான். அவனையும் கூட்டிக்கொண்டால் ஆள் காட்ட உதவுவான். துரைப்பாண்டிக்கு விஷயம் தெரியாமல் பார்த்துக் கொண்டாலும் எப்படியும் கண்டுபிடித்துவிட்டுப் போய் ஊர்முழுக்க கொட்டடித்துவிடுவான். அதற்கு அவனையும் களவுக்கூ ட்டாக்கிவிட்டால் சிலுப்பட்டை வேலைகள் ஏதும் செய்யமாட்டான்.

தேனை வடித்தெடுத்து, ஆசைக்கு நக்கித் தின்றது போக மீதியை கணக்கு வாத்தியாருக்கு பாட்டிலில் ஊற்றி, விற்றுவிடலாம் என்பதுவரை யோசித்த போதுதான், ''துப்பு சொன்ன செவ்வந்தி போட்டுக் கொடுத்துர மாட்டாளா...'' என்றான் மாயாண்டி.

அவன் பாயிண்டாகக் கேள்வி கேப்பான். ''அவளுக்கும் ஒரு பங்கு கொடுக்கலாம்'' என்றேன்.

''கஷ்டப்பட்டு எடுக்குற நமக்கொரு பங்கு,தடன் மட்டுஞ் சொன்னவளுக்கு ஒரு பங்கா...'' என்றான் துரைப்பாண்டி. கடைசியில், 'செவ்வந்திக்கும் பங்கு உறுதி' என்ற துரைப்பாண்டியின் கருத்து டன் எல்லோரும் ஒத்துப் போனதால், சொல்லிவைத்தபடி சரியாக வெள்ளிக்கிழமை மதியம் யாருக்கும் தெரியாமல் தோட்டத்துக்குள் இறங்கியிருந்தோம்.

''போயும் போயும் இந்தக் கருவாப்பய தோட்டத்துக்குள்ள இத்தனைக் கூடு கட்டிருக்குப் பாரு எளவெடுத்த கொளவி. நம்மூட்டுப் பக்கம்லாம் மரமே கண்ல ஆப்படலயாக்கும் இதுக்கு...'' மாயாண்டி கிசுகிசுப்பாக அழுத்துக்கொண்டே முதல் கிளைக்குத் தாவி ஏறினான்.

''உங்கூட்டு மரத்துல கட்டுனா இன்னும் பத்துகூடு கட்டுனாலும் தின்னிமாடன் ஒனக்கும் ஒங்கண்ணனுக்குமே பத்தாதுலே...''

''அந்தச் அறுதளி பத்தி ஏங்கிட்ட ஏம்ல பேசுத... ஆச ஆசையா நாஞ்ச் சேத்து வெச்ச சீரட்டு அட்டய எங்கம்மாட்ட காணிச்சுக் கொடுத்து அடுப்புல போட வெச்சுட்டான் செரிக்கியுள்ள...''

''கூடப்பொறந்த அண்ணன என்ன கிழி கிழிக்காம் பாரு...''

''ஆமா அண்ணன் நொண்ணன். எப்பப் பாத்தாலும் புக்கெ எடுத்து வெச்சுட்டு படிக்கேம் படிக்கேம்னு வீட்டுல ஒத்த வேல பாக்கமாட்டாம். காபிக்கடைக்குப் போறதுலர்ந்து ரேசன்ல ஜீனி வாங்குத வரை எல்லா வேலைக்கும் என்னயத்தாம் அனுப்பும் எங்கம்மா...''

''யோல் ஒங்கண்ணம் கலெட்டரு வேலக்கால படிக்காம்...''

''அவம் என்னத்த வேணா படிக்கட்டும். என்னையும் படி படின்னு போட்டு உசிர எடுப்பாம். அதாம்ல எரிச்ச மயிரா இருக்கும்... அதுலருந்து முடிவு பண்ணிட்டேன். அவம் இனி எனக்கு அண்ணனே இல்லைன்னு''

''இவனுக்குல்லாம் நம்ம வாத்துக்குண்டி சாருதாம்ல ச்செரி. பெரம்பாலே போட்டு சாத்துனாருன்னா அவருகிட்ட 'இனிமே ஒழுங்கா படிக்கேன் சார்னு' கெடந்து கதறுவான். அவங்க அண்ணனுங்கவும் போட்டுப் பாக்காம்...''

''யோல் கோணிய நல்லா மூடிக்க செத்தவனே. கொளவி கொட்டுனா என்னாகும் தெரியும்ல...''

''எங்களுக்கே சொல்லித் தாரியாக்கும். அலுங்காம கைய உள்ள விட்டு அடையப் பெருக்கிருவோம். நீ தூக்குச் சட்டிய வீசு...'' மாயாண்டி, மரத்தின் முதல் கிளையிலிருந்த தேன்கூட்டுக்கு வலது பக்கத்திலும் இடது பக்கத்திலும் புகையைக் காட்ட, தேனீக் கூட்டங்கள் திக்கு திசையில்லாமல் அங்குமிங்குமாக சிதறிப்பறந்தன. முன்னெச்சரிக்கையாக எல்லோருமே உரச் சாக்குகளைப் போர்த்தி யிருந்ததால் சிக்கலில்லை. தேனடையில் முட்டைப்புழுக்கள் வெள்ளை வெள்ளையாகச் சுருண்டிருந்தன.

கம்பைவைத்து முதல் அடையில் தேன் ஊறி நின்ற இடத்தில் குத்தினான் மாயாண்டி. அடை மெல்ல பிளந்து கொடுக்கவும் நூலாம்படை

போல தேனொழுக்கு வடிய ஆரம்பித்தது. கையோடு கொண்டு வந்திருந்த பெரிய தூக்குச் சட்டியை அதற்கு நேர்கீழாகப் பிடிக்க முதல் தேனடையைக் கொஞ்சம் கொஞ்சமாக அறுத்து தூக்குச் சட்டிக்குள் நிரப்பினோம்.

அடுத்தடுத்த தேன்கூடுகளும் இருந்த தடம் தெரியாமல் காணாமலாகியிருந்தன. மாயாண்டி மரத்திலிருந்தபடியே விரல்களைச் சூப்பி, புறங்கையை நக்கிக் கொண்டிருந்தான். யானைப் பாறையில் முன்னாடி ஒருதரம் தேனெடுக்கப் போனபோது, வயிறு முட்டத் தேன் குடித்து மறுநாள் உதடுவீங்கித் திரிந்த அவன் முகம் நினைவுக்குள் வந்துபோனது.

தூக்குச்சட்டி நிறைக்க தேனையும் அடைத்துண்டுகளையும் சேர்த்துவிட்டு, மரத்திலிருந்து கீழே இறங்கத் தயாரானோம். குளவிகள் கன்னா பின்னாவென்று பறந்து ஓய்ந்து போயிருந்தன.காதெல்லாம் ஒரே ஒய்ய்ய்ய்ங்கெனும் சத்தம். சாக்கை வைத்து மரத்தடியில் கால்தடங்களை அழித்தான் மாயாண்டி. பம்புசெட் செல்லும் பாதையில் கிடந்த சாராய பாட்டில்களை ஓடைத் தண்ணீரில் நன்றாகக் கழுவினான் துரைப்பாண்டி.

பாட்டிலைத் தண்ணீர் வடிய உதறித் துடைத்துவிட்டு, அவரவர் பங்குத் தேனை அதில் ஊற்றிக் கொண்டார்கள். கண்ணா அநியாயத் துக்கு நல்லவனாக அவன் பங்கு பற்றிக் கவலைப்படாமல் காவல் காத்துக் கொண்டிருந்தான். அவனுடையதுமாகச் சேர்த்து தூக்குச்சட்டி முக்கால் பங்கு தளுதளுத்தது. அதைக் கணக்கு வாத்தியார் வீட்டுக்குக் கொண்டுபோய்க் கொடுத்தால் காசாகத் தந்துவிடுவார். வாத்தியாரின் வீட்டம்மாவுக்கு மருந்து செய்ய காட்டுத்தேன் வேண்டும். அவரை விட்டால், ஊரில் எங்கே கொளவி கூடு கட்டினாலும் இருக்கவே இருக்கிறது பலசரக்கு நாடார் கடை. அங்கும் வாத்தியார்தான் வந்து வாங்கிக் கொண்டுபோவார்.

சாக்குகளை மடித்து மோட்டார் ரூமுக்கு மேலே வீசினோம். பங்கு பிரித்து மீந்த தேனை மூடிவைத்துவிட்டு, தேனடையை உறிஞ்சிக் கொண்டிருக்கும் போதே, ''ஆள் வருது...'' என்று கைகாட்டியபடி கண்ணா ஓடிவந்தான். அவன் ஓடிவரும் வேகத்தைக் கண்டதும் திக்கென்று ஆனது.

''கிணத்தடில ஒழிஞ்சுருவோமா...'' துரைப்பாண்டி கேட்டான்.

''மோட்டார் போட வந்தான்னா வகையா சிக்கிப்போம். மரத்துல ஏறுவோம். தேனை பொதருக்குள்ள ஒழிச்சு வைங்கல பொறவு எடுத்துப்போம் மாட்னோம் தொலிய உரிச்சிருவானுங்க...'' என்றபடி கண்ணாவும் நானும் ஒரே மரத்தில் ஏறிக்கொண்டோம். மாயாண்டியும் வழுக்கு மரத்தில் ஏறி ஆள்தெரியாதபடி கிளையில் படுத்துக்கொண்டான். துரைப்பாண்டி தேன்கூடு இருந்த மரத்திலே ஏறிக்கொண்டான். எளவெடுத்தவனுக்கு வேற மரமே கிடைக்காதா என்றிருந்தது.

இப்படித்தான் ஒருதடவை ஊர் புளியமரத்தில் மரமேறி குரங்கு விளையாடும் போது கீழே விழுந்து, துரைப்பாண்டிக்கு கைமூட்டு பெசகிவிட்டது. பள்ளிக்கூடத்துக்கு வராமல் எண்ணெய்க் கட்டு போட்ட கையோடேசுத்திகொண்டுகிடந்தான். அவன்கையொடிந்தநாளில்எனக்கும் மாயாண்டிக்கும் அவரவர் வீடுகளில் வாரியப்பூசையே நடந்தது. பத்தாததுக்கு துரைப்பாண்டி அம்மையும் வீட்டு வாசலுக்கு வந்து நாரக் கேள்வி கேட்க அதற்கும் சேர்த்து கொடையெடுக்கப்பட்டது.

மூங்கில் தட்டியைத் திறக்கும் சத்தம் கேட்டதும் உன்னிப்பானேன். படலைத் திறந்துகொண்டு வெள்ளைப்பாண்டி உள்ளே நுழைந்தான். 'இவன் எங்க இங்க வந்தான். கோயிலுக்குல்லா போயிருப்பாம்ன்னு நினைச்சோம். இவன் கண்ணுல சிக்காக எப்படி தப்பிக்கப் போறோமோ...' என்ற நினைப்பே கெதிகலங்க வைத்தது.

அந்த நேரத்தில் வெள்ளப்பாண்டியும் முதுகுக்குப் பின்னால் படலைக் கடந்து இன்னொரு பொம்பளையாளும் நுழைவது கண்ணுக்குப்பட்டது.

அது யாரு என்று யோசிக்கும்போதே, 'இது ஆத்து மீனு விக்கவர்ற அக்கா தான...' என்றான் கண்ணா. 'அட ஆமாம் அவளேதான். வாத்து மேய்க்கும் கூட்டத்தில் இருப்பாள். அந்தக் கூட்டத்துக்குள் இவ்வளவு செவப்பு யாருமில்லை. அதேதான் பெயரும்போல வயல் வரப்பு, குட்டைகளில் சிக்கின மீன்களை வளவுக்குள் கொண்டுவந்து அவள் விற்க வரும்போதே பல்போன கிழங்களும் ஆவென வா பார்க்கும். இவெளெங்கே இங்கு வந்தாள்...' என்ற கேள்வி எழுந்தது.

தோட்டத்து மரங்களில் ஆள்கள் நாங்கள் ஒளிந்து கிடக்கிறோம் என்ற எந்த ஜாக்கிரதையும் இல்லாமல் சிரித்துச் சிரித்துப் பேசிக்கொண்டே ரெண்டு பேரும் பம்பு செட் ரூமை நோக்கி நடந்தார்கள். வெள்ளைப் பாண்டி அவளின் தோள்மீது, கைபோட்டு வளைத்தணைத்தபடி கிணத்தடிக்குள் இறங்கினான்.

உள்ளே இறங்கியவர்கள் குளிக்கத்தான் போகிறார்கள் என்பது ஜாடையாய் வந்து விழுந்த பேச்சுகாளிலும் ஆடையைக் கழற்றுகிற எத்தனிப்பிலும் புரிந்துவிட்டது. கிணற்றுத் தண்ணீர் சலம்பும் சத்தம் கேட்டுக்கொண்டே இருக்க, 'இரண்டு பேரும் விளையாடுறாவ... இதுதான் சமயம்' என்று நினைத்தானோ என்னவோ மாயாண்டி குயில் கூவலைத் தொண்டைக்குள் ஏற்றி எங்களை உசாராக்கினான். சட்டென எல்லாபேரும் மரத்திலிருந்து குதித்து தோட்ட வேலியைத் தாண்டி ஓடினோம்.

ஓட்டமென்றால் அப்படியோர் ஓட்டம். நாலு கால், எட்டுக்கால் பாய்ச்சலில் ஹேவெனக் கூச்சலிட்டு ஓடும்போதுதான் எல்லாரும் ஓட, எனக்கு அந்த நினைப்பு வந்தது. தப்பிக்கும் ஆர்வத்தில் போன காரியத்தை மறந்து, ஒளித்துவைத்த தூக்குப் சட்டியையும் மறந்திருந்தேன். அது செண்பகம் மைனி அப்பா கல்யாணத்துக்கு, பெயரடித்துக் கொடுத்த பாத்திரம். 'களவுக்குப் போறவன் ஊரு, பேரெல்லாம் போட்ட தூக்குச் சட்டியை எடுத்துட்டு வால...' என்று வைதளிந்தான் மாயாண்டி.

இப்போது தப்பித்தாலும், தேனடைகள் காணாமல் போனது, அதை வடித்து வைத்த தூக்குச்சட்டி தோட்டத்துக்குள் சிக்குவது எல்லாம் ஒவ்வொரு கோர்வையாகச் சேர்த்துப் பார்க்கும்போது, ஐயா, முகம் மனக்கண்ணில் வந்து லேசாக வயிற்றைப் பிரட்டுவது போலிருந்தது.

''திரும்பயுமா... அதுக்கு வேற ஆளப்பாரு'' எடுத்ததுமே துரைப் பாண்டி சீறினான். கண்ணா என் தோள்துணைபோல நின்றுகொண்டான். மாயாண்டி மீண்டும் தோட்டத்துக்குள் போகும் முடிவை ஆதரிக்கிறவனாக இல்லை. ''தெரிந்தே போய் குழியில் கல்லைக் கட்டிக்கொண்டு விழ நாமென மடையனுகளா...?'' என்றான் மாயாண்டி.

ஒரே வழியாக கண்ணாவுடன் மறுபடியும் வடக்கு பக்கம் வேலி வழியாகக் குதித்து உள்ளே குதித்தேன். தோட்டத்துக்குள் நுழைந்து தூக்குச் சட்டியை மறைத்துவைத்த இடத்தில் தேடினோம். அது புதருக்கு அடியில் குப்புறக் கிடந்தது. அதை எடுத்துவிட்டு எந்திக்கும் போது மோட்டார் ரூமில் 'இக்கும் இக்கும்...' என்று சத்தம் கேட்டுக் கொண்டிருந்தது.

கண்ணாவும் நானும் மெல்ல சிமெண்ட் ஜாலி வைத்த சன்னல் வழியே எட்டிப்பார்த்தோம். வெள்ளைப்பாண்டி செவப்பி மீது படுத்துக் கிடந்தான். கன்றாவியான அம்மணக் கோலம். கண்ணாவைக் கிசுகிசுப்பாய் அழைத்து எட்டிப் பார்க்கச் சொன்னேன். அவன்தான் உள்ளே என்ன நடக்கிறது என்று விளங்க வைத்தான். "அடங்கொக்காலோலி இதுதான் அதா."

திடீரென 'நாம கள்ளன்னா இவன் என்ன யோக்கியனா' என்று ஒரு குறுக்கெண்ணம் வர ஜன்னல் வழியாகவே வாயெடுத்துப் பேசினேன்.

"யெண்ணே வெள்ளப்பாண்டி யண்ணே உள்ள என்னன்னே செய்யுதியோ..." என ஒற்றைக் குரலால் கேட்டுவிட்டு, விட்டேனா பாரென்று ஓடத் தொடங்கியவர்கள்தான் நானும் கண்ணாவும்,

நடுராத்திரியில் சுடுகாட்டில் முனி ஐயாயைக் கண்டதுபோல பதறியடித்து, சாரத்தை கட்டிக்கொண்டு எழுந்த வெள்ளப் பாண்டி, 'யாருலே அவம்' என்று கூப்பாடு போட்டான். அரைகுறையாகச் சுற்றிய ஈரத்துணியுடன் அவன் பின்னாடியே வந்த வாத்துக்காரிக்கு செவப்பி என்ற பெயர் அவ்வளவு பொருத்தம்.

வெள்ளப்பாண்டி மீண்டும் கத்திப் பார்த்தான். "யார்ல அவம் கேக்கம்லா" என்பதுடன் ஒரு கெட்டவார்த்தையும் சேர்த்து வந்து விழுந்தது. நானும் கண்ணாவும் சத்தங்காட்டாமல் வேலி தாண்டி குதித்து தப்பி ஓடினோம். கால் புழுதி தெருப்புழுதியாகி, தெருப்புழுதியுடன் தொழுவத்துக்குள் நுழைந்து வீட்டை அடைந்த பிறகுதான் பெருமூச்சும் சிரிப்பாணியும் எங்களைப் பற்றிக்கொண்டது.

வெள்ளிமலை கொடை முடிஞ்ச ஞாயித்துக்கிழமை வாத்துக்காரர்கள் நான்கு பேர் செகப்பியைக் காணவில்லை என்று ஊர் விசாரணைக்குக்

கோரிக்கை மனு வைத்தார்கள். அன்றைக்கு மதியமே ஊருக்குள் வெள்ளைப் பாண்டியையும் காணுமென்ற பேச்சும் சேர்த்து அடிபட்டது.

கைவிடாமல் ரெட்டை டயர் ஓட்டும் பந்தயம் நடந்திக் கொண்டிருந்தபோது, 'எங்க போயிருப்பாங்க ரெண்டு பேரும்...?' என்று கண்ணாதான் கேட்டான்.

"செவப்பி வெள்ளைப்பாண்டி உடம்புக்குள்ள புகுந்துட்டா. அவன் நமக்கு அஞ்சி காணாம போயிட்டாம் போல..." என்று சொல்லி எக்காளம் போட்டுக் கொண்டோம்.

– 2018

நீராடும் கடலுடுத்த...

பொற்செல்வி என்றுதான் அவளது பெயர் நினைவில் இருக்கிறது.

மணி ஏழை நெருங்கியிருக்கலாம். அலுவலகம் முடிந்து உடன் பணிபுரிகிற நண்பர்கள் எல்லாரும் ஒவ்வொருவராக தங்கள் ஹெல்மட், லஞ்ச் பேக் சகிதம் வீட்டுக்குக் கிளம்பிக் கொண்டே இருந்தார்கள் எங்கள் காபினின் கடைசி ஆளாக நான் மட்டும் உட்கார்ந்துகொண்டு அன்றைய நாளில் பதிவேற்ற வேண்டியிருந்த கட்டுரை ஒன்றை சீர்பார்த்துக் கொண்டிருந்தேன்.

'வண்ணம் கொண்ட வெண்ணிலவே வானம் விட்டு வாராயோ! விண்ணிலே பாதை இல்லை! உன்னைத்தொட ஏணியில்லை...' ரிங்டோன் சத்தத்துக்குச் செவி சாய்த்து, அனிச்சையாகப் போனைக் கையில் எடுத்துப் பார்த்தால் ஈரோடு நண்பர் மகேஷ் அழைத்துக் கொண்டிருந்தார்.

பவானியில் நடைபெற்ற நண்பனின் திருமணத்தில் கலந்து கொள்ளச் சென்றிருந்தபோது, முன்னிரவு அரட்டையில் மகேஷ் அறிமுகமாகி யிருந்தார். கலகலப்பான மனிதர்.

''சொல்லுங்க பிரதர், எப்படி இருக்கீங்க?''

''நல்லாயிருக்கேன் நண்பா, ஒரு பெரிய உதவி... உங்களால முடியும்னு தோணுச்சு அதான் கூப்பிட்டேன்.''

''விஷயத்தைச் சொல்லுங்க நண்பா செஞ்சுடலாம்'' என்றேன்.

மகேஷுக்கு வேண்டப்பட்ட நண்பரொருவரின் இளைய தங்கை அங்குள்ள பள்ளியில் பத்தாவது படித்துக்கொண்டி ருந்தார். பரிட்சையில் மார்க் குறைந்துவிட்ட காரணத்தால் வீட்டில் சொல்ல பயந்துகொண்டு, வழக்கம்போல அதிகாலை ஆறு மணிக்குப் பள்ளிப் பேருந்தைப் பிடிப்பதற்காகச் சென்றவள், பள்ளிக்கூடத்திற்கு வரவில்லை என்று தகவல் வர, ஊர்முழுக்கத் தேடி அலைந்திருக்கிறார்கள். கடைசியாக மாலை

ஐந்து மணிக்குச் சென்னை கோயம்பேடு கே-1 காவல் நிலையத்தில் இருந்து தகவல் வந்திருக்கிறது. பிள்ளை இங்கே பத்திரமாக இருக்கிறாள். சொந்தத்தில் யாராவது இருந்தால் உடன் வந்து மீட்டுச் செல்லுங்கள் என்று.

செய்தி கிடைத்ததும் உடனே ஈரோட்டில் இருந்து சென்னைக்கு வண்டிபிடித்துப் புறப்பட்டுவிட்டார்கள். அவர்கள் வந்துசேர எப்படியும் நள்ளிரவுக்கு மேல் ஆகிவிடும் என்பதால் அதுவரை பிள்ளையை காவல் நிலையத்தில் தாமதிக்க வைப்பதில் உள்ள சங்கடங்களை உணர்ந்தும், விஷயம் வெளியில் தெரியக்கூடாது என்றும் மகேஷ் மூலம் உதவி கேட்டிருக்கிறார்கள்.

''சென்னையில பெருசா உறவுக்காரங்களோ, நண்பர்களோ அவங்களுக்கு இல்ல. எனக்கு உங்க நியாபகம் தான் வந்துச்சு. நீங்க கொஞ்சம் நேர்லபோய் பார்க்க முடியுமா. அவங்க அண்ணனும் பெரியப்பாவும் வந்துகிட்டே இருக்காங்க.''

''சரி ஒரு பிரச்சனையும் இல்ல. எனக்கு இங்கருந்து அரை மணிநேரம் தான். நான் நேர்ல போய் பார்த்துக்கிறேன். எனக்கு அவங்க அண்ணன் நம்பர் அனுப்பி விடுங்க என்ன ஏதுன்னு பேசிக்கிறேன். அதுக்கு முன்னாடி ஸ்டேஷன்லயும் சொல்லி வச்சுட்றேன்'' என்றேன்.

கணினி அணைத்துவிட்டு அலுவலகத்தின் பார்க்கிங் இருந்த தரைகீழ் தளத்திற்குள் நுழைந்தேன். வெளியே எட்டிப் பார்த்தேன் மழை தூவானமாக போட்டுக் கொண்டிருந்தது. கீர்த்தனாவுக்குப் போனில் அழைத்து விஷயத்தைச் சொல்லிவிட நினைத்தேன், சிக்னல் எடுக்காததால் வாய்ஸ் மெஸேஜில் சுருக்கமாக விஷயத்தைப் போட்டு விட்டு, பார்க்கிங்கை விட்டு வெளியே வந்து, கே-1 ஸ்டேஷன் காவலர் செல்வராஜ் அவர்களின் எண்ணுக்கு அழைத்தேன்.

''பொண்ணு இங்க தான் இருக்குப்பா. தனியா பஸ்லருந்து இறங்கி டி-நகர் எப்படிப் போகணும்னு ஸ்டாண்ட்ல அட்ரஸ் விசாரிச்சிருக்கு. ஆட்டோக்காரர் கூட்டிட்டுவந்து ஸ்டேஷன்ல சொல்லி விட்டுட்டுப் போயிருக்கார். உங்களுக்கு என்ன ரிலேட்டிவா இல்ல நியூஸா?''

"நியூஸெல்லாம் இல்ல சார். ஃப்ரெண்டோட சிஸ்டர். கொஞ்சம் கேர்டேக்கிங் பண்ணிக்கச் சொல்லியிருந்தார். உங்க ஸ்டேஷன் தான் வந்துட்டு இருக்கேன். நீங்க ட்யூட்டில தானே?"

"நான் வெளில கிளம்பிடுவேன். ஒண்ணும் பிரச்சனை இல்ல. மகளிர்ல புனிதா மேடம் இருப்பாங்க. அவங்கட்ட பேசிக்கோங்க. கூட்டிட்டுப் போற மாதிரி இருந்தா தனியா வராதீங்க. யார்னா லேடீஸ் இருந்தா கூட்டிட்டு வந்துடுங்க, சின்னப் பொண்ணுல்ல."

செல்வராஜ் சார் போனைத் துண்டித்திருந்தார். அதற்குள் மெஸேஜ் பார்த்துவிட்டு, கீர்த்தனாவே இரண்டு முறை மிஸ்ட்கால் கொடுத்தி ருந்தாள். கூடவே புதிய எண்ணிலிருந்து இரண்டு அழைப்புகள் வந்திருந்தன.

மகேஷிடமிருந்து வந்திருந்த குறுஞ்செய்தியின் மூலம் அது அவரது நண்பரின் எண்தான் என்பதை உறுதி செய்து கொண்டேன்.

"ஹலோ, வணக்கம் நான்... புகழ் பேசுறேன் சென்னையிலிருந்து"

"அண்ணா, மகேஷ் உங்க நம்பர் கொடுத்தார்ங்கணா"

"ஆமா, விஷயத்தை சொன்னார். நான் ஸ்டேஷன்ல பேசிட்டேன். இப்போ அங்கேதான் கிளம்பிட்டு இருக்கேன். நீங்க ஒண்ணும் வொரி பண்ணாதீங்க. மகளிர் போலீஸ் கண்ட்ரோல்ல தான் இருக்காங்க பாப்பா."

"அதுக்கில்லைங்கண்ணா, நாங்க வரவும் எப்படியும் மணி பனிரெண்டாகிடும். பாப்பா அதுவரை ஸ்டேஷன்லே இருக்க வேணாம்னு பார்க்கறோம். நீங்க உங்களுக்குத் தெரிஞ்சவங்க யார் வீட்டுக்காவது கூட்டிட்டுப் போய் பார்த்துக்க முடியுமாங்கண்ணா, எனக்கு அங்க யாரையும் அவ்வளவா தெரியாது. கொஞ்சம் ஹெல்ப் பண்ணுங்கண்ணா ப்ளீஸ்."

"ஒண்ணும் கவலைப்படாதீங்க நான் பார்த்துக்குறேன். நீங்க எனக்கு உங்க பேர் பாப்பா பேர் ஈரோட்ல எந்த ஊர்ன்ற விபரமெல்லாம் ஒரு மெஸேஜ்ல அனுப்பி விடுங்க. நான் ஸ்டேஷன் போய்ட்டு அங்க என்ன சொல்றாங்கன்னு கேட்டுட்டு உங்களுக்குப் பேசுறேன்."

"ரொம்ப தேங்க்ஸ்ங்கண்ணா, எதுன்னாலும் கால் பண்ணிச் சொல்லிருங்க ண்ணா. நாங்க நசியனூர்ல இருந்து இப்பதான் ஈரோடு வந்திருக்கோம்ங்க. பாப்பாவ பார்த்ததும் ஒரு போன் மட்டும் பண்ணிச் சொல்லுங்கண்ணா ப்ளீஸ்ணா"

தூவானம் இப்போது விலகியிருந்தது. ஹெல்மெட் மாட்டிக்கொண்டு ஒயிட்ஸ் ரோடு வழியாக அண்ணா சாலையின் ட்ராபிக் ஜோதியில் ஒன்று கலந்தேன். கீர்த்தனாவை உடன் அழைத்துக் கொண்டு போயிருக்கலாம். ஆனால், அவளும் தற்போது புதுவையில் இருக்கிறாள். கிரிக்கு அடித்து யோசனை கேட்கலாம். அவனுடைய தோழிகள் யாரையாவது உதவிக்கு அழைத்து வந்து விடுவான். முதலில் ஸ்டேஷனில் என்னதான் நிலைமை என்று தெரிந்து கொள்வோம் என்ற எண்ணத்தில் எழும்பூர் காந்தி இர்வின் மேம்பாலத்தில் இறங்கி ஈவேரா சாலையைப் பிடித்தேன்.

பத்தாவது படிக்கிற பெண் பிள்ளை. பரிட்சையில் மார்க் குறைந்துவிட் டது என்பதற்காக வீட்டைவிட்டுக் கிளம்பி ஏறக்குறைய நானூறு கிலோ மீட்டர் தூரத்தில் உள்ள, சென்னைக்கு அதுவும் யாரையும் எவரையும் அறியாத ஊருக்குப் பேருந்து பிடித்து வந்திருப்பது குறித்து லேசான வியப்பு எழுந்து அடங்கியது.

ஈரோடு, நாமக்கல், திருச்செங்கோடு உள்ளிட்ட கொங்கு பெல்ட்களில் இயங்கும் கல்விச் சாலைகளில் நடைபெறும் முதல் மதிப்பெண் எனும் பந்தயத்தின் இறுக்கமான சூழல் குறித்து சிலவாரங்களுக்கு முன்பு வாராந்திரியில் எழுதிய கட்டுரை நினைவுக்கு வந்தது. கட்டுரைக்காக நேர்காணல் செய்திருந்த துறை அலுவலர்கள் எல்லாருமே பேட்டிக்குப் பிறகு, நாங்கள் படித்த காலத்தில் இவ்வளவு இறுக்கமான சூழல் எல்லாம் இல்லவே இல்லை தம்பி என்பதை வார்த்தை சலிக்காமல் சொன்னார்கள்.

எனக்கு உண்மையிலுமே சிரிப்பாக வந்தது. என்ன ஒரு சாகச மனது அந்தப் பிள்ளைக்கு என்றுகூட தோன்றியது. என் பள்ளிப்பருவ காலத்தில் ஏழு முறை அடிதாங்காமல் ஊரை விட்டு ஓடிப் போனவன் நான். ஒருதடவையும் மார்க் குறைந்தது, பரிட்சையில் பெயில் என்பது போன்ற காரணங்கள் இல்லை. எறிபந்து ஆட்டத்தில் கூடே ஆடியவன்

மண்டையை உடைத்ததை வீட்டில் சொல்ல தைரியமில்லாமல் ஒருதடவை, ஃபைன் நோட்டு போட்டு வசூலித்திருந்த தண்டத் தொகையை, குயின்ஸ் பேக்கரி பப்ஸ், கூல்டிரிங்க்ஸுக்குச் செலவழித்து, வாத்தியாரிடம் கணக்குச் சொல்லப் பயந்து ஒருதடவை. நான்கு நாள் கட் அடித்துவிட்டு ஐந்தாவது நாள் சொல்வதற்குக் காரணம் கிடைக்காமல் சும்மாவாச்சும் ஒருதடவை என்று திமிருக்கு ஊரைவிட்டுக் கடந்து சென்றிருக்கிறேன்.

முதல்தடவை திருச்செந்தூர் தைப்பூச மண்டபத்தில் புத்தகப் பையை வைத்துவிட்டு கடலில் குளித்துச் சாடினேன். இரண்டாவது முறை விருதுநகர் ரயில் நிலையத்தில் பாட்டுப் புஸ்தகமும் கையுமாக ரயில்வே காவலர்களிடம் சிக்கிக் கொண்டேன். மூன்றாவது முறை மதுரைக்கு ரயிலேறி மட்ட மத்தியானத்தில் மானாமதுரையில் இறங்கி, மீனாட்சியம்மன் கோயிலைத் தேடியலைந்தது என்று நினைத்துப் பார்க்கவே வேடிக்கையாக இருந்தது.

ஒவ்வொரு முறையும் வீடு திரும்பும்போது அம்மா அந்த அழுகை அழுவாள். அக்காள் நான் காணாமல் போயிருந்த காலத்தில் என்னைத் தேடியலைந்து திரிந்ததையும், சந்திப் பிள்ளையார்கோயில் முக்கில், வெத்தலையில் மை போட்டுச் சோதிடம் பார்த்ததையும், திரிசூலி மாரியம்மன் கோயிலில் பெரியம்மை அருள்வாக்கு கேட்டதையும் அச்சுப் பிசகாமல் ஒப்பிப்பாள். இரண்டு நாள் அமைதியாகப் போகவிட்டு அப்பா பெல்டால் அடி பொளந்து கட்டுவார். பிறகு, பள்ளிக் கூடத்திற்கு வந்து ஹெட்மாஸ்டர் முன்னிலையில் அம்மா கண்ணீர் உகுக்கும். அவரும் இதுதான் லாஸ்ட் வார்னிங் என்று என்னை மிரட்டுவார். நான் கொஞ்சமும் அசராமல் வகுப்பறை இடைவேளைகளில் என் பயணக் காதைகளுக்கு கைகால் கமுத்து வைத்து கதை கதையாய் அளப்பேன்.

முதல்தடவை திருச்செந்தூருக்கு நடந்தே செல்கிற உத்வேகம் இருந்தது. முதுகில் கழுதை சுமக்கும் கனத்தில் புத்தக மூட்டையோடு வழியில் தென்பட்ட பருத்திப்பால் கடைக்காரரிடம் இல்லாததும் பொல்லாததும் சொல்லி, அவரே புது பத்துருபாய் புலித்தாளைக் கையில் கொடுத்து ராம்பாப்புலர் பஸ்ஸில் ஏற்றிவிட்டார். அங்கே

எனக்கு முருகனையும் கடலையும், நாழிக்கிணறையும் தவிர வேறு எந்தப் பொல்லாப்பும் அறிமுகமில்லை. ஆச்சி தன் கதைகளில் சொல்லுவாள். கிழக்கே தான் இந்திரன் குடியிருக்கான் என்று. சூரனை வதம் செய்து சேவலும் கொடியும் வேலும் மயிலும் மின்ன முருகன் அந்தக் கடற்கரையில் நின்று கொண்டிருக்கிறான் என்று எனக்குள் உள்ளூர ஆசையைத் தூண்டி விட்டவள் அவள்தான். என் நல்லது கெட்டது எல்லாவற்றிலும் என் ஆச்சிக்கும் பேர்வாதி பங்கு இருக்கிறது.

ஆச்சியிடம் மற்ற திசைகளில் யார் யார் இருக்கிறார்கள் என்று கேட்டேன். அவள் சிரித்துக்கொண்டே, மேற்கே வருணனும், தெற்கே எமதர்மனும், வடக்கே குபேரனும் சம்மணம் போட்டு அதிகாரம் பண்ணிக்கொண்டிருப்ப தாகச் சொன்னாள். இவர்கள் யாரும் கடலுக்குக் கிட்டே இல்லை.

திருச்செந்தூர் கடல் உச்சந்தலையை வாரி வாரி மூழ்கடித்தது. தைப்பூச மண்டபத்தில் தனித்து உட்கார்ந்திருந்த போது, அங்கும் ஒரு கிழவிதான் வந்து என்னைத் தன்னோடு கூட்டிக்கொண்டு போனாள்.

வடக்காத்தூர் பக்கம் கொட்டகை சினிமா உள்ள கிராமம். ஆச்சிக்கு ரெண்டு பெண்மக்கள் மட்டும். மூத்தவள் திருச்செந்தூரில் நர்ஸாக இருந்தாள். இரண்டாவது மதி அக்கா. கிராமத்திலே ஆடு, மாடு, வயல் வேலைகள் பார்த்துக் கொண்டிருந்தாள். அவளுக்கு என்னைப் பார்த்ததுமே பிடித்துப் போனது. வீட்டுக்குப் புதுத் தம்பி வந்திருக்கிறான் என்று போகிற இடமெல்லாம் என் கையைப் பிடித்து இழுத்துக்கொண்டே போனாள்.

இரண்டொரு நாட்களுக்குப் பிறகுதான், கிழவி அந்த ஊரில் சாராயம் விற்றுக் கொண்டிருப்பவள் என்று தெரிய வந்தது. அந்தத் தொழிலுக்கு என்னைப் பழக்கிவிடலாமா வேண்டாமா என்கிற ஊசலாட்டத்தில் அவள் இருந்தபோது, மூத்த அக்காள் லீவில் வந்திருந்தாள்.

பயல் விவரம் பிடித்தவன். நீ தேவையில்லாமல் கம்பி எண்ணப் போவாதே என்று கிழவியை வெறுட்டி, என்னை வீட்டிலே கொண்டுபோய்

விடச் செய்தால். நான் வீடு வந்து சேரவும், ''என்னைத் தேடவேண்டாம்'' என்று வடக்காத்தூரில் இருந்து எழுதிப் போட்ட கடிதம் கிடைக்கவும் சரியாக இருந்தது. ஐயா தொலியை உரித்துவிட்டார். அதற்குப் பிறகு என் திசை மெட்ராஸை நோக்கிமாறிவிட்டது.

உண்மையில் எங்கள் ஊர்ப்புறங்களில் இருந்து முதலாவதாக மெட்ராசுக்கு வண்டி ஏறி இறங்கினவர்கள் தான் பின்னாளில் ஊரறிந்த தலைவர்களே ஆகியிருந்தார்கள் என்பதை நான் கண்டு பிடித்திருந்தேன்.

அதனாலேயே வாடகை சைக்கிளை எடுத்துக் கொண்டு, எப்படியாவது இரவிரவாக மெட்ராஸை அடைந்துவிட வேண்டும் என்கிற கற்பனையிலே பலகாலம் உழன்றுகொண்டிருந்தேன். என்ன இருந்தும் மதுரையைத் தாண்டி பெடல்போட முடிந்ததில்லை. இன்று சென்னையில் இருந்து கொண்டு, ஊரைக் குறித்த கற்பனையில் குதிப்போர் கூட்டத்தில் நானும் ஐக்கியம்.

கீர்த்தனா அழைப்பில் வந்தாள். வாய்ஸ் மெஸேஜைக் கேட்டு விட்டிருந்தாள் என்றாலும் எல்லாவற்றையும் முதலில் இருந்து அவளுக்கு ஆரம்பிக்க வேண்டியிருந்தது. ''என் ஃப்ரெண்ட் அஜிதாவை வேணும்னா ஹெல்ப்க்கு வரச் சொல்லட்டுமா'' என்றாள். வேறு வினையே வேண்டாம். ''அன்னைக்கு அவளை பைக்கில் உட்கார வச்சுக்கிட் இதே ரோட்ல தானே டபிள்ஸ் போன?'' என்று வாழ்நாள் முழுமைக்கும் சொல்லிக் காட்டுவாள்.

''இல்லப்பா கிரிட்ட சொல்லியிருக்கேன். அவன் சிஸ்டர் கூட வந்தாலும் வருவாங்க. நான் பார்த்துக்குறேன்'' என்று தப்பினேன். அடுத்த வினாடியே இவள் கிரிக்கு அழைத்து விஷயத்தை உறுதி செய்து கொள்வாள் என்பதால் நானே இப்போது முந்திக் கொண்டேன்.

நல்லவேளையாக உடனே போனை எடுத்தான். சம்பவச் சுருக்கத் தோடு கோயம்பேடு பஸ் ஸ்டாண்ட் உள்ள இருக்கும் ஸ்டேஷனுக்கு வந்துடுய்யா என்றதும் எதிர்கேள்விகளின்றி புறப்பட்டுவிட்டான்.

வரவேற்பறையும் ஸ்டேஷனும் ஒரே அறையிலே முடிந்து போனது போலிருந்தது. ஆய்வாளர் அறைக்கு முன்னால் இருந்த சுவர் ஆணிகளில்

காவலர்களின் உடுப்புகள் தொங்கவிடப்பட்டிருந்தன. ட்யூட்டி மாறியிருந்த நான்கைந்து காவலர்களும் சீருடையைத் தவிர்த்திருந்தார்கள்.

ஒட்டு மொத்த ஸ்டேஷனுக்கும் ஒரே உதவியாளர் என்பதுபோல ஒரு லேடி கான்ஸ்டபிள் அங்கும் இங்கும் அலைபாய்ந்து கொண்டிருந்தார். ஸ்டேஷன்களுக்கே உரிய வல்லிசையாக வோக்கிச் சப்தம். ஒலித்த திசையில் ஒரு நீள பெஞ்சில் பச்சை நிற ஸ்கூல் யூனிபார்மும் நீல நிற புத்தகப் பையுமாக இரட்டைச் சடையில் வெள்ளந்தியான முகச்சாயலில் அமர்ந்திருந்தாள் அந்தச் சிறுபிள்ளை.

''நீங்க யார் இந்தப் பொண்ணுக்கு'' என்றுதான் முதல் கேள்வியை ஆரம்பித்தார் புனிதா மேடம்.

''இவங்க அண்ணனோட ஃப்ரெண்ட். இங்க பத்திரிகையில் வேலை செய்யுறேன். ரிப்போர்ட்டர், மேடம்.''

''ஓ.. செல்வராஜ் சார் சொன்னார்ல.. கூட லேடீஸ் யாரும் வரலைங்களா?''

''இல்ல மேடம் இவங்க ஃபேமிலில இருந்து வந்துட்டு இருக்காங்க. அதுவரைக்கும்...''

''அவங்க வர்றப்ப வரட்டும் சார். அதுவரைக்கும் ஸ்டேஷன்லேயேவா வச்சிருப்பீங்க. சின்னப் பொண்ணு இங்க வந்து போற எல்லாத்தையும் பார்த்துட்டே எவ்வளவு நேரம் உட்கார்ந்திருப்பா?''

''சரிங்க மேம், நான் அரேஞ்ச் செய்யுறேன். அவங்க அண்ணன்கிட்ட ஒருதடவை போன்ல பேசிட்டு வந்திட்றேன்''

பொற்செல்வியின் அண்ணனிடம் அவர் தங்கை பத்திரமாக இருக்கும் விபரத்தைச் சொல்லிவிட்டு, வான்மதி அக்காளுக்கு அழைத்தேன். அக்கா, இப்படி ஒரு உதவி. பிள்ளையை நாளை காலை வரை பத்திரமாக எங்காவது லேடீஸ் ஹாஸ்டலில் தங்க வைக்க உதவ முடியுமா? என்றேன்.

பத்திரிகையாளனாக உருவாக்கி வைத்திருந்த தொடர்புகள் எல்லாமே ஒவ்வொன்றாக நினைவுக்கு வந்தாலும் வான்மதி அக்காள் எந்த

அபயகதியிலும் உறுதுணையாக இருப்பார் என்கிற என் எண்ணத்தை, ''அதுக்கென்ன தம்பி, நீங்க நம்ம வீட்டுக்கே கூட்டிட்டு வந்துடுங்க. அட்ரஸ் மெஸேஜ் பண்றேன்.'' எனும் ஒரே வார்த்தையில் அவர் காப்பாற்றினார்.

பொற்செல்வியின் அண்ணனுக்கு விஷயத்தை விளங்க வைத்தேன். எல்லா விபரங்களுடன் வான்மதி அக்காளின் முகவரியையும், என்னுடைய முகவரியையும் ஸ்டேஷனில் எழுதிக் கொடுத்தேன்.

சம்பிரதாயமாக செல்வராஜ் சாருக்கு மறுபடியும் போனடித்து நன்றி சொன்னேன். எல்லாம் முடிந்தபிறகு, ''இவங்களை உனக்குத் தெரியுமா பாப்பா, இவங்க உன்னைக் கூட்டிட்டுப் போக வந்திருக்காங்க, போறியா?'' என்றார் புனிதா மேடம்.

பொற்செல்வி முதலில் தயக்கமாக விழித்தாள். பிறகு, அவளது அண்ணன் வந்து இங்கு எல்லார் முன்னிலையிலும் திட்டுவாரோ என்ற அச்சத்தில் உடனே என்னுடன் வருவதற்குச் சம்மதம் சொன்னாள். சாலையின் நெரிசலில் பேருந்துகளுக்கு முன்னும் பின்னுமாக வாகனங்கள் ஊர்ந்துகொண்டிருந்தன. அண்ணா உங்க தோள்ல கைவச்சிப் பிடிச்சுக்கட்டுமா என்றாள் பொற்செல்வி பின்னாலிருந்து.

''பிடிச்சுக்கம்மா... எதாவது சாப்பிட்டியா..?''

''இல்லண்ணா! ஆறுமணிக்கு வாழைப்பழமும் பிஸ்கட்ஸும் அங்க ஒரு போலிஸ் அங்கிள் வாங்கிக் கொடுத்தாங்க. இப்ப லைட்டா பசிக்குது.''

வண்டியை நேரே அருகிலிருந்த ரெஸ்டாரண்டுக்குத் திருப்பினேன். எனக்கும் பசி வயிற்றைக் கிள்ள ஆளுக்கொரு ஃப்ரைட் ரைஸ் சொல்லிவிட்டு, அவளைப் பற்றி விசாரித்தேன்.

''டெய்லி காலைல ஆறுமணிக்கு ஸ்கூல் பஸ் வந்துடும்னா. ஈவ்னிங் வீட்டுக்குத் திரும்ப அதே ஆறுமணி. சண்டே கூட ஸ்பெஷல் க்ளாஸ் வைப்பாங்க. எனக்கு மத்த சப்ஜெக்ட்லாம் நல்லா வரும் மேத்ஸ் தான் ரொம்ப டஃப்பா இருக்கு. க்ளாஸ்

டெஸ்ட்ல ஃபெய்லாயிட்டேன். வீட்ல சைன் வாங்கிட்டு வரச் சொல்லிட்டாங்க. அண்ணா அடிப்பாங்கன்னு பயம் வந்துடுச்சு அதான்னா''

அவள் பேசுவதை நிறுத்தினாள். சாப்பாடு தீர்ந்திருந்தது. கிரி லைனில் வந்தான். நெல்சன் மாணிக்கம் சாலையில் வந்து கொண்டிருப்பதாகச் சொன்னான். ஸ்கைவாக் அருகே அவனைக் காத்திருக்கச் சொல்லிவிட்டு, அண்ணா ஆர்ச்சை நெருங்கினோம்.

வழியெங்கும் கண்கள் அகல விரிய விரிய சென்னை மாநகரின் வெளிச்சம் இரைச்சல், பரபரப்பான வாகனங்கள், கண்ணாடிச் சுவர் வைத்த கட்டடங்கள் எல்லாவற்றையும் வியந்துகொண்டே வந்தவளிடம் வேண்டுமென்றே, ''எதுக்கும்மா சென்னைக்கு வந்த..'' என்றேன்.

என்ன பதில் சொல்வது என்று அமைதியாக இருந்தவள்,

''அண்ணா என்னை அவங்க வீட்ல விடுறதுக்கு முன்னாடி ஒரே ஒருவாட்டி மெரினா பீச்சுக்குக் கூட்டிட்டுப் போறீங்களா, தூரமா இருந்தாச்சும் அதை ஒரு தடவை கடலைப் பார்க்கணும்ன்னு ஆசையா இருக்கு'' என்றாள்.

— 2019

பச்ச...

''யாத்தி இவன் கெடக்கமாட்டாம் போலய...''

''ஏம்ட்டீ ஊரைக் கூட்டிட்டுக் கெடக்க காலேலே''

''நா ஏங் கூட்டப்போறேன். இந்தா வந்து நிக்கப்போறால்லா, ஒங்க மொறைக்கி பொண்ணு பெத்துப் போட்டவ. அவா வந்து கனைப்பா. அப்ப கேளு ஏம்ட்டீன்னு...''

''இப்போ என்னான்னு சொல்லிட்டு கனைக்கியா இல்லையா?''

''பாரும் இங்க வந்து, ஓம் மருமவம் கைய. மூஞ்சில நல்லா முடி மொளைக்கல, பயவுள்ள என்ன வேலை செஞ்சிட்டு வந்து தூங்குதான்னு பாரு''

வேணி காலையிலேயே வீட்டைக் கூட்டும் போது, நாதன் தூங்கி எழுந்திருக்கவில்லை. பாயில் படுத்துக் கிடந்தவனைச் சுற்றி வாரியலைச் சுழற்றித் தூற்றுக் கொண்டிருக்கும்போதுதான் அவன் கையைக் கவனித்தாள். அதற்குப் பிறகே, அவள் காட்டுக் கூச்சல்கேட்டு ரவி எழுந்துவந்து, நாதனின் கையை உற்றுப் பார்த்தான்.

''எட்டிக்கிட்டு நாலு மிதி மிதிப்பீயன்னு பார்த்தா... இங்கன வந்து பல்ல வெளக்கிட்டு நிக்கியே..'' வேணி தீர்மானமாய் ஒரு சண்டைக்கு தயாராய் நின்றாள்.

''என்னைய என்ன செய்ய சொல்லுத. அவன் எந்திரிக்கட்டும் அப்புறம் பேசிக்கலாம்''

''தாயில்லாப் புள்ளைன்னு கொஞ்ச வேண்டியதுதான். அதுக்குன்னு இப்படியா? அவம் யாரு பேரை பச்ச குத்திக்கிட்டு வந்திருக்காம்ன்னு தெரியுதா... மொத வீட்டு பாளையாத்தா பேத்தி பேரை.. அவளுக்கு மட்டும் தெரிஞ்சிது இவந்தோலை உரிக்கணும்ன்னே தெருவுல வந்து மண்ணள்ளித் தூத்துவா..''

''வாய மூட்றி மூதேவி... நல்லா காலங்காத்தால.. ஆரம்பிக்கா''

''நீ உவ்வீரத்த எங்கிட்டதான காட்டுவ. வந்து நிப்பால்ல வாசல்ல. அப்ப மாமனும் மருமவனும் எந்தக் குதிருக்குள்ள ஒளிஞ்சிருப்பீயன்னு பாக்கத்தானே போறேன். எக்கேடோ கெட்டுத் தொலைங்க.''

சச்சரவுகளுக்கிடையில் சோம்பல் முறித்துப் பாயைவிட்டு எழுந்து, பம்படி பக்கம் முகம் கழுவ வந்தவனை சரஸ்வதி கையை முறுக்கிப் பார்த்தாள். ''என்னலே இது..'' என்று புன்னகைத்தாள்.

'அபிராமி' என்று கரும்பச்சையில் எழுதியிருந்தது.

கையை வெடுக்கென்று பிடுங்கிக்கொண்டு, ''உஞ்சோலியைப் பார்த்துட்டு தண்ணியடி ச்செரியா'' என்ற நாதன் அவளை முறைத்தான்.

''பெரிய மவராஜா அரண்மனை இவரு காமிக்கலன்னா தெரியாது பாரு. காலயில பப்பரப்பேன்னு கைய கால விரிச்சு தூங்கிட்டு, எங்கிட்ட வீராப்பப் பாரு நாய்க்கி. அங்கன உன்னைய வைச்சுதான் மாமனுக்கும் அத்தைக்கும் பொழுதே விடிஞ்சிருக்கு... போ.. போ.. ஏம்ல போயும் போயும் மொத வீட்டுக்காரப் புள்ள பேரையா பச்ச குத்திட்டுவந்து நிப்ப...''

''யாங்.. அவளுக்கென்னட்டீ. உன்னையவிட சோப்பா இருக்கான்னு பொறாமையில பொங்காத''

''க்கும்... பொங்குதாவ. தங்கச்சிக்காரிக்கிட்ட வாயப்பாரு. இன்னைக்கு முழுசும் உன் வீட்ல ராமாயணம்தான்டோய். எனக்கென்ன வந்தது. வாங்கியழு'' சிரித்துக்கொண்டே தவளைப் பானையில் அடித்து நிரம்பிய தண்ணீரில் கொஞ்சம் நாதன் முதுகில் விசிறியடித்தபடி நகர்ந்தாள் சரஸ்வதி.

நாதனுக்கு ஆறு வயது சரஸ்வதிக்கு மூன்றுவயது இருக்கும்போது, தாயைத் தன் கண்முன்னாலே அப்பா மண்ணெண்ணெய் ஊற்றி எரித்ததை நேரிலே பார்த்தவர்கள். பாளையங்கோட்டை நீதிமன்றத்தில் வழக்கு விசாரணை வந்தபோது, ''எங்கம்மாவ எங்கப்பாதான் எரிச்சுக் கொன்னார்'' என்று மதலை மாறாமல் சாட்சி சொல்லியபின், தாயுமில்லாமல் தந்தையுமில்லாமல் நின்ற பிள்ளைகளுக்கு

அடைக்கலம் கொடுத்து வளர்த்தது அவர்களது தாய்மாமன் ரவியும் அத்தை வேணியும்தான்.

"எங்கலபோற காலைலே?"

"ஆச்சி சீனி வாங்க கடைக்குப் போவ வரச் சொன்னிச்சி..."

"சரி போயிட்டுவா.."

வாசலுக்குப் பக்கத்தில் நகர்ந்தவனிடம், "கையில என்னாதுல அது..?" என்றார் ரவி.

"ஒண்ணுமில்லையே" கவனமாய்க் கைகளை மறைத்துக் கொண்டான்.

முதல் அறை திம்மென்று விழுந்தபோது, நாதன் கீழே விழுந்துக் கிடந்தான். "திமிரெடுத்து திரியுதியோ... அப்படி கேக்குன்ன. ஒழுங்கா படிக்கப்போனமா வந்தமான்னு இல்லாம சேட்ட. வெளுத்துப் போடுவேன் வெளுத்து.."

அடுக்கணையில் வேணியின் காதுகளில் மட்டும் அந்த முதல் அறை மீண்டும் மீண்டும் ஒலித்துக் கொண்டே இருந்தது. இனி பாளையத்தாளே வந்து வம்புக்கு நின்றாலும் வேணி வாயாடி நின்று மல்லுக்கட்டி விடுவாள். அவளுக்குத் தேவையெல்லாம் இந்த பிள்ளைகளைப் பாசங் காட்டி வளர்க்கலாம். ஆனால், கண்டிக்காமல்விட்டு கெட்டுப் போய் விட்டதாகப் பேர் வாங்கிவிடக்கூடாது என்கிற அக்கறை மட்டும்தான்.

"யக்கா விசயந்தெரியுமா... நம்ம மேலத்தெரு கடைசி வீட்டுப் பயல அவம் மாமம் ரவி போட்டு அறை கொன்னுட்டானாம்'.."

ஆவலாதிக்குப் பேர்போன பார்வதி முதல் பொறியை சொக்கத் தங்கத்திடம் உரசிவைத்தாள். சொக்கத்தங்கம் அளவுக்கு வதந்தி பேச ஊருக்குள் வேறு யாரும் இல்லை.

"ச்சோ! தாயில்லாத புள்ளையாச்சே! ஏம் அடிச்சானாம்...?"

"அதையேம் கேக்கிய.. சித்ரா மவ இருக்கால்ல. அதாம் பாளையத்தா பேத்தி. அந்த புள்ள பேர இவம் கையில பச்சி குத்தி வைச்சிருக்கானாம்."

''அட எளவெடுத்தவனே. அவனுக்கு வேற புள்ளையலே கெடக்கலியா! அதுசரி முளைச்சு மூணு எல விடும்முன்னே எப்புடி கொழுப்பெடுத்து அழையுதுவ பாரு...''

''நாஞ்சொன்னா பொல்லாப்புன்னு ஆடுவாவோ. மனசு கேக்கல.. சின்னப் பிள்ளைவ என்னம்மோ செஞ்சி அதுக்கு பெரியாள்க மண்ணள்ளித் தூத்திட்டு கெடக்கக்கூடாது பாருங்க.''

''சரித்தாம் பார்வதி. நமக்கு எதுக்கு ஊராவூட்டு வெவகாரம். என்னம்மோ. சோறு கீறு பொங்குனியா.''

''கருசலாங்கண்ணி வதக்குனேன். கஞ்சி இருக்கு. குடிச்சிட்டு காலேல வண்டிக்கு வேலைக்கிக் கெளம்பணும்''

''கெதியா போய்ட்டு வா''

அவர்கள் பேசிமுடிக்கவும் கீழத்தெரு முழுக்க மின்சாரம் துண்டிக்கப் பட்டு இருளுக்குள் மூழ்கியது. சொக்கத்தங்கம் மண்ணெண்ணெய் நிரப்பியிருந்த சாராயப் புட்டியின் மூடிக்கு மேள் நீட்டிக்கொண்டிருந்த திரியில் தீக்குச்சியை உரசி வைத்தாள்.

வெளிச்சம் கம்மலாகப் பரவத் துவங்கியது.

''என்ன பாளையாத்தக்கா சும்ம ஒர்க்கார்ந்திருக்கீய... சோறாக்கலீயா'' சொக்காத்தா சொக்குப்பொடி வார்த்தைகளோடு மறுநாள் காலையிலே களம் இறங்கியிருந்தாள்.

''வாபிள வா, இப்பத்தான் வழி கண்ணுக்குத் தெரிஞ்சிதா? பேத்தியாளுக்கும் பேரனுக்கும் ஆளுக்கு ரெண்டு இட்லியை ஊத்திக் கொடுத்து, பள்ளிக்கூடம் அனுப்பிட்டு, வெயிலா இருக்கேன்னு நடேன்னு ஒக்காந்திருக்கேன்''

''ஆமக்கா வெயில் என்ன உங்க வூட்டு வெயிலு எங்க ஊட்டு வெயிலா அடிக்குது. அடுப்ப பத்த வைக்க வேணாம். உலைய அப்டி வாசல்ல வைச்சா கொதி வந்துரும் போல. ஆமா, எம் மருமவ இருக்காளா? செத்தோல நீச்ச தண்ணி கொண்டாரச் சொல்லுங்க. எம் மருமவ கையால தாகத்துக்கு குடிப்போம்''

''ஏ ராமி''

''என்னா ஆச்சி?''

''கொஞ்சம் சொம்புல நீச்சதண்ணி கொண்டு வா!''

''ஆங்! இந்தா வாரேன்''

''உள்ள உக்காந்து படிக்குதாளோ''

''எங்க.. வீட்டுல ஒரு வேலை செய்யாம படுத்து கெடக்கா''

''ச்சீ.. கட்டிக்கிட்டு இன்னொரு வீட்டுக்கு போற புள்ள இப்படி இருக்கலாமா? யக்கா ஒரு சேதி கேட்டியளாக்கும். அந்தக் மேவீட்டுல ஒரு பொறுக்கி ஒன்னு அலையுது தெரிமா?''

''யாரச் சொல்லுத''

''அதாம் அந்த கட்ட ரவி மருமவம் ஒரு காக்காக்குஞ்சி''

''அந்த பயலா! என்னவாம்? மோட்டர் வண்டில டுர்ரு டுர்ருன்னு இங்குட்டும் அங்குட்டும் பறப்பான''

''அந்தப் பயதே. வெளங்காத பய. எம் மருமவ பேர நெஞ்சிலே பச்சக் குத்திருக்கானாமாக்கா''

''என்ன சொல்லுத வெளங்க மாட்டுக்குத, ஓம்.. மருமவளயா?''

''எம்மருமவன்னா வேறாரு இருக்கா? அதான் ஒங்க பேத்தி ராமி பேரத்தான் பச்சக் குத்திகிட்டு திரியுதானாம். யார் யார் காதுக்கோ போய் கடேசியா எனக்கு வந்திச்சி... நீங்க ஒன்னும் வெசனப்பட்டுக்காதீய.''

''...''

''சேரி நா வாரேன். யாத்தா மருமவளே இந்தா செம்பு உங்கையால நீத்தண்ணி குடிக்கணும்னு இந்த அத்தைக்கு எழுதி இருக்கு. யக்கா வரட்டுமா..''

வெயில் இன்னும் எரிகிறது.

''ஏண்டீச் செறுக்கியுள்ளேளா! புள்ள வளக்கியலோ புள்ள. எந்த காட்டுப்பயல அவன், எம்பேத்தியா பேரச் சொல்லிட்டுத் திரியுத

மூதி.கொள்ளைல போறவளே வெளிய வாங்கட்டீ'' பாளையத்தாள் அகங்காரங் கொண்டவளாய் ரவி வீட்டு வாசலில் நின்று கொக்கரித்தாள்.

''கண்ட பேச்செல்லாம் இங்கன வந்து பேசாதீய ஆமா. எங்கூட்டுப் புள்ளைய ஒன்னும் அந்த அளவுக்கு மெனகெட்டுப் போய்டல. ஒங்க புள்ளய போயி மொதல்ல ஒழுங்கா வளங்க.''.

''ஓடுகாலி மவள. எம்புள்ளேல வளக்கச்சொல்லித் தாரியோ. ஊமக்கொட்டாம் மாதி இருந்துட்டு வெளங்காத வேல பாக்கியளோ''

''ஆமா இதான் எங்க வேலசோலி. அந்த மேனாமினிக்கிக்கு இன்னும் எத்தனைப் பேரு கேக்குதோ.'' வேணியும் பதிலுக்கு பம்பரமாடினாள்.

''ச்சீ.. வாயக் கழுவுடி வெள்ளக்கோயில்ல போறவளே! எம் பேத்தியப் பேச உனக்கும் ரோக்கித இல்ல உங்குடும்பத்துக்கும் ரோக்கித இல்ல நாரச் சிறிக்கி...''

''ஆமா நாங்க வெள்ளக்கோயில்ல போறோம். இவளுவோ வைரம் பாஞ்சி இங்கனயே கெடக்கப் போறாளுக! பொட்டச்சிய கண்டிக்கத உட்டுட்டு எங்கிட்ட வந்துட்டாவோ. அவன் ஆம்பளை புள்ள என்னவுஞ்ச் செய்வான். முடிஞ்சா ஒம் பேத்தியப் போய் பூட்டி வையி. அத விட்டிட்டு இங்கன கொரலெழுப்பாத அப்புறம் வாரிய பிஞ்சிரும்.''

''செருப்பாலடி மூதி! யார வாரிய பிஞ்சிரும்ங்க. மண்ணழிஞ்சு தான் போவ நீ. பெத்ததுவ இல்லாத புள்ளையல தறுதலையா ஆக்கி மொத்தத்தையும், விழுங்குனவளுவ. வாரிய பிஞ்சுருமாம்ல வாரிய.. கண்டாரோலி''

''இங்கரு இனி உனக்கும் மரியாத இல்ல. உவ் வயசுக்கும் மரியாத இல்ல பாத்துக்க. உம்மவ எங்க எங்க எவம்கூட நின்னு பல்லக் காட்டுதா. உம்பேத்தி எங்கெங்க யாரார்கூட சுத்துதான்னு ஊரே நாறுது. நீ யார கண்டாரோலீங்க. மொதல்ல போய் உவ்வீட்டு தறுதலைங்கள எண்ணு. அதுக்கப்புறம் வந்து இங்கன குதி'' என்று ஆங்காரமாகப் பதில் சொல்லிவிட்டு வாசல் தட்டியை ஓங்கி அடைத்தாள் வேணி.

''எடுப்பெடுத்தவ என்னப் பேச்சு பேசுதா இதுவ வெளங்குமா நாசமாத்தான் போவும்...'' தெருப்புழுதியைக் கைநிரம்ப அள்ளி

வானத்துக்கும் பூமிக்குமாக குதித்துக்கொண்டு, வேணி வீட்டு வேலித் தட்டியில் வீசினாள் பாளையத்தாள். சத்தத்தைக் கேட்டு வளவுச் சனங்கள் காம்பவுண்டுச் சுவருக்குள்ளே நின்று எட்டிப் பார்த்துக் கொண்டன. யாரும் இடைபுகுந்து யாரோடும் வாய்விடத் தயாராக இல்லை.

இருட்டு நெருங்கும் முன்னதாகச் சண்டையின் சாரம் என்னவென்ற தகவல் ஊர்முழுக்கப் பரவியிருந்தது. ஆளுக்கொரு யூகம் சேர்த்து, தங்கள் நினைவில் இருக்கிற மற்ற பழைய சங்கதிகளையும் இணைத்து குசுகுசுவென வம்பு பேசி ஓய்ந்து போனார்கள். பகல் வெக்கையில் களைப்பு கொண்டிருந்த நாய்கள் நான்கைந்து தெருவையே சுற்றிவந்து ஊளையிட்டன.

"ஹே! ராமி உன் பெயரையாட்டி பச்சைக்குத்திருக்கான் நீ பாத்தியா..."

"எனக்கெப்படி தெரியும். ஆனா எங்க ஆச்சிதான் சொல்லுச்சி"

"ஆனா, உன் பேரதான் எழுதினான்னு நீயும் எப்படி சொல்ற. நம்ம கிளாஸ்லதான் ரெண்டு அபிராமி இருக்கீங்கள்ள"

"யேய்! அவன் எங்க ஊரு. வளவுதான் வேற வேற. மத்தபடி ரெண்டு பேரும் ஒரே தெருதான். பின்ன ஏம்பேர குத்தாம எவ பேரையோவா பச்ச குத்தியிருப்பான்"

"அப்போ நீயும் அவனை லவ் பண்ணுதியா?"

"ச்சீ.... வாயைக் கழுவு. எங்க ஆச்சி மட்டும் இதக் கேட்டுச்சு அவ்ளோதான்"

"அப்போ நீ லவ் பண்ணாமதான் உன் பேரை எழுதியிருக்கானா"

"நான் பண்ணல. ஒருவேள அவன் பண்ணிருக்கலாம்ல."

"அதெப்படி சொல்ற.. அவன் உன்கிட்ட சொன்னானா"

"சொல்லல.. ஹே.. இப்ப நீ சும்மா விடப் போறியா இல்லையா? விட்டா நீயே ஸ்கூல் புல்லா பரப்பிடுவ போல..."

"ஆமாடி! இனிமேதான் பரப்பணுமாக்கும். இந்நேரம் பெல்சி மிஸ்க்கே தெரிஞ்சுருக்கும்.."

''அய்யோ ஷீலா..! நான் இன்னைக்கு செத்தேன். ஹே.. நான் என்னப்பா செய்யட்டும் நான். எதாச்சும் ஐடியா குடேன்.''

''ஓவரா சீன் போடாத. அவன்தான மாட்டிருக்கான். கேட்டா அவனத்தான கேக்கப் போறாங்க, உன்னையவா கேப்பாங்க. பேசாம கம்முன்னு இரு...'' ஷீலா என்னும் வகுப்புத் தோழி அபிராமியை வேண்டுமென்றே சீண்டிக் கொண்டிருந்தாள். வகுப்பறை முழுக்க இருவரும் பேசுபொருளாகியிருந்தார்கள்.

''ஏம் மாப்ள... உங்க மாமா அற வெளுத்துட்டார்போல..''

''ஏண்டா நீயும் வேற கடுப்ப கிளப்பி உட்டுக்கிட்டு''

''பின்ன ஸ்கூல் புல்லா, நாதன் லவ்ஸ் அபிராமின்னு எவண்டா கிறுக்குனான். உனக்கு நீயே பப்ளிசிட்டியா...?''

''காவியக்காதல் போலடா... அதான் கரிக்கட்டையால சத்துணவு கட்டிடத்திலே கிறுக்கினான். எம்பய வாயெல்லாம் பொய்யப் பாரு''

''நான் எழுதலடா அதெல்லாம். சும்மா வெளையாட்டுக்குத்தான் பச்ச குத்தினதே... அது இவ்ளோ தூரம் போவும்ன்னு நான் எங்க கண்டேன். நீயே பார்த்திருக்கேல்ல. அந்த புள்ள வீட்டவிட்டே வராது. ஸ்கூல்ல பார்க்குறதோட சரி. சத்துணோவுக்கூடத்துல பேசப்போனாலே ஓடிரும்''

அரவிந்தனுக்கு நாதனை வாருவது ஒன்றும் அத்தனைக் கடினமானதாய் இல்லை. ராமஜெயமும் கூடவே சேர்ந்து உறுமியடித்தான்.

''சரி மாப்ள் பச்ச குத்தினது நெஞ்சிலியா இல்ல குஞ்.. குஞ்...''

''யோல்..''

''ஹ்ஹ.. இல்ல மாப்ள வலிக்கும்ல்லயா என்ன செஞ்ச''

''அவுங்க மாமன்போட்டு பொளந்தத விடவா அந்த வலி பெருசு.''

''போங்கடா டீச்சருக்குத் தெரியாம காப்பாத்த ஏதாச்சும் ஐடியாக் குடுப்பீங்கன்னுப் பார்த்தா என்னையவே ஓட்டிக்கிட்டு?''

''கோச்சுக்காத மாப்ள! சரி நீ கையில குத்துனதாத்தானே நேத்து

எங்ககிட்ட சொன்னே... ஆனா, ஸ்கூல் புல்லா நெஞ்சுல குத்திருக்கேன்னு ஒளறிட்டு அலையுதானுவளே ஏம்ல?''

''இது என்னல இது. நமக்கு பாடத்துல டவுட்டு வராது. பச்சை குத்துனதுல டவுட்டு வருது''

''யோல் சேப்பல்கிட்ட நிக்கது ராமி தான. மாப்ள உன் ஆளுதான் தனியா நிக்கா போலுருக்கு. நீ போ நாங்க இங்கனே நிக்கோம்.''

''நாதன்..''

''சொல்லு ராமி... நீயே என்கிட்ட பேசுற! அதிசயமாருக்கு.''

''சாரிடா.. என்னாலதான எல்லாம்...''

''அய்யய்ய நான் பண்ணதுக்கு நீ என்னப்பா பண்ணுவ...''

''இல்லல்ல தப்பு எம்பேர்லதான். நான் உன்கிட்ட அப்படில்லாம் பண்ணாதன்னாச்சும் சொல்லியிருக்கணும்ல... உங்க மாமா ரொம்ப அடிச்சாங்களா.. ரொம்ப வலிச்சிதா''

''மாமா அடிச்சதெல்லாம் வலிக்கல நீ ஏன் மூணு நாளா ஸ்கூலுக்கு வரல. அதான் ரொம்ப கடுப்பாருந்துச்சு. வீட்லயே வச்சி படிச்சியோ''

''எங்க படிக்க. ஒரே சண்டையும் ஏச்சும்தான். சரி... எங்க ஆச்சி திட்டினதை எல்லாம் மனசில வெச்சிக்காத என்ன அது எப்போவும் அப்படித்தான்.''

''நீயும் எங்க அத்தை திட்டினதை மனசில வைச்சிக்காத என்ன''

''ஓய்.. நான் சொல்றதையே உல்டா அடிச்சு எனக்கு சொல்றியா உன்ன.''

''பார்த்து பார்த்து என்ன அடிச்சி உன் கை வலிச்சிரப் போகுது''

''ரொம்பதான். ஆமா.. நெஜமாவே என் பேரைதான் பச்சக்குத்தினியா?''

''ஏன் அப்டி கேக்க..? உனக்கே எம்மேல சந்தேகமா?''

''அதுக்கில்லடா.. ஷீலா சொன்னா.. நம்ம க்ளாஸ்லயே... சரிவிடு. எனக்கு ஒண்ணு கேட்டா பண்ணுவியா?''

''சொல்லு ராமி. என்ன செய்யணும். டீச்சர்ட்ட சொல்லாம பாத்து க்கணுமா?''

''அதில்லடா. நான் இதுவரைக்கும் நான் பச்சக் குத்தினதை பார்த்தே இல்ல.. ப்ளீஸ் ப்ளீஸ் எனக்கு ஒருவாட்டி அதைக் காட்றியா!''

அவள் கேட்ட தருணத்திலேயே இடைவேளை நேரம் முடிந்ததை அறிவிக்கும் மணிச் சத்தமும் அதிர்ந்தது. ஸ்டாப் ரூமில் இருந்து பிரம்பும் கையுமாக பத்தாம் வகுப்பு 'சி' செக்ஷன் இருந்த வராந்தாவை நோக்கி, பெல்சி டீச்சர் நடந்து வந்துகொண்டிருந்தார். வகுப்பறையின் பின்வாசல் பக்கம் நின்றுகொண்டிருந்த அரவிந்தனும் ராமஜெயமும் நாதனைக் கைகாட்டி எச்சரிக்கை பண்ணினார்கள்.

''பெல் அடிச்சிடுச்சு ராமி நாளைக்கு காட்டவா''

''போடா.. ஒன்னும் வேணாம். நானா வந்து கேட்டேன்னு தானே இப்டிப் பண்ற..''

''இல்லப்பா இன்னைக்கு பனியன் போட்டு வரல.. நாளைக்கு காட்றேனே ப்ளீஸ்''

முகத்தைச் சுருக்கிக்கொன்டு அவன் சொன்னதைக் காதில் வாங்காமல் நடந்த அபிராமியையே பார்த்துக் கொண்டிருந்த நாதன் தன் நெஞ்சுச் சட்டையை விலக்கி எதுவுமே எழுதாத வெற்று மார்பை குறுகுறுப்பாகப் பார்த்தான்.

''என்னல... இப்படி மொணங்கிக்கிட்டு கெடக்க..''

காலையில் போர்வையைச் சுருட்டிக்கொண்டு அம்மிக்குளவி போல உருண்டு கொண்டிருந்த நாதனை அவன் தங்கச்சி சரஸ்வதி ஒரே எத்தாக மிதித்து எழுப்பினாள்.

''பேசாமப் போறியா இல்லய''

''கேக்கம்லா, சொல்லு என்ன செய்து. காச்சலடிக்கா?

''உவ்வேல எதுவுண்டோ அதப்பாரு.''

''இப்ப நீ சொல்லப்போறியா இல்ல, மாமன்ட்ட சொல்லட்டா...''

''சொன்னாச் சொல்லு போ!''

''இரு, அத்தையை கூப்புடறேன்''

''யே யே சரசு வேணாம். இங்க வா சொல்றேன். இங்க பாரு.''

''ஸ்ஸஸ்... என்னல இது இப்படி வீங்கி போய் இருக்கு... இப்ப எதுக்கு நெஞ்சுலயும் அவ பேர பச்சக்குத்திட்டு வந்து நிக்க.. நீ ஒழுங்கா கெடக்க மாட்டியா...''

''அதில்லட்டீ. அன்னைக்கு நான் கையில ராமி பேர பச்சக் குத்திட்டு வந்தேம்ன்னு மாமா திட்டுச்சில்லா''

''ஆமா''

''இங்க பாரு''

''என்னண்ணே மொட்டக் கையா இருக்கு.? எங்க போச்சு அவ பேரு?''

''அது நிஜமான பச்ச இல்ல... சரசு. வேப்பங்கொட்ட பால் இருக்குல்லா. அதுல எழுதி கரிய தடவிருந்தேன். அதை பச்சன்னு நெனைச்சுருச்சு அத்த..''

''அடநாயி... இத அன்னைக்கே வாயத் தெறந்து சொல்லிருக்கலாம்லா. அத்த அந்த சண்ட போட்டுச்சு ஒனக்காவ. சரி அப்போ அப்படியே விட்டிருக்கலாம்லால இதெதுக்கு மறுபடியும் இப்போ...?''

''இல்ல ராமி எங்கிட்ட வந்து பேசுச்சா. நான் அவள லவ் பண்றேன்னு சொல்லறதுக்கு முன்னாடி அவகிட்ட நாளைக்கு பச்சக் குத்தினத காமிக்குறேன்னு சொன்னேன் அதான்''

''நீ உருப்புடவே மாட்ட.. கல்லூளி மங்கா''

– 2014

பூனைக்குட்டியைக் கொஞ்சுகிறவள்

"கிருபா நீ முன்பொரு பெண்ணைக் காதலித்துக் கொண்டிருந்தவன் என்று எனக்குச் சொன்ன அந்த இரவில் தான் உன்னை ரொம்பவும் பிடித்துப் போனது. நானே உன்னிடம் ஒவ்வொரு இழையாகக் கழன்று விழுந்து கொண்டிருந்தேன். நல்லவேளை நீயாகவே வந்து, 'என் விரல்களைப் பற்றிக் கொள்ளட்டுமா' என்று கேட்டு நம் உரையாடலின் ரேகையை நீட்டிக்கத் தொடங்கி விட்டாய்.

உண்மையைச் சொல்லவா.. நான் உன்னை அளவு கடந்து நேசிக்கும் அளவுக்கு உன்னைக் காயப்படுத்துகிறவளாகவும் எப்போதும் இருப்பேன். நீ என்னைச் சகித்துக் கொண்டுதான் ஆகவேண்டும்.. வேறு வழியில்லை உனக்கு. ஒருவேளை உனக்குத் தப்பிக்க வழி இருந்தால் இப்போதே அதற்கான பாதைகளைத் தேடிக்கொள். எனக்குத் தெரியும்... நீ அப்படிச் செய்கிறவன் இல்லை. உனக்கு அவ்வளவு தைரியமெல்லாம் கிடையாது. நீ நான் தேர்ந்தெடுத்திருக்கிற பூனைக்குட்டி.. நிஜமாகவே சொல்கிறேன். எனக்குப் பூனைக் குட்டிகளைக் கண்டாலே பிடிக்காது. அதன் கழுத்தைக் கடித்து மென்று துப்புகிற கனவுகளில் இருந்து திடுக்கிட்டு விழித்து தண்ணீர் குடிக்க அலைபாய்கிறவள் நான்..."

"ஹேப்பி சில்ட்ரன்ஸ் டே!"

"ஓவர்ங்க இதெல்லாம்..."

"ஹாஹா... எனக்காக இல்லாட்டியும் நேருவுக்காக அட்ஜெஸ்ட் பண்ணிக்கங்க..."

"டூ மச்... பட் நல்லாதான் இருக்கு. நம்மளையும் குழந்தைன்னு சொல்ல ஆள் இருக்கே..."

"ஆஹா... அப்போ நீங்க உண்மையிலே குழந்தை இல்லையா..."

"போதும் ஆரம்பிக்காதீங்க..."

கார்த்திக் புகழேந்தி

''ஹாஹா... எனிவே ஹேர்ட்டி விஷ்ஷஸ் டு யூ பார்கவி!''

மெலிதாகத் துவங்கிய அந்த மெஸெஞ்சர் உரையாடலின் வெப்பம் இரண்டாவது நாளின் மாலையிலே ஒரு ஜோடி காபி குவளைகளின் எதிரெதிர் புறத்தில் கொண்டுவந்து அமர்த்தியிருந்தது இருவரையும்.

விரல்களில் திட்டுத்திட்டாக க்ரே நிற நெயில்-பாலீஷ் இஷ்டமின்றி சுரண்டப்பட்டிருந்தது. அது புன்னகைக்க மறந்தவர்களின் விருப்பமான நிறம். யாரோ பூசும்போது நீயும் விரல்காட்டு என்றதும் நீட்டியிருக்கலாம். நிறையபேர் சூழ இருந்தும் தனிமையான நேரங்களைக் கடத்திக் கொண்டிருக்கும் பெண்ணாக இவள் இருக்கக்கூடும். அன்பின் பொருட்டு மற்றவர்களுக்காகச் செய்துகொள்கிற சமாதானங்களின் பேரில் வாழ்கிற மனம்.

பழைய மாடலினாலான பச்சை சிவப்பு நிறத் தொங்கும் கம்மல்கள். அம்மாவுடையதாக இருக்கலாம். வலது கையில் தங்கத்தினாலான இரண்டு வளையல்கள். இடதில் சில்வர் அனலாக் வாட்ச். அடர் நீலநிறத்தில் வெள்ளைப் புள்ளிகள் நிறைந்த குர்தி. சம்பந்தமில்லாத புடைப்பில் பர்ஸ். ஒப்போ போன், கட்டைக்கூந்தல், ஆளுமையான உடல்மொழி.

பெண்களில் நளினம் ஒரு வகை கிருபா, ஆளுமை இன்னொரு வகை என்பான் வருண். வருண் எனக்குத் தெரிந்து பெண்களைப் பற்றி அதிகம் கமெண்ட் அடிப்பவன் இல்லை. ஆனால், அவனுக்கு நிறைய தோழிகள் வாய்த்திருந்தார்கள். அதைக் குறித்தான அங்கதங்களைக்கூட அவன் மிக லாவகமாகக் கடந்து போகிறவனாக இருந்தான்.

''என்ன தைரியத்தில் வெளில மீட் பண்ணலாம்னீங்க?''

புரைஏறியது எனக்கு. ''அட நீங்க வேற, நான்சும்மா சாதாரணமா ஒரு காபி சாப்பிடலாமான்னு கேட்டா! நீங்க அட்ரஸ் அனுப்பி பிக்-அப் பண்ண வந்துடச் சொல்லிட்டீங்க. அட்ரஸ் பார்த்தா போலீஸ் குவாட்டர்ஸ். பேஸ்தடிச்சுடுச்சு. நிஜமாவே நீங்க போலீஸ் ஃபேமிலியா?''

''சித்தியும், சித்தப்பாவும் போலீஸ். அப்பா டாக்டர். அம்மா ஹவுஸ்

ஒயிப்... தம்பி தங்கச்சிங்க கூட இருக்கலாம்னு இங்க தங்கியிருக்கேன்'' ஒவ்வொருவராக அறிமுகப்படுத்திக் கொண்டே போனாள்.

எனக்கு அதைக் குறித்தெல்லாம் பெரிய அக்கறைகள் ஏற்பட்டிருக்கவில்லை. 'நீ கொஞ்சம் அழகாக இருக்கிறாய்! அதை உன் கண்களே சொல்கிறது. ஆனால், அதை உன்னிடம் முதல்நாளிலே இன்பாக்ஸில் சொல்லி வாங்கிக் கட்டிக் கொண்டதே போதுமானது. இப்போதைக்கு எனக்கு காபியைச் சூடாகக் குடிக்க வேண்டும். அடுத்து உன்னோடு உரையாட வார்த்தைகளைத் தேடிக் கண்டுபிடிக்க வேண்டும். ஏ... அவஸ்தையே சாகடிக்காதே..'

''உள்ள போலாமா...''

''ம்ம்...''

''உங்க கேள்வியை உங்ககிட்டே திரும்பிக் கேட்கிறேனு நினைச்சுக் காதீங்க. நீங்க என்ன தைரியத்தில் பீச் போகலாமான்னதும் ஓகே சொன்னீங்க''

''வீடு இங்கதானே... பக்கத்திலே... நினைச்சா நடந்தே பீச் வந்துடு வேன். பர்சனலி இங்க நான் எந்த அந்நியத் தன்மையும் உணர்ந்ததில்லை, ஸோ...'' தோள்களைக் குறுக்கி வார்த்தைகளை முடிவில்லா கொக்கியுடன் நிறுத்தினாள். வேகமாக வந்த கடற்காற்று எங்களை லேசாகச் சிலிர்க்கச் செய்து விட்டுப் போனது.

''கடற்கரையோடு பர்ஸனல் கனெக்ட் வைத்துக் கொள்கிற பெண்கள் ஆபத்தானவர்கள். அவர்கள் பிரமாண்டங்களை அதன் கழுத்தைப் பிடித்து உலுக்கி, கீழே தள்ளி காலுக்கடியில் போட்டு மிதித்து விளையாடுகிறவர்கள். ஜாக்கிரதையாக இரு'' என்று வருண் காதுக்குள் ஏறி நின்று கூவினான்.

''நான் ஒரு சிகெரெட் எடுத்துக்கணும்''

''ஸ்யோர்..!''

அவள் அதை விரும்பவோ, வெறுக்கவோ இல்லை. ஆனால், திடீர் பதட்டத்தை வாரிச் சுருட்டி தனக்குள் ஒளித்து வைத்துக் கொள்பவளாக

கச்சிதமாக நடித்தாள். 'வர்ரே வாஹ்.. நீ வேட்டையாடு விளையாடு படத்தில் வரும் கமலினி முகர்ஜியை எல்லாம் சாப்பிட்டு விடுவாய்.' என மனதுக்குள் நினைத்துக்கொண்டேன். திசைகளெல்லாம் காற்றாய் மாறி, சிகரெட்டைப் பற்ற வைக்க முடியாமல் அல்லாடவிட்டது. ஒன்று.., இரண்டு... நாலைந்து முறை முயன்றும் சிகரெட் பற்றிக் கொள்ளவே இல்லை.

அவள் ஏளனமாக ஒரு புன்னகையை வீசினாள். இந்த முறை ஒரே சொடுக்கில் சிகரெட் முனை தீப்பற்றியது.

ஒருவழியாக மெரினாவுக்குள் நெடுந்தொலைவு நடந்து வந்திருந்தோம். கடற்கரையில் நட்சத்திர மோட்சங்களைச் சுவைத்துக் கொண்டிருந்த காதலர்கள் சகிதம் தன் வழக்கமான அமைதியோடிருந்தது.

''இப்படி உட்காரலாமா?'' இடைவெளி விட்டு அமர்ந்து கொண்டோம். கண்முன் கடல் விரிந்து நுரைத்திருக்க, தூரத்தில் தெரிந்த துறைமுக வெளிச்சத்தைப் பார்த்ததும் அவள் கண்கள் தீயாய் அலைபாய்ந்தது. மனதுக்குள் எண்ணற்ற ரகசியங்களைக் கொண்டவர்கள் தூரத்து வெளிச்சங்களின் மீது ஓர் அலாதி இன்பத்தை ஏற்படுத்திக் கொள்கிறார்கள். 'டேய் வருண்... கொஞ்சம் சும்மாதான் இரேன்டா...'

நான் என்னைப் பற்றிச் சொல்லத் துவங்கினேன்.

இந்த ஊருக்கு வந்து சேர்ந்தது முதல் எட்டாண்டு கால ஓட்டத்தையும், இடைப்பட்ட நாட்களில் கடந்து போனவர்களையும் விலாவரியாக விவரித்துக் கொண்டிருந்தேன். அதில் ஒரு வார்த்தையும் கீழே சிதறி விழுந்துவிடக் கூடாது என்பதுபோல அவ்வளவு தீர்க்கமாய்க் கவனித்துக் கேட்டுக் கொண்டிருந்தாள்.

உண்மையில் அவளது அந்த சித்திரம் என் ஆழ்மனத்தில் ஒரு பயத்தையும், நடுக்கத்தையும் ஏற்படுத்தியிருந்தது. அதைத் துளியும் வெளிக்காட்டக் கூடாது என்கிற கர்வத்தில் நான் மூச்சுப்பிடிக்கப் பேசிக்கொண்டே இருந்தேன்.

''நீ பொய் கிருபா. அய்யோ! இன்னொரு தடவையும் தோற்றுப் போறதை என்னால கற்பனைகூட பண்ணிப் பார்க்க முடியலையே.

தயவுசெஞ்சு என்ன இதோட விட்டுடு. இதுவரைக்கும் மனசார எந்த சந்தோஷத்தையும் நீ எனக்கு தந்ததே இல்லைல்ல. உன்னால அழுது, அழுது நான் இழந்தது தான் மிச்சம். ஒரு எறும்பை நசுக்கிக் கொல்ற மாதிரி தினம் தினம் என்னைக் கொல்ற நீ. உன்கிட்டக் கெஞ்சி கெஞ்சி, நான் ஒண்ணுமில்லாமபோய் உன் முன்னாடி நிக்கிறேன். ஆனா நீ..''

''லூசு மாதிரி பண்ணாத கவி. நான் எதுவுமே பண்ணாம..''

''அதைத்தான் நானும் சொல்றேன் நீ எதுமே பண்ணல. எனக்காக எதுவுமே பண்ணல. எது பண்ணாலும் உன்னோட தேவைதான் உனக்கு முக்கியம். நீ நீ நீ.. உன்னோட வாழ்க்கை முழுசா நீ மட்டுமேதான் இருக்க. நான் இல்லவே இல்ல. என்னோட இடம்ன்னு ஒண்ணு உன் லைஃப்ல இருக்கா இல்லையான்னே தெரியாம உன் முன்னாடி தோத்துப்போய் நிக்கிறேன் நான்''

''படுத்தாதே.. வேலை இருக்குன்னு சொல்றது தப்பா. இன்னைக்கு நைட்டுக்குள்ள இஷ்யூ முடிச்சு அனுப்பியாகணும். தயவுசெஞ்சு புரிஞ்சுக்கோ. நான் அப்புறம் கூப்ட்றேன்.. வைக்கிறேன்''

பதினோரு மிஸ்டு கால்களுக்குப் பிறகு, மூன்றாவது ரிங்கில் அந்த அழைப்பை ஏற்க நேரும்போது கிட்டத்தட்ட மிருகமாகியிருந்தேன். கோரைப்பற்களை மிஞ்சி வெடித்தன சொற்கள்!

''என்னடி உன் பிரச்சன...''

''எனக்கு நீ வேணும். எப்போ வர்ற..''

''பார்கவி, இன்னைக்கு என்னால வெளில நகரக்கூட முடியாது. நான் வேலைல இருக்கேன். கொஞ்சம் புரிஞ்சுக்க ப்ளீஸ்''

''நான் அதை எல்லாம் கேட்க வரல. எப்போ வர்றேன்னு சொல்லு''

''எட்டு மணிக்குள்ள முடிச்சுட்டு வந்துட்றேன். கேட் கிட்ட வந்து நில்லு. கால் பண்றேன்.''

உட்சபட்ச மன வக்கிரத்திலிருந்து உதிர்ந்துவிழும் கெட்ட வார்த்தை ஒன்றால் என் மேலாளரைச் சபித்தேன். பார்க்கும் போதெல்லாம், 'எப்போ

சார் கல்யாணம்' என்று கேட்கிறவன் எவனாவது இப்போது கண்ணில் பட்டால் அவன்மீது ஆக்ரோஷத்தோடு பாய்ந்து அவன் கழுத்தைக் குதற வேண்டும் போலிருந்தது. ச்சே.. என்ன வாழ்க்கை இது. காதலிப்பது என்பது இவ்வளவு கொடூரமாக நம்மை வதைக்கும் செயலா...? இந்த மயிருக்கு அடிமையாகக் கிடந்து செத்துத் தொலைக்கலாம்.

உன்னை நான் எவ்ளோ விரும்புறேன்னு உனக்குப் புரியாது. நீ இல்லைன்னா நான் ஒண்ணுமே இல்லை. ஏன்னா உன்னை அவ்ளோ லவ் பண்றேன். என்கூட இரு, எனக்கு டைம் கொடுன்னு கேட்கிறேன். அதுக்கும் என்னைக் கெஞ்ச வைக்கிற. உன் காலுக்குப் பின்னாடி நாய் மாதிரி சுத்தி சுத்தி வர்றேன்னு தானே என்னை நீ இவ்ளோ அவமானப்படுத்துற. இப்போ சொல்றேன் கிருபா நீ எனக்கு வேணாம்.

யாருமே இல்லாம நீதான் எல்லாமும்னு இருந்துட்டேன். நிஜமாவே நான் உன்னை எப்பவும் கஷ்டப்படுத்தனும்னே நினைச்சுட்டு இருக்க மாட்டேன். எனக்கு முழுசா மொத்தமா நீ வேணும்னுதான் இவ்ளோவும் பண்றேன். என்ன எங்கே எப்படி இதெல்லாம் உன்னை என்கிட்ட இருந்து விலக வைக்குதுன்னு சத்தியமா புரியலை. இந்தப் புறக்கணிப்பு, உன் போஸ்ட் கூட நான் பார்க்க முடியாம செட்டிங்ஸ் மாத்தி வச்சிருக்கப்ப ரொம்ப வலிக்குது. இந்த வலி என்னை என்னமோ செய்யுது. நிஜமா இன்னிக்கு என்னால எதுவுமே முடியலை.

இரண்டு தனித்தனி குறுஞ்செய்திகள் குறிப்பிட்ட கால இடைவெளியில் வந்து மெஸெஞ்சர் பாப்-அப்பில் வட்டமடித்திருக்கிறது. சோலி சுத்தம்.

நாளை ஞாயிற்றுக்கிழமை தானே என்கிற கவனத்தில், சில குறிப்புகளை எழுதுகிற அசட்டையில் கணினியில் அமர்ந்திருந்ததால் செல்போனைக் கண்டுகொள்ளாமல் இருந்துவிட்டேன். பார்கவியின் இரண்டு அணுகுண்டுகள் வந்து என் வேளச்சேரி வீட்டின் மொட்டை மாடிக்குமேல் விழுந்திருக்கிறது.

இரண்டு தனித்தனி குறுஞ்செய்திகளையும் ஒன்றுக்கு இரண்டு தடவை வாசித்த பிறகுதான் விஷயம் புரிந்தது. முந்தையநாள் காலையில்

அலுவலக கேபினில் எடுத்துக் கொண்ட செல்ஃபியை மெஸெஞ்சர் ஸ்டோரிஸில் வைத்திருந்தேன். சனிக்கிழமை மாலையில் வழக்கமாக சாப்பிடச் செல்லும் உணவகத்தில் பக்கம்பக்கமாக அமர்ந்திருக்கிறபோது, அந்த செல்பியை அவள் கண்களில் காண்பித்து விட்டேன்.

பப்ளிக் படம் தானே என்ற என் எண்ணத்தில் விழுந்தது வெடி. எங்கே எனக்குக் காட்டவேயில்லையே என்று தன் போனை இரண்டொரு முறை சரிபார்த்தாள். அப்போது அடிக்கத் தொடங்கிய கோடாங்கி வீட்டுக்குப் போன பிறகு நள்ளிரவில் திரும்ப அணு ஆயுதமாக உருவெடுத்திருக்கிறது. இருந்தும் இரண்டாவது செய்தியில் கொஞ்சம் வெப்பம் தணிந்திருக்கிறது. சோர்வினால் அவளாகவே கொஞ்சம் சமாதானமாகியிருக்கலாம். எது வாக இருந்தாலும் காலையில் பேசிக்கொள்ளலாம் என்று கண்களை இறுக்கிக் கொண்டேன்.

''ஈவ்னிங் என்ன தோணுச்சு உனக்கு..''

''29 வருட பிரம்மச்சரியமும் இதற்குத் தானே காத்துக் கிடந்துச்சு. எப்படி தூங்கினேன்னே தெரியாத அளவுக்குத் தூங்கினேன்.''

''சீக்கிரம் கல்யாணம் பண்ணிக்கிட்டா இப்படியே நிம்மதியும், சந்தோஷமும், சண்டையும், சமாதானமுமா முடியும்ல''

''என்ன எங்க கட்டிக்கப் போற?''

''என்ன உளறிட்டு இருக்க''

''அது எப்ப என்ன கட்டிக்கப் போற. ஸ்பெல்லிங் மிஸ்டேக் ஆகிடுச்சு!''

''விடிஞ்சும் உன் போதை தெளியலைபோல...''

''நேத்து போதைல விழுந்தது நீதாண்டி எர்ம! என்னோடு நீ இருந்தால்... பாட்டை நிர்வாணத்துடன் கேட்டுக்கிட்டு இருக்கேன்.''

''அடி விழும் படவா!''

''நல்ல தலைப்பு கவிதை தொகுப்புக்கு வச்சிக்கலாம்''

''எழுது''

''நானாவது கவிதையாவது...''

''அதானநீ எனக்குன்னா எங்க எழுதுவ. இதே மத்தவங்களுக்குன்னா...''

''ஆரம்பிக்காத ப்ளீஸ்!''

''நான் ஒண்ணும் சொல்லல இப்போ. எனக்கு உன்கிட்ட தேவையானது இதுமட்டும்தான். அவ்ளோ லவ், வெறி, பைத்தியம். You Are My Destiny.''

அதற்குமேலே பேச்சை வளர்த்தால் அது ஏழரையில் போய் முடியக்கூடும் என்பதால் இறுக்கி அணைப்பது போல இரண்டு ஜிஃப் பைல்களை அனுப்பி வைத்தேன். அப்புறம் படுக்கையில் இருக்கும் ஜோடிகளின் முத்தம் ஒன்று. இன்னொன்று நேரடியாக உதட்டில்.

''சீக்கிரம் வீட்ல பேசவும் ரெடியாகு. நான் பத்து மணிக்கு மேல கால் பண்றேன்.'' நல்ல மூடைக் கெடுக்க விரும்பாதவளாக அவளே இந்த முறை இரக்கத்தோடு நடந்துகொண்டாள்.

மணி பார்த்தேன். அதிகாலை மூன்று பத்து. கடைசியாக அவளுக்கு அனுப்பின ஜிஃப் பைலில் இருந்த ஆண், அந்தப் பெண்ணின் மேல் உதட்டிலிருந்து முடிந்த மட்டும் மென்மையாக மகரந்தத்தை உறிஞ்சிக் கொண்டிருந்தான்.

என்ன கருமம் இது... எவனோ எவளையோ முத்தம் கொடுக்குறதைக் காட்டித்தான் நான் இவளைச் சமாதானப்படுத்த முடியனுமா? அல்லது நேற்றைக்கு சாயங்காலத்தில் இதே அறையில் நடந்த களிவெறியின் போது, இருளில் சூடாகிப் பருத்து நின்ற அவள் இடது மாரினிலிட்ட முத்தங்கள் அவளைக் கிளர்ச்சி கொள்ளச் செய்திருக்குமா... பேனாவால் என் பெயரை எழுதினேனே அங்கே, அழித்திருப்பாளா?

நாங்கள் அடிக்கடி கடற்கரைச்சாலையில் அமைந்துள்ள தேநீர் விடுதியில் சந்தித்துக் கொண்டோம். வீடு திரும்புகிற போது, இன்னுமொரு சுற்று ஊரை வளைய வந்த பிறகே குவாட்டர்ஸை அடைந்தோம். மஞ்சள் பழுப்பு சோடியம் விளக்கின் வெளிச்சத்தில் ஊறிய சாலைகளில் இருச்சக்கர வாகனத்தின் மிதமான வேகத்தில் நகரும் என்னை பில்லியனில் இருபக்கம் காலிட்டு அமர்ந்தபடி, மார்பகங்கள் அழுந்த முதுகில்

சாய்ந்துகொண்டு, வலது காதுக்குப் பக்கமாக தன் கன்னத்தை உராய்ந்தபடி, வெளிச்சங்கள் நிழலாகிக் கரையும்போது கழுத்தின் பின்புறத்தை னி நாவால் ஈரப்படுத்திச் சூடேற்றக் கற்றுக் கொண்டாள்.

அவள் அப்படிச் செய்யும்போது இன்னும் இன்னும் இன்னும் என்று இதயம் ஏங்கும். பெட்ரோல் டேங்குக்கும் தொடைக்கும் நடுவே கதகதப்பு கூடும். தோள்களில் வளைந்து கிடக்கும் இடது புறங்கையை முத்தமிட்டு வாளிப்பேன். கொஞ்சல் கடிகளும் அரங்கேறும். கிடைத்த இடைவெளியில் 'இதுபார் கன்னத்தில் முத்தமொன்று' எனும்போது.. 'ஹே ரோட்ல போய்ட்டு இருக்கோம் எர்ம' என்று தோளில் ஓர் அடிவிழும்.

பார்கவிக்கு ஏற்பட்டிருந்த பழைய சிக்கல்களுக்கான காரணங்கள் பற்றியெல்லாம் அவள் என்னிடம் சொல்வதற்கு வாயெழும்போதெல்லாம் நான் அதைக் காதுகொடுத்துக் கேட்டதேயில்லை.

முதல் சந்திப்பிலே அவள் மேலோட்டமாகச் சில விஷயங் களைக் கோடிட்டுக் காட்டியிருந்தாள். இனியும் அதுபற்றித் தெரிந்துகொள்வதில் எனக்கு எந்தச் சிரத்தையும் இல்லை.

நான் உன்னை நேசிக்கிறேன். என்னுடைய வாழ்வின் அடுத்தடுத்த கட்டங்களுக்கு நான் நகர்வதற்கு நீ காரணமான வளாக இருப்பாய் என்று என் உள்மனம் சொல்கிறது. நாம் ஏன் திருமணம் செய்துகொள்ளக்கூடாது என்றக் கேள்வியை அன்றைக்கு மாலையில் மெரினாவில் வைத்துக் கேட்ட போதே நம்முடைய பழைய கதைகள் அத்தனையும் கடற்காற்றோடு கரைந்து போனது.

முதல்முறையாக நீ என்னையும் நான் உன்னையும் காதலிப்பது குறித்து, நம் இருவருக்கும் நெருக்கமான பரஸ்பர நண்பர்களிடம் சொன்னபோது, அவர்கள் குறைந்தபட்ச மகிழ்ச்சியைக் கூட வெளிக்காட்ட முடியாதவர்களாகத்தான் புன்முறுவல் செய்தார்கள். அருகிலிருந்தபோதே கிரி ரகசியமாக மெஸேஜ் அனுப்பினான்.

''செட்டாகுமாடா உனக்கு'' நான் அவன் கண்களை ஊடுருவிப் பார்த்தேன். அதில் தூரத்து பில்டிங்கின் உச்சியில் மிளிரும் ''ஜீசஸ் ஸேவ்

அஸ்'' என்கிற நியான் விளக்கு வாசகம் மின்னி மின்னி மறைந்தது.

இது வேலைக்கே ஆகாது. இவர்களிடம் கேட்டு விட்டுத்தான் மூன்று பக்கங்களுக்கான அந்த தயாரிப்பாளரின் நேர்காணலை எடுத்துக் கொடுத்தேன். ஷூட்டிங் வராமல், பாத்ரூமிற்குள் வைத்து டப்பிங் செய்துகொடுத்த நடிகரை, அவரை வைத்துப் படம் எடுத்த இயக்குநரும், தயாரிப்பாளரும் வெளுத்து வாங்கியிருந்தார்கள் பேட்டியில். அந்த வாரமே வெளிவந்திருந்தால் ஹாட்-டாக்காக மாறியிருக்கும்.

'அடுத்த வாரம் போட்றலாம் கிருபா' என்று பாலிவுட் நடிகையின் சென்னை பிரவேசத்தின் போட்டோ ஷூட்டை முன்னிலைப்படுத் தினார்கள் அலுவலக லாபிச் சக்ரவர்த்தினிகள். இஷ்யூவில் பேட்டி வராததைப் பார்த்த தயாரிப்பாளர் நேராக அதே கண்டன்டோடு சேனல்கள் வாசலில் போய் நின்றுவிட்டார். மொத்த உழைப்பும் விழலுக்கு இறைத்த நீர். இவர்களது மெத்தனத்தைக் குறித்த கடுப்பில் காச் மூச்சென்று கொலீகை வேறு பிடித்து ஒரு ஏறு ஏறிவிட்டேன். டீக்கடை வாசலில் நின்றபடி இரண்டாவது சிகரெட்டைப் புகைத்துக் கொண்டிருந்தபோது, பார்கவி மெசெஞ்சரில் வட்டமிட்டாள். திறந்து பார்த்தேன். இரவு உடையில் கட்டிலில் சாய்ந்தபடி அமர்ந்து சிரிக்கிற புகைப்படம். பதிலுக்கு இரு ஹார்டின் ஸ்மைலியை அனுப்பி வைத்தேன்.

''பிஸியா?''

''லைட்டா...''

''ம்ம் சரி''

அடுத்து அரைமணி நேரம் கழிந்தபிறகே ஆசுவாசமாக ஃபேஸ்புக்கைத் திறந்தேன். நண்பர்கள் குழுவில் அந்த நடிகனைக் குறித்து சுடச்சுட வந்திருந்த மீம்ஸ்களைப் பகிர்ந்து களேபரம் பண்ணிக் கொண்டிருந்தார்கள்.

'ஓத்தா... இவன்லாம் எவ்ளோ கொழுப்பிருந்தா பாத்ரூம்ல வச்சி ரெக்கார்டிங் பண்ணிக் குடுத்திருப்பான்' என்று காரணமில்லாமல் மனசார அவரை வைது ஒரு மெஸேஜைத் தட்டிவிட்டேன். அதே நேரத்தில் பார்கவியிடம் இருந்தும் ஒரு மெஸேஜ் எட்டிப் பார்த்தது.

‘‘ஆன்லைன்ல இருப்ப, ஆனா என்கிட்ட பேசதான் உனக்கு டைம் இல்லல்ல...’’

‘‘எம்மா தாயே, இப்போதான் வேலை முடிச்சுட்டு போனைக் கையில் எடுக்கேன் நீ மெஸேஜ் பண்ற!’’

‘‘சும்மா நடிக்காத. சரி சொல்லு சாயங்காலம் என்ன ப்ளான்?’’

‘‘இன்னும் முடிவாகலை...’’

‘‘வெளில போறமா?’’

‘‘தெரியலை, பாப்போம்!’’

‘‘இப்ப ஏன் இப்படி கோவமா பேசிட்டு இருக்க...’’

‘‘சரிமா சொல்லு. ஆறரைக்கு ரெடியா இரு. வர்றேன்.’’

‘‘ஒண்ணும் தேவையில்ல. உனக்கு எது சந்தோசமோ அதையே போய் பண்ணு. நான் ஒருத்தி இருகேன்னு யோசிச்சுக்கூட பார்த்துடாத...’’

ஆன்லைனில் இருந்து காணாமல் போனாள். அடுத்த மூன்றாவது வினாடியில் அழைப்பு வருமென்று தெரியும். இணைப்பைத் துண்டித்த உடன் மனம் மாறும் பெண்களைக் குறித்து, ‘பெண்கள் ஏன் இப்படி இருக்கிறார்கள்’ என்று யாராவது தத்துவப் புத்தகம் எழுதினால் தேவலாம். பெண்கள் என்று பன்மையில் குறிப்பிட்டது மட்டும் அவள் கண்ணில் விழுந்தால், ஓஹோ அப்போ சார்க்கு எத்தனை பெண்களைத் தெரியும் என்று வைத்து செய்வாள்.

‘‘கிளம்பி இருக்கேன். ஆறரைக்கு வந்துட்டு கூப்பிடு...’’

மெஸேஜ் ஸீன் என்று மட்டும் காட்டியது.

வீட்டில் யாருமில்லை என்கிற அரூப தைரியம் எங்களை ஐம்பத்து சொச்சமாவது முறை ஒன்று சேர்த்திருந்தது. உடைகளைக் களைவதற்கு முன்பாகத் தொடுவதை அவள் அனுமதிக்க மாட்டாள். உள்ளாடை வரைக்கும் நீக்கிவிட்ட பிறகே நெருங்கி வருவதில் ஒரு சுகமும் சுதந்திரமும் இருக்கலாம். இருந்தும் நான் பலதடவை பின்னால் இருந்து

அணைத்து, கைகளைக் கொண்டு அவள் முன் பிரதேசத்தில் ஆதிக்கம் செலுத்தத் துணிந்ததுண்டு. அதைச் சம்மதிக்காததுபோல உள்ளூர விரும்புகிறதை ரசிப்பேன். முதல் கவனம் எனக்கு இடதுபக்கத்திலே குவியுமென்று அவளுக்குத் தெரியும். உதடு குவித்து சூட்டோடு பருகத் தலைப்படுவேன் என்பதற்காகவே பின்னோக்கி வளைந்து வாய் புகுப்பாள்.

எதையும் கீழிருந்து தொடங்கு என்ற கட்டளைகளைத் தேவனிட்டது போலச் செவிசாய்க்கப் பழகிவிட்டேன். உள்ளங்கால் பருவத்தில் துவங்கி, அல்குல் பெருகி நீர்மையாகும் தருணம் வரை அந்தக் காலடியிலேயே கிடப்பேன்.

இருவருமே மூச்சிழந்து போவதுவரை தீவிரமாக ஈடுபட்டு, உலகின் எல்லா ஞானப் புயல்களில் இருந்தும் பாதுகாக்கப்பட்டு, உடலெங்கும் வெளிச்சம் பீறிட, சமாதானமும் சத்தியம் நிறைந்த வார்த்தைகள் ஒருவருக்கொருவர் உள்ளிறங்க, 'பூக்கள் நிறைந்த கிளைகளுக்கு நடுவில் இருக்கும் பறவையைப் போல உன்னை நேசிக்கிற கடவுளின் பாது காப்பில் நீ இளைப்பாறுவாய்' எனும் தேவனின் வேத வாக்கியங்களில் இருவரும் களித்திருந்தோம்.

முயக்கம் முடியும்வரை வாய்விட்டு பிதற்றுகிற ஆங்காரங்கள் தீரும் மட்டும் கையாளப்படும் உடல்கள். இறுமாப்புடன் நீ எனக்குத்தான் என்று காதைக் கவ்வியபடி கூச்சலிடுவாள். உழைந்து கலைவாள். இரண்டாம் மூன்றாம் பயணங்களுக்குப் பிறகு, கண்கள் சொருகி மயங்கிச் சரியத் துவங்கும்போது, அவள் விரல்கள் என் மார்க்காம்புகளை நீ விக்கொண்டிருக்கும். பிறகு ரகசியமாய் 'நீ எனக்குப் பத்தவே இல்லை' என்று கொஞ்சுவாள். அப்போது பார்கவியின் கண்களைப் பார்ப்பதை நான் முற்றிலும் தவிர்த்து விடுவேன். அவள் என்னை அவ்வளவு ஆது ரமாகக் கொஞ்சுவது ஒரு பூனையை மடியில் கிடத்திக் கொஞ்சுவது போலத் தோன்றும்.பூனையாக இருப்பது சந்தேகத்திற்கு இடமானது. பூனையுமே சந்தேகத்தின் குறியீடுதான். இதை எனக்குச் சொல்ல வருண் தேவைப்படவில்லை.

மெஸெஞ்சர் குறுஞ்செய்தி அந்த நேரத்தில் 'டிங்' என்று சத்தமிட்ட போது, நான் வலித்து அவள் கண்களைப் பார்த்தேன் அதில் இருந்த தீவிரம் ஒரு பூனையைக் கொலை செய்யப் போகும் நேரத்திற்குச் சமமானது என்பேன்.

இந்தமுறை என்னால் தவிர்க்கவே முடியாமல் போனது. பார்கவி தன்னுடைய பழைய கதைகளின் தோல்விகரமான முடிவுகளைக் குறித்து மெஸெஞ்சரில் துண்டு துண்டாக விவரித்துக் கொண்டிருந்தாள்.

பருவத்தில் காதலாகத் தொடங்கியது முதல் தீர்ப்பின் நகலைக் கையில் பெற்றது வரை, இரண்டுநாள் முன்பு, அவளை யாரோ சமாதானம் செய்து திரும்ப அழைத்துப் போவதாக கனவுகூட வந்ததாகச் சொன்னாள். என்னைத் தனியாக நீ விட்டுவிடுவதால் தான் இப்படி எல்லாம் கனவு வருகிறது என்றாள். நான் மீண்டும் தனித்திருக்கிற உணர்வுகளால் சூழப்பட்டிருக்கிறேன் என்றாள். உன்மீது நான் காட்டுகிற அன்பில் கொஞ்சமாவது நீ திருப்பிக் காட்டியிருந்தால் இப்படியெல்லாம் தோன்றியே இருக்காது என்றாள்.

அவள் சொல்லிக் கொண்டே இருந்த நேரத்தில், அலுவலக மேசையின் முன்னால் உள்ள எனது சுழலிருக்கையில் நான் கொஞ்சம் திடகாத்திரமாக நிமிர்ந்து அமர்ந்தேன். ஒரு நீண்ட கட்டுரையைத் தட்டச்சு செய்வதற்கான உடல் சமிக்ஞை அது.

பார்கவி உன்னுடைய தலைமுறையில் உன்னுடைய தாத்தா காலத்திலிருந்து படித்த பட்டதாரிகளைக் கொண்ட குடும்பத்தைச் சேர்ந்தவள் நீ. வசதி வாய்ப்புகளிலும் தன்னிறைவு அடைந்தவள். நான் எனது தலைமுறையிலே முதன்முதலாக ஊரைவிட்டு வெளியேறிவந்து இந்த நகரத்தில் எழுந்து நிற்கப் போராடிக் கொண்டிருப்பவன். என்னுடைய சந்ததிகளின் முதல் துளி ஈரம் நான். பொய்த்துப் போகிற மழையைப்போல இல்லாமல் என்னுடைய வற்றி வறண்ட நதிகளுக்காக வேண்டி, என்னுடைய ஊரின் மலையையாவது நான் நனைவிக்க வேண்டும். ஒருசொட்டு ஈரத்தைப் பற்றி எழும் விதைகளுக்காக நான் நிச்சயம் சூல்கொண்டே ஆக வேண்டும். அப்படிச் சூல்கொண்டு

எழுந்து நிற்பதற்கு எனக்குக் கிடைத்த ஒரே பிடிதரம் என்னுடைய வேலை. ஆகவே, உன்னைக் காட்டிலும் அதிகம் இந்த வேலையை நான் பன்மடங்கு நேசிக்கிறேன்.

இதையெல்லாம் ஏன் சொல்கிறேனென்றால் என்னுடைய வாழ்வில் நீ எவ்வளவு முக்கியம் என்பதை நான் மனப் பூர்வமாக அறிவேன். என்னுடைய காதலின் மகத்துவத்தைப் பெரிதாக்கிக் காட்டும் தேவையை இட்டு நிரப்பாமலே நீ எனக்குக் கிடைத் திருக்கிறாய். ஆனாலும் உன்னை உன் மனக் காயங்களில் இருந்து விடுவித்து, நீ அனுபவித்த துன்பங்களில் இருந்து உன்னை சொஸ்தப்படுத்துகிற ஓர் இலக்கை நீயாகவே தொடர்ந்து எனக்கு நிர்ணயித்துக் கொண்டே இருப்பதை ஏனோ நான் விரும்ப மறுக்கிறேன்.

ஒருவேளை எனக்கு நீ நிர்ணயிப்பதுபோல, என்னிடத்தில் உனக்கு எந்த இலக்கும் இல்லை என்று நம்புகிறேன். அதனாலேயே நீ கொட்டிக் குவிக்கும் அன்பு எனக்குப் போதுமானதாய் இருக்கிறது. அதில் திளைத்துக் கொண்டே பரிபூரணமடைகிறேன். அந்த பரிபூரணத்தை நீ அடையாதது எனக்குள் வேதனையாக மிஞ்சுகிறது. ஒருவேளை நான் உன்னுடன் செலவழிக்கிற நேரங்கள் உனக்குப் போதவே போதாது என்று நம்பச் செய்கிற உன் கடந்த காலத்துக்குள் நீ சிக்கிக் கொண்டிருப்பதாய் நான் பிரமையில் இருக்கிறேனா என்றுகூட தெரியவில்லை.

அப்படி ஒரு சுழலுக்குள் நீ சிக்கியிருந்தால் உன்னை அதிலிருந்து கைப்பிடித்துத் தூக்குகிறவனாக நான் இருப்பேன். ஆனாலும் எழுந்து நடக்க வேண்டிய தேவையை நீதான் உருவாக்க வேண்டும். அது மட்டும்தான் உன்னை எல்லா பலவீனங்களில் இருந்தும், உன் கொடிய கனவுகளில் இருந்தும் காப்பாற்றும். கூடவே, நம்முடைய அன்பில் பூர்த்தியடையாமல் நாம் சண்டையிடவில்லை. நம்முடைய விலகல்களும் சண்டைகளும்கூட என்மீது உனக்கிருக்கும் பாதுகாப்புக் குறையுணர்வுகள் தான் காரணம் என்று அஞ்சுகிறேன். யாரோ வந்து உன்னைத் தூக்கிக்கொண்டு போவதும், எங்கோ யாருடனோ உனக்குத் தெரியாமல் நான் குலவிக் கொண்டிருப்பதுவுமாக உனக்குள் ஏற்படும் குறையுணர்வுக் குப்பைகளைக் கொஞ்சம் கைவிடேன்.

ரொம்பவும் மென்மையாக எழுத நினைத்தேன். இவ்வளவு முரட்டுத் தனமாக உன்னோடு உரையாட வேண்டியிருக்கும் என்று நான் கற்பனைகூட செய்தது இல்லை. என்போல் கிராமப் பின்புலத்தில் இருந்து வந்தவர்களுக்கேயான இயல்பான தாழ்வு மனப்பான்மை என்னை உழற்றியடிக்கிறது. எங்களுக்கு எதுவுமே கிடைக்க வில்லை என்கிற இறைஞ்சும் சொற்களையும் கூடவே முதுகிலேற்றி அனுப்பி வைத்திருக்கிறார்கள். ஒருகட்டத்தில் நான் அந்த மூட்டையைக் கடாசி விட்டேன். யாரையும் சார்ந்து நிற்காத கால்களுடன் இந்தப் பெருநகரில் அலைந்து பழகிவிட்டேன். அது உன்னையும் அந்த எல்லையிலே வைத்து அளவிடுகிறது.

எல்லாப் பாவங்களையும் செய்துவிட்டு, இன்னொருவர் ரத்தத்தால் அதைக் கழுவக் கற்றுக்கொடுத்து விட்டார்கள். பிரியமுள்ள பார்கவி, காயங்களின் குருதி உன் உள்ளத்திலிருந்து விடாமல் கசிந்து கொண்டிருப்பதை நான் கேட்டறியவில்லை. என்னைக் குறித்தே இவ்வளவு காலமும் பிரஸ்தாபித்துக் கொண்டே திரிந்துகொண்டிருக்கிறேன். என்னை மன்னித்தருள். இனி உன் காயங்களுக்கு நான் மருந்திடுகிறவனாக அல்ல உன் மருந்தாகவே ஆவேன், அல்லது ஆக முயன்று.......

எழுதி முடித்த நொடி நேரத்தில் தன் மின் சக்தியை முற்றிலும் இழந்து விட்டதாகக் கண் சிமிட்டிய மொபைல் அப்படியே அணைந்து மொத்தச் செய்தியும் அழிந்துபோனது.

என்ன தான்டா பிரச்னை உங்களுக்குள்ள? சொன்னாத் தானே தெரியும். நல்லா இருக்கீங்கன்னு நினைச்சுக்கிட்டு இருந்தா திடீர் திடீர்ன்னு ஆரம்பிக்கிறீங்க?

பார்கவிக்கும் எனக்கும் முற்றுகிற சின்னச் சின்ன சண்டைகளில் அநேகமாக நான் அவளுக்குத் தருகிற பெரிய தண்டனை அவளை ஃபேஸ்புக்கில் ப்ளாக் செய்வதும், போனை எடுக்காமல் தவிர்ப்பதும்தான்.

அந்தச் சிலமணி நேரம் அல்லது மூன்று நாள்கள் வரை நீளும் இடைவெளிக்குள் அவள் வல்லூறு தூக்கிச் செல்லக் காத்திருக்கும் சோமாலியா குழந்தையைப்போல மனத்தளவிலும், உடலளவிலும்

சிதைவுற்றுப் போயிருப்பாள். பிறகு, போன் எடுக்காத பிரச்சனை என் நண்பர்களின் காதுக்குச் சென்றுசேரும்போது, இதுபோன்ற தனிச்செய்தி விசாரணை தொடங்கும். அன்றைக்கு மாலையிலே கூப்பிட்டு வைத்து அர்ச்சனைகளை ஆரம்பிப்பார்கள்.

நான் வழக்கம்போல 'இவ எனக்கு வேண்டாம். இவளால என் நிம்மதியே போயிடுச்சு' என்பேன். பார்கவி ஆத்திரத்தின் உச்சியில் நின்று கத்துவாள். கூடவே அவளுக்குக் கண்ணீர் முட்டிக்கொண்டு வரும். நேராகக் கிட்டவந்து, "நீ என்னடா என்னை வேண்டாம்ன்னு சொல்றது. நான் சொல்றேன் எனக்கு நீ வேண்டாம் போடா" என்பாள்.

உச்சபட்ச ஈகோ இருவருக்குமிடையே கடல்போலக் கொந்தளிக்கும். திரும்பத் திரும்ப "வேண்டாம் போடா! நீ வேண்டாம் போடா... நீ வேண்டாம் போடா..!" என்று சொல்லிக் கொண்டே இருப்பாள்.

ஏதோ ஒரு வினாடியில் அவள் கண்களை நான் சந்தித்து விடும்போது, பார்கவி என்று அவள் கைகளைப் பிடித்து மண்டியிடுவேன். கப்பலை மூழ்கடித்திருக்கும் கடல்.

ஒவ்வொரு முறையும் பூனைக் குட்டியாக மாறுவதும், பிறகு ரத்தத்தால் கழுவப்படுவதுமென நிகழும் இந்த விளையாட்டை இருவருமே நிறுத்திக் கொள்வது என்று முடிவெடுத்த ஒரு நல்ல நாளில் உடல்கள் தழுவிக்கொண்டு கிடந்த நேரத்தில் மெஸெஞ்சர் 'டிங்' என்று சத்த மிட்டது. நான் சட்டென்று அவள் கண்களைப் பார்த்தேன் ஒரு பூனையைக் கொலை செய்யப் போகும் அதே தீவிரம்.

மகனே! சாகும் வரைக்கும் உனக்குச் சங்குதான்டா!

– 2021

ரயிலுக்கு நேரமாச்சி...

அருணாவுக்கு அப்பாயிண்ட்மெண்ட் ஆர்டரைக் கையில் வாங்கியது தான் நினைவிலிருக்கிறது. அதற்குப் பிறகு தன்னைச் சுற்றி என்ன நடந்தது என்றே நினைவில் இல்லை. நேற்று ஒரு முழு நாள் எப்படித் தீர்ந்துவிட்டது என்றே புரிபடாத தெளிச்சி அவள் முகத்தில் ஒட்டிக் கிடந்தது.

எங்கிருந்து புகுந்துகொண்டதோ அத்தனை உற்சாகம். ஓடி ஓடி ஒவ்வொரு பொருளாகத் தேடி தேத்திக் கொண்டிருந்தாள். வீட்டிலிருந்த பழைய மிலிட்டரி உறை மாட்டிய சூட்கேசை எடுத்தாள். உறையை எலி நினைத்த இடத்திலெல்லாம் கடித்துவைத்திருந்தது. அதைக் கழற்றிப் போட்டுவிட்டு, சூட்கேஷ் மேல் புறத்தை ஈரத்துணி போட்டு துடைத்துக் கொண்டிருந்தாள். கொஞ்சம் எண்ணெய் தொட்டுத் தேய்த்தால் புதுசுபோல் ஆகிவிடும் என்று ஒரு ரூபாய் பாக்கெட்டிலிருந்த தேங்காய் எண்ணெயைத் துணியில் தொட்டு பளபளப்பேற்றினாள்.

சோப்புத் தூளைத் தண்ணீரில் கரைத்து நுரை பொங்கப் பொங்க அடித்து, தன்னிடமிருந்த நாலு நல்ல ஜெர்ஸியையும் ஒரேயொரு நீல நிறச் சுரிதார் டாப்பையும் ஊறவைத்துத் துவைத்தாள்.

''சட்டிபியேட்லாம் பத்திரமா எடுத்து வச்சுக்க தாயி. சாயங்காலம் ரயிலுக்குக் கெளம்பணும். நம்ம ஆசாரியைய்யாகிட்ட உங் கம்மல கொடுத்தம்லா அதத் திருப்பிட்டேன். இந்தா போட்டுக்க. ஆசாரி பிடிச்சது போவ மிச்சத்துட்டு இன்னா இதுல இருக்கு. கைச்செலவுக்கு எடுத்துக்க. மொத மொத கவர்மெண்டு வேலைக்கிப் போப்போற. சங்கடமில்லாம பக்கத் துணையா அந்தப் பொட்டல் குதுரைக்காரன் இருக்கணும்னு வேண்டிக்கம்மா!''

''ப்போவ்... கம்மல திருப்புத அளவு துட்டுக்கு என்ன பண்ணிய...''

''அதெல்லாம் உனக்கெதுக்குலா. நீ நல்லமாரியா உத்தியோகத்துல சேர்ந்து, கெதியா நீ பழையமாரி ஓடணும் பிள்ள...''

‘‘நான் ஓடுறது கெடக்கட்டும். நா இல்லன்னு நீங்க பாட்டுக்கு மருந்து தேட மேடுகண்ணின்னு அலையப் போவாதீரும். உடம்பப் பாத்துக்கிடுமப்பா...’’

‘‘ச்சேரி தாயி... அப்படியே ஒங்கம்ம மாதிரிதா மெரட்டுத...’’

‘‘அதிருக்கட்டும்.. காசுக்கென்ன பண்ணிய...’’

‘‘கஷ்டப்பட்டவன் தலையெழுத்து வேறென்ன கடனுக்குதான்!’’

‘‘ரொம்ப முக்கியமா இப்ப கம்மலு...’’

‘‘வெறுங்காதுல பொட்டப்புள்ளய ஊருதேசம் அனுப்பவா சொல்லுத...’’

‘‘எப்போவ் மொதல்ல வயித்துக்கு கூழு; அப்புறந்தான் மீசைக்கி மையி...’’

பூக்காரர் மாசாணத்துக்கு அவர் மகள் மீது எப்போதும் கொள்ளைப் பாசம். சிலகாலமாகவே மனக் கசப்புகளால் முடங்கிப் போயிருந்த தன் மகள் இப்போதும் மீண்டும் புத்துணர்வு கொண்டு நடமாடுகிறாள் என்பதும், அதற்குக் காரணமாக இருந்தது இந்த கவர்ன்மென்டு வேலைக்கான ஆர்டர்தான் என்பதும் கிழவருக்குப் புதூ...த் தெம்பைக் கொடுத்திருந்தது.

‘‘ம்க்கும் பொல்லாத சீமையில காணாத கவருமெண்டு வேல. அதும் ஒத்தப் பொட்டச்சிக்கி. ஏம்மாசாணம் ஊரு புள்ளைவல்லாம் தீப்பெட்டி கீப்பெட்டி ஒட்டி வயித்துக்குச் சாம்பாரிக்குவளே. அதை உட்டுட்டு ஊருதெரியாத ஊருல கொண்டு போயி பொட்டப்புள்ளய தனியா வுடுதியே... ஒனக்கு யோசனை கீசன கெட்டுப்போச்சா? இத்தன காலம் பரதேசமா கூட்டிட்டு அலைஞ்ச சரி! இனியுமென்ன எவங்கையிலயாவது புடிச்சு குடுக்கத விட்டுட்டு’’ லெச்சுமி அத்தை வழக்கத்தைத் தாண்டி முனங்கத் தொடங்கியது. அருணாவுக்குக் கோபம் சுர்ரென்று தலைக்கு ஏறியது.

லெட்சுமி அத்தை அருணாவின் முறைக்கு அத்தையென்றாலும் வயதால் கிழவியை ஒத்திருந்தாள். சொரூபமும் அப்படித்தான். பாயில் சவண்டு கிடந்துகொண்டு அது பேசாத ஊர் நியாயமில்லை. தொண்டைக்குழிச்

சத்தத்தை வைத்து அவள் வயசைக் கணித்துவிடக் கூடாது. உடலும் குரலும் வெவ்வேறு காலத்தில் பிறந்து, பிறகு ஒன்றுகூடிக் கொண்டது போலிருக்கும் அவளின் பேச்சு.

மாசாணத்துக்கு ஐயாவின் மூத்தவடியா மகள் லெட்சுமி. மூப்பன்பட்டியில் அவளைக் கல்யாணம் பண்ணிக் கொடுத்த பன்னிரெண்டாவது வயதிலே, வீட்டுக்காரன் பாம்புக் கடித்து இறந்து விட, அப்போதே அவளை மூளியாக்கி, தாய் வீட்டில் கொண்டுவந்து விட்டுவிட்டார்கள். அவளின் சிடுசிடுத்தனம் எல்லாம் அந்த வயதில் உண்டானதுதான். கால்கள் இரண்டிலும் பம்பரங்களைக் கட்டிக் கொண்டது போல் ஊராள் வீடுகளில் உழைப்பாள். வேகாத வெயிலும் அம்மியை நனைக்கும் குளிரும் அவளை ஒன்றுமே செய்து யாரும் பார்த்ததில்லை.

மாசாணம் எப்போது தன் அக்காளைப் பற்றி அருணாவிடம் சொல்லும் போதெல்லாம், தனக்கு ஏழு வயதிருக்கும்போது ஊருக்குள் வந்த காலராவின் கதையிலிருந்து தொடங்குவான். சொருசொருவென எல்லா வீடுகளுக்குள் புகுந்த அந்தக் கொள்ளை பல உயிர்களை ஈவிரக்கமில்லாமல் வாங்கிக்கொண்டுபோனது.

பெரியாள், சின்னாள் என்று எந்தக் கருணையுமில்லை. மிதமிஞ்சிக் கிடந்ததுகளை எல்லாம் கஞ்சித் தொட்டியில் கையேந்தி, லெச்சுமி அத்தை தான் வளர்த்துவிட்டது. இடிதாங்கி மாதிரி இருந்து அவள் எங்களைக் கரைதேத்தி விட்டாள். அவள் இல்லையென்றால் நாங்களில்லை என்று முடிப்பான். அதனாலேயே, லெச்சுமி அத்தையின் கடுசுப் பேச்சுக்களுக்கு அருணா அதிகம் பதில் கொடுப்பதேயில்லை. இன்றைக்கு அப்படி அவளால் விட்டுவிட முடியவில்லைதான். ஆனாலும் அடக்கிக்கொண்டாள்.

இப்போதில்லை.. ரொம்ப நாட்களாகவே அவள் பேச்சடங்கிப் போய்தான் இருந்தாள். இந்தப் பொட்டுக் கரிசலில் எல்லா பொம்பளைப் பிள்ளை களுக்கும் வாய்க்கிறமாதிரி ஒரு வாழ்க்கை தனக்கு மட்டும் ஏன் வாய்க்காமல் போனது. அம்மா இருந்திருந்தால் இதெல்லாம் நடந்தேயிருக்காதோ.

சின்ன வயதிலேயே அவரோடு காடு மேடு மலையென அலைந்து திரிந்து கால்களில் வலுவேறிப் போயிருந்தது அருணாவுக்கு. நாளைக்கு

மைல் கணக்கில் ஓடுவாள். கெதியான உடல்வாகுள்ள பெண்பிள்ளை என்பதால் அடக்குமுறைகளைத் தாண்டி அவளைக் கபடி ஆடச் சம்மதித்தார் மாசாணம்.

அருணா எட்டாம் வகுப்பில் படிக்கும்போது, ரத்தினம் பி.டி வாத்தியார்தான் அவளின் பள்ளிக்கென்று ஒரு கபடி டீமை உண்டாக்கினார். சாத்தூர், கோவில்பட்டி, செவ்வல்பட்டி, மூப்பன்பட்டி, வேலாயுத புரம், சங்கரலிங்கபுரம், இலுப்பையூரணி, இனாம் மணியாச்சி ஆகிய ஊர்களுக்கிடையே நடந்த கபடிப் போட்டிகளில் அத்தனை டீமையும் அள்ளி வீசி, சாத்தூர் அணி கோப்பையை வாங்கினபோதுதான் அவளுக்கே அவளின் பலம் என்ன என்பது தெரியவந்தது.

மணியாச்சியில் நடந்த இறுதிப்போட்டியை ஊராரே நேரில் வந்து பார்த்தபோது, பொட்டச்சிகளுக்கு எதுக்கு இந்த ஆட்டமெல்லாம் என்ற கப்பம் பேசிய வாய்களெல்லாம் கொஞ்சமாய் அடங்கியது. ஆனாலும் லெட்சுமி அத்தையை அது திருப்திப்படுத்தவேயில்லை.

முத்துச்செல்வி, இளவேணி, அம்பிகா, செங்கமலம், காவேரி, அருணா, அம்சப்பிரியா ஏழு பேரும் களத்திலிறங்கி கபடி ஆடுவதின் நுணுக்கங்களை ரத்தினம் வாத்தியாரிடமும், கோவில்பட்டியிலிருந்து வந்த தங்கமுத்து கோச்சிடமும் கற்றுக்கொண்டிருந்தார்கள்.

நடுக்கோடு தொட்டு பாடிக்கொண்டு போனால் முத்துச்செல்வி ஒருத்தியாக நாலுபேரை தட்டிவிட்டு வருவாள். ''கீத்து கீத்தடி கீரைத் தண்டடி... நட்டு வச்சன்டி... பட்டுப் போச்சடி... போச்சுடி போச்சுடி...'' என்று செங்கமலம் வித்யாசமாகப் பாடிச் செல்லும்போது முத்துச்செல்வி மட்டும் ஆண்களைப் போல ''கபட்ஸ்.. கபட்ஸ்'' என்று மட்டும் செல்வாள். அவள் அப்பா மாநில கபடி அணியிலே கேப்டனாக இருந்தவர். ஆங்காங்கே சில நம்பிக்கைகள் துளிர்ப்பதற்குக் காரணமாக இருந்தவரும் அவரே!

மாசாணத்துக்குக் தொழில் பூக்கட்டுவது. கருமாரியம்மன் கோயிலுக்கு முன்னால் பெட்டிபோட்டு மாலை விற்பவர்களுக்கு, கூலிக்குப் பூக்கட்டிக் கொடுப்பார். ஆனால், உண்மையில் அவர் ஒரு மருத்துவச்சிக் குடிசையில் பிறந்த கடைசிப்பிள்ளை. இன்னும்

விடாமல் இந்த மூலிகைகளையும் கசாயச் சட்டிகளையும் புகைக்கு நடுவே இழுத்துப் பிடித்துக்கொண்டு காப்பாற்றி வருபவர். மாசாணமுத்து வைத்தியர் என்றால் இன்றைக்கும் புதுக்கிராமம் முழுக்க ஆளும் பேரும் தெரியும். ஆனால் வயித்துக்குத் தெரியாததால் பூக்கட்டிக் கொடுக்கிறார். லெச்சுமி அத்தை இப்போது பேசுவதெல்லாம் கொஞ்சம் நஞ்சம்தான். அப்போதெல்லாம் விறகுக் கட்டையை வேண்டுமென்றே தூக்கி எறிவார். மாசாணம் அதைத் தடுத்துக் கேட்ட தில்லை என்றாலும், மகளின் சிராய்ப்புக் காயங்களுக்கு உறக்கத்திலிருக்கும்போதே மருந்துகளை அரைத்துவைத்துவிடுவார். வாழ்நாள் முழுக்க அவர் சத்தமாகப் பேசி யாரும் கேட்டிருக்கவில்லை.

திருநெல்வேலி ராஜவல்லிபுரம் அணியோடு கோவில்பட்டி அணி கபடி விளையாடி தோற்றுப் போயிருந்தது. பஸ்ஸில் ஊர் திரும்பிக் கொண்டிருந்த போது அப்படி ஓர் அழுகை அருணாவிடம். மாசாணம் எதுவுமே சொல்லாமல் அவள் கைகளை இறுகப் பற்றிக் கொண்டார். அவரிடமிருந்த சொற்களுக்கு அவ்வளவுதான் பேசத் தெரியும்.

பத்தாம் வகுப்புக்கு மேல் ஸ்போர்ட்ஸ் கோட்டாவில், அத்தனை செலவுகளையும் ஏற்று அருணாவையும், முத்துச் செல்வியையும் படிக்க வைப்பதாக, விருதுநகரில் நடந்த பரிசளிப்பின்போது எம்.எல்.ஏ வாக்குக் கொடுத்திருந்தார். முத்துச் செல்வியின் அப்பா அந்த வாக்கை கெட்டியாகப் பிடித்து, அருணாவுக்கும் சேர்த்து மேல்படிப்பு ஏற்பாடு களை கவனித்தார். அதன்படிதான் அய்யநாடார் கல்லூரியில் இடமும் மூன்றுவேளை உணவும் தங்க ஹாஸ்டல் வசதியும் அருணாவுக்குக் கிடைத்தது.

அத்லெட்டாக ஆகவேண்டுமென்றால், நிறைய உபகரணங்கள் வாங்க வேண்டியிருக்கும். கபடிக்கு அப்படி எந்த விலை கூடின உபகரணமும் தேவைப் படாமல் இருந்ததே அருணாவைப்போல நிறைய பேரை இந்த விளையாட்டுப் பக்கம் திருப்பி இருந்தது. நேசனல் அணிக்காக ஆசியக்கோப்பை களத்தில் பாடிச் செல்லவேண்டுமென்ற என்னுடைய வறுமைப்பட்ட கனவுக்கு வலுவூட்ட, களிமாவில் கருப்பட்டி சேர்த்து

கார்த்திக் புகழேந்தி 225

கிண்டித் தின்றால் உடம்பு இன்னும் வலிவு கூடுமென்று சொல்ல மட்டுமே மாசாணத்தால் முடிந்தது.

கல்லூரியில் சேர்ந்து அருணா, மாவட்ட அளவில் விளையாடிக் கொண்டிருந்த போது, அவள் கூடப்படித்த இளவேணிக்குத் திருமணமாகி தலைப்பிரசவமே முடிந்திருந்தது. மற்ற கூட்டுக்காரிகள் பலபேர் வரிசையாக களத்தைவிட்டு வெளியேறிக்கொண்டிருந்தார்கள். அருணாவுக்கும் முத்துச்செல்விக்கும் நேஷனலில் ஆடவேண்டுமென்பதே லட்சியமாக இருந்தது.அதற்காக கபடியை விட்டுவிட முடியுமா! புழுதி மண்ணை காலால் நெட்டி எடுத்து உள்ளங்கையில் பரசி, தொடை தட்டிப் போய், காலைவீசி, அள்ளிப்பிடிப்பவர்களிடம் நழுவி உப்புக் கோட்டுக்குப் பாய்ந்து, பாடிப் போகாமல் ஒருநாளும் உறக்கம் வருவதாய் இல்லை.

மாநில அணிக்காக குஜராத்தில் கோப்பையை வாங்கினபோது, இது பத்தாது இன்னும் இன்னும் நிறைய வேண்டும் என்றாள் முத்துச் செல்வியிடம். டாக்காவில் நடந்த தெற்காசியப் போட்டியில் களமிறங்க பாஸ்போர்ட் வாங்கப் பணமில்லாமல் பட்டியலிலிருந்து என் பெயர் நீக்கப்பட்டது. முத்துச் செல்விக்கு நேசனல் டீமில் இடம் கிடைக்க வாய்ப்பிருந்தும் அவளுக்கும் துரதிர்ஸ்டம் துரத்திவிட்டதாக நினைத்துக் கொண்டாள்.

இடையே முத்துச் செல்வியின் அப்பா பட்டாசு லாரி மோதி இறந்து போக, அவளது அத்தை மகனுக்கு முத்துச்செல்வியைக் கட்டிக் கொடுத்தார்கள். தனக்கென்று இருந்த ஒரே பிடிதரமும் தளர்ந்த போதும் பயிற்சியை மட்டும் விடாமல் தொடர்ந்து கொண்டிருந்தாள் அருணா.

கன்றுக்குட்டியைக் கழுத்தில் தூக்கிக் கொண்டு குளத்தங்கரை மேட்டில் மூச்சிரைக்க ஓடுகிறவளுக்கு, ஹைகிரவுண்ட் மைதானத்தைச் சுற்றி ஓடுவது ஒன்றும் பெரிய விஷயமில்லைதானே! ஸ்டேட்லெவல்டோர்னமெண்ட்டீம் செலக்‌ஷன் லிஸ்ட்டில் அருணா பேரும் ஏற்பாடாகியிருந்தது. அதிகாலை பயிற்சியின் போது, ‘அந்த புதுக்கிராமத்துக்காரப் பிள்ளைக்கு பை பெருசுடா’ன்னு சொல்லி வம்பிழுத்தவனை செவுளிலே ஒன்று கொடுத்தாள் அருணா.

அறையை வாங்கியவன் விருதுநகர் எம்.எல்.ஏ-வுக்கு சொந்தக் காரனாய் இருந்தானென்றால் அதற்கு அவள் என்ன செய்ய முடியும். ஆனால், அந்தப் பிரச்னை பெரும் விபரீதமாகி வந்துவிட்டது. அடி வாங்கிய பையன் எம்.எல்.ஏ-வுடன் நிற்கிற படத்தை அச்சிட்டு, அன்றைக்கு மாலையில் வந்த பேப்பரிலேயே செய்தி போட்டு விட்டார்கள். 'விளையாட்டு வீராங்கனையிடம் பாலியல் சீண்டல் செய்த எம்.எல்.ஏ உறவினர்' என்று அடையாளமில்லாமல் எழுதினாலும் அடித்தது அருணாதான் என்று தெரியவந்ததும் அவளை மேட்ச் ஆடவிடாமல் தடுத்துவிட்டது எம்.எல்.ஏ தரப்பின் ஈகோ!

அத்தோடு பிரச்னை முடிந்தால்கூட பரவாயில்லையே... பயிற்சி முடிந்து ஊருக்குத் திரும்பிய பிறகும் விடாமல் துரத்தியடித்தார்கள். மைதானத்தில் இறங்கத் தடை ஏற்படுத்தினார்கள். அவள் படித்த கல்லூரி நிர்வாகம் அவளுடைய டிகிரி சர்டிபிகேட்டை மட்டும் வழங்காமல் தாமதப்படுத்தியது. எதிர்த்துக் கேள்வி கேட்டுப் பார்த்தாள். எதுவும் வேலைக்காகவில்லை.

'தப்புசெஞ்சதுஎவனோஒருத்தன்.தண்டனைநான்அனுபவிக்கணுமா...' என்ற கோபம் அருணாவை முதலில் ஆத்திரமாக்கியது. பிறகு, இயலாமை அவளை மௌனமாக்கியது. கடைசியில் எந்தப் பிடிப்புமற்றவளாக வீட்டுக்குள் முடங்கியவளாகிவிட்டாள்.

மாசாணம்தான் அறிந்தவர் தெரிந்தவர்களைப் பிடித்து எப்படியாவது அருணாவின் டிகிரி சர்டிபிகேட்டை வாங்கிவிட வேண்டுமென்று தலைகீழாகத் தண்ணீர் குடித்தார். அங்கும் இங்குமாக அலைந்து நொம்பலமாகிப் போனார். எல்லா திசைகளிலிருந்தும் வீசிய பந்து அவர் கைக்கே வந்து சேர்ந்தது. கடைசி முயற்சியாக நீதிமன்றத்தை நாடிய பிறகு அவருக்கு நல்வழி வாய்த்தது. அதற்குள் மூன்று ஆண்டுகள் காணாமல் போயிருந்தது.

அந்தச் செலவில்தான் வீட்டிலிருந்த ஒரே ஒரு தங்கமான அருணாவின் கம்மல் அடகில் விழுந்தது. அது அருணாவின் அம்மா வீட்டுச் சீதன மிச்சம். அருணா வயதுக்கு வந்தபோது முதல்முறையாக அவள் காது

களுக்கு இடம் மாறிச் சேர்ந்தது. பயிற்சி எடுக்கும்போது உடைந்து போனதற்காக எப்போதோ ஆசாரியிடம் சரி செய்யக் கொடுத்திருந்ததை, அப்படியே ஈடுவைத்து இன்று மீட்டுக் கொண்டுவந்து தந்திருந்தார்.

எவ்வளவோ கடன்பட்டுவிட்ட பிறகும் நம்பிக்கையை இழந்தாரில்லை மாசாணம். மகளுக்கு வேலை கேட்டு வக்கீல் மூலமாகவே அரசாங்கத் துக்கு எழுதிப் போட்டார். லெச்சுமி அத்தை, 'எவனுக்காவது அவளைக் கட்டிவைக்கும் வழியைப் பாரு' என்று வாய்விட்டு ஏசத் தொடங்கிய தையும் அவர் காதில் வாங்கியிருக்கவில்லை.

மைதானப் புழுதி படாத கால்களைச் சுமந்துகொண்டு, முடமாக வீட்டில் பீடி சுற்றிக் கொண்டிருந்த மகளை எப்படியாவது மீட்டெடுத்து விடவேண்டுமென்று துடித்தார். அவர் நல்ல நேரம் நாட்டில் ஆட்சி கைமாறி, காட்சிகளும் மாறியிருந்தன.

புதிய மந்திரியிடம் நடந்த கதையெல்லாம் மனுவாக எழுதிக் கொடுத்து, மகள் கபடிப் போட்டிகளில் வாங்கின பதக்கங்களை, நாளிதழ்களில் கத்தரித்து வைத்திருந்த புகைப்படங்களையெல்லாம் ஒட்டி அனுப்பி, அருமாந்திருந்தார் மாசாணம். எங்கே யார் மனம் இறங்கியதோ, அந்த பொட்டல் குதிரைக்காரனுக்கே வெளிச்சம்.

அருணாவுக்கு ஊர்க்காவல் படையணியில் சேர அழைப்பு வந்தது. அப்பா கேட்டுக்கொண்டதற்காக மனமே இல்லாமல் பயிற்சித் தேர்வில் கலந்துகொண்ட அருணா முதல் சுற்றிலேயே தேர்வாகியிருந்தாள். சம்பளமில்லாத படிக்காசுதான். நாற்பத்தைந்து நாள்கள் கவாத்து பயிற்சியில் கலந்துகொள்ள வேண்டியிருந்தது. போவதா வேண்டாமா என்று ரொம்பவே தயங்கினாள்.

'மூணு வருஷம்தாம்மா கண்ண மூடி கண்ணைத் திறக்குறதுக்குள் போய்டும்...' என்று பேசி அவளைச் சம்மதிக்க வைத்தார் மாசாணம். அவ்வளவு நாள்கள் அவளுக்குத் தேவைப்பட்டிருக்கவில்லை. மாவட்ட போலீஸ் சூப்பிரண்டாக இருந்த அதிகாரி பயிற்சி மைதானத்தில் அருணாவின் செயல்பாடுகளைக் கவனித்துவிட்டு அவளைப் பற்றி விசாரித்தார். அதன்பிறகு எல்லாமே மாறிவிட்டது.

கூப்பிட்டுவைத்து அவளை எஸ்.ஐ தேர்வு எழுதச் சொன்னார். அவளும் முதல்முறை நம்பிக்கையாக விளையாட்டு வீரர்களுக்கான பத்து சதவிகித கோட்டாவில் அப்ளை செய்தாள். மனதுக்குள் இருந்த இறுக்கத்துக்கு மாறாக உடல் நெகிழ்ந்து கொடுத்தது. வைராக்கியம் தேர்வுகளை துணிவோடு அணுக வைத்தது. முதன்மை எழுத்துத் தேர்வு, உடல்திறன் தேர்வு, நேர்முகத்தேர்வு, சிறப்பு மதிப்பெண் எல்லாவற்றையும் தட்டித் தூக்கினாள். தற்காலிகப் பட்டியலில் பெயர் இடம்பெற்றுவிட்டது. சீனியாரிட்டி அடிப்படையிலும் படிக்கும்போது சாரணர் இயக்கத்தில் சேர்ந்திருந்ததன் பொருட்டும் இறுதிப் பட்டியலுக்குள் நுழைந்தாள். இதோ பயிற்சி முடிந்து வேலையில் சேர்வதற்கான ஆர்டர் அவள் கையில் வந்து சேர்ந்திருந்தது.

கனவு காண எல்லாராலும் முடிந்திருக்கிறது. ஆனால் எல்லாருக்குமா அப்படியே பலித்திருக்கிறது? காக்கிச் சீருடையில் பூட்ஸுகளை மாட்டிக் கொண்டு, நகரத்தின் வீதிகளில் எங்காவது புதுக்கிராமம் மாசாணமுத்து வைத்தியரின் மகள் அருணாதேவி காவல் உத்தியோகத்தில் அமர்ந்திருப்பாள். அவளிடம் மட்டுமல்ல எந்தப் பெண் பிள்ளைகளிடமும் வம்பு தும்பு வைக்கிறவர்களுக்கு அடித்தொலி உறிந்துபோகக்கூட வாய்ப்புண்டு தானே!

– 2017

வள்ளம்

ஒவ்வொரு கோடைக்கும் இந்தக் கடல் காத்து, வெக்கை கூடி அடிக்கும். கரை அலையில்லாமல் அமைதியாகக் கிடக்கும். பருந்து வட்ட வட்டமாய் தடம் காட்ட மீன் வீச்சம் மதமதவென்று கரையேறும்.. 'மீனெல்லாம் கரைக்கு வந்துட்டு இருக்கு' என்பார் மைதீன் முதலாளி. அதற்கு முன்பே தச்சு பார்த்து, தகர அடைப்பு கொடுத்த வள்ளங்களும், பிடி வலைகளும் தயார் நிலையாகி இருக்கும். பெஞ்சாதியின் தோர்வாலியை அடகுக்கு வைத்த காசை மடிவலையாக மாத்திய வள்ளத்துக்காரர்கள் எல்லாம் மைதீன் முதலாளியிடம் நெத்திலி அடித்துத்தான் சித்திரைப் பாட்டு வருவாயைப் பார்த்தாக வேண்டும்.

மைதீன் முதலாளி மாதிரி வலுசாலியும் உழைப்பாளியும் அந்தக் கடற்கரைப் பிராந்தியத்தில் பார்க்க முடியாது. சொன்னதைக் கேட்கும் உடம்பும் எதற்கும் கலங்காத மனசும் கொண்டவர். செ ாந்தம் பந்தமென்று யாரும் கிடையாது. பெரிய அத்தா போன பிறகு, எல்லாமே சுலைமான் சாச்சாதான். சாச்சாவுக்கும் வயசு கேறிக்கொண்டேயிருந்தது. மைதீன் முதலாளிக்கு, கருவாடு ஏத்துமதி தொழிலில் செய்நேர்த்தியோடு, சொன்ன வாக்கைக் காப்பாத்துகிற மனுஷன் என்று மரியாதையும் கொழும்பு வரைக்கும் நல்லபேரை வாங்கிக் கொடுத்திருந்தது. வியாபாரத்திலும் வந்தது போனது எல்லாமும் கரையோரத்து சனங்களுக்கு சரிக்குச் சமமாய் பிரித்துக் கொடுத்து அவர்களோடு ஒண்ணுமண்ணாக வாழ்ந்து கொண்டிருந்தார் மைதீன் முதலாளி.

தேங்காய்ப் பட்டணத்துக் கடலில் வள்ளம்விட்டு வெஞ்சிலா, அருக்குலா, பாறை, மடிநெத்திலி, வலைநெத்திலி அடித்து, ஏஜெண்டுகள் மூலம் சிலோனுக்கு ஏத்துமதி வியாபாரம் பண்ணிக்கொண்டே, கரையில் நாலைஞ்சு வள்ளங்களும், மடிவலைகளும் போட்டு மீனவசாரிகளுக்குப்

பிழைப்பு ஏற்படுத்திக் கொடுத்திருந்தார். பெரிய படிப்பென்று படிக்கா விட்டாலும் சொல் ஒன்று செயல் வேறு என்றில்லாமல் நறுக்குத் தெறித்தது போல வியாபாரம் பண்ணக்கூடியவர் என்பதாலும், நாக்கில் இருந்த நன்னயத்தாலே அவர்மேலே மிகுந்த நம்பிக்கையை வைத்திருந்தது மீனவச் சனங்கள்.

கடல் எல்லாருக்கும் படியளந்து கொண்டிருந்தது. இன்னும் அள்ளி அள்ளிக் கொடுத்துக் கொண்டுதான் இருக்கிறது. எல்லாம் மனிதக் கூட்டத்துக்குள் பேராசை வந்து குடிகொள்ளும் வரைக்கும் தான். அந்த வருச சித்திரைப்பாட்டின் சனிக்கிழமை சாயங்காலத்தில், பிடிபட்ட மீன்களில் 'சிலோனுக்கு' என்று ஒதுக்கிய உணத்தல் மீன்களை வண்டிமாட்டில் ஏத்திவிட்டுக் கொண்டிருந்தார் மைதீன் முதலாளி.

இன்னையிலிருந்து ரெண்டாம் நாளில் துறைமுக ஏஜண்டு கையில் கிடைத்துவிட்டால் போதும். வியாழக்கிழமை நடையில் கொழும்புக்குப் போகும் கப்பலில் அத்தனைச் சரக்கும் ஏறியிருக்கும். திரும்ப திங்களுக்குத் தான் மறுநடை. மாற்றி மாற்றி நடைகள் போய் சரக்குகள் இறக்கி ஏற்றி நடக்கும் வியாபாரத்துக்கு ஆன முதலாக சிலோன் ஏஜண்டின் தரும் முன்பணம் தான் ஆதாரம். முன்பணத்தை வாங்கிக் கொண்டே அத்தனை சரக்கையும் சிட்டை போட்டு வண்டியேற்றி அனுப்பி வைப்பார் சுலைமான் சாச்சா.

சுலைமான் சாச்சாவுக்கு மைதீன் முதலாளிகிட்டே ரொம்பவும் அன்பு. ஒருகாலத்தில் சாச்சாவும் மைதீன் முதலாளியின் பெரிய அத்தாவும் ஒரே வள்ளத்தில் தொழிலுக்குப் போனவர்கள். ஆழ்கடலுக்குள் கைகோர்த்து எத்தனையோ இருளங்களைப் பார்த்தவர்கள்.

அப்படி முழுநாளும் பாடுபார்த்து பரும்பரும் மீன்களைக் கரைக்குக் கொண்டு வந்துகொண்டிருந்த ஒரு காற்றடி காலத்தில், மைதீன் முதலாளியின் பெரிய அத்தாவை புலிச்சுறா ஒன்று சுருட்டி அடித்துத் தண்ணீரில் இழுந்த்துக் கொன்று போட்டது.

அப்போதெல்லாம் கடல்புரத்தில் கரைப்பக்கம் தூண்டிபோட்டு சின்னமீன் பிடித்துக் கொண்டிருந்த சனங்களுக்கு சுறாத் தொல்லை

பெருந்தொல்லை. பத்து குட்டி போட்ட தாய்ச்சுறா என்றாலும் அது தனியே கரை மேயும்போது ஆபத்தானதுதான்.பசியோடு கிடந்து காத் திருந்து வேட்டையாடிப் போகும். இதன் அட்டூழியத்தை அடக்குவது என்று ஆளாளுக்குத் திணறிக் கொண்டிருந்தார்கள்.

ஒருவழியாகக் கடைசியில் கருமார்கிட்டேச் சொல்லி, சுறாவுக்கென்றே தனீ முள் தூண்டி அடித்து, இளவட்டங்களும், மூப்பர்களும் தாங்களே கடலுக்குள் இறங்கி சுறா வேட்டைகளில் ஈடுபடத் துவங்கியிருந்தார்கள். அப்படி வேட்டைக்குத் தப்பிக் காயம்பட்டிருந்த புலிச்சுறாதான் பெரிய அத்தாவைக் கொன்று போட்டிருந்தது. எப்படி இருந்தாலும் ஒருநாளில்லை ஒருநாள் அதைக் கரைக்கு இழுத்து வந்து அதன் சங்கிலே மிதித்துக் கொல்லணும் என்ற நினைப்பும் மைதீன் முதலாளி பாலறவாயனாக இருந்தபோதே அவர் அடிமனசிலே பதிந்துவிட்டது.

காது விடைத்து நடுக்கடல் தொழிலுக்குப் போக ஆரம்பித்த வயதில், மைதீன் முதலாளிக்கு என்ன ஆகிருதி என்கிறீர்கள். அந்தப் பிரதேயத்து முசல்மான்கள் எவருக்கும் வாய்க்காத வளப்பமான கட்டுடம்போடு துளவை இழுத்துப் பிடித்தாரென்றால் ஆழி தாண்டி வள்ளம் சீறும். அப்படி ஆறுநாளாகக் கடல் கசத்திலே கிடந்து அந்த வேல்ச்சுறாவை அடையாளங் கண்டுகொண்டார்.

ஜரிகை தூண்டிலில் கொருக்கிப் போட்டு மாட்ட வைத்து, பலங்கொண்ட மட்டும் முதுகு வாங்கி இழுத்து நீஞ்சவிட்டு, களைத்து ஓய்ந்த சுறா மேலே சாடிவந்தபோது, குத்துக் கம்பியாலே அதன் ஒற்றைக் கண்ணைத் தளர்த்தை உயிரோடு தன்னந்தனி ஆளாக அதனைக் கடக்கரையில் இழுத்துக்கொண்டு வந்து போட்டுத்தான் அந்த இளவட்டம் நிமிர்ந்தது.

கடக்கரை பூராவும் மைதீன் கொண்டுவந்துபோட்ட சுறாவின் பேச்சுத் தான். சுலைமான் சாச்சா பதறிப்போய்விட்டார். இவ்வளவு துடிப்பும் ஆகிருதியும் கொண்டவனை எப்படிக் கைக்கடங்கி வளர்த்து கரைசேர்த்து விடுவது என்று அவருக்கு பெருத்த ஆவலாதி ஏற்பட்டுவிட்டது. மருகி மருகி யோசித்தவர் அன்றைக்கு காலமே கடற்கரைப் பள்ளியில் வைத்து, ‘உன்னையும் தூண்டி வள்ளத்தோட இந்தக் கடலுக்குள்ள இறங்கவிட்டு,

சுறாவுக்குக் கொடுத்துட மாட்டேன், எனக்க மேல ஆணை இந்தக் கடலில இனி நீ இறங்கக் கூடாது'' என்று சத்து வாங்கி கொண்டார்.

பெரிய அத்தா பேருக்குத் துளியும் குறை வைக்காத மரியாதையும், அதிகப்படியான அன்பும் சாச்சாவின் மீது கொண்டிருந்த மைதீனுக்கும் சாச்சாவின் சொல்லை மீறும் வழிவகைகள் தேவையாய் இருக்கவில்லை.

கடலுக்குள் கால் வைக்காது, கரையிலே மீன்களை ஏலமெடுத்து, திற்று முதலாக்கி, உணத்தி காயவைத்த கூடைக் கருவாடுகளைச் சிலோனுக்கு ஏத்தி அனுப்பும் வணிக முறைகளையும் கற்றுக் கொண்டு முழுதாகத் தொழிலில் இறங்கிவிட்டதால் அதுமுதல் மைதீன் முதலாளி என்றே கடற்கரை முழுக்க அவரை அழைக்கலானது.

அதேபோதில், ''மைதீன் முதலாளி ஏன் கடலுக்குள் இறங்க மாட்டேங்கார்'' என்று கேட்கும் புதுவள்ளத்து ஆட்களுக்கு இந்தக் கதையை ஒவ்வொரு தரமும் ருசிருசியாகச் சொல்வது தேங்காப்பட்டிணத்து மீன்சாரிகளுக்கு நல்ல கதைப்போக்காவும் மாறிவிட்டது.

சாச்சா அன்றைக்குச் சிவப்புக் கலர் சிங்க முத்திரை போட்ட கொழும்புக் கடிதாசியை கையில் தூக்கிக் கொண்டு, கண்களைச் சுருக்கிக் கொண்டே கடல்ப்புரத்துக்கு வந்திருந்தார். கொழும்பு வியாபாரத்தில் விற்பனை, விலை நிலவரங்களைக் குறித்து அங்குள்ள ஏஜண்டின் கணக்கர் எழுதிப் போட்டிருந்த கடிதாசி தான் அது. இது வழக்கமான காரியந்தான்.

சரக்கு கேட்கும்போது, கடுதாசியில், ''உ' லாபம் இங்கே இன்ன சரக்குகள் இன்னின்ன விலை விக்கிறது. அதில் இத்தனை இத்தனை சுமை ஏத்தி அனுப்பி வைப்பீர்களாக; மேற்படி விபரங்கள் பின்பக்கம் பார்க்க'' என்று கைவிரிந்த சொல்லாய் எழுதியிருப்பார்கள். அதுவே வியாபாரமெல்லாம் படித்து அங்குகொண்டுபோய் நிரப்பினபிறகு, கணக்கு விபரமாக வந்துசேரும் தாளை வாங்கிப் பார்த்தால் கரை யாபாரிகளுக்கு முகம் சுருங்கிப் போய்விடும்.

''தேங்காப்பட்டணத்து முதலாளிக்கு சலாம், இந்த சித்திரை வாடைக்கு உங்க சரக்குகள் கரை வந்து சேரும்முன்னே மலையாளத்தான் சரக்குகள் குவிஞ்சு கொழும்பில் மார்கெட் விலையெல்லாம் விழுந்து போச்சு.

சொன்ன விலைக்கு கட்டாது. மேற்படி அசல், முன்பணக் கணக்கை தூத்துக்குடி பெரிய ஏஜண்டிடம் எழுதிப் பெற்றுக்கொள்ளவும். இன்ஷா அல்லா'' என்று தாள் வரும்.

தூத்துக்குடி பெரிய ஏஜண்டும் மெல்லமாக, ''வாங்கிய முன்பணத்தை வச்சுப் பாக்கும்போது, மிச்சம் இத்தன காசும் இவ்வளவு சக்கரமும் படியாள் நீங்கத்தான் திரும்பக் கொடுக்கணும் போல இருக்கும். அதை அடுத்த நடைக்குள் சரிபார்த்து தீத்துக்கலாம். இப்போ இன்னின்ன சரக்குகளை அனுப்பி வைக்கச் சொல்லுங்க'' என்று பட்டும் படாமல் பதில் எழுதுவார்கள்.

இத்தனையிலும் மீன்பிடி இல்லாமல் போகிற காலத்தில். வாங்கின முன் பணத்தை இத்தனைத் தவணைக்குள் கொடுக்கணும். தப்பினால் நிலப் பத்திரங்களையோ, வலைகளையோ, வள்ளத்தையோ பேர் மாத்தி எழுதி வாங்கிக் கொள்கிற போன்ற பழக்கங்களும் கடக்கரையிலே கசமுச என்று பேசப்பட்டுக் கொண்டிருந்தன.

தூத்துக்குடி ஏஜண்ட்மார்கள் பலரும் சிலோன் என்றாலோ, மாலத்தீவு என்றாலோ சரக்கனுப்ப பத்துதடவை யோசித்துக்கொண்டு கிடந்தார்கள். சிலோனிலும் தொழில் விழுந்த பலரும் தங்கள் தொழில் கிட்டங்கியை நேரடியாக, நடை கப்பல் கம்பனியின் பங்கு முதலாளிகளுக்கோ, தங்களுக்கு அனுசரணையான கொச்சிக்கடை மலையாளிகளுக்கோ கைமாற்றி எழுதிக் கொடுத்து, வேண்டியவர்கள் அவர்களோடு தொழில் பண்ணிக் கொள்ளச் சொல்வதுமான கசப்பான காரியங்களும் சிலகாலமாக நடைந்தேறிவந்தன.

மைதீன் முதலாளிக்கு கொடுக்கிற கை. அது அன்பானாலும் சரி அடியானாலும் சரி. தொழிலில் உள்ள நீக்குபோக்குகளை நன்றாக அறிந்த பழம்வியாபாரி. வியாபாரம் இல்லாக் காலங்களிலும் ஒரு கைக்கு மறுகையாக பணத்தை வசூலித்து உரிய ஆளுக்கு இவ்வளவு உருப்படி இவ்வளவு என்று பாடு கணக்கைக் கொடுத்து விடுகிறவர்.

அவருக்கேத்த மாதிரி பழைய சிலோன் முதலாளிகளும் அவர்கிட்டே கொஞ்சம் வளைந்துக் கொடுத்தே வந்தார்கள். சிலோன் முதலாளிகளிடம்

அவருக்கு இருந்த நாசூக்கும் மரியாதையும் கடற்புரத்து மனிதர்களை இந்த தொழில்பாடுகளில் நடக்கும் விசாரங்கள் குறித்த எந்த அச்சமும் துச்சமும் இல்லாமல் தானுண்டு தன் பாடுண்டு என்று இருக்க வைத்தது.

அது கீழ்க்கடலில் காற்றுகாலம் ஆரம்பித்திருந்ர்க சமயம். சிலோனில் உள்ள ஏஜண்ட், தான் கடன்சுமை தாங்காமல் தொழிலை எல்லாம் புதிய ஏஜண்ட் ஒருத்தனிடம் ஒப்படைத்துவிட்டு கண்டிக்குப் போய்விடுவதாகவும், வேண்டுமானால் வியாபாரங்களை அவன் கிட்டேயேத் தொடரலாம். இல்லையென்றால் புதிய ஏஜண்டு பார்த்துக் கொள்ளுமாறும் மற்றக் கணக்குகளை திங்கள் நடைக்கு வரும் கப்பலில் கொடுத்து விடுவதாகவும் கடிதாசியில் பிரதி எழுதிப் போட்டிருந்தார்.

அந்தக் கடுதாசியை கையில் ஏந்திக் கொண்டுதான் சாச்சா கடல்புரத்துக்கு வெக்கு வெக்கென்று நடைபோட்டு வந்திருந்தார். கடுதாசியைப் படித்ததுமே சாச்சாவுக்கு மனசு பிடிபடவில்லை. ஏதோ எடங்கேறு வரப்போவதாக எண்ணிக் கொண்டார். இத்தனைக் காலமும் தொழில் பண்ணினவர் எல்லாத்தையும் வேறாளுக்கு மாற்றிக் கொடுத்து விட்டுக் கிளம்புகிறேன் என்று சொல்வது அவருக்கு சவுகரியமாகப்படவில்லை.

மைதீன் முதலாளிகிட்டே விசயத்தை உடனே சொல்ல வேணும் என்று தோன்றவும்தான் அவரே கொதிக்கிற மணல்சூட்டையும் பார்க்காமல் ரொம்ப காலத்துக்குப் பிறகு கரைக்கு வந்திருந்தார்.

தன் காலத்தில் பத்து வள்ளங்கள் பாய் வைத்திருந்தாலே இந்தக் கரைக்கு அது அதிகம் என்று தோன்றும் அளவுக்கு கரை நிறைந்திருக்கும். இன்றைக்கு சரளமாக நாற்பது அம்பது வள்ளங்கள் கரையிலே திக்கு திசை காட்டிக் கொண்டு கிடந்தன. அவற்றில் காய்ந்து ஒட்டிக் கிடந்த சங்குச் சிப்பிகளில் இன்னும் ஈரம் போயிருக்கவில்லை. கரையொட்டி போடப்பட்டிருந்த நிறைய குடிசைகள் பட்டுவிட்டன. உள்ளொடிந்து தாழ்ந்து கிடந்த அந்தக் குடிசைகளின் வாசலில் காயப் போட்டிருந்த ஊளியைக் கவ்விக்கொண்டு போகக் காத்திருந்த காக்கைகளை நண்டும் சிண்டுமாகப் பிள்ளைகள் விரட்டி விளையாடிக் கொண்டிருந்தன.

அயுப்தான் சாச்சா கரையில் வந்து நிற்பதைத் தூரத்திலிருந்து கவனித்தான். ஹாஜியார் சுபானியுடன் தென்னந்தோப்பில் நிழலாற

உட்கார்ந்து பேசிக் கொண்டிருந்த மைதீன் முதலாளியிடம் சாச்சா கடற்கரைக்கு வந்திருக்கும் செய்தியை அவன்போய்ச் சொன்னதும், செருப்பை மாட்டிக்கொண்டு ஹாஜியாரும் உடனே கிளம்பினார்.

சாச்சா கையில் வைத்திருந்த கடுதாசியை வாங்கிப் படித்துப் பார்த்த நெடுநேரத்துக்குப் பிறகு, இந்த ஒரு பாடு பழைய கணக்கோடேயே போய் வரட்டும். அடுத்ததில் இருந்து எப்படி நீக்கு என்று பார்த்துக் கொண்டு முடிவெடுப்போம் என்று சாச்சாவை சாந்தப்படுத்தி அனுப்பினார் முதலாளி. மனசில் கெதியே இல்லாமல் வீடு திரும்பின சாச்சா மறுதினத்திலே மவுத் ஆகிப்போனார்.

''நல்ல சாலிஹாய் மனுசன். வயசாளி. கடசீ நாளிலே இந்த சொரி மண்ணிலே அப்புடி நடந்து போவாரா! நல்ல மவுத்துத்தான் வெள்ளியாச்ச நாளில் மரிச்சவருக்கு சொர்க்கம் தான்'' என்று சனங்கள் பேசிக்கொண்டார்கள். மைதீன் முதலாளியோடு இன்னும் சிலருமாகச் சந்தூக்கைத் தூக்கிக் கொண்டு நடந்தார்கள். சாச்சாவின் மய்யத்தின் பின்னாலே சனங்கள் அலையலையாய் வந்துகொண்டிருந்தது. மய்யத்தின் தொழுகை முடிந்து கபரில் அடக்கம் செய்து, மண்ணள்ளிப் போட்டு மூடின பிறகு கூட்டம் கொஞ்சம் கொஞ்சமாகக் கலைந்தது.

எல்லோரும் போனபிறகு, ‘எக்கப் பொன்னு சாச்சா என்னை இப்படி எத்தீம் ஆக்கிட்டுப் போய்ட்டீயளே’ என்று ஒரேயொரு அதிரல் அதிர்ந்து விட்டு அப்படியே கீழே உட்கார்ந்தார் மைதீன் முதலாளி.

அந்தமான் பக்கம் எங்கேயோ உள்ள தீவிலிருந்து முஸாபராக இங்கே வந்து கரைசேர்ந்ததாகச் சொல்லிக்கொண்டான் காக்கா. நல்லாய் தமிழ் பேசினான். கரேல் என்ற நிறத்துக்கு வைத்தார்களோ என்னவோ பேர் அவன் ஆளுக்கும் குரலுக்கும் பொருத்தமாய் இருந்தது.

துறை முழுக்க ஆளாளுக்கு அவனையே கண்கண்ணாய் பார்த்துக் கொண்டிருந்தார்கள். பிறகு மைதீன் முதலாளிகிட்டே, ‘வள்ளத்தில் ஏறக் கேக்கான்’ என்று கூட்டிவந்தார்கள். ஆளை கையும் தொடையும் பார்த்து எடைபோட்டவர் கூட்டுக்குச் சேர்த்துக் கொள்ளச் சொன்னார்.

கப்பல்களில் வந்திறங்குகிற கேப்டன் மார்களோடு பழகினவன் என்பதால் காக்காவுக்குச் சொல்வதற்கு நிறைய கதைகள் இருந்தன. சீக்கிரமே துறை மக்களோடு ஒண்ணுக்குள் ஒண்ணாகப் பழகிப்போனான்.

உழைப்பிலும் ஆள் அசந்து ஓய்ந்து நின்னு விடுகிறவனில்லை. ஒரு புரட்டில் வலையை உருட்டித் தூக்குத் தோளில் ஏற்றிக் கொள்வான். கைத்தாங்கலாக ஒரு பிடி பிடித்தான் என்றால் வள்ளம் தன்னால் வந்து கரையேறிக் கொள்ளும்.

பேச்சில் மட்டும் தான் அசலான் என்பது எட்டிப் பார்க்குமே தவிர முழுசும் மீனவசாரி போல கடக்கரையில் சேர்ந்து கொண்டான் காக்கா.

கடக்கரையில் இந்தச் சித்திரைக்கு மடிநெத்திலி வாசனை மணம் மணமாய் அடித்தது. உப்புப்போட்டு உணத்திய, மண்ணில்லாத அசலானதெல்லாம் கொழும்பு கப்பலுக்கு என்று பாகுபிரிக்கப்பட்டது.

வலையைக் காயப்போட நேரமில்லாமல் கடலுக்குப் போனார்கள். வருக்குலாவும், மடிநெத்திலியும் தான் பிடிப்பு அதிகமாய் இருந்தது. நிற்க வைக்க நேரம் இல்லை மைதீன் முதலாளிக்கு.

வள்ளத்து கணக்கை காக்காவிடம் கொடுத்துப் பார்க்கச் சொல்லியிருந்தார். அவனும் சிட்டைகள் போட்டுக் குறித்துக் குறித்து சரக்குகளை எடுத்தனுப்பினான். ஆள் நாணயமானவன் என்பதை யாரும் சொல்லிப் புரிய வேண்டியதில்லை மைதீன் முதலாளிக்கு. சாச்சா இறந்தப்போது, ஒடிந்துபோன கைக்கு மருந்து போட்டதாக இருந்தது காக்காவின் வரவு.

‘சிட்டை போட்டு குறிச்சு வைங்க. ஒரே நடையா சரக்கை அனுப்பி வைக்கக் கேக்கான் சிலோன் யாபாரிமார். கணக்கு வழக்கை அப்புறம் பார்த்துக்கலாம். விலை விழும் முன்னே சரக்கு சீக்கிரம் வந்தா நல்லா இருக்கும். மிக மிக அவசரம்’ என்று தாள் வந்திருந்தது கொழும்பு புதிய ஏஜெண்ட் சமதுவிடமிருந்து.அந்த வருஷத்தின் சித்திரைப்பாட்டில் கடலுக்குப் போன வள்ளமெல்லாம் மீனை அள்ளி அள்ளிக் கொண்டுவந்து கரையில் கொட்ட, ‘படச்ச

ரப்பே! இந்த கடலுக்கு மனசு தெறந்துருச்சு' என்று வாய்விட்டுச் சொன்னாள் ஜாமியாம்மாள். தலைப் பாரத்தில் மீனைச் சுமந்து வீதிகளில் யாவாரம் பார்க்கும் ஜாமியாம்மாள் மாதிரியான பெண்ணாட்டிகளுக்கு சித்திரைப் பாட்டில் மனசு நிறைந்து போனது.

'நேரங்காலம் நல்லா இருக்கு. ஐப்பசியில் வச்ச அலுக்கத்தை சித்திரை முடியும்போது மீட்டிடலாம்' என்று அவளைப் போலவே எல்லா பெண்களுக்கும் தனித்தனி கனவுகள் பூத்துக் கிடந்தது. ஆண்களும் மனக்கணக்குப் போட்டுக் கொண்டார்கள். கொண்டது கொடுத்தது என்று பட்டியல் வரும்போது, லாவக் கணக்கில் கை நிறையாட்டாலும் மனசு நிறைஞ்சு அனுப்புவார் முதலாளி என்ற நம்பிக்கையோடு எல்லாரும் உழைத்து ஓய்ந்திருந்தார்கள்.

பாடு நிறுத்தி வைக்கும் காலம் வந்துவிட்டது. ரொம்ப காலம் கழித்து கப்பல் ஏறி கொழும்புக்குப் போயிருந்தார் மைதீன் முதலாளி. கடல்புரத்துப் பாடுகளும், கொழும்பு யாபார நடவடிக்கைகளும் புதிதாக ஆரம்பித்த ஏஜண்டுக்கு வணிகம் எப்படிப் போகிறது என்பதெல்லாம் பேசித் தீர்த்தபிறகு, கணக்கு வழக்குகளுக்கு வந்தார்கள். முதலாளி பேரில் அனுப்பின சரக்குக்கும், ஏஜண்ட் சமது வந்து சேர்ந்ததாகக் குறிக்கப் பட்டதுக்கும் கொஞ்சங்கூட பொருந்தவே இல்லை. எக்கச்சக்கம் கீறல் விழுந்துகிடந்தது பட்டியல்.

''என்னப்பா ஏழாங்கணக்கா இருக்கே''

''என்ன மொதலாளி சொல்லுதியோ. கொடுத்து அனுப்பிச்சதுக்குத் தானே பைசல் எழுதி இருக்கேன்''

''ஏ அப்பா, இருவது நடைக்கு மேலெ வந்த சரக்குகளுக்கு கணக்கே இல்லைங்கிறேன்''

''மொத்தமே பதிமூணு நடதான் மொதலாளி. தூர்விட்டுப் பிடிச்சதுக்கு மேல என்னத்தக் கொண்டு போகப் போறேன் சொல்லுங்க''

''இல்ல சமது சரியா பாரு. முப்பத்தினாலு நடை மொத்தம் வந்திருக்கணும். ஏ..காக்கா நம்ம தாள்கள அப்படிக் கொண்டாந்து காமி''

வாங்கின தாள்களைப் புரட்டிப் புரட்டிப் பார்த்த சமது, ''ஆமா கேட்டு

அனுப்பினது இந்த கணக்குக்குத்தான். ஆனா வந்து சேர்ந்த நடைகளத் தானே நாங் கணக்கு எழுதப் போறேன். வேற ஏஜண்டுங்க யாருக்கும் சரக்கு மாத்தி எறக்கிட்டீங்களான்னு பாருங்க மொதலாளி''

''நாயம்ன்னு ஒண்ணு இல்லாம பேசாதப்பா. கட்ட வலிச்சு கடலுக்குப் போனவன் வயித்தில அடிக்க நெனைக்கிற. அது நல்லதுக்கில்ல. படைச்சவனுக்கே இது பொறுக்காது.''

''என்ன பேசுறீங்க மொதலாளி. பெரிய ஆளா இருந்துக்கிட்டு வார்த்தைகளச் சரியா விடுங்கெ. எதோ நம்ம மக்கன்னு வாங்கி எறக்கி, கேக்கறவனுக்குக் கொடுத்து கமிசன் போக மிச்சத்தை கடல்ல கொட்டின மாதிரி உங்க கிட்ட தான் கொட்ட இருக்கேன். இந்தச் சல்ல புடிச்ச யாவாரத்தில நான் கால்த் துட்டு திங்கப் போறது கிடையாது. அதுக்காண்டி இப்படி வராத சரக்குக்குச் சீட்டு காட்டுனீயள்னா புதுசா யாபாரம் ஆரம்பிச்சவன் என்ன செய்வேன் சொல்லுங்கெ'' என்றான் சமது. அவன் பேச்சில் இருந்த வீச்சு, சத்தியத்தைப் பேசுகிறவனின் தெளிவு போல இருந்தது.

சந்தேகத்தை என்னான்னு தீர்த்துப்போம் என்று துறைமுகத்துக்கு நடை வந்து சேர்ந்த சிட்டைகளையும், தன்னுடைய குறிச் சீட்டுகளையும் வைத்து கணக்கு பார்த்தார் மைதீன் முதலாளி. இறங்கின கணக்குகள் சமது காட்டின கணக்குக்கு நிகராய் வந்து நின்றது. எங்கேயோ தப்பு நடந்திருப்பதை உணர்ந்த முதலாளி சமதுவை சந்தேகக் கண்கொண்டு பார்த்தார். அவன் ஒரு நஜீசு என்று உறைத்துவிட்டது. ஏஜண்டுகளைக் காலி பண்ணி, பெரிய கப்பல் முதலாளிகளுக்கு சரக்கு அனுப்பி, கொள்ளை லாபம் சம்பாதிப்பதோடு தொழில்காரர்கள் வயிற்றிலும் அடித்துப் புடுங்கிகிறவன் என்று புரிபட்டுவிட்டது. ஆனால் இப்படிக் கடேசியில் மைதீன் முதலாளி தலைமேலே கைவைத்துவிடுவான் என்பதை அவர் யூகித்திருக்கவில்லை.

''நம்பி ஏமாற நான் ஆளில்லேடா. ஒழுங்கா துட்டை எடுத்து கீழ வை..'' என்று சமதுவின் சட்டையைப் பிடித்துவிட்டார் முதலாளி. சிலுக்கு ஜிப்பா கிழிந்து வெள்ளித் துட்டுகள் உருண்டு ஓடியது.

கொஞ்சமும் அசந்து போகாமல் தன் கணக்கு சுத்தமானது என்று வாதாடினான் சமது.

புதுப் பணக்காரனுக்கு பேராசை பிடித்தால் என்னாகும். சாட்சிகளும் கணக்குச் சீட்டும் அவனுக்குச் சாதகமாக இருந்தது. கோபம் கொப்புளிக்க கடையில் இருந்து வெளியேறினார் மைதீன் முதலாளி.

'கப்பநடையில் சரக்கை ஏத்தாம ஏஜெண்டுச் சிட்டையும் இல்லாம நீங்க சொல்லுத சரக்குக்கு பணம்னு கேட்டா என்ன செய்யச் சொல்றீங்க. விலையும் ரொம்ப ஒண்ணும் நிக்கலை. மலையாளத்தான் வழக்கம்போல குவிச்சுட்டான். நாங்களும் நஷ்டப்பட்டுத்தான் நிக்கோம். சமது சாதாரணமான ஆள் இல்ல. பெரிய கப்பல் ஆளுங்களோட அடி போட்டுட்டு இருக்கான்.

அவம் மச்சினன் தான் வர்றபோற சரக்குகளுக்கு இப்போ ஆனைவிழுங்கி. ஓஸாமார்கள் யாரையும் முன்னப்போல தொழில் பண்ண விடுறதில்ல. உப்பா காலத்து யாபாரங்கள். ஹ்ம்ம் என்னெ செய்யச் சொல்லுதேங்கள். இந்தக் கடல்லே அலையும் ரூஹானியத்துகள் இதே எல்லாத்தையும் பார்த்துட்டுத்தான் இருக்கும். ஆகிரத்திலே அவன் எல்லாத்துக்கும் அனுபவிச்சுத்தான் ஆகணும். பேசிப் பார்த்து, இப்பதைக்குக் கொடுக்கதை அனுசரிச்சு வாங்கிக்கங்க' என்று ஆறுதல் சொன்னார்கள் பழைய சிலோன் யாபாரிகள்.

யாருக்கும் வாக்குவன்மை இல்லை. காக்காவைக் கூடே அழைத்துக் கொண்டு மறுநாள் விடியும் முன்னே சமதுவின் கமிஷன் கடைக்குப் போயிருந்தார் முதலாளி. என்னதானக்கேடு வந்தாலும் கொடுத்த சரக்குக்குக் காசை இப்ப இல்லைன்னாலும் பின்னாலே சேர்த்து தறுமாறு பேசிப் பார்க்க நினைத்திருந்தார். ஆனால் சமது வேறு தினுசில் தொடங்கினான்.

''என்ன செய்வீங்களோ ஏது செய்வீங்களோ, முன்பணமா வாங்கின கணக்குப் போக, ஆறு லட்சம் ரூவாயை இப்பவே எடுத்து வச்சிடுங்க. இனி உங்க கள்ள யாபாரம் எனக்கு வேண்டாம். பழைய ஏஜண்டு கணக்கு வரத்தெல்லாம் என்கிட்டத்தான் இருக்கு. அதையத்தனையும் கொடுத்து தீர்த்தாத்தான் ஆச்சி'' என்று கத்தித் தீர்த்துவிட்டான்.

நல்லபேர் பொல்லாப் பேரெல்லாம் கடனாளி ஆகும் முன்பு வரைதான். காசு உள்ளவன் ஊரில் அவன் வைத்தது தானே சட்டம்.

''என்ன நீச்சம் பார்த்து அடிச்சுட்டியே சமது. பாடு பார்த்தவங்க குடும்பம் குடும்பமா எல்லாம் காசை எதிர்பார்த்து நிக்குதாங்க. நீ இல்லாக் கடனை பொல்லாத்தனமா கொண்டாங்குதீயே நியாயமா'' என்றார் மைதீன் முதலாளி.

''என்னைய என்னச் செய்யச் சொல்லுதீங்க. நானும் அங்கவிட்டு இங்க வந்து பொழக்காண்டாமா. என் பொஞ்சாதி நகை துணிமணியும் அடவுல தான் வச்சிருக்கு. இனிப் பேச்சு வளக்க வேண்டாம். தேங்காப்பட்டணத்து பெரிய மொதலாளி கள்ளக் கணக்கெழுதி ஏமாத்திட்டார்னு ஊரு முழுக்கச் சொல்லி என்னப் பொலம்ப வச்சுடாதீங்க'' என்றான் சமது.

''ரப்பே!'' என்று நெஞ்சைப் பிடித்துக்கொண்டு அமர்ந்தவர்தான். அதற்குப்பிறகு என்ன நடந்தது, ஏதேது எழுதிக்கொடுத்து வாங்கினது என்ற விபரம் எதுவும் காக்காவுக்குத் தெரியவில்லை. கொழும்பு முதலாளிமார்கள் சிலபேர் மட்டும் ஆறுதலாய் வந்து வழியனுப்பி விட்டார்கள்.

காற்றுக் கடல் பால்போலப் பொங்கியடித்தது. முக்கடலும் ஒன்றை ஒன்று மோதி கலந்தடிக்கும் வேகத்தில் கப்பல் தடுமாறிச் சாய்ந்தது. கண்ணுக்கு எட்டும் தொலைவுக்கும் தண்ணீராய்க் கொந்தளித்தாலும் ஒவ்வொரு கடலும் ஒன்றல்லவே. ஒவ்வொன்றின் ஆழத்திலும் எத்தனை எத்தனை இருள்... எத்தனை எத்தனை தடுப்புகள்? கரைபோலவே மனுஷனும் இங்கு தீவுதான்.

இப்படியே அழிந்து மூழ்கி ஆழத்தின் இருள்களில் மறைந்து கிடக்கிற பேரமைதிக்குள் அமிழ்ந்துவிட மாட்டோமா... சஞ்சலங்களில் தவித்துக் கொண்டிருந்த மனத்துடன் கண்மூடின மைதீன் முதலாளி பிறகு கண் திறந்து பார்த்தபோது சுற்றிலும் இருள் மாத்திரமே மிச்சமிருந்தது.

வீசுவீசென்று வெய்யலோடு கொச்சிக்கடை வீதியில் அடித்த காற்றும் காக்காவின் முகத்தை அறுத்துக் கொண்டு போனது. 'என்னப் பார்த்து

கள்ளக் கணக்கெழுதிட்டான்னு சொல்லிட்டானப்பா' என்று திரும்பத் திரும்ப முனகிக்கொண்டே இருந்தார் மைதீன் முதலாளி. காக்காவுக்கு அவரை நேர்முகமாகப் பார்க்கச் சங்கடமாக இருந்தது.

அவன் கையில் கொத்துச் சாவியைக் கொடுத்து, ''முன்னால போய் ஹாஜியார்கிட்டேச் சொல்லி, யார் யாருக்கு என்ன கணக்கோ அதை அத்தனையும் இருக்கதை வச்சு பிரிச்சுக் கொடுத்திரச் சொல்லு. மைதீனுக்க வாக்கை நம்பி அங்கன அத்தனை சனம் நிக்குது. அவன் வயித்துல அடிச்ச பாபத்தை தலையில கொட்டிட்டா திரும்ப எந்த ஜென்மத்துக்கு அள்ள முடியாது. நீ போ நான் பின்னால வாரேன்னு மட்டும் சாச்சாகிட்டச் சொல்லு.' என்றார்.

அமைதியாகச் சற்றுநேரம் தலையைக் கவிழ்ந்தவர், 'ஓ.. சாச்சா போய் சேர்ந்தாரில்ல..' என்று கலங்கிக்கொண்டே வார்த்தையை முடிக்காமல் காக்காவை ஏற இறங்கப் பார்த்துவிட்டு மீண்டும் அமைதியானார்.

தன்னந்த தனியாக ஊர் திரும்பிய காக்கா, கைப்பொருளாக இருந்த காசையும், சக்கரத்தையும் ஹாஜியாரிடம் ஒப்படைத்தான். எல்லாருக்கும் பாடுக் கூலியைப் பிரித்துக் கொடுக்கச் சொல்லி முதலாளி எழுதிக் கொடுத்திருந்த கடிதத்தையும் அவரிடம் கொடுத்துவிட்டான்.

கடற்கரை பக்கம் வந்தவனை, எல்லா சனங்களும் ''எங்கே முதலாளியக் காங்களே'' என்று கேள்வி எழுப்பிக் கொண்டே இருந்தார்கள். அத்தனை பேருக்கும் புது ஏஜண்டைப் பாக்குற விஷயமா மணப்பாட்டுக்குப் போயிருக்கார். ரண்டு நாளில் வந்துருவார் என்ற பதிலையேச் சொல்லிக் கொண்டிருந்தான்.

ரெண்டு நாள் தீர்ந்து ஒரு வாரமும் போனது.

மைதீன் முதலாளியின் தளவாடங்கள், துறை யாபாரங்கள், வள்ளங்கள், மடிவலைகள், கரணைக்குப் பக்கமுள்ள தோப்புகள் எல்லாவற்றையும் தூத்துக்குடி முதலாளிகளில் ஒருத்தரான செல்லையா நாடார் வந்து ஏலம் போட்டுக் கொண்டிருந்தார். விஷயமறியாத சனங்கள் அவரைத் தடுக்கப் பாய, காவல்காரர்கள் அவர்களை தடியைக் கொண்டு மடக்கித் தடுத்தார்கள்.

‘சிலோனுக்குப்போனகப்பல்களில் ஒண்ணு ரண்டு கப்பல் சரக்கெல்லாம் கவுந்துபோனதால் நட்டக் கணக்குக்காக மைதீன் முதலாளி தன் சொத்தை யெல்லாம் மாற்றிக் கொடுத்துவிட்டு ஊரைவிட்டேப் போய் விட்டார்’ என்று வாய்மொழியாக அவர்களுக்குத் தகவல் சொல்லப்பட்டது. அவர்கள் அப்படிச் சொன்னதை யாரும் நம்பவேயில்லை.

எல்லாருமே காக்காவைத் தேடி அலைந்து பிடித்துவந்து உண்மையச் சொல்லக் கேட்டார்கள். அவன் எல்லாபேரின் கைகளையும் தட்டிவிட்டு கரைக்கு நேர் எதிராய் இருந்த மண்மேட்டில் ஏறி தன்போக்கில் நடக்கத் தொடங்கினான். தள்ளிப் போய் தளர்ந்து நின்றவன், தலையை மட்டும் திரும்பி, கண்முன்னால் விரிந்துகிடந்த கீழைக் கடலை வெறித்துப் பார்த்துவிட்டு, அடித்தொண்டையில் இருந்து காரித் துப்பினான்.

சனங்கள் அவனையே வெறித்துப் பார்த்துக் கொண்டிருந்தார்கள்.

– 2017

வெட்டும் பெருமாள்

முருகையன் முகமெல்லாம் வியர்த்துக் கொட்ட கருவேலமர நிழலில் குப்புறப் போடப்பட்டிருந்த ஆட்டு உரல் மீது தன் துண்டை உதறி, தூசு தட்டிவிட்டு வெயில் கொஞ்சம் தாழட்டும் என உட்கார்ந்தார். இடுப்பில் கட்டியிருந்த பட்டை பெல்ட்டின் பட்டன் திறப்பை நெம்பி காய்ந்து கிடந்த பீடியை வாய்க்குக் கொடுத்து பற்ற வைத்தவாறே நெற்றியைச் சுருக்கி இடது கையை கண்ணுக்கு நிழல் கொடுத்தார். தூரத்தில் வைக்கோல் கட்டோடு சைக்கிளை உருட்டிக்கொண்டு வரும் காமதேனு கோனாரை நோக்கி சத்தம் கொடுத்தார்.

''என்ன கோனாரே... பாத்து வருஷமென்ன ஆச்சு சும்மா இருக்கீறா. அடிக்குதது வெய்யிலா..? பனியா..? சட்டகிட்ட ஒண்ணும் மேலுக்குப் போடாம சைக்கிளத் தள்ளிட்டு வாரீரவே''

''வாரும்வோய்... எங்கன வராத ஆளுவல்லாம் வந்திருக்கீரு. ஊருப்பக்கம் ஆளுவ எல்லாம் சொகந்தானா... சட்ட என்ன சட்ட, வெய்யக்காலம் வரும்மின்ன இந்தப் போடு போடுதுங்கேன்''

''ஆளுவளுக்கென்னா.... செத்த உக்காருமைய்யா இப்புடி''

''ஒவ்... பொழுதுக்குப் போய் மாட்டுக்கு கூளங்காட்டணும்னு பார்த்தேன். நீரு இன்னைக்கு காரணமாயிட்டீரு....'' என்றபடியே தலையிலிருந்த வைக்கோல் பாரத்தைக் கீழே வீசிவிட்டு நிதானமானார் காமதேனு கோனார்.

''சொம மாடு வண்டி வெச்சுத் தூக்கியாற இதொண்ணும் யெட கூடுன சமாச்சாரமுங் கெடையாது. அதுக்குன்னு இளவட்டம் மாதிரி திரிவீராவே...''

''ஏஞ்சொல்லமாட்டீரு... ரெண்டு ஊருக்கும் தூக்கிட்டு நடந்தீருன்னா தெரியும் யாரு இளவட்டம்னு...''

''அடேயப்பா அம்மாந்தொலவுலருந்து வாரீறா... அப்ப நாங்கல்லாம் சோலி இல்லாமல்லா கம்பு ஊணிட்டு சுத்துதோம். எங்க இங்கனக் கூடி வெக்கப்போர் ஒண்ணயுங் காங்கல. பூராம் சோளக்கதுர வீசி வெச்சிருக்கு...''

''ஆத்துல தண்ணி பாய்ஞ்சாலும் இந்த மேட்டுக்கு ஏறாதுல்லா. கெணத்துலயும் இப்ப ஓட்டமில்ல. பெறவு எங்க வெள்ளாம, வெக்கோலு... சிறுவாட்டுக்கு பஞ்சம் பொழைக்குதுக. ஒங்க பட்டியெல்லாம் நெலமை எப்படி''

''அங்கயும் இதே கததான், வரும்படியில்லாம சனங்க எஸ்டேட்டுக்கு போவோமின்னு கௌம்பிடுதுவோ. பண்ணை பாடு பெரும்பாடு''

''எல்லாப்பக்கமும் இதே கதியாத்தான் இருக்கு...''

''அதுக்காகமாறி நீரும்லா பஞ்சப்பாட்டு பாடுதீரு. கோனாங்கிட்ட காசு இல்லன்னா கோட்டிக்காரங்கூட நம்பமாட்டான். குண்டி டவுசர்ல தீவச்சா புடிக்காத அழுக்கா திரிவீய்ங்க. நல்லதுகெட்டதுன்னா வெள்ளையுஞ் சுள்ளையுமா நிப்பீங்களேய்யா...''

பீடிவலித்து முடித்த முருகைய்யன் இருமத்தொடங்கவும் காமதேனு கோனார்இடுப்பு வார்பெல்டிலிருந்து பொடித்தடையை எடுத்துக்கொண்டு, வசதியாக வாயாடும்படி முருகையனின் முகம் பார்த்து, கால்நீட்டி அமர்ந்துகொண்டார்.

''அதுசரி என்ன இந்த பேயடி வெயில்ல இங்கன சோளக் காட்டுக்கரையில வந்து கெடக்கீரு''

''எல்லாம் ஒரு பேயத்தான் அடிக்கதாம்.''

''வாட்டம் ஒண்ணும் பிடிபடலையே..''

''யோ அதாம்யா... இந்த கொசக்குடிலருந்து வெடலை ஒருத்தன் பண்ணைகிட்ட மாடுமேய்ச்சிட்டு கெடந்தான்..!''

''கொசக்குடி பெயன்னா...''

''பேரு வெட்டும்பெருமாளாம் ஊரு மேம்பட்டி தாயி தகப்பன் இல்லாத பய !''

''ஓ... தெலுங்காரிக்கு பொறந்ததா... அவனென்ன செஞ்சாம்?''

''என்னத்தச் சொல்ல, தாயோளி பேருபட்ட பண்ணையவே கெதி கலங்க வெச்சுப்புட்டு, கண்காணாம ஆய்ட்டான்...''

''என்னவே சொல்லுறீரு...''

'' ஆளக் கண்டா, கண்ட எடத்தில கையக் கால முறிச்சுத் தூக்கிட்டு வாங்கன்னு எங்களுவள்ள ஒரு பத்துபேர்த்த நாலா தெசைக்கும் தாட்டி விட்டிருக்கார் பண்ணை...'' சொல்லிவிட்டு முருகையன் அடுத்த பீடியை எடுத்துப் பத்தவைத்துக்கொண்டார்.

''பத்தாளு தேடுத அளவுக்கு என்னவே செஞ்சான். பண்ணையத்துல ஏதும் பொண்ணகின்ன கைய வச்சுப்புட்டானா... பயலுக்கு அம்புட்டு ஏத்தம் வந்துபோச்சா...''

''நீரு ஒராளு... அதெல்லாம் பண்ணியிருந்தா இங்கனயா ஆற அமர உக்கார்ந்திருப்போம். இவம் பண்ணையத்து மாடுகள மேய்க்கப்போன எடத்துல மாடுகள உசுரோட தொலி உரிச்சுட்டானப்பா...''

''யே அத்தான்! நெசமாவா சொல்லுதீரு. சீரழிஞ்சு போற பய. இதெல்லாம் எங்கயோ மல நாட்டுல நடக்கும்னு சொல்வானுவ செரி. இந்தூருலயுமா நடக்கும். பாதகமே... ச்செரி இப்ப மாடுவ கெதி என்ன? எத்தன மாடுவ?''

''அது பத்து பானஞ்சி மேல இருக்கும்ன்னாவ. பயலைத் தேடியாங்கன்னு ஏவும்போது, ஆள்க்காரன் நாங்க மாடு நல்லாருக்கா? எத்தனைக்கு பாடுன்னு கணக்கு வழக்கா கேக்கச் சொல்லுதீரு''

''பெயல கண்டா சும்மா உட்ராதீங்கப்பா... வாயில்லா சீவன சீரழிச்சிருக்கான். இந்தப்பய அப்பன்காரனே பரவால்லயாட்டுருக்கு.''

''அப்போ பய சாதகமே தெரிஞ்சுவச்சிருப்பீரு போலய நீரு...''

''ஏன் தெரியாது... இவன் ஆத்தாக்காரி மேம்பட்டில பெரிய தெலுங்குகாரக் குடும்பத்துக்காரி. என்ன சீரு கெட்டுச்சோ பானை அறுக்குற பெயல புடிச்சுப்போய் வூட்ட வுட்டு ஓடி வந்துட்டா. வேற மாதிரியும்

சொல்வாவோ. துலுக்கனுக்கு அஞ்சி கொசவன் வீட்டுல ஒளிஞ்சாள்வன்னு. அந்த மாதிரி என்னம்மோ ஆகிப்போச்சு. வாழப் போன சுருத்துலயே இந்த ஒத்தப் பயல பெத்துப் போட்டுட்டு அவ காணாதியாயிட்டா. பயல வளர்ப்பெல்லாம் அவங்கப்பனூட்டு கெழவிதான். அப்பங்காரன் பான யாவாரம்னு பரதேசம் போயிருவான். அவனுக்கு அப்போ அதுல நல்ல பேரும் உண்டு கேட்டீரா...''

''மாறி என்ன கெட்டது...''

''சொல்லுதேன் கேளும். அப்பத்தாம் கொல்லம் ஓடுக நம்மூருகள்ள வரவு. செங்கோட்ட வழியா ஓடுக வாங்கி பனந்தட்டி, பட்டியல் வச்சி வீட்டுக் கூரை மாத்துறது ஒரு பெருமையாகிப்போச்சு. அந்த சமயத்துலயே ஓட்டுக் கூரைகளைப் பிரிச்சி, கள்ளப்பயக திருட்டுக் குதி குதிக்க ஆரம்பிச்சிருக்கானுங்க. பொண்டாட்டிப் புள்ளயல்வள வுட்டுட்டு கோயில்பட்டி பருத்திச் சந்தைக்கும், பொள்ளாச்சி மாட்டுச் சந்தைக்கும், ஒடங்குடி கருப்பட்டிச் சந்தைக்கும் போயிருப்பான்வ முதலியாரு, செட்டியாரெல்லாம். அந்த நேரம் பாத்து கள்ளப்பயக சுழுவா வீடுகள்ள குதிச்சி, சங்கிலி கிங்கிலியெல்லாம் பவுனுப் பெட்டியோட பேர்த்து எடுத்துக்கிட்டு போயிட்டிருந்தானுங்க. பொட்டச்சிக குய்யோ முய்யோன்னு கத்திட்டு கெடந்திருக்கும்ங்க.''

''இவந்தாம் அந்தக் கள்ளனா?''

''ஆள்காரனா கொக்கா, இவனேதாம். ஓடு வேஞ்சி பழகுன தொழில விட்டு ஓட்டப் பிரிக்கவும் செஞ்சிருக்கான். இவந்தாங் கள்ளன்னு கண்டு புடிக்கவே ஒரு தெவசம் ஆகிப்போச்சாம்.''

''அடங்கொக்காளோழி... எப்படித்தான் ஆப்புட்டானாம்''

''கேடு வாய்லருந்து வரும்னு சும்மாவா சொன்னாங்க. அதுவரைக்கும் காசு பணம், நகை நட்டு, பாத்திர பண்டம்னு கொள்ளையடிச்சவன், மொத தரமா அண்டிப்பருப்ப களவாண்டு மாட்டிக்கிட்டான்'' முருகையனுக்குச் சிரிப்பு தெறித்துவிட்டது. காமதேனு கோனாரும் ஏதோ விட்டடித்தவர் போல கலகலப்பானார்.

''...நாகர்கோயில்லருந்து செட்டியார் பெஞ்சாதிக்குத் திங்குறதுக்கு வேங்கி வச்சிருந்த அண்டிப்பருப்பு மூட்டையை என்னம்மோனுட்டு நெனைச்சி தூக்கிட்டுப் போயிருக்கான். விடியக்காலம்தான் களவு விழுந்த வெவரம் ஊருக்குள்ள பரவிருக்கு. இவம் களவாண்ட பருப்ப ச்செரி தின்னுத்தான் பாப்பமேன்னுட்டு ரெண்டு விள்ளல் அள்ளி வாயில அதக்கிருக்கான். அது ருசிக்கு ஆம்ட்டுகிட்டான். மூட்டைய தின்னு காலிபண்ண, வாய் எப்பவும் மென்னுட்டே இருந்துருக்கான். அடையாளம் கண்டுக்கிட்ட ஆளுங்க செட்டிமார்ட்ட போய் சொல்லிட்டாங்க. 'கள்ளனைக் கண்டுட்டோம்'ன்னு அள்ளிட்டு வந்து அல்லையில நாலு போட பூராத்தையும் ஒத்துகிட்டான்''

''யோவ் என்னம்யா நீரு... நேருல கண்ட 'விட்டு' கணக்கால்லா, சொல்லுதீரு...''

''இன்னொன்னு தெரியுமா... தங்கச்சங்கிலி வெங்கல குண்டான்னு அம்புட்டு களவையும் சாக்குல முடிஞ்சி, ஊருக் கிணத்துக்குள்ள எறக்கி வச்சிருந்தான்யா''

''பெரிய தன்னக்கோலியா இருந்திருப்பான் போலயே... மாறி என்னதான் பண்ணீய அவன?''

''என்ன பண்ணுவாங்க, இங்கயும் பண்ணை வெச்ச நாட்டாமதான... அவுங்க சொல்லுப்படி ஊரைவிட்டு வெலக்கிவிட்டோம். கெடந்து சீரழிஞ்சான்''

''அவம்பேருதான் என்ன சொன்னீரு மச்சாமாரே?''

''பேரெல்லாம் நெனவில்ல... சொல்லுததுக்கு கிணத்து கள்ளன்பான்வ''

''நல்லா பேரு வெச்சீங்க ஒங்க ஊராள்வ... அப்பனுக்குத் தப்பாமதான் மவனும் இருந்திருக்கான். என்ன அண்டிப்பருப்புக்கு பதிலா காய்ஞ்ச எலையச் சுருட்டிக் குடிச்சிருக்கான். அந்த மயக்கத்துல மாடுவள விட்டுட்டான் போல, எவனோ ஊடால பூந்து இந்த பொசகெட்ட வேலைய பார்த்துவுட்டுப் போயிட்டான் போல. அதுக்காண்டி இவனச் சும்மயா விடமுடியும் மாறி...''

''பசிக்கித் திருடுனவனை விட்டுடலாம் முருகா... கொழுப்பெடுத்து இந்த மாதிரி சீவன்வளை வதைக்கிறவன் அதுக்குத் தொண போறவன் ஒருத்தனயும் விடக்குடாது. அதே மாதி உசுரோட தொலியக் கழத்திருணும்...''

''அதுக்குத்தான் காடுமேடா அலையுதோம். இங்கன சோளக் காட்டுக்குள்ள எங்குட்டாச்சும் பாய்ஞ்சிருப்பானான்னு தடம் பாக்க வந்தேன். மலகாட்டுக் குள்ளயும் ஆளுவுட்டுருக்கு. எங்க கெடந்தா என்ன, கொடலு காஞ்சி வெளில வராமலேயா போயிடுவான்''

''என்னமோ பகுமானமா முடிச்சு வைய்ங்க காலாகாலத்துல. நான் கெளம்புறேன். தண்ணி காட்டுற சோலி கெடக்கு. வீட்டுக்கு வாரும். கெழவிட்ட ஒரு வாய் மோரு குடிச்சுட்டு போலாம்.''

'கொமரி இருந்தா அத்தான் வரேன்னு சொன்னதா கெழவிட்டச் சொல்லும். சோலி முடிஞ்சதும் வந்து கெட்டிக்கிறேன்.''

''இந்த வாய்க்கு ஒண்ணும் கொறச்சலில்ல...''

காமதேனு கோனார் கடந்து போனபிறகு, முருகைய்யன் தெற்குதிசையிலே அருமங்குளம் வரைக்கும் ஏதேனும் துப்பு கிடைக்கு மெனத் தேடிச் செல்லத் துவங்கினார். வழியில் தாகமெடுக்க, 'இங்கனயூடி பனங் கள்ளு எங்கே கிடைக்குமென்று' ஆள்பார்த்து விசாரித்துக் கொண்டார்.

பண்ணைகளில் வளர்க்கப்படும் ஆடு மாடுகளை மேய்ச்சலுக்காக அழைத்துச் செல்ல கூலியாட்களை வருடாந்திர குத்தகைக்கு வேலைக்கு நியமிப்பது தெற்கத்திப் பகுதிகளில் வழக்கமாக இருந்தது. தரிசுக்காடு களுக்கு அப்படி மேய்ச்சலுக்குச் செல்லும் பட்டிகளைக் கவனிக்க ஆண்டு கூலிக்கு பண்ணை அடிமையாகச் சேர்த்துக் கொள்ளப்பட்டிருந்தான் வெட்டும் பெருமாள்.

ஊரைவிட்டு விலக்கிவைத்திருந்ததால் காட்டுக்குக் கிழக்கே கல்லடுக்கு கட்டின சத்திரமே இருப்பாக மாறியிருந்தது. நாலுபக்கமும் வாசல் தான். காற்று அனாமத்தாக வந்துபோகும். இனியும் அழுக்குப்

பிடிக்க பாகமில்லாத சீலைத்துணி மறைப்பு. கிழவி இருந்தவரைக்கும் உடைமர விறகு, சுள்ளிகள் பொறுக்கி, அதை விற்றுப் பசி அழித்தாள். கஞ்சிக்கும் கூழுக்கும் பண்ணை வீட்டு குந்துமணி நெல்லுக்கும் கைகெட்டி உழைக்க வந்தபோது வெட்டும் பெருமாளுக்கு எட்டு வயது.

இந்தப் பத்துவருசங்களில் பட்டி ஆடுகள் மேய்த்து, ஆட்டாம் புழுக்கையை தூத்து கூட்டி, காட்டுப்புளி உலுக்கி, தவிட்டு மூட்டையை ஒத்தையாளாகத் தோளில் தூக்கப் பழகி, வெள்ளாமைக் காட்டுக்குக் காவலிருந்து, பண்ணையின் மொத்த எருமைகளையும் பசுக்களையும் ஒத்தையாளாக மேய்ச்சலுக்குக் கூட்டிச் செல்லும் அளவுக்கு ஆள் தலைதட்டி நின்றான்.

தூக்குச்சட்டி கூழும், பச்சை மிளகாயும் கட்டிக் கொண்டு தேமே என்று மேய்ச்சலை கவனித்துக் கொண்டிருந்த வெட்டும் பெருமாளுக்கு, அவன் அப்பனின் கதைகள் அரைகுறையாகவே தெரிந்திருந்தன. அருங்குடிச் சின்னப்பிள்ளைகள்கூட 'கள்ளன் சத்திரம்' என்று காதுபட கத்திவிட்டு ஓடும்போது, அவர்களோடு மல்லுக்கு நிற்கக்கூடாதுய்யா என்றே கிழவி அவனை அடக்கி வளர்த்திருந்தாள். சொல்லப்போனால் தானுண்டு பண்ணைய மாடுகள் உண்டு என்றே பொழுதுக்கும் கிடந்தான் வெட்டும் பெருமாள்.

பண்ணையார் ரொம்ப தங்கமான மனிதர் என்று அவருக்குக் கீழே பிழைத்துக் கிடந்த எல்லாருமே நினைத்துக் கொண்டார்கள். வெட்டும் பெருமாளும்தான். பிறகு சாணியள்ளிக் கொண்டிருந்தவனிடம் இவ்வளவு பெரிய மாட்டுப் பட்டியையே ஒப்படைத்துவிட்டு என்ன ஏதென்று ஒரு கேள்விகூட கேட்காமல் விட்டுவைத்திருப்பாரா?

அந்த எண்ணமே அவனைத் தலைகால் புரியாதவனாக்கியிருந்தது. அவனின் இயல்பான வெள்ளந்தித்தனமும் கூடச் சேர்ந்து வெட்டும் பெருமாளை பண்ணைய கூலிக்கென்றே பிறந்த ஆளாக்கியிருந்தது. தன் வயதொத்த பண்ணையார் வீட்டுப் மகள் சிலுவைப் பள்ளிக்கூடம் கிளம்பிப் போகும்போதுகூட தனக்கு அந்தத் தண்டனை இல்லை என்றே நினைத்துக் கொண்டு திரிந்தான். அவனைப் பொறுத்தவரை அத்தாளக்

காட்டின் மொட்டைப்பாறைதான் அவன் இராஜாங்கம். அட்டினகால் போட்டு சுள்ளென்ற வெயிலில் தன் குடிமாடுகளுக்கு மேய்ச்சல் காட்டும் பராரி அவன்.

கோடை, சுடுசூரியனோடு சேர்ந்துகொண்டு ஊரை எரித்துக் கொண்டிருந்ததது. குளக்கரைகளில் தண்ணீரையும் புல்லையும் காணாமல் மாடுகள் திகைந்துகொண்டிருந்தன. ஊரிலிருந்த புல் செழித்த தரைக் கட்டு களெல்லாம் கண் முன்னாலேயே காய்ந்து மஞ்சளாகிக் கொண்டிருந்தன. பண்ணையத்து மாடுகளுக்கு நிறை தீனிக்குப் பற்றாக்குறை வந்து சேர்ந்தது. மாடுகளை மேற்குக்காட்டின் அடிவாரத்துக்கு பத்திக்கொண்டு போவது குறித்த பேச்சு அரசல் புரசலாகப் பண்ணையம் முழுக்க எழுந்தது.

மேற்குக் காட்டுக்கு மேய்ச்சலுக்குப் போவது தாங்காத ஆர்வத்தைக் கொடுத்தது வெட்டும்பெருமாளுக்கு. ஆள், அரவமில்லாத காட்டுப் பாதையில் மேனிகுளிர் நீங்குவதற்கு முன்னே விடிகாலையிலேயே ஏழெட்டு மைல் தூரம் மாடுகளைப் பத்திக்கொண்டு போய் கால்சூடு மிச்சமிருக்கும் அந்தியிலே தொழுவத்துக்குத் திரும்பவேண்டியிருக்கும் வேலை. வழியிலே தீக்கங்காணி எங்கிருந்தாவது மாயாவி போல தோன்றுவார். அவருக்குத்தான் கொழுந்து தேன் எந்தப் பாறையிடுக்கில் கட்டியிருக்கிறது என்று தெரியும். பிறகு, புது மூங்கில் தடி செதுக்கிக் கொண்டு வரலாம். இன்னும் என்னென்னவோ...

அதேநேரம், மலங்காட்டில் இலவங்க மரப் பட்டை திருடும் கூட்டங்கள் துப்பாக்கியோடு திரிகிற காரணங்களால் ஊராள்கள் பலரும் தங்கள் மாடுகளை மலங்காட்டுக்கு மேய்ச்சலுக்குப் பத்திக் கொண்டு போவதை எப்பவோ நிறுத்தி விட்டு, வைக்கோல் லாவணிக்கு மாறி விட்டார்கள்.

ஆனால், பண்ணையாரின் அத்தனை மாடுகளுக்கும் அப்படி வைக்கோல் அறுத்துப்போட்டுக் கட்டுமா... அவரும் சரி என்றபடி நான்கு கொத்துகளாக பட்டியைப் பிரித்து, இரண்டு திக்குகளாக மேய்ச்சலுக்கு அனுப்பிவைத்தார். வெட்டும்பெருமாளின் கொத்தில் முப்பதுக்கு மேல் மாடுகள் சேர்ந்திருந்தன.

மேய்ச்சல் ஒழுங்காகக் காட்டிவந்து இரண்டுவாரங்கள் தீர்ந்திருக்கும். மேற்றங்காட்டில் மிஞ்சின ஈரத்துக்குப் புற்கள் செழித்திருந்தன. அது வறண்டு போகும்முன் மாடுகள் தின்றால் நல்லது. காய்ந்து கருகிவிட்டால் தீக்கங்காணி பாடு பெரும்பாடாகிவிடும். எங்கு எப்போது காட்டுத்தீ பிடிக்குமென்றே தெரியாது. ஆனபோதும், காட்டுக்குள் நுழைகிற யாரும் துளி கங்குகளைக் கொண்டு போகக் கூடாது என்பதில் அவர் கருத்தாய் இருப்பார்.

அவருக்கு மலைதான் வீடு. ஆள் அப்படியிருப்பார்... இப்படி யிருப்பார் என்று ஏகத்துக்கு ஊராள்கள் பேச்சில்வைத்துப் புனைந்துகொண்டே யிருப்பார்கள். அதனாலேயே வெட்டும்பெருமாளுக்கு ஒவ்வொரு நடையிலும் இன்றைக்கு நாளைக்கு என்று எதிர்பார்ப்பாயிருந்தது.

அன்றைக்கு இரண்டு கொத்து மாடுகளையும் அவனே ஓட்டி வரவேண்டியதாயிருந்தது. மேய்ச்சலில் எப்போதாவது யாருக்காவது உடம்புசரியில்லாமல் போகிறபோது இதுமாதிரி நடக்கிறது உண்டுதான்.

வெட்டும்பெருமாள் தன் பட்டியை இன்றைக்கு தண்ணீர் மடுவுக்கு அருகிலேயே மேய்ச்சலில் விட்டான். கொஞ்சம் முரண்டுபிடிக்கும் மூப்பு மாடுகளை நீளக் கயித்திலே கட்டி புல் பாயவிட்டான். வெயில் பொழுதைக் கடித்து மேலேறி வந்தபோது, நிழலாக இருந்த புல்தரையில் துண்டைவிரித்துப் படுத்துக்கொண்டான்.

''குடிதண்ணி உண்டாமோ'' என்ற குரல்கேட்டு திடுக்கென விழித்தான் வெட்டும்பெருமாள். கொச்சையான கொல்லத்துக்காரன் பேச்சு. இவர்தான் தீக்கங்காணியோ என்று நினைத்தான் முதலில். பிறகு வெளுவெளுவென்று இருந்த அவனுடைய நிறத்துக்கும் உயரத்துக்கும் எந்த வகையிலும் ஊராரின் கதைக்கட்டுகள் ஒத்துப் போகலை என்ற நினைப்புடன், தண்ணிடமிருந்த குடுவையை நீட்டினான்.

''இந்தாரும்... உம்ம பேரென்ன... எங்கருந்து வாரீரு...''

''முல்லா... மலைக்கு அந்தப்புறத்திட்டு வாரம்''

முல்லா என்ற பெயர் மொள்ளான் என்றே இவன் காதில் விழுந்தது.

ஆளும் தடியனாகப் பட்டதால் மொள்ளாந்தடியன் என மனதுக்குள் சொல்லிப் பார்த்துக்கொண்டான்.

''தண்ணிக்கு தடம் தெரியாமல மலையவிட்டு எறங்கினீரு'' மொள்ளாந்தடியன் இவனுக்குப் பதில்சொல்லாமல் சிரித்தான். மடக்கென குடித்துவிட்டு, வாயைத் துடைத்தபடி நீர்க்குடுவையைத் திரும்பக் கொடுத்தான். எதுவும் யோசிக்காமல் அவனும் அங்கெயே உடுதுணியை உதறிப் புல் தரையில் உட்கார்ந்துகொண்டான்.

அப்படி அவன் உட்கார்ந்த போது வெளுவெளுவென்று இருந்த மொள்ளாந்தடியனின் தொடைகளை உற்றுக் கவனித்தான் பெருமாள். அப்படி அவன் உற்றிப் பார்த்தது மொள்ளானுக்குக் கூச்சமாய்பட்டது.

பேச்சிலிருந்து அவன் இலவங்க மரப் பட்டைகளைத் திருட கூட்டமாய் வந்தவனென்றும், காட்டுக்குள் வழிதப்பி கீழ்புறமாய் தனியே இறங்கி விட்டதாகவும் சொன்னான்.

அப்படியானால் இவனிடம் துப்பாக்கி இருக்குமே என்று ஒரு குறுகுறுப்பும் அச்சமும் வெட்டும்பெருமாளுக்குள் எழுந்தது. ''இருக்கு, அதைக் காடுக்குள் ஒரு மரத்திலே கெட்டி வைத்து, குறி போட்டு வைத்திருப்பதாகவும் சொன்னான். இரண்டு நாளாகவே நல்ல பசியில் அலைவதாகவும், பசி தெரியாமல் இருக்க அப்பப்போ 'காய்ஞ்சி'ச் செடியின் இலையைச் சுருட்டிவைத்துக் குடிப்பதாகவும் சொன்னான்.

இத்தனை மாடுகளை தனியேவா மேய்க்கிற என்று பாராட்டினான். அவனோடு மேற்குக் காட்டைப் பற்றிய தன் ஐயங்களைத் தீர்க்க விரும்பினான் வெட்டும் பெருமாள்.

''காட்டுக்குள்ள புலியெல்லாம் அலையும்ன்னு சொல்றானுவளே நெசமா...''

''அதெலாம் டூப்புய்யா! யானைங்கதான் திரியும் அதும் நெருப்ப கண்டா ஓடீரும். நாங்க புலியே வந்தாலும் சுட்டு கறிவச்சி தின்னிருவோம்யா''

''இப்ப நீதாம்யா டூப்படிக்க. காட்டுக்குள்ள நெருப்பு கொண்டாந்தா தீக்கங்காணி தோலை உரிச்சுர மாட்டான்''

''அவன்லாம் கண்டுப்புடிக்காத மாதிரி எங்க கைவசம் வேகாத கங்கு சாணியுருண்டையில வச்சிருப்போம்''

''வேகாத கங்குன்னா?''

''நவாமரக் கட்டை இருக்குல்லா, அது நல்லா நின்னு எரியும்யா. அதோட கங்கு எடுத்து கல்லுல வச்சா வெளில கரியாவும் உள்ள கங்காவும் இருக்கும். அப்படியே ஈரசாணில உருட்டி இடுப்புல வச்சிகிட்டா ஒரு ராத் திரிக்கி தாங்கும். வேணும்ங்கிறப்போ சாணிய உதுர்த்துட்டு கங்க ஊதி ஊதி தீ பத்தவைச்சிப்போம். போற எடத்தில எவனாச்சும் தீக்கங்காணி வந்தான்னு வையி சாணி உருண்டைய கீழபோட்டுட்டு சுள்ளிக்கு போனவன தேடி வந்தோம் அப்டி இப்டின்னு எதாச்சும் சொல்லி வைப்போம்''

''அடேயப்பா. வித்தக்காரன்வ தாம்லே. ஆமா பசிக்காம இருக்க இலை குடிச்சேன்னியே அதென்னது''

''அதுக்கு பேரு உனக்கு சொன்னா புரியாது. இப்ப என்ன பண்ணுதம்பாரு''

''சுருட்டுக் குடிக்கப் போறியோ''

''இது சுருட்டு இல்ல வேற சமாச்சாரம்''

நீரூற்றில் தண்ணீரை குடித்து துண்டைப்பிழிந்து முகங்கழுவின மொள்ளாந்தடியன் இடுப்பிலிருந்த காய்ந்த கஞ்சா இலைகளைச் சுருட்டி நாரில் கட்டியிருந்த பொட்டலத்தை எடுத்து ஒரு காய்ந்த குச்சியில் அதை நுழைத்து, அதன் முனையை சாணியுருண்டையைப் பிரித்து உள்கங்கில் ஊதிஊதிப் பற்றவைத்தான். சீக்கிரத்தில் புகை கசிந்து அந்த இடமே கஞ்சா வாடை பரவ நீளமாக மூச்சை உள்ளடக்கி கண் சொறுகி இழுத்தான்.

''குடிக்கியா''

''ச்சை. ஆளவுடுய்யா. பண்ணையாரு கொன்னுருவாரு''

''ஆமா இங்கத்தான் இருக்காரு. கள்ளு குடிக்காத பய மாடு மேய்க் கான்னா நம்புவமா. குடிச்சுத்தான் பாருடே,சொர்க்கமே தெரியும்''

"வட்டவட்டமா பொக வுடுவியா நீயும்"

"நீ கூட உடலாம். இந்தா குடி"

முதல் இழுப்பில் நெஞ்சு வலியெடுக்க இருமல் வந்தது. மூச்சு முட்டிக் கொண்டு கண்கள் நீர்பூத்தது. மொள்ளாந்தடியன் விடாமல் வலுக் கட்டாயம் செய்ததில் இன்னும் நாலு இழுப்பு இழுத்தவன் புல்தரையில் சேறு ஒட்டினது கூட தெரியாமல் மலந்து கிடந்தான். வெயில் உச்சியில் ஏறி நின்றது.

நிழல் கருமையாக கண்களில் விழ, முத்து முத்தாக வியர்த்த வியர்வையைத் துடைத்து எழுந்த போது பெருமாளின் உடம்பெல்லாம் ஈர மண் ஒட்டி இருந்தது. நிர்ச்சலனமாய் தூரத்தில் நின்ற மாடுகளைப் பார்த்ததும் உயிர் வந்தது. என்னத்தையோ குடிக்கக் கொடுத்து மாட்டைக் களவாண்டு போகப்பார்த்தானோ மொள்ளாந்தடியன் என்று சந்தேகம் வந்தது முதலில். தூக்குச் சட்டியும் மாடுகளும் அப்படியே இருப்பதைப் பார்த்ததும் அந்த எண்ணம் நீர்த்துப் போனது.

ஆமாம் எங்கே போனான் இந்த காட்டுவழி வந்தப்பயல். சொல்லாமல் கொள்ளாமல் ஓடிவிட்டானோ. அவன் சொன்னமாதிரி பசியே எடுக்க வில்லை. அதுசரி முழித்துக் கிடந்தால் தானே பசி தெரியும். வெயில் வேறு இறங்கி விட்டது மாட்டைப் பற்றிக் கொண்டு பண்ணையத்துக்குப் போகவேண்டும். கறவைக்கு நேரம் பிந்தி விட்டது. பிரச்சனை இல்லை பண்ணைக்காரர் ஊரில் இல்லை. பாலைக் கறந்து அடுப்படித் திண்டில் வைத்துவிட்டு அப்போதே வைத்துவிட்டேன் என்று பண்ணையார் வீட்டம்மாளைச் சமாளித்து விடலாம்.

சிந்தனைகளோடு மாடுகள் கிட்டே நெருங்கி வந்தவனுக்குத் தூக்கி வாரிப் போட்டது. இது என் மாடுகள் இல்லை.... இல்லை மாடுகள் நம்முடையதுதான் ஆனால்.. ஆனால்.. என்ன இது உடம்பெல்லாம் இரத்தம் வழிகிறது மாடுகள் சத்தம்போட்டு கத்தக் காணோம்.

வெள்ளைமாடு எந்த ஊரில் சிவப்பாக மாறும். தொட்டுப் பார்த்தான் சதை பசையாக கையில் ஒட்டியது. "அஞ்சுகோட்ட சாமீமீ.. கள்ளப்பயல் இந்த வேலை பாக்கவா வந்தான்" கண்கள் மலங்க மலங்க உயிர் அத்துப்

போனது பெருமாளுக்கு. லவங்கம் களவாங்க பயன்னு நினைச்சா அடிமடிய அறுத்து எடுத்துட்டு போய்ட்டானே. கலங்கித் துடித்தவன் நடுகாட்டில் ஆள் அரவமற்ற இடத்தில் அலறிக் கொண்டிருந்தான்.

மூலிகை பச்சிலைகள் தடவி மாட்டுத் தோலை அப்படியே வலிக்காமல் உரித்து எடுக்கும் வித்தையைச் செய்ய ஈவு இரக்கமற்ற சிலர் பக்கத்து பிரதேசங்களில் நடமாடுவதாக ஏற்கனவே ஊருக்குள் பேச்சாக இருந்தது. அதை யாரும் பெரிதாய் நம்புகிறார் போல இல்லை. முழுமாட்டைக் கடத்திக் கொண்டு போவானென்று கண்டதுண்டு, இதென்ன ஈனத்தனம் அப்படிச் செய்யவும் மனசு வருமா எவனுக்கும் என்று பலரும் நினைத்துக் கொண்டிருந்தார்கள் ஆரம்பத்தில்.

பிறகு கீழக்கரை பக்கத்திலிருந்து மேக்கே போய்விட்டுவந்த சாயிபுமார்கள் சொல்லித்தான் விசயம் உண்மைதான் என்று நம்பத் தொடங்கினார்கள் ஊருக்குள். இன்றைக்கு கண்ணுக்கு நேரே ஒருத்தன் செய்ஞ்சுட்டுப் போய்ட்டானேபடுபாவி.

பச்சிலை வீரியம் குறைந்து ஈக்கள் உட்காரும் போது, அந்த ஜீவன்கள் என்ன துடி துடிக்கும் உயிர்போக வலித்துக் கத்துமே. எப்படித் தாங்கிக் கொள்ளும். எந்த மொகரையோடு மாட்டைப் பத்திக் கொண்டு போவது. கண்டதையும் தின்று மாடு செத்து விழுந்தால் கூட உயிர் மறுத்து அடிகளை வாங்கிக் கொள்ளலாம். இப்படிக் குற்றுயிராய் மாடுகளைப் பார்ப்பதற்கே உடலில் தெம்பில்லை. அழுது அரற்றியவன் மாடுகள்மீது பாய்ந்து தழுவினான். உடலெல்லாம் இரத்தம் பிசினாக ஒட்டிக்கொண்டது. வெறி பிடித்தவன்போல மேற்குக் காட்டை நோக்கி, மொள்ளாந்தடியன் வந்த பாதையிலே ஓடிக்கொண்டிருந்தான் வெட்டும்பெருமாள்.

பண்ணையாரின் ஆட்கள் நாலா திசைகளிலும் பயலைத் தேடிக் கொண்டிருக்கிறார்கள். மாட்டுக்கு வைத்தியம் பார்த்து ஆகாது கொன்று விடுங்கள், அதன் ஈனச்சத்தம் கேக்கமுடியவில்லை என்று மரகதம்மாள் கூப்பாடு போட்டுக் கத்தத் தொடங்கினாள். பெத்த பிள்ளையை விட அதிகம் நேசிக்கும் மாடுகளைக் கொல்லச்சொல்லி அழுகிறவளின் வேதனையும் துயரமும் கொஞ்சமும் வீரியம் குறையாமல் பண்ணையாருக்கும் இருந்தது.

மூன்றாவது நாளில் பண்ணையார் வீட்டு புறக்கடையில் இடி விழுந்தது போல சினை பிடித்திருந்த செவலைப்பசு இறந்தே போனது. ஊருக்குத் தெரியாம ஆள்காரர்களை வைத்து தோட்டத்தில் குழிவெட்டிப் புதைத்திருந்தார்கள்.

மற்ற மாடுகளையாவது எப்படியும் காப்பாற்றிவிட வேண்டுமென்று தவியாய்த் தவித்தார் பண்ணை. பக்கத்து ஊரிலிருந்து அழைத்து வந்த பசுக்களுக்கு பேறு பார்க்கும் மாசாணம் மஞ்சள் பத்து போட்டு ஈக்கள் உட்காராமல் இருக்க குறுக்கு கட்டையில் கம்பளி போட்டு பண்டுவம் பார்த்தார். மீறி உட்காரும் கொசுக்கள் பசுக்களை வேதனையால் துடிக்கச் செய்யதும் தன்னால் ஆகாதென்று கைவிரித்து விட்டார். பசுக்களின் ஒவ்வொரு கதறலுக்கும் வெட்டும் பெருமாளையும் இதற்குக் காரணமானவர்களையும் வெட்டிப் பொலிபோட வேண்டுமெனக் கருவிக் கொண்டிருந்தார் பண்ணை.

இராமநாதபுரத்திலிருந்து பண்டுவம் பார்க்கும் ஆசாமி ஒருத்தரை வண்டிமாடு கட்டிவரத் தாமதாமாகுமென்று நாடகக் கம்பெனி ஆட்களின் மோட்டார் காரை கடன்வாங்கி கூட்டிக்கொண்டு வந்தார்கள். வந்தவர் மாடுகள் நிலையைப் பார்த்ததும் வாளி நிறைய புளியைக் கரைத்து தரச் சொன்னார். பச்சிலைகள், கொழுந்து, கருவக்களை, இன்னும் பல தளைகளை ஆட்டுரலில் அரைத்துத் தரக் கேட்டு, ஒவ்வொரு மாட்டுக்கும் தடவிக் கொடுத்து தொழுவம் முழுக்க சாம்பிராணிப் புகை போட்டு விட்டார். மாடுகளின் அனத்தம் குறைந்திருந்தது. ஆனால் சீழ்வடி நிற்கவில்லை. சீழ் வடிய வடியத்தான் கிருமி தொத்தாது என்றும் காரணம் சொன்னார்.

மேற்குக் காட்டில் மேய்ச்சல்காரனைத் தேடியலைந்த முனுசு, ஆந்தக் கண்ணு, சொள்ளமாடன், பட்டுருட்டி ஆகிய நால்வரும் ஆளுக்கொரு நாட்டுத் துப்பாக்கி வைத்திருந்தார்கள். இரும்பு பூண் போட்டு அரக்குச் சாக்கில் முடிந்து, அதை சருகுக் குப்பைக்கடியில் புதைத்து வைத்தார்கள். அதற்கு நேரேயிருந்த வாகைமரத்தில் குறி போட்டுக் கொண்டு, காதுகளை கூர்த்தீட்டிக் கொண்டு காலடி பட்டிக் செடிகொடி ஏதும் அமுங்கிக் கிடக்கிறதா என்று தேடினார்கள்.

பயலைக் கண்டுபிடிக்காமல் திரும்புவதில்லை. 'பாதி உசிரோ மீதி உசிரோ இத்தனை நாள் நாயா பேயா அலைய வைச்சதுக்கு கெண்டைக் கால் நரம்பையாச்சும் அக்காம விடுறதில்லை' என்று கருவிக் வைத்துக் கொண்டார்கள்.

எட்டுநாட்களாகிவிட்டது. சொறித் தவளை கத்திக்கொண்டே கிடந்தது. அடித்துப் பெய்த மழையும் சேர்ந்து காட்டுப் பாதையை சதச தப்பாக்கியிருந்தது. ஈட்டிமரம் ஒன்றுக்குப் பின்னால் ஏதோ கெட்ட வாடை அடித்தது. நரிகளும், பிணந்தின்னிகளும் கூடிக் கடித்துப் போட்ட இரைநாற்றம் நாசியில் ஊக்குபோல குத்தியது. மூக்கைப் பொத்திக் கொண்டு நாலுபேருமாகக் கிட்டேபோய் பார்த்தார்கள். ஆஜானுபாகுவான ஒரு ஆண்சடலம் தசைகள் கடிக்கப்பட்டு எலும்பு எலும்பாகக் கிடந்தது.

கால்விரல்கள் வரைக்கும் கொஞ்சமும் பிசிறில்லாமல் தோலை யாரோ உரித்ததுபோல கிடந்தது சடலம். ஆள் யாராக இருக்குமென்று பிடிபடவில்லை. வெட்டும்பெருமாள் இத்தனை உயரம் கிடையாதே வேறு யாராக இருக்கும். ஆள் பார்க்க மலையாளத்தான் போலல்லவா இருக்கான் என்று தாங்களுக்குள்ளே பேசிக்கொண்டார்கள். பிறகு நாலு மஞ்சக் குலைகளோடு, அந்த சடலத்தை சாக்கில் அள்ளிப்போட்டுக்கொண்டு, ஊருக்குள் எடுத்துப் போய் பண்ணையாரிடம் காண்பித்தார்கள்.

மேற்குக் காட்டின் மேய்ச்சல்காரர்கள் மாடுகளைப் புல்லுக்குக் கூட்டி வந்ததுமே வானம் பார்த்துக் கும்பிட்டார்கள். கீழே முறிந்து கிடக்கும் ஈட்டி மரத்துக் கணுக்கம்பை நிலத்தில் குத்தி, அதில் மாட்டை கட்டிப்போட்டார்கள். "வெட்டும்பெருமா சாமி! நீதான் எங்க ஆடு மாடு கன்னுகளையெல்லாம் கண்ணுங்கருத்துமா காத்து நிக்கணும்" என்று அவர்கள் வாய் ரெவ்வெண்டு வார்த்தையாக முணுமுணுத்தது.

– 2015

வெஞ்சினம்

01

மேற்கே மலையடிப்பாதையில் பத்து மைல் தூரத்துக்குக் குறையாமல் பயணம் போனால், நான்கு மலைகளுக்கும் நட்டநடுவாக, பரந்த எல்லைகளுக்குள் காடாய் விரிந்து கிடக்கும் நாகுப்பிள்ளை தோப்பு. ஒரு காலத்தில் ஊத்தாய் சுரந்த மலைகள், மரமெல்லாம் வெட்டித் தின்ற பிறகு மொட்டையும் கட்டையுமாய் காய்ந்து போனது. காட்டாறு ஓடின பாதையில் கரடி நடந்துபோன தடங்களைத்தான் பார்க்க முடிகிறது.

ரொம்பக் காலம் முந்தி மொத்த மலைகளும் சமீந்தார் மாளிகைக்கே பாத்தியப் பட்டிருந்தன. தெக்கத்தி மண்ணில் காங்கிரசு பார்ட்டி வரவேற்பு பெற்ற காலத்தில பேர் சொல்லத்தக்க ஆளாக சமீந்தார் இருந்ததால் அவர் தன் ஜாகையை மெட்ராஸ் பட்டினக்கரைக்கு மாற்றிக் கொண்டார். பிறகு, ஊரோடு இருந்த மாளிகையையும் நிலபுலன்களையும் எட்டிப் பார்க்கவே நேரமில்லாமல் போனவர், மலை மேலிருந்த வேலிகளைப் பராமரிக்கும் பொறுப்பை நாகுப்பிள்ளை வசம் ஒப்படைத்துவிட்டார்.

நாகுப்பிள்ளை நல்ல விசுவாசி. சமீந்தாரின் பரம ரகசியங்கள் என்று சொல்லப்படுபவை படாதவை பலதும் அறிவார். அதனாலேயே, ஆடிக்கு அமாவாசைக்கென எப்போதாவது பியூக் காரில் வந்திறங்கும் சமீந்தார் குடும்பத்தை விட, நாகுப்பிள்ளையின் குடும்பமே சமீனின் மலைக்காணி மொத்தத்தையும் ஆண்டு அனுபவித்து வந்தது.

அவ்வப்போது விளைச்சல் கணக்கு காட்டிக்கொண்டு, மேல் செலவுகளை எழுதி வைத்து, நேரம் கிடைக்கையில் எல்லாம் பெட்டி பெட்டியாகக் குடந்தைச் சீவலை அசை போட்டபடி, வேலையாள்களை ஏவல் சொல்லிக்கொண்டு சமீன் சொத்தைப் பூதம் புதையல் காப்பதுபோல காத்துக் கொண்டிருந்தார் நாகுப்பிள்ளை.

அந்த சமயத்தில் தான், ஆயிரத்து தொளாயிரத்து அறுபதாம் வருசத்தில் மதராஸ் நில நிர்ணயச் சட்டம் என்ற ஒன்று உருப்பெறும்

பேச்சுக்கள் மெல்ல காங்கிரசுப் பெரிய மனிதர்களின் தூக்கத்தைக் கெடுத்தது. வங்காளத்திலும் மலபாரிலும் நடந்தது போல பெரிய பெரிய நிலக் குவியலை எல்லாம் அரசாங்கம் கையகப்படுத்தப் போகிறது என்ற பீதியில் சமீந்தாரும் நேரம் கெட்ட நேரத்திலெல்லாம் வண்டி கட்டிக்கொண்டு வக்கீல்கள் ஆபீசுக்கும் மாஜிஸ்திரேட் வீட்டுக்கும் அலைந்து கொண்டிருந்தார்.

ஐந்துபேர் கொண்ட குடும்பத்துக்கு முப்பது ஸ்டாண்டர்டு ஏக்கருக்கு மேலே சொத்து வைக்கக் கூடாது' என்று முதலில் வெருட்டிய வக்கீல்கள், பிறகு ஆற அமர நிலபுலன்களை டிரஸ்டு சொத்தாக்குவது பற்றியும், இனாம் கிரையம் பண்ணிக்கொடுத்து பதுக்குவது பற்றியும் யோசனை சொல்லிக் கொடுத்து அதற்கு பீஸாக தங்கள் பேரில் ஒரு பங்கு நிலத்தை ஊர் பேர் தெரியாத இடங்களில் பத்திரம் போட்டு வாங்கிக் கொண்டார்கள்.

எதிர்பாரா விதமாக அரசாங்க ஆ(ர்)டரில், சமீனின் மலைக்காணிகள் மொத்தமும் ஜென்ம நிலங்களுக்குள் அடங்கி விட்டது. சங்கிலிப் பெட்டிகளைத் தூக்கிக்கொண்டு புதுசு புதுசாக வேலைக்கு அமர்த்தப்பட்ட சர்வேயர்கள் நாலாபுறமும் மலையை அளந்துவிடத் தயாராய் வந்திறங்கியிருந்தார்கள். அவர்களில் தனக்குச் சரிப்பட்டு வந்தவர்களைச் சரிகட்டி, வராதவர்களை வாயடைத்து, சமீன் தன்வச மிருந்த மலைக்காணிகளை அங்கங்காகப் பிரித்து, முப்பது, முப்பது ஏக்கரெனத் தன் விசுவாசிகளுக்கு எழுதிக் கொடுத்து மிச்சம் மீதியென மீந்தவைகளைத் தனக்குக் கட்டுப்பட்டவர்கள் வசமே ஒப்படைத்து விட்டார்.

அப்படியாக நாகுப்பிள்ளை குடும்பத்திற்கென மொத்தமாகக் கிடைத்த இனாம் தான் அந்த முழுத்தோப்பும். நாகுப்பிள்ளைக்குப் பிறகு வாரிசுரிமைப்படி, இளையவடியாள் மகனும் கடைக்குட்டியுமான கனகுப்பிள்ளையின் கைகளுக்கு சொத்து வந்து சேர்ந்தபோது, ஜமீன் வாரிசென்று இதுவரை ஏழெட்டுப் பேர் கிளம்பி வந்து, தோப்பைத் திரும்ப தங்கள் பேருக்கு எழுதித்தரச் சொல்லி மிரட்டிவிட்டுப் போயிருந்தார்கள். யார்கிட்டேயும் எந்த தாஸ்தாவேஜோ, பட்டயமோ, பத்திரமோ கிடையாது

என்பது கனகுப் பிள்ளைக்கும் தெரியும். பிறகு இந்த மலங்காட்டில் வந்து அவரை அதிகாரம் பண்ணிவிட்டுத் திரும்புவதும் அவ்வளவு எளிய காரியமாக இருக்கவில்லை.

அந்நாளைகளில் நாகுப்பிள்ளை குடும்பம் இருந்த இருப்புக்கும், செழிப்புக்கும் இப்போது கைமேல் வசமாய் இருக்கும் இந்தத் தோப்பு ஒன்றுதான் 'பூர்வீகச் சொத்து'. அதுவும் மலைவழிப் பயணத்துக்கு கோவேறு பூட்டின ஒரு பழைய வண்டி, ரெண்டு காவல் கூலிகள், ஒரு சிப்பிப்பாறை வளர்ப்பு, நாலு மண்வெட்டிகள், பத்திருவது சுமை கூடைகள், சாக்கு கோணி இவ்வளவுதான் மொத்த தளவாடங்களே... ஆனால் விளைச்சல் என்று வாய் வைத்துவிட்டால் போதும் பேய் பேய் எனத் தடித்துப் பழுக்கும் எலுமிச்சைகளைக்கூட, சாக்கு போட்டுக் கட்டி மாள முடியாது.

இதில் பயிர் வைத்துப் பறிக்கும் பனிவரகும், கேழ்வரகும், சிட்டஞ் சாமையும், பெருஞ்சாமையும், சடைசாமையும் சிப்பம் சிப்பமாக அடித்துப் பொலித்தால் எப்படியும் இருமாசம் வேலை வைக்கும். இதை கைக்குமில்லாமல் வாய்க்குமில்லாமல் பிடுங்கிக்கொண்டு விட்டுவிட்டால் எங்கே போவது யாரைக் கேட்பது என்ற கவலையில் நல்ல விலைக்குக் கைமாற்றி விடும் தீவிரத்தில் இருந்தார் கனகுப்பிள்ளை.

02

கனகுப்பிள்ளை தோப்புக்கு தன் பேரன் சுந்தரனை இம்முறை அழைத்து வந்திருந்தார்.

புதிதாக வந்திருக்கும் இன்னொரு நபரைக் கண்டவுடன், 'சுருளி' பழியாய் குலைத்துக் குதிக்கத் தொடங்கிவிட்டது. சுந்தரன் அதன் திரட்சியான கால்களையும், உமிழ் வடியும் நீண்ட இளஞ் சிவப்பு நாக்கையும் பார்த்ததுமே சற்று மிரண்டு போயிருந்தான்.

சுருளியின் வலுவுக்குப் பலங்கொடுத்து அதன் சங்கிலியில் இழுத்துக் கட்ட கனகுப்பிள்ளைக்குச் சத்தோ, துணிவோ கிடையாதுதான் என்றாலும்.. 'ஏய் ஏய்..' என்ற அவரது ரெண்டே அதட்டில் அதுவரை அந்தரத்தில் எவ்விய கால்களைத் தரையில் பதித்து பம்பரமாய் சுழன்றடங்கியது.

''ஒண்ணுஞ் செய்யாது வா எம்பொறத்தாடி.. ஏவே.. எங்கனெ போய் ஒழிஞ்ச.. ஓவ்.. அங்கன ஆரு நிக்கது.. இந்தக் கழுதைய கொண்டுபோய் கட்டிப்போடு மொதல்ல''

வண்டிச்சத்தம் கேட்டபோதே சாமி சேர்வை புரிந்து கொண்டார். நாய் குரைத்த வேகத்தில் கைகாலைக் கழுவிக் கொண்டு, துவரைக் குச்சிகள் வேய்ந்த படலை விலக்கியபடி தோப்பின் முற்றத்துக்கு வந்து கொண்டிருந்தார்.

அதற்குள் பெரியவர் சத்தம் கொடுத்துவிட, நேரே தன் வருகையை அறிவிக்கும் விதம் ஒரு 'ஏல்' சொல்லிவிட்டு சுருளியை அவிழ்த்துக் கொண்டுபோய் நிழலிலாழ்த்தினார்.

''என்னப்பா... வேலை ஆகுதா!''

''அந்தால காட்டுக்குள்ள காய் பறிப்பு நடக்குதுங்க. பொழுது சாயுறதுக்குள்ள கீழ கொண்டு போகணுமின்னு ஆள்வள பத்திக்கிட்டு நின்னேன். வர்ற சத்தம் கேட்டதும் ஓடியாறேன்..''

''அதான சரி, ஆமா நேத்தெல்லாம் என்ன ஆஞ்சிய?''

''நேத்து நெல்லியக் கட்டி கீழ எறக்கி கொடுத்துவுட்டோமே. முக்கா வண்டி ரெம்பிருக்கும். பதமான கனிங்க''

பிள்ளைவாளுக்குப் பதில் கொடுத்துக் கொண்டே, நார்க்கட்டிலைக் கொண்டு வந்து பாக்குத்தடி வரிசையில் குறுக்கு வசமாய் சாய்த்துப் போட்டுவிட்டார் சேர்வை.

''இதில இரிங்க...''

''இருக்கட்டும், விடப்பா.. ஏ.. சுந்தரம்பிள்ளே வா வந்து தாத்தாகிட்ட உக்காரும்... ஆருன்னு தெரியுதா.. மகன்வழிப் பேரன்''

''சாடை அச்சில அடிச்ச மாதிரில்ல இருக்காரு. வந்தமேனிக்கி நம்ம ச்சுர்ளிய கண்டு அசந்துட்டாரு போல.. பழகிட்டா ஒண்ணுஞ் செய்யாது. என்ன... சின்னவரே சொகந்தானா!''

சுந்தரம் மெலிதாகச் சிரித்து வைத்தான்.

அவனுக்கு சாமிச் சேர்வையிடம் எந்தப் பிடிப்பும் ஏற்படவில்லை. கிடா தடிக்கு மீசை, ஆளை அச்சமூட்டும் இருங்குத்திப் பார்வை, தடித்த கைகள், கொஞ்சமும் தன்மை இல்லாத வறட்டு மனிதன் என்றே முடிவு கட்டிக் கொண்டான்.

மண் கும்பான் நிறைய தண்ணீரைக் குடித்து முடித்ததும், தனக்கு எதிரே இருந்த கல்திண்டில் சாமிச் சேர்வையை உட்காரச் சொன்னார் கனகுப்பிள்ளை. ஊரில் யார் கிட்டேயும் அதிகம் பேச்சு வளப்பு வைத்துக் கொள்ளாத கனகுப் பிள்ளையும் சாமிச் சேர்வைகிட்டே மட்டும் வாய்க்கா, வரப்பு, தண்ணி, தாவணி, பஞ்சு, பருத்தி, பாண்டவர், கௌரவர் என்று எல்லாப் பழங்கதைகளும் பேசித் தீர்ப்பார்.

ரெண்டு பேருமாக வாய் வயனங்களும், ஆவலாதிகளும் பரிமாறிக்கொண்டிருந்த நேரத்தில், சுந்தரன் தோப்பு விடிலிக்குள் நுழைந்து உடை மாற்றிக் கொண்டு கிணற்றில் பாய்ந்து ஒரு நல்ல குளியல் போடலாமெனப் பதம் பார்த்துக்கொண்டிருந்தான்.

பால்போல் பொங்கி நிற்கும் தூசுதும்பு காண முடியாத அந்தக் கிணற்றுத் தண்ணீரில், ஓங்கி விழுந்து, குதித்துச் சாடி, விழுந்த வேகத்திலே ஆழத்தில் முங்கி, உந்திக்கொண்டு மேலேறி, கைகளை அசைத்து உடம்பை மிதவை ஆக்கிக் கொண்டு நெடுநேரம் ஊறிக் கிடந்தால், சொடக்கெடுத்த மாதிரி உடம்பெல்லாம் தளர்ந்து போகும். பசி கண்மண்ணைப் பிடுங்கும். சில மணிகளில் எல்லாம் சுந்தரன் ஆள் இளைத்து பருத்தது போல் ஆகிப் போனான். ஈரம் சொட்டச் சொட்ட அவன் கரையேறியபோது, திக்கறியாத விறகடுப்புப் புகையும், கறியைச் சுடும் கமறல் வாசனையும் அவனைக் கிறங்கடித்தன.

கனகுப்பிள்ளைக்குமே தோப்புக்கு வந்துவிட்டாரென்றால் எப்படியும் மங்கா அறுத்துக் கொதிக்கவிடும் சேவல்கறியும், அதன் காரத்தை தணித்துக் கொள்வதற்கு சீமைச் சாராயமும் கட்டாயம் வேண்டும். அதென்னமோ ஊரிலும் வீட்டிலும் சரி சைவப்பிள்ளையாக உலா வந்தாலும், ரகசியமாகப் பொத்தி வைத்திருக்கும் தன் நா ருசிக் கிடைக்கை களை இங்கே வந்து திறந்து போட்டு, லம்பமாய் ஒரு ஆட்டம் ஆடிக்

கொள்வார். பிறகு சந்தனமும் ஜவ்வாதும் பொக்காமல் பூசிக்கொண்டு, அப்போதுதான் 'எம்பாவாய்' பாடி முடித்த வாயாக மலர மலர மலையை விட்டுக் கீழிறங்குவார்.

வெயில் அன்று அம்பலத்தில் ஏறி ஆடிக் கொண்டிருந்தது. முற்றம் வரைக்கும் தாழ்ந்து, கைநீட்டிக்கிடந்த மாமரக் கொப்புகளிலும் கிளைகளிலும் வெள்ளை வெள்ளையாய் பூப்பிடித்திருந்தன.

இந்தப் பூக்கள் ஒவ்வொண்ணும் காய் கண்டு, காய் களெல்லாம் பழங்கண்டு, அதைத் தின்னுவிட வேணுமென்ற ஆசையில் பச்சைக் குளவிக் கூட்டமொன்று ஒய்ய்ங்கென்று இரைந்துகொண்டிருக்க, சுருளி அந்த வண்டுகளைக் கவ்விப் பிடிப்பது போல மிரட்டிக் கொண்டிருந்தது. தாத்தா கனகுப்பிள்ளைக்கும் தனக்கும் சாப்பாடு பரிமாறுவதற்கென்று வாழை இலைகள் ரெண்டை அரிந்து கொண்டு வந்து சேர்ந்தார் சாமிச் சேர்வை.

''ஏம்மா.. சோற்று சட்டிவள எடுத்துட்டாமா..'' என்று அவர் குரல் கொடுக்கவும் கிழக்குப் பக்கமிருந்த கொட்டாரி லிருந்து மரகதப் பச்சையில் வெள்ளைப்பூ போட்டச் சீலையை நாட்டு உடுப்பாகச் சுற்றிக்கொண்டு, இரண்டு கைகளில் சமைத்த கறிச்சட்டிகளோடு ஒயிலாக நடந்து வந்தாள் மங்கா.

மங்கா சாமிச்சேர்வை தனக்கென்று ரெண்டாவதாகச் சேர்த்துக் கொண்ட பெஞ்சாதி. மூத்தவடி பற்றி அவரிடம் எந்தக் குறிப்பும் கிடையாது. அதேமாதிரி இவளுக்கும் பிள்ளைகள் பூச்சிகள் என்று எதுவும் படவில்லை. 'பின்ன என்னத்துக்கு இந்தக் கிழவனைக் கட்டீகிட்டு இந்தக் காட்டுக்குள் வந்து கிடக்காளோ இந்த ஓடுகாலி முண்ட' என்று கனகுப்பிள்ளை ஏங்கு மூச்சாக யார் காதும் படாமல் தனக்குள் முனங்கிக் கொள்வதுண்டு.

தோப்புக்கு உள்ளாக அரை குறுக்கத்தில் பனமட்டையும் கம்பங் குச்சிகளும் சாக்குப் பாய்களும் கொண்டு சேர்வை உண்டாக்கின கொட்டாரில்தான் பல வருசங்களாய் மங்காவின் குடிபிழைப்பு. ஒன்று அதிர்ந்து ரெண்டாகத் தெரிகிற மாதிரி ஒரு சொல்லும் சாமிச்

சேர்வை அவளிடம் பேசியதில்லை. சொந்த ஊருக்கோ அக்கம்பக்கத்து இடங்களுக்கோ ரெண்டு பேரும் சேர்ந்தாக்கில் புறப்பட்டுப் போனதாகவும் செய்தி கிடையாது.

தோப்பின் தென்கோடியில் மங்கா அவளுக்கென்று உண்டாக்கிக் கொண்ட குலச்சாமியான பூவாத்தாளைக் கும்பிடுவாள். அதிசயமாக அடிவாரத்தில் உக்கார்ந்திருக்கும் முனிக்குச் சாத்து கொடுக்கும் நாளையில் மட்டும் தனியாளாக ஓய்வொழிச்சல் பார்க்காமல் கீழிறங்கி தலையைக் காட்டிவிட்டுத் திரும்புவாள். மற்றபடி இந்த சாமி காரியங்கள் தவிர்த்து மங்கா என்றொருத்தி அங்கே உயிரோடு உலாவுவது பற்றி எந்த சொற்களும் வேலி தாண்டியதில்லை.

''உனக்கு சேவல் கறி ஒத்துக்குமா.. இல்ல மரக்கறி வேணுமா?''

எடுத்ததுமே ஒருமையும் அதிகாரமும் தொனிக்க தன்னிடம் கேள்வி கேட்கிறாள் என்ற வேகம் சுந்தரனை ஒரு அசை அசைத்துவிட்டது. இவ்வளவு பெரிய தோப்புக்கும், கிழவனின் சகல சொத்துக்களுக்கும் அதிகாரம் செலுத்தப் பாத்தியதைப்பட்டவன், நகரத்தில் படித்தவன், நாகரிக உடை உடுத்துபவன். நளினமாக மேலை மொழியில் பேசத் தெரிந்தவன். ஆங்கில நாளேடுகளில் எல்லாம் பக்க அளவில்லாமல் கட்டுரைகள் எழுதிக் குவிப்பவன் இன்னும் எவ்வளவோ அவனைக் குறித்து அவனே மதிப்பீடு செய்து வைத்திருந்த பிரமாணங்களை எல்லாம் ஒரே அடியாக தரையில் தூக்கி அடிப்பது போல, ''ஒக்காரு.. கைய நீட்டு.. இலையக் கழுவு..'' என்று அவள் பாட்டுக்குக் அடுக்கிக் கொண்டே போனாள்.

யார் இந்த மங்கா? இவளையும் சாமிச்சேர்வையையும் பக்கம் பக்கமாக நிறுத்தினால் அப்பனும் மகளும் போலல்லவா இருப்பார்கள். இவர்கள்தான் தாத்தா சொன்ன கணவனும் மனைவியுமா? யானையைக் கொண்டு வந்து கிட்டத்தில் நிப்பாட்டினால் இவளும் யானையும் ஒரே கருப்பில்தான் இருப்பார்கள். கலங்கல் இல்லாத முகம்தான். ஆனாலும் அதில் அப்பட்ட மான பட்டிக்காட்டுத்தனம். தந்தத்தில் சீவின வளரித் தண்டுபோல கள்ள வீட்டுப் பெண்களுக்கே உண்டான திடகாத்திரமான உடம்பும், குணமும்... இருக்கட்டுமே என்ன திமிர்த்தனம் இவளுக்கு...

தனக்கு முன்னால் கனகுப்பிள்ளை உட்கார்ந்திருப்பது பற்றிக்கூட அவள் சட்டை செய்யவில்லை என்பதை யோசித்தபோது, யார் இந்த கருப்பு அரக்கி என்று அவன் மனம் துள்ளத் துடித்துக் கொந்தளித்தது.

03

திராவிடக் கட்சியின் சொத்து பாதுகாப்புக் கமிட்டியில் முக்கியப் பதவியில் இருந்தவருக்குச் சொந்தமான அந்த நிறுவனம், ஊருக்கு மேற்கேயுள்ள அகண்ட நிலபுலன்களை எல்லாம் சத்தமில்லாமல் வாங்கிப் போட்டபடியிருந்தது. விதைப்பும் விளைச்சலும் பட்டுப்போய், தொழில்வெளி என்று எதுவும் அமையாத பூமியில் கல்குவாரிகளும், செங்கல் சூளைகளும் நாளும் பொழுதும் கிளைத்து எழ, மேற்படியார் காதுக்கு, கண்ணுக்குக் குளிர்ச்சியாய் தோப்பு ஒன்று மலைக்கு மேலாக பழைய விவகாரங்களுடன் விற்பனைக்குக் காத்திருப்பது குறித்த செய்தி வந்து சேர்ந்தது. 'நிறுவனம்' வழக்கம் போல சொத்தின் பூர்வீகங்களை விசாரிக்க ஆரம்பித்தது.

மாடிப்படியில் இருந்து இறங்கும் போது, கனகுப்பிள்ளைக்கு கணுக்கால் நரம்பு சுண்டிவிட ரொம்ப தொலைவுக்குக் காலை தொங்க போட்டுக்கொண்டு பிரயாணம் செய்யவோ, நடக்கவோ கூடாது என்று குடும்ப டாக்டர் கண்டிப்பு போட்டு விட்டார். அந்த ஆடி மாதத்தின் போக்கு வரவுகளை வைத்து தோப்பு விளைச்சலை வீடேற்றிவிட்டு, அதே வேகத்தில் அதனைக் கைமாற்றிவிடலாம் என்று நினைத்திருந்தவருக்கு டாக்டரின் இந்த கண்டிப்பு இடுக்காய் வந்து சேர்ந்தது. சுந்தரன்தான் எதைப் பற்றியும் கவலைப் படவேண்டாம் நானே போய் தங்கியிருந்து எல்லா வேலைகளையும் முடித்துவிட்டு வருகிறேன்' என்று கனகுப்பிள்ளைக்கு நம்பிக்கை கொடுத்திருந்தான்.

ஆடிக் காற்றாடியில் மலை வழியாகப் பேரன் போகிறானே என்று நல்ல குதிரைக்கட்டுள்ள வண்டி ஒன்றை ஏற்பாடு சொல்லி, நாள் வீதம் எட்டணா சத்தம் பேசி போக்குவரத்து களுக்கு சலிக்காமல் உடன் இருந்து கவனித்துக் கொள்ள வேண்டும் என்று வழியனுப்பி வைத்திருந்தார் கனகுப்பிள்ளை.

முதல்நாளிலே சாமிச்சேர்வையாரின் எல்லா ஆகிருதி களையும் மொத்தமாக சுந்தரன் அனுபவித்தான். சாராயத்தின் ஒவ்வொரு மடக் குக்கும் ஒரு வண்டி சுருட்டுப் புகையை ஊதித்தள்ளிக்கொண்டு, அது வெட்டவெளி முழுக்கச் சூழ்ந்தடிக்க, உற்சாக போதையின் மிதப்பில் கனகுப் பிள்ளைக்கும், தனக்குமான நெடுங்காலத்துப் பழக்கங்கள், அவரை ஏய்த்து அழிக்க நினைத்தவர்களுக்குத் தான் கொடுத்த அடிகள், அதற்கான கோர்ட்டு வழக்குகள், சாபவிமோசனங்கள் என்று கதை கதையாய் அவிழ்த்துக் கொட்டினார் சாமிச் சேர்வை. பிறகு, ஒரு வளர்த்தியான கொட்டான் நிறைய இன்னும் கொஞ்சம் சாராயத்தை ஊற்றிக்கொண்டு தோப்பின் முக்கத்துக்குப் பக்கமுள்ள பரம்பில் ஏறி, காவலுக்குப் போய் உட்கார்ந்து கொண்டார்.

மங்கா வேலைகளை முடித்துவிட்டு, பூவாடை மணமணக்க கொட்டாருக்குத் திரும்பியிருந்தாள். சுந்தரனுக்கு அரங்கில் படுப்பதற்கு வசம் ஏற்படுத்திக் கொடுக்கப்பட்டிருந்தாலும் இன்னும் தூங்கப் போகாமல் திண்ணையில் வந்து ஒருக்களித்து சாய்ந்து உட்கார்ந்து டிக்கின்சனின் புதினத்தை வாசித்துக் கொண்டிருந்தான். அவனது தலைமாட்டுக்குப் பக்கம் இருந்த கரடி விளக்கைத் தூண்டிவிட்டுக்கொண்டே, ''வேற என்னமும் வேணுமா'' என்று மெலிதான குரலில் கேட்டாள் மங்கா. தூங்கும் கிணற்றை மீன்கள் அசைத்தது போல கலைந்துபோய் திரும்பிப் பார்த்தான்.

''இல்ல ஒன்னும் வேண்டாம்''

''சரி...''

அவள் திரும்பிப் போகவிருந்தாள். ஒரு பேச்சுக்குக் கூட அடுத்த வார்த்தை எதுவும் அவளிடமிருந்து ஏற்பட்டிருக்க வில்லை. என்ன மனுசி இவள் என்று நினைத்துக் கொண்டே, ''ம்க்கும்.. லைட்டர் எங்கயோ வச்சுட்டேன். தீப்பெட்டி கிடைக்குமா?'' என்றான்.

''கை எட்டும் தூரத்திலே விளக்கு எரியுதே..'' என்று திரும்பி நின்று கேட்டாள். பதில் பேசாமல் தன் பாக்கெட்டுக்குள்ளிருந்த சிகரெட் பட்டியைத் திறந்து ஒன்றை அதில் பற்ற வைத்தான்.

கார்த்திக் புகழேந்தி

நின்ற இடத்தில் இருந்தபடியே அவன் செய்கையை அவள் கவனித்தாள்.

''என்ன வாசிக்கிற..''

''சொன்னா உனக்குப் புரியுமா...''

''புரியுற மாதிரி சொல்லத் தெரியாதா?'' சுந்தரனுக்கு கடுமென்றானது.

பட்டிக்காட்டுத்தனம் என்று எடைபோட்டிருந்த அவன் கணக்கு மூட்டையைக் கிணற்றைப் பார்த்து எறிந்தவன் போல, ''தூக்கம் இன்னும் வரலை. நீ எதாவது சொல்லேன் கேட்கலாம்'' என்று இமை கூட அதிராத முகபாவனையில் கேட்டான். அது வழக்கமான அவனது திமிர்த் தொனியோடான பேச்சில்லை என்பதை மங்காவும் புரிந்து கொண்டவளாக முறுவலித்தாள்.

''எங்கிட்ட கேட்டு உனக்கு என்ன தெரியணும்!'' அவள் தனக்குச் சரிக்குச் சமமாகக்கூட அல்ல அதற்கும் மேலேறிச் சென்று தன்னைச் சீண்டுவதை உணர்ந்தாலும் அவனுக்குள் ஏற்படும் இந்த மன உபாதையின் வலிமையை அனுபவித்துவிடத் துடிப்பவனாகத் திரும்பவும் பேச்சை வளர்த்தான்.

''உனக்குத் தெரிஞ்ச கதை எதாச்சும் சொல்லு''

''ம்... சொல்லலாமே.. இரு சுருளி பசியோட இருக்கும். அதுக்கு சோறு வச்சுட்டு வந்து, நிதானமா உனக்குக் கதை சொல்றேன்.''

நாய்க்குச் சோறு வைத்துவிட்டு பிறகு என்னோடு வந்து பேசுகிறேன் என்கிறாள். நாயும் நானும் ஒன்றா? இல்லை.. இவள் நாய்க்கும் கீழாக என்னை இறக்கிப் போட்டு துவம்சம் பண்ணுகிறாள். அரக்கி அரக்கி இவளை....

04

கரிசங்காட்டில் மிளகாய், பருத்தி விளைச்சல் சக்கை போடு போட்ட நேரத்தில் அடிவாரம் வழியாக மேற்கே வண்டி கட்டிக்கொண்டு போகிற வியாபாரிகள் எண்ணிக்கை பார தூரமாய் அளந்துவிட முடியாதபடி

இருக்கும். ஒரு பக்கமிருந்து கருப்பட்டி பாரமும், இன்னொருபுறம் பருத்திப் பொதிகளும், வேறு வேறு ஊர்களில் இருந்து வந்துசேரும் சரக்கு வண்டிகளும் எதிரெதிர்பட நுழைந்து வெளியேறும் பரபரப்பான கணவாய்ப்பாதை அது.

கண்ணுக்கு நேராக முகடுகள் நின்று முட்டுவதுபோலத் தோற்றம் தரும் அந்த கணவாய் ஏற்றத்தில்தான் சமீப காலமாகச் சேட்டை அடித்துக் கொண்டிருந்தது முனி.

முனி நடமாட்டம் பற்றின பேச்சுக்கள் ஊருக்குள் பரவினதும் வம்பும், நட்டமும் எதற்கென்று வியாபாரிகள் மலையைச் சுற்றி எட்டூர் தாண்டி நாடு சுற்றிப் போகும் ஆற்றங்கரை வழிக்கு வண்டிகளை மாற்றிக் கொண்டார்கள். இந்த சங்கதியைக் கேள்விப்பட்ட ஊராண்ட தளவாய்க்கு இது பெருத்த அவமானத்தை ஏற்படுத்தியது.

"காட்டுக் களவழி போறவரின் கண்ணுக்குச் சிக்காது நிழல் போல காவல் காக்கும் நம்மோட ரேணுகை உடனிருக்க ஏமாப்பு காட்டும் இந்த இளைய முனி யாரடா? அவனை ஒரு கை பார்த்துவிட வேண்டாமா!" என்று கொந்தளித்தார் தளவாய் கோபாலன்.

"நூறு கொல்லவாருக்களை இழந்தாலும் அந்த ரத்தத்திலே நடந்து போய் இன்றிரவே அந்த முனியைப் பலியெடுப்பேன். வருசமலைக்கு வழி திறப்பேன். இது அந்த ரேணுகையின் மீது ஆணை" என்று மாசி அமாவாசை தினத்தில் பாளையத்து ராசாமார்கிட்டே உத்தரவு வாங்கிக்கொண்டு மாடு மேய்க்கிற கூட்டம் போல மலையடிவாரத்தில் மொத்தமாக இறங்கியது தளவாயின் படை.

குதிரைக்காரன் ரசல்தார் ராவுத்தருடன், கூடைக் கருப்பனையும் அவனோடு நாலுபேர் கொண்ட கொத்தையும் அனுப்பி, அடிவாரத்தை ஒரு சுற்றுக் கண்ணோட்டம் பார்த்துவர கட்டளை இட்டிருந்தார் தளவாய் கோபாலன். ஆறு நாழிகை கழித்துத் திரும்பி வந்த ரசல்தாருக்கு வாயில் இருந்து பேச்சு எழவில்லை. கூடைக் கருப்புதான் கண்ட கோலங்களை விவரிக்கத் தொடங்கினான்...

''ஆடிச் சலங்கை மின்ன.. அங்கமெல்லாம் சல்லியம்போல் சுடலைப் புழுதி, தேர் போல ஏறு நெத்தி, அதில் சாமுண்டியாகப் புரளும் சடை, பிங்கலப் புண் பூட்டின கையிரண்டும் கெட்டிப்பனை, காலிரண்டும் கருமருது, மலையெல்லாம் படைதிரண்டு எட்டியெட்டி அடியெடுத்து, எரியும் கொள்ளி கொழுந்தாய் எந்திரிச்சு அலையுது முனி...'' என்று கூடைக் கருப்பன் கண்டு வந்த கண்ணோட்டத்தைச் சொன்னான்.

அதைக் கேட்ட தளவாயுடன் சேர்ந்த மொத்த கூட்டத்துக்கும் திகிலடித்துப் போனது. ஆனாலும், சூளுரைத்து வந்த வரைக்கும் வழிமடக்கி ஒரு கை மடக்கு மடக்கிப் பார்த்துவிட்டுத்தான் திரும்புவது என்ற முடிவோடு இருந்தார் தளவாய்.

மேய்ச்சங் காட்டு மாடுகளை எல்லாம் கணவாய்ப் பாதைக்குள் பத்திவிட்டு முதலில் வழியைத் துப்புரவு பண்ணி விட முடிவெடுத்தார். முனிக்குப் பயந்து ரஸ்தாவிலே வணிகர்கள் விட்டுவிட்டு ஓடிப்போன சக்கடை வண்டிகளின் பைதாக்களை ஒன்னு ஒன்னாகக் கழற்ற உத்தர விட்டார். சும்மாடாய்க் கட்டின காடாத்துணியால் அதை அங்குல அங்குலமாய் சுற்றி, எரிகாலி எண்ணையைக் குளுர ஊற்றிவிட்டு, வண்டிப் பைதா மொத்தத்தையும் திக்குக்கு ஒன்றாக நிறுத்தச் சொன்னார். இன்னொரு பக்கம் உருளியில் புலச்சி உப்பும், கரித்தூளும் தட்டி இடித்து நெருக்கி, வேட்டு வெடிக்கச் சொன்னார்.

வேட்டு வெடிச்சத்தம் கேட்டு மாட்டுக்கூட்டம் மொத்தமும் மிரள ஆரம்பித்தது. சரியாக அந்த நேரத்தில் தடதடவெனத் தப்பைத் தட்டிக் கொண்டே படைகளும் புக, நாலா பக்கமிருந்தும் தீப்பைதாவை கணவாய் நோக்கி உருட்டச் சொன்னார் கோபாலன். வழியெங்கும் புல்லுச் செத்தைகளை எரித்துக்கொண்டு பைதாக்கள் திரண்டு உருண்டன.

வேட்டுச் சத்தத்தில் மிரளச்செய்து, தப்புத் தாளத்தால் அகலத்தைக் குலைத்தும், தீயைக் கண்டு திக்கு முக்காடவும் விட்டதில் திமுதிமுவென்று வேகமெடுத்து, பாறைச் சண்டுமுண்டுகளை எல்லாம் இடித்துத் தள்ளிக் கொண்டு மறித்துக் கிடந்த தடுப்புகளை எல்லாம் உடைத்துக்கொண்டு ஒரே போடாக மலையை நொறுக்கிவிடக் கிளம்பியதுபோல முன்னேறியது மாட்டுக்கூட்டம்.

ஒண்ணு மீது ஒண்ணாக ஏறிவிழுந்து, பூதங்கள் ஒவ்வொன்னும் மொத்த மொத்தமாகக் குகைகளை விட்டு ஒரே காலத்தில் புறப்பட்டுப் போவதுபோல, கரடிக்கூட்டம் மல்லன் சண்டையில் ஒன்றை ஒன்று அடித்து குத்திக்கொண்டு சாவதுபோல அந்த இடமே அப்படி ஒரு சமர்க்களமாய் மாறியது.

தளவாய் முகத்தில் புன்னகை அரும்பியது.

ஏககாலத்தில், வண்டிப்பாதையை அதுநாள்வரை அடைத்துக்கொண்டு உபத்திரவம் பண்ணிக் கொண்டிருந்த முனியை நேரே மோதாமலே சாய்த்துவிட்ட தோரணை அவரிடம் அகப்பட்டது. அதேநேரம், கிளம்பின புழுதியிலும் எரிந்த தீயின் வெளிச்சத்திலும் ஆங்காரப்பட்டு மந்தையைக் குலைத்துக் கொண்டு உள்ளே நுழைந்து அடிவாரத்திற்கு இறங்கி வந்து நின்றது முனி.

ஓங்காரமாய் துள்ளிக் குதித்து, முள்ளி, வேல மரங்களை எல்லாம் வேரோடு பிடுங்கி வீசி, பாறைக் குன்றுகளைப் பொடிப்பொடியாய் போட்டுடைத்து, அப்படியும் ஆத்திரம் அடங்காமல் ஓடிவந்த மாடுகளை எல்லாம் திமிலைப் பிடித்து தூக்கி எறிந்து பந்தாடி... முனி செய்த இந்த அட்டகாசங்களை எல்லாம் கண்ணால் பார்த்த மாத்திரத்தில் தளவாய், ''இதுவரை கண்டெடுத்த ஏழு முனி மாதிரியில்ல... ஏழுக்கும் அப்பன் இந்த எட்டாம் முனி. இதை நேரடியில் நின்னு அடிக்கணும். தாய் ரேணுகை நமக்கு பலம் கொடுப்பா''என்று மண் நோக்கிக் கும்பிட்டார்.

அந்த நேரத்தில் கூடே இருந்த ஆனையூரானான கூடைக்கருப்பு, நெனைப்பது போல் இல்லை, இது காவலுக்கு மீறி சவுக்கடிபட்ட கழுவனோ, கோட்டைக்குக் கல்லெடுக்க மலை மலையா அலையும் கள்ளனோ அல்ல. இந்த முனி ராசமுனி. அதோட தேட்டம் என்னன்னு தெரியாம அழிக்க நெனைக்கிறது அதிகிட்டயே நம்ம உசிர அடமானம் வைக்கதுக்குச் சமம். அணைஞ்சு பேசி அது என்ன சாத்து கேக்குதோ அதக் குடுத்துட்டு இங்கயே அடிவாரத்துலே அதைக் குடியமர்த்துவது தான் நாம் காணும் நல்ல வழி'' என்று தன் குறியைச் சொன்னான்.

குழப்பி அடித்த மனசோடு தளவாய் கோபாலன் அந்தத் திட்டத்துக்குச் சம்மதித்தார். பொதினிக்கும் வருசமலைக்கும் நேர் நடுவே கணவாய்க்கும்,

அடிவாரத்துக்கும் நட்டநடுவே கிடாரியும், கன்றும், கெடாவும் பலி விட்டு, பொன், பொருள், பூமி என்று கேட்டதெல்லாம் கொடை கொடுத்து, சந்தனப் பொட்டு வைத்து, கடைக்கண் மையிட்டு, கல்கட்டு மோதிரம், கண்டி, சரப்பணி, மோகன மாலைகள், வண்டிக் கடுக்கண் அணிவித்து, இடையில் குறுவாளும், கையிலே வேல்தடியும், குறுக்காய் புஷ்ப மாலை சூட்டி, யானையும், ஒட்டகமும் முன்னால் செல்ல, மேல்முரசும், பேரிகையும், வாங்கும் ஒலிக்க, பன்றிக் குதிரைகளை நாட்டியம் ஆடவிட்டு, பாய்ச்சல் குதிரைகளை வீதியில் ஓடவிட்டு கொண்டாட்டமாய் கொடுக்கப்பட்டது எட்டாம் முனி கேட்ட அத்தனை சாத்தும். எல்லாம் கொடுத்தும் முடித்த பிறகு தளவாயைப் பார்த்து, ''கேட்டதெல்லாம் கொடுத்தாய் ஆனாலும் ஒரே ஒரு மனக்குறை'' என்று சுண்டி முகம் சுருக்கியது முனி.

''தொலைத்த பொருளை தேடித்தான் இந்த மலைக்கு வந்தேன். வந்துமென்ன என் வேலை ஆன பாடில்லை. எங்கேயோ யாரோ என் பொருளை அபகரித்துக் கொண்டு போய் அடைத்து வைத்திருக்கிறார்கள். அதை திரும்பப் பறிக்காமல் எனக்கு தூக்கமில்லை. நீ கொடுத்த ஊட்டுக்கு உன் பாதையை உனக்குத் திறந்து கொடுத்தேன். அதன் காவலும் ஆகி காத்து நிற்பேன். என் ஒரே ஒரு கோரிக்கை இந்த வழிப்பாதையில் போகும் வண்டி சனமெல்லாம் தான் கொண்டு போகும் பொருள் இன்னது தான் என்று எனக்குத் திறந்து காட்டிவிட்டே நாடு கடந்து போகணும் என்ற ஒரே ஒரு தேட்டம் கொடு எனக்குப் போதும் என்றதும், 'சொன்னது சொல்லாக அப்படியே ஆகும்' என்று மனமுவந்து அந்த இடத்திலே எட்டாம் முனிக்கு கோயில் கட்டிக் கொடுத்துச் சென்றார் தளவாய் கோபாலன்.

05

இலைகளும் சருகுகளும் காய்ந்து கிடந்த தடத்தில் மங்கா நடந்து போவதும், ஏனத்தில் சோற்றைப் போட்டு விட்டு சுருளியை உசுப்ப, அது தன் சங்கிலியை அத்துவிடும் வேகத்தில் தட்டைப் பார்த்துப் பாய்வது வரையிலான சங்கதிகளை அந்தக் கும்மிருட்டிலும் அதனதன் ஓசை களிலிருந்தே சுந்தரன் புரிந்து கொண்டான். கேதுகளின்றி வானத்தில்

சந்திரமானம் அசைவின்றி தெளிந்து நிற்க, இரண்டாவது சிகரட் புகை அவன் கையிலிருந்து துவங்கி மேலெழும்பிக் கொண்டிருந்தது. சருகுகள் இப்போது மங்கா நெருங்கி வரும் ஓசையை அறிவிக்க, ''இன்னைக்குள்ள வந்துடுவன்னு நம்பல'' என்றான்.

அவன் சீண்டலுக்கு எந்தப் பதிலும் சொல்லாமல் கொட்டாருக்குள் நுழைந்து, ஒரு நீளமில்லாத கோணியை எடுத்துக்கொண்டு திண்ணை அருகே வந்து சுவரோடு சுவராக சாய்ந்து வாகாக உட்கார்ந்தாள் மங்கா.

சுந்தரன் அவள் முகம் பார்க்க எதிரே சாய்ந்து உட்கார்ந்து கொண்டு அப்போது கால்மாட்டுக்கு வந்துவிட்ட கரடி விளக்கை காலாலே கிட்டத்தில் இழுத்து, அவள் உட்கார்ந்திருக்கும் இடத்தில் வெளிச்சம் படும்படி வைத்துக் கொண்டான்.

''ம்ம் சொல்லு..''

மதகின் வாமடையைத் திறந்ததும் சீறிப் பாய்ந்துகொண்டு தண்ணீர் வெளியேறுவது போல அவள் ஒரு கதையைச் சொல்லத் துவங்கினாள்.

''ரொம்பக் காலத்துக்கு முன்ன, இந்த மலை அடிவாரத்தில வாழ்ந்த காவல்காரங்கதான் வம்சாவளியா கோட்டை காவலுக்குப் போவாங்களாம்... அப்படி காவல் காக்குற கூட்டத்தோட தலைவருக்கு ஒரு அழகான மக இருந்தாளாம். அவ பேரு பூவாத்தா''

''ம்ம்...''

''அவ ஆளு நடையில அன்னமயில், நிறத்துல கோவப்பழம், கரண்டக்கால் வரைக்கும் கருகருன்னு கூந்தல்.''

டிக்கின்சன் வாசிக்கும் மமதையோடு, ''காலு வரைக்குமா..'' என்று அவன் அவளைச் சீண்டினான்.

''ஆமா.. அவ்ளோ நீட்டத்துக்கு வச்சிருந்தா. ஒருநா அவ குளத்துக்கு குளிக்கப் போனப்ப ஒரு பெரிய சூறக்காத்து வந்து அவளச் சுத்திடுச்சு..''

எந்த தடையீடும் இல்லாமல் இயங்குவது போல, அவன் கேட்டதற்குப் பதில் சொன்ன வேகத்தில் எந்த நிறுத்தமும் இல்லாமல் அதே தொனியில்

அவள் தன் கதையைத் தொடர்ந்து கொண்டிருந்தாள். சுந்தரனும் அத்தோடு சேட்டைகளை நிறுத்தியவன் போல அவள் சொல்லின் மிதிகளைப் பற்றி பின் நடப்பவனாக அமைதிப்பட்டான்.

''காத்தடிச்ச வேகத்துக்கு காய வச்சிருந்த அவ தலமுடி வேலிக் கள்ளில போய் மாட்டிடுச்சி. இதை எட்ட இருந்து பார்த்த உன்ன மாதிரி ஒரு ராசா வீட்டுப் புள்ள, கிட்டப் போய் ஒதவப் போனார்.''

''...''

''அப்போ அந்த பூவாத்தா அந்நிய ஆம்பளை என் கூந்தல தொடக் கூடாது.. நீங்க கிட்ட வராதீங்கன்னு தடுத்திட்டா''

''ம்ம்..''

''அவ சொன்னதைக் கேட்டதும் என்னை யாருன்னு உனக்குத் தெரியுமான்னு ராசா மகன் கேட்டான், ''உங்க கோட்டையைக் காவல் காக்கும் தலைவன் மகளுக்கு, ராசா மகன் யாரு, களவாணிப் பயல் யாருன்னு கூடவாத் தெரியாமப் போகும். தெரிஞ்சித்தான் சொல்லுதேன் தொடாதீங்கன்னுட்டா..''

''ஓஹ்..''

''நாம இன்னார்னு தெரிஞ்சும் இவ தன்னோட கூந்தலத் தொடக்கூடாது எட்ட நில்லுன்னு சொல்லிட்டாளேன்னு ராசா மகனுக்கு மட்டமான கோவம். ஆத்திரத்துல என்ன செஞ்சாரு தெரியுமா? தாங் கையில இருந்த அரிவாள எடுத்து, அதாலயே கள்ளியில மாட்டியிருந்த பூவாத்தா கூந்தல அப்படியே அறுத்து விட்டுட்டாரு.''

''சரியாத்தான செஞ்சிருக்கான்!''

மங்கா சுந்தரனை திருத்தமாக நேருக்குநேர் ஒரு பார்வை பார்த்துவிட்டு கதை சொல்வதை தொடர்ந்தாள்..

''நமக்குச் சரியானது எல்லாம் நம்மளைச் சுத்தி இருக்குறவங்களுக்கும் சரின்னு நினைச்சுக்கக் கூடாது... புரியுதா?''

அவன் பேசவில்லை.

கதை சொல்கிறேன் பேர்வழி என்று இவள் தன்னைக் கட்டு மந்திரம்

போட்ட நாய்க்குட்டி மாதிரி அல்லவா அடக்கிக் கொண்டிருக்கிறாள் என்ற எண்ணம் சுந்தரத்தின் அடிமனத்தில் தத்துவப் போர் ஒன்று துவங்கியது.

கணத்தில் அவள் தன்னை நாய்க்கும் கீழாகத்தான் நடத்துவாள் என்ற எண்ணம் மேலிட்டுவிட மறுவார்த்தை எதுவும் பேசாதவனாக அவன் நனவிலியாகித் தொடர்ந்தான்.

''ஆசையா வளர்த்த கூந்தலை ராசாமகன் வெட்டிப் போட்டாரேன்னு கலங்கிப்போய் தன் வீடு திரும்பினவ 'நடந்த கதை' ஒண்ணுவிடாமல் அப்படியே தன் ஐயாமார்கள் கிட்டே சொன்னா. ''

''அவங்க என்ன பண்ணாங்க?''

''அவங்க என்ன பண்ண முடியும்? ராசா மகன எதிர்க்க முடியுமா? இல்ல வயசுப் பொண்ணோட கூந்தலை இப்படி ஆய்ஞ்சு விட்டீங்களே இது முறையான்னு கேட்கத்தான் முடிஞ்சதா? விசயம் வெளியிலே தெரியாம உள் மனசுக்கு உள்ளேயே போட்டு பூட்டி வச்சுட்டாங்க...''

''ம்ம்...''

''இதுக்கிடையில், கோட்டையிலேருந்து ராசாவோட தளபதிகள், கோட்டைக்காவல் தலைவனைக் கூப்பிட்டு அனுப்பி விட்டார். 'இப்படி உங்க வீட்டுப் பொண்ணு ஒன்னை ராசாமகன் ஆசப்படுறாரு. இன்னும் ஒரு வாரத்தில உங்க சம்மதத்தை சொல்லி அனுப்புங்க'ன்னு கட்டளை வச்சிட்டாரு''

''...''

''என்னடா இது மகன் நம்ம வீட்டுப் பிள்ளைய அவமானப்படுத்தி அனுப்பினான் அன்னைக்கு. பொறுத்துக் கிட்டம். இப்ப அவளை பொண்ணு கட்டிக்கொடுன்னு கெடு வைக்கிறாரே ராசா''ன்னு ஒரே கோபமும் கொந்தளிப்புமா இருந்தார் கோட்டைக் காவ தலைவர்.

அவரை விட பூவாத்தாளுக்கு முறைப்பட்ட மாமனுக்கும் அவள் அண்ணன்காரனுக்கும் பலியான கோவம். எல்லாருமா சேர்ந்து அவங்க ரெண்டு பேரையும் அடக்கி வைக்க, மொத்த குடும்பத்துக்கார பெரிய ஆம்பளைகளையும் கூப்பிட்டு அனுப்பினாரு காவல் குடும்பத்து

மூப்பரு.

''...''

''இந்த ராசா குடும்பத்துக்கு நன்றியே இல்லை. நாம தலைமுறை தலைமுறையா உயிரப் பணயம் வைச்சி இந்த ராசாங்கத்த காபந்து பண்ணியிருக்கோம். ஆனா இவங்க நம்ம வீட்டுப் புள்ளய நம்மளயே தூக்கிக் கொடுக்கச் சொல்லுறாங்க. என்னதான் நாட்ட ஆளற ராச ன்னாலும் அவங்க சனமும் சாதியும் வேற; நம்மளோடது வேற. இன்னைக்கு மழவராயர் வீட்டுப் பொண்ணைக் கேட்பாரு. நாளைக்கு வதும்பார் வீட்டுப் பொண்ணக் கேட்பாரு. குடுத்துட்டேவா இருக்க முடியும். அதனால நாம இந்த விசயத்துல ராசா சொல்படி நடக்கக் கூடாது. அதேநேரம், ஆத்தரத்துல அறிவ விலக்கவும் கூடாது. நா ஒரு முடிவு கட்டிருக்கேன். நீங்க எல்லாரும் கட்டுப்படுறீங்கன்னா அது என்னன்னு சொல்றேன் என்று எல்லாரையும் பார்த்துக் கேட்டாரு மூப்பன்.''

''அவங்கல்லாம் என்ன சொன்னாங்க..?''

''என்ன சொல்வாங்க பெரிய ஆம்பளைங்க எல்லோருமா கலந்து பேசி, ''நமக்கு நம்ம சாதியோட கௌரவம்தான் முக்கியம். ராசா மகனுக்கு நம்ம பொண்ண கட்டி கொடுக்கக் கூடாது. அதே சமயம் அவரப் பகைச்சிட்டு வாழவும் முடியாது. அதுபடிக்கு நாள மறுநாள் வார வெள்ளிக்கிழமை ராத்திரியில எங்கள் வீட்டு பொண்ண வில்வண்டில வச்சி அனுப்புறோம். அவளுக்கு சீரா ஆடு, கோழி, அரிசிப் பெட்டி, வெல்லம், வாழைப்பழம், வெற்றிலையோட மஞ்சளும் முக்கோணப் பதக்கம் வச்ச தாலியும் கொடுத்து அனுப்புவம். ஆனா, கூட நாங்க யாரும் வரமாட்டோம். வண்டிக்காரன் மட்டும்தான் வருவான்னு சொல்லி அனுப்புவோம்னாங்க.''

''கட்டிக் குடுக்க மாட்டோம்னு தானே மொதல்ல பேசினாங்க!''

''ஆமா, ஆனா அவங்க போட்ட திட்டம் தான் இது!''

''என்ன திட்டம்...''

''வெள்ளிக்கிழமை அன்னக்கி காலையில, பூவாத்தாளை குளிப்பாட்டி,

புதுச்சேலை உடுத்தச் சொல்லி, அழகா சோடிச்சு, சாமி கும்புடச் சொன்னாங்க. ஆனா, பூவாத்தாளுக்கு நம்மளை தன் ஐயாவும் அண்ணமாரும் என்ன செய்யப் போறாங்கன்னே ஒண்ணும் புரியலே.''

''ம்ம்ம்..''

''காவக்காரங்களோட மூப்பன் வீட்டுல ஒரு பெரிய மரிசல் இருக்குமாம்.''

''மரிசல்னா?''

''மரிசல்னா, தானியம்லாம் போட்டு சேர்த்து வைக்கிற பெரிய கூடம். மூப்பன் வீட்டுல இருந்த மரிசல், ரொம்ப பெரிசு. அதுல நூறு இருநூறு கோட்டை தானியம் வீசலாம். மகாராசாவுக்கு வரிக்குப் பதிலா அளந்து வாங்குற தானியத்தையெல்லாம் அதுலதான் போட்டு வைப்பாங்க. அந்த வருசம் வரி பிரிச்ச காடக்கண்ணியை மரிசல் முழுக்க நெரப்பி வச்சிருந்தாங்க. காடக்கண்ணியோட தொலி வழுவழுன்னு உருட்டையா இருக்குமா! அது குமிஞ்சி கிடக்கிற இடத்துல காலையே வைக்க முடியாது. ஒரு சாக்கு நிறைய காடக் கண்ணிக்குள்ள ஒரு பனங்காயைத் தூக்கிப் போட்டா, அது வழுவி வழுவி சாக்குக்கு அடிலே போயிரும். அப்படி வழுக்கும். பூவாத்தாளை கூட்டிட்டுப் போன மூப்பன் அவரு வீட்டுல இருந்த காடக்கண்ணி மருசல்மேல அவள ஏறி நிக்கச் சொன்னாரு. நின்னவள வானத்தப் பார்த்து கும்புடுன்னு சொல்லிட்டு அவ காலடில இருந்த பலகையை ஓங்கி ஒரு தட்டு தட்டினாரு மூப்பன். அவ்வளவுதான் பலகை தாந்து விழவும் பூவாத்தா மரிசல் உள்ள விழுந்துட்டா.''

''த்சோ...''

''உள்ள முங்கி முங்கி மரிசலுக்குக் கீழே அடியாழத்துக்குப் போனவ, தன்னைக் கொல்லத்தான் இத்தனை வேலையும் பார்த்தாங்களா தன்னோட அப்பனும் அண்ணன்மாரும். அட சண்டாளப் பாவிங்களா.. இதுக்கு என் தலமுடிய வெட்டினாலும் என்னையே கட்டிக்கிறேன்னு சொன்ன அந்த ராசா எவ்வளவோ மேலயேடான்னு கத்திக்கிட்டே மூச்சுத் திணறி செத்துப்போனா!''

''செத்தே போய்ட்டாளா!''

''ஆமா...''

''.....''

''பூவாத்தாளை கொன்னுட்டு, அன்னக்கி ராத்திரி மூப்பன் வீட்டு வில் வண்டியில ஒரு பெரிய பெட்டிய ஏத்தி, அதுக்குள்ள ஒரு பொட்டைக் கழுதையை வச்சு பூட்டி அரண்மனைக்கு அனுப்பி விட்டுட்டாரு.''

''கழுதையவா!''

''ஆமா, ராசா மகனுக்குப் பொண்ணா, வண்ணான் கழுதையப் புடிச்சு கட்டி அனுப்பி வச்சாங்க. அதோட காவக்காரங்க குடும்பம் எல்லாம் ராவோடு ராவா, ஊரையே காலி பண்ணிட்டு போய்ட்டாங்க. அப்படிப் போனவங்க எல்லாரும் அவங்க போன ஒவ்வொரு எடங்கள்ளயும் பூவாத்தாள வேற வேற பேர்ல சாமியாக்கி, படையல் வச்சி, காடக் கண்ணிய இடிச்சி மாவிளக்குப் போட்டும் கும்புட ஆரம்பிச்சாங்க..''

''அவங்க போய்ட்டாங்க சரி, அந்த ராஜா மகனுக்கு பூவாத்தா என்ன ஆனான்னு கண்டுபிடிக்கத் தோணலயா?''

''தோணாமலா... கழுதையப் பார்த்து பொல்லாத கோவம் வந்து, அத்தன பேரையும் கொல்லணும்னு கிளம்பினாரு. ஆனா, மொத்த ஊரும் காலியா கிடந்த சேதி அவர இன்னும் கோவப்படுத்துச்சி. மொத்த கோபமும் ஒன்னா சேர்ந்தாலும் அவர் அடிமனசுக்குள்ள பூவாத்தா எங்க எங்கன்ற கேள்விதான் அரிச்சுக்கிட்டே இருந்துச்சு.. அவள எப்படியும் கண்டுபிடிச்சே ஆகணும்னு ஊரைவிட்டுப் ஓடிப்போன ஒவ்வொருத்தரோட காலடியையும் பின்னால் விட்டு ஆளனுப்பி தானும் கிளம்பிப் போனாரு. போனது மட்டுமா போன இடங்கள்ல அவர் செஞ்ச தும்பமும் கொடுமயும் ஒண்ணா ரண்டா?''

''என்ன பண்ணாரு ராசா.. சொல்லு...''

''அத இன்னொரு நாளைக்கு சொல்லுறேன் இப்ப நீங்க தூங்குங்க.. பனி முட்டிக்கிட்டு வருது. காலயில வண்டிகட்டிக் கிளம்பணும்ல..''

என்றபடி எழுந்து தன் கொட்டாரை நோக்கி நடக்கத் தொடங்கினாள் மங்கா.

''ஏ.. சொல்லிட்டுப் போ.. எனக்கு இன்னைக்கு தூக்கமே வராது... இப்படிப் பாதில விடாத..'' என்று மங்காவை ஏசத் தொடங்கினான். அவள் சுந்தரனை ஒரு எறும்பாகக்கூட மதியாதவளாக விசிரென்று இருளில் காணாமல் போனாள்.

06

மலையின் தென்திசையில் கல்லாற்றின் ஒரு புடையுள் ஆள் நுழைய அஞ்சும் நாகங்கள் வாழும் தாழம் புதர்களுக்கு மத்தியில், மஞ்சளும் செஞ் சாந்தும் பூசி, குமித்து வைத்திருக்கும் பூக்குவியல்களுக்கு நடுவே அலங்காரப் பொலிவாய் முகம் பூத்திருந்தாள் பூவாத்தாள்.

நாலாம் மனிதர்கள் எட்டிப் பார்த்திராத அந்த ஈற்றுப்புரை முற்றத்தில் பொட்டு வைத்து, பூ முடிந்து, பட்டு உடுத்திக்கொண்டு புகைக்கு மத்தியில் பொங்கல் விட்டுக் கொண்டிருந்த மங்காவை அதற்குமுன் அப்படியொரு தோரணையில் யாரும் பார்த்திருக்க வாய்ப்பில்லை. தூங்கி எழுந்திருந்து, தன் காலடியில் ஏழெட்டு குஞ்சுகளை சேர்த்துக்கொண்டு மேயும் தாய்க்கோழியையே பார்த்துக் கொண்டு உட்கார்ந்திருந்தான் சுந்தரன்.

''பல் தேய்க்க வேப்பங்குச்சி கொண்டாரவா..''

புடணிக்குப் பின்னாலிருந்து சாமிச்சேர்வையின் வெங்கலக் குரல் வந்து விழுந்தது. நேர்கொண்டு அவரைப் பார்க்காமலே, 'இல்ல, நானே வரேன்' என்று எழுந்து நடந்து போனான் சுந்தரன்.

'மங்கா எப்படியும் தனக்கு முன்பாக எழுந்திருப்பாள். இங்கேதான் எங்கேயாவது நின்றுகொண்டு தன்னை கவனித்துக் கொண்டிருப்பாள்...' என்ற யோசனையோடு கிணற்றடியில் முகங்கழுவி, வாய் கொப்பளித்துக் கொண்டே கொட்டாரின் வாசலைக் கண்களால் ஒரு அலசு அலசினான்.

''இந்தாங்க வெறும் வவுத்தோட இதை ஒரு நாலு மடக்கு குடிங்க''

சேர்வை தட்டில் வைத்துக் கொண்டுவந்து கொடுத்த நீத்துபாகத்தையும்

கருப்பட்டியையும் மறுக்காமல் வாங்கிக் கொண்டு திர்ணையில் போய் உட்கார்ந்தான்.

''ராவுல ஒறக்கம் நல்லமாரியா வந்துதா...?''

''ம் வந்துது...''

''எங்கன ஒரே வம்பா அளந்துட்டு இருந்தாளா ஒறங்க வுடாம...''

''அதல்லாமில்ல.. கததான் சொன்னது!''

''அந்தக் கூறுகட்டதுக்கு என்ன தெரியும்னு அவ வந்து உங்களுக்குக் கத சொன்னாளாம்...''

''உங்க சாமிக் கததான்!''

''எங்க சாமிக்கதயா.. அந்த சிறுக்கிக்கு அதெல்லாமெங்க தெரியும். என்னமாது ஔறிருப்பா'' என்றபடி தன் தலையைச் சுற்றின வேட்டவாளியைத் துண்டை உதறித் துரத்தினபடி கிணற்றடியை நோக்கி நடந்து போனார் சேர்வை.

அந்த நேரத்தில் மாஞ்சோலைக்கு தென்புறத்திலிருந்து கணகண வென வெங்கல மணிச்சந்தம் ஒலிக்க மங்கா இருக்குமிடம் சுந்தரனுக்குப் பிடிபட்டது.

இந்த விடிவெளிச்சத்தில் புதர்மண்டின காட்டுக்குள் தனியே போய் என்ன செய்து கொண்டிருப்பாள், நேரில்போய் பார்க்கலாமா வேண்டாமா... என்ற யோசனையோடே தன்போக்கில் பூவாத்தாளை நோக்கி நடக்கத் துவங்கினான் சுந்தரன்.

சித்திரையில் மலர்ந்து குவிந்த வேப்பம்பூக்கள் பாதையெங்கும் சிதறிக் கிடந்தன. அதன் நறுமணம் காட்டுயிர்களுக்குக் காமவேட்கை யையும் களிப்பையும் எழுப்பும் என்று எங்கோ வாசித்தது அவன் நினைவுக்கு வந்தது. இடதுபக்க கல்கட்டில் அரச மரமும் வேம்பும் ஒன்றை ஒன்று பின்னிக்கொண்டு நின்றன. வட நாட்டார் இந்த வெள்ளரசு மரத்தை விருகடிராஜா என்று அழைப்பது அவனுக்கு நினைவுக்கு வந்தது. ராஜாவுக்குப் பெண்ணை மணம் முடித்துக் கொடுப்பது போல வேம்புக்கும் அரசமரத்துக்கும் தாலி

கட்டும் சடங்குகள் மலைக் கிராமங்களில் நிலவுவது பற்றி அவன் அறிந்திருந்தான்.

இந்த இரண்டு மரங்களும் தழுவிக் கொள்ளும் காலத்தில் பெண்கள் கருவுறுவதும், அதை அறிவிக்கும் விதமாக வேட்டாளிக் குளவி அம்மரங்களில் கூடு கட்டுவதையும் தோட்டுக்காரி கதையில் கோனாண்டி ராசன் மனைவி கனவில் காண்பதையும் கூட நினைத்துக் கொண்டான்.

தனக்கு எங்கிருந்து இந்த கதாவிலாசங்கள் வரிசைக் கிரமமாகக் கிளர்ந்து எழுகிறது என்று அவனுக்கே புரிபடவில்லை. நித்தியமில்லாத மனோநிலைக்குள் சஞ்சரிப்பது போல அந்தச் சூழல் அவனை விழுங்கடித்தது.தாழம்பூக்களின் வாடை நாசியில் சுர்ரென்று ஏறியபோது, இலுப்பை மரக்கட்டையில் மஞ்சணை தேய்த்துக் கொண்டிருந்த மங்காவை அவன் கண்டிருந்தான்.

வாதைகளும் இயக்கிகளும் சண்டைக் கோலம் பூண்டு அசுரர் முன்னால் நிற்பதுபோல எந்நேரமும் அவனைக் கர்வத்தால் கலைத்து விளையாடுகிறவள் அப்போது மெல்லிய பூஞ்சிரிப்போடு அவனை எதிர்கொண்டாள்.

அவளுக்கு எதிர்த்திசையில் நாகமணி சிலம்பணிந்து நல்ல முகம் காட்டியபடி இருந்த பூவாத்தாளையும் சுந்தரன் கவனித்தான். இரண்டு பேரின் சிரிப்பும் அச்சில் வார்த்தது போல் ஜொலிஜொலித்தது.

விக்கித்துப்போன தொண்டையை எச்சிலை விழுங்கிக் கொண்டே ஆற்றுப் படுத்திக் கொண்டு கேட்டான், ''அந்த ராஜாவோட மகனைப் பத்தி பாதி சொல்லிட்டு நிறுத்திட்ட ஏன்?'' என்றான்...

''இன்னுமா உனக்கு அந்த ராசா மகன் யாருன்னு தெரியல..'' என்று அமைதியான குரலில் கேட்டுவிட்டு பூவாத்தாள் சத்தம் போட்டுச் சிரிக்க ஆரம்பித்தாள்.

07

''ஒரு அறுபது அறுபத்தஞ்சு ஏக்கருக்கு மேல வரும்ங்க. சுத்தியும் காடுதான். நெல்லிக்கா, மாங்கா, எலுமிச்சாங்கான்னு மனம்போக்குல

விளையுது. ஆனா லேசுல அள்ளி முடிஞ்சிற முடியாத மாதிரி வெளைச்சல். மலைமேல கேட்டீங்களா. பழைய கட்டடம் ஒன்னும் காவக்காரனும் மாத்திரந்தான் கிடக்காங்க. இன்னாரு பேருலதான்னு இல்ல. பூர்வீகமா அனுபவிச்சிட்டு வர்ற குடும்பந்தான் விலை பேசிக்கிட்டு இருக்காங்க. அதுக்கும் குடும்பத்துக்குள்ளே மூத்தவடியா இளையவடியா பிள்ளைங்கன்னு போட்டி இருக்கு. வாங்கிப் போட்றத பத்தி பிரச்சனை இல்ல. தெக்கம் பக்கத்துல அந்த வூட்டு பையனொருத்தன் செத்துப் போய்ட்டானு ங்களாமா. பேப்பருலல்லாம் வந்திருக்கு. அதுல இருந்துதான் வித்துப் போடணும்னு துடிக்காங்க. மேப்படி வெபரம் எல்லாம் வி.ஏ.ஓ ஆபீஸ்ல இருந்து எடுத்தாச்சு. அண்ணாச்சி ஒரு எட்டு வந்து பாத்துட்டா ங்கன்னா பவர் எழுதிப் போட்டு வச்சிக்கிரலாம்ங்க....

ஹலோ.. ஹலோ லைன்ல இருக்கீங்களா..''

''ம்ம் இங்கேயேதான் இருக்கேன்''

– 2020

ஜில்லா விலாஸம்

கொல்லம் – செங்கோட்டை வழியாக மதராஸ் ராஜதானிக்குச் செல்லும் புகையிரதம் மேல்மூச்சு கீழ்மூச்சு வாங்க திருநெல்வேலி வீரராகவபுரம் தண்டவாளத்தில் இளைப்பாறிக் கொண்டிருந்தது. தண்டவாளத்திற்குக் கீழ்ப்புறமுள்ள ரயில்வே ஃபீடர் சாலையில் சாரிசாரியாக வண்டிமாடுகள் பாரச் சுமைகளோடு நகர்ந்து கொண்டிருந்தன.

நாடுமுழுக்க சுதேசி கோஷம் பரவலாகி, சுப்பிரமணிய சிவமும், சிதம்பரம் பிள்ளையும் கைதாகி, மொத்த ஊரும் அல்லோலப்பட்டபோது, இதே சாலையில் வைத்து சுட்டுக் கொல்லப்பட்ட அப்பாவின் உடலருகே மிகமிக நெருக்கமாக நின்று கொண்டிருந்தேன்.

அப்போது எனக்கு எட்டு அல்லது பத்து வயது இருக்கும். இன்றும் நன்றாக நினைவிருக்கிறது. இந்துக் கல்லூரி மாணவர்கள் திரளாகக் குவிந்து ஹர்தால் பண்ணிக் கொண்டிருந்தார்கள்.

பாளையங்கோட்டை பூனிடிவ் போலீசாலும் கூட்டத்தைக் கட்டுப்படுத்த முடியவில்லை. இந்துக் கல்லூரி முதல்வரையும், பாரி சாராய ஆலையைச் சேர்ந்த அவரது நண்பரையும் பொதுஜனங்கள் மிரளடிக்கச் செய்து ஓட ஓட விரட்டிய காட்சியும், அன்று நடந்த கல்லெறிச் சம்பவமும், கீழரதவீதி முனிசிபல் ஆபீஸ் எரிப்பும், அதன் தொடர்ச்சியாக நடந்த துப்பாக்கிப் பிரயோகமும், அதில் கொல்லப்பட்ட அப்பாவும், என் வயதொத்த சிறுவன் முகமும்... எல்லாமே பக்கம் பக்கமாகப் பேப்பரில் வந்தது.

அந்தச் சம்பவத்திற்குப் பிறகுதான் ஊரே மயான அமைதிக்குத் தள்ளப்பட்டு, பள்ளி கல்லூரிகள் திறக்கத் தடை விழுந்து, ‘எங்கேயும் கூட்டம் கூடக்கூடாது. ராத்திரியில் வெளியிலே வரக்கூடாது’ என்று அடக்குமுறை அதிகமானது. திருநெல்வேலி, தச்சநல்லூர், என்று எல்லா இடங்களிலும் ரிஸர்வ் பட்டாளத்தின் கடுங்காவல்.

அப்போதுதான் சர்ச் மிஷன் பள்ளிக்கூடத்தில் படித்துக் கொண்டிருந்த என்னை, படிப்பு கெட்டுவிடக் கூடாது என்று முதல்தடவையாக நாகர்கோவிலுக்கு இடம் மாறினார் தாத்தா தேசிகர். ஹர்தாலில் ஈடுபட்டு, சுட்டுக் கொல்லப்பட்ட அவரது மூத்த மகன் வழி வாரிசின் எதிர்காலம் அப்போது முதல் அவர் தலையிலே விழுந்தது. அதன்பிறகு என்னுடைய படிப்பு வளர்ப்பு எல்லாமே அவர் தீர்மானம்தான்.

''பரந்தாமா.. இங்கே இருக்கிறப்போ நீ எப்படின்னு ஊருக்கே தெரியும். அதேபோல போற இடத்திலும் பொழைக்கற இடம்ன்ற நினைப்போட இருக்கணும். சாதாரண உத்தியோகம் இல்ல சர்க்கார் உத்தியோகம் உனக்கு கிடைச்சிருக்கிறது. முப்பது வருஷமா தாலுகா குமாஸ்தாவா லோல் பட்டதுக்கான பிராயசித்தம் உனக்கு இந்த உத்யோகம். ஜில்லாபோர்டு ரெவன்யூ இன்ஸ்பெக்டர்ன்றது லேசுப்பட்ட வேலை இல்லே. மணல்லே எண்ணெய் பிழியும் கொம்பாதி கொம்பனெல்லாம் இந்த இடத்தைப் பிடிக்கத் தேவுடு காத்துட்டுத் திரியுறான்.

கண்ட சச்சரவிலயும் மூக்கை நுழைக்காம, பனிஷ்மெண்ட் வைக்காம, உங்கப்பனாட்டம் இல்லாம இருந்தியானா சர்க்கார் மாறுதோ இல்லையோ, உன் யோகத்துக்கு டெபுடி, ஸப்-கலெக்டர்னு ஆகக்கூடும். புரிஞ்சு நடந்துக்கோ. நீ போகப் போற ஜில்லா ஒண்ணும் பாதாள லோகத்திலே இல்லை. திருநெவேலி போய் புகவண்டி ஏறினா, இப்பல்லாம் மூணு பொழுதுதானாம். சுகஆயுசா, ஒரு இடத்தில இருந்து நல்லபடி உத் தியோகத்தைக் கவனி என்ன''

தெப்பக்குளத்தெரு படிக்கட்டு வீட்டுத் திண்ணையின் வாசலில், சாய்வு நாற்காலி போட்டு வசதியாகச் சாய்ந்துகொண்டு, மடியில் வெத்தலைச் சீவல்பெட்டியும், தொடையில் கிருஷ்ண சந்த்ர பட்டாச்சார்யா எழுதின எதோவொரு தத்துவப் புத்தகத்தையும் தாழ்த்தி வைத்துக்கொண்டு, தன் நீண்ட வியாக்கியானத்தை நிகழ்த்தி முடித்தார் தாத்தா தேசிகர்.

அவர் ஆவி மொத்தம் சுருக்கம் கண்ட உடலுக்குள் இறுகி விட்டது. பேச்சு மட்டுமே கெதி. படித்து முடித்து பக்கத்துப் பள்ளிக் கூடத்தில் காமர்ஸ் பாடம் எடுத்துக் கொண்டிருந்த வனை எப்படியாவது சர்க்காரில்

சேர்த்துவிட வேண்டும் என்று பிடியாக இருந்து நினைத்ததைச் சாதித்து விட்டார்.

அவர் சொன்னதுபோல செங்கல்பட்டு ஜில்லா ஒன்றும் பாதாள லோகத்தில் இல்லைதான். ஆனால், ''வேலை தயார் உடன் புறப்பட்டு வரவும்.'' என்ற ஒற்றைவால் தந்தியை மட்டும் கொடுத்து, ஊரோடு உள்ள அத்தனை விவகாரங்களையும் பள்ளிக்கூடத்தோடு உள்ள எல்லா உத்ஸாகங்களையும் நொடிப் பொழுதில் கைவிட்டு, அதேகதியில் வண்டியேற்றியும் விட்டதுதான் தாங்க முடியாமலிருந்தது. தேசி கரை எதிர்க்கும் சொல் என்ற ஒன்று அன்றுவரை என்னிடம் உற்பத் தியானதில்லை.

விசாரித்த வரையில் செங்கல்பட்டு ஜில்லாவுக்கான தூரம் முந்நூற்று அறுபது மைல் இருக்குமாம். கொல்லம் வழியாகப் புறப்பட்டு திருநெல்வேலியில் வந்து தாகசாந்தி பண்ணிக் கொள்ளும் புகை ரதத்தில், தடையேதும் இல்லை என்றால் அன்றிரவே, திருச்சினாப்பள்ளி அடைந்து, மறுநாள் அகால வேளையில் செங்கல்பட்டு ஜில்லாவைச் சேரும் என்பது மட்டும் துல்லியம்.

தாத்தா சொன்ன இன்னொரு விஷயம் முக்கியமானது. கிடைத்திருக்கிற இந்த வேலை ஒன்றும் சாதாரணம் இல்லை. 'ஜில்லா போர்டு ரிவின்யூ இன்ஸ்பெக்டர்!' துரைமார் கைகளால் பெரும் பட்டங்களை வாங்கிச் சூட்டிக் கொண்டவர்களின் வாரிசுகளே இதே வேலைக்கு அடிபுடி போட்டுக் கொண்டிக்கிறார்கள். 'சர்க்கார் விரோதியின் வாரிசு' என்று அறியப்பட்டிருக்க வேண்டிய அடைமொழி யிலிருந்து தப்புவித்து, தாத்தா தேசிகர் எப்போதோ யாருக்கோ செய்த உபகாரத்தின் பேரில் அடியேன் சிபாரிசு பண்ணப் பட்டிருக்கிறேன்.

அதன்படி, சுக்லபட்சம் சப்தமி திதியன்று காக்கைச் சகுணம் பார்த்து, கிருஷ்ணன் கோவில் முகப்பிலிருந்து பக்ஷி ராஜனை வணங்கி, பெட்டிப் படுக்கைகளுடன் குதிரை வண்டியில் துவங்கிய புறப்பாட்டு பிரயாணம் திருநெல்வேலி வந்தடைந்து, புகையிரதம் மூலம் மூன்றாம் நாளில் இளைத்துக் களைத்து செங்கல்பட்டு ஜில்லாவில் முகாமாகியிருந்தது.

ஊர் பெரியது தான். ராஜதானிக்குப் பக்கத்திலே வேறு இருக்கிறது. தாலுகாவும் அதுவேதான். பதினைந்து லட்சம் ஜனங்கள் உள்ள ஜில்லாவென்று அரசாங்கக் குறிப்பில் படித்திருக்கிறேன். கூடவே ஊரிலுள்ள பதினாலு சாதியர் பட்டியலும் அவரவர் செய்தொழில்களும் பிற விவகாரங்களும் ரத்தினச் சுருக்கமாக தொகுக்கப்பட்டிருந்தது.

இரண்டு பெரிய குன்றுகளுக்கு நடுவே பள்ளத்தாக்குபோல அகன்று கிடப்பதால் தண்ணீர் தேக்கங்களுக்குக் குறைவு இல்லை. ஒருபக்கம் அகன்று செல்லும் கப்பிபோட்ட கூடு சாலை. இன்னொரு பக்கம் இருப்புப்பாதை. நட்டநடுவிலே யோவான் துறவியாரின் தேவாலயம். கிழக்கு மேற்கு எங்கு பார்த்தாலும் பச்சை பச்சையென முழுக்க வயல்கள். காந்தியாரின் விடுதலை மார்க்கம் ஒரு வழியாக இழுத்தடிக்கும் நேரத்தில், மந்திரிசபைக்குள் பெரும்பான்மை பெற்று ஆட்சி நடத்திய ஜஸ்டிஸ் பார்ட்டி இங்கே மிகப் பிரபல்யம்.

எந்தப் பற்றுக்கேடும் இல்லாமல் ஹோல்டாலைக் கையில் பிடித்துக் கொண்டு புகையிரதத்தை விட்டு இறங்கி, புக்கிங் மாஸ்டரின் அறையை நோக்கி நடந்தேன். வந்த விபரம், அடைய வேண்டிய விலாசம், பிரயாண வசதி, உள்ளிட்ட விபரங்களை எல்லாம் அவரிடம் கேட்டுத் தெரிந்து கொண்டு, ரயிலடியை விட்டு வெளியில் வந்தேன்.

பொழுது நன்றாக மசிந்திருந்தது. ரஸ்தாவின் லாந்தர் வெளிச்சத்தில், ரிஸர்வ் தொப்பியுடனும் மேவாய் கட்டையை இழுத்துப் பூட்டின வார்பெல்டுடனும் சிவப்பு நிற உடையில் இரண்டு வெள்ளைக்காரச் சிப்பாய்கள் விடுவிடுவென மேற்கு நோக்கி நடந்து போவதைப் பார்த்த பிறகு, வேறெதுவும் புதுஉலகத்துக்கு வந்து விடவில்லை என்ற நம்பிக்கை பிறந்து விட்டது. இருவரும் என்னை தாண்டிச்சென்ற திசையில் 'துருப்புகளுக்கு மட்டும்' என்று எழுதிப்போட்ட கபே ஒன்று எடுத்து வைக்கப்பட்டுக்கொண்டிருந்தது. ''மாஸ்டர் மாஸ்டர் ஒன் அணா மாஸ்டர்'' என்று சட்டையில்லாத சின்னப் பிள்ளைகள் சிலர் அந்த நேரத்திலும் வாசலில் நின்று கையேந்திக் கொண்டிருந்தார்கள். கபேவுக்கு மேற்புரம் செல்லும் சாலை சிறைக் கொட்டடிக்குச் செல்லும் வழி என்பதைப் புரிந்து கொண்டேன்.

ஜங்ஷனுக்கு எதிர்ப்புறம் உள்ள மைதானத்தில், தம்பிடி பணத்துக்கு ஒரு குதிரைவண்டி பிடித்தேன். அங்கிருந்து முக்கால் மைல் தள்ளி, தங்குவதற்காக சர்க்கார் சாவடிக்குப் பக்கத்திலே வீடு ஒளித்துக் கொடுத் திருந்தார்கள். சிம்னி விளக்குகளின் வெளிச்சம் போதுமானதாய் இருந்தது.

பசும் வேப்பமரச் சூழல், பழைய காலத்து சாவடி, சுவர்களில் அங்கங்கே காரை உதிர்ந்த தடம், மேற்கூரையில் செல்லரித்துப் போயிருந்த உத்திரக்கட்டைகள் பயமுறுத்தின. ஓடுகளில் மூஞ்சூறு நடமாட்டம் வேறே, வெளிவாசலில் பண்டிகை காலங்களில் பளபளவென்று மின்னி, ஊர்வலம் போய்வந்து ஓய்ந்த பிறகு, ஒதுக்குப் புறமாகச் சரிந்துகிடக்கும் சிறியதும் பெரியதுமான கேட்பாரற்ற தெய்வச் சிலைகள் வேறு அச்சத்தைக் கொடுத்தன. எப்படியோ அன்றிரவை சற்று மனத் தைரியத்துடன்தான் கடக்க வேண்டியிருந்தது.

பொழுது புலர்கிற மாதிரி தெரியவில்லை. எழுந்து குளித்துப் புறப்பட்டு, வாசலுக்கு வந்தேன். நேற்று இரவு என்னை அழைத்து வந்த குதிரை வண்டி அதே இடத்தில் நின்றுகொண்டிருந்தது. ஒருவேளை இரவு இங்கேயே ஓய்வெடுத்து விட்டார்போல என்று சமாதானம் செய்து கொண்டேன்.

பொழுது கண்கூசச் செய்யும் நேரத்துக்கு முன்னதாக, கிராம முனிசீப் முத்தையா பிள்ளை முதல் ஆளாக நேரில் வந்தார். அவர் கூடவே அழைத்து வந்திருந்த இன்னொரு கருத்த தடியான ஆள் குதிரை வண்டிக்காரனிடம் ஏதோ விவகாரம் பேசிக் கொண்டிருந்தார். முத்தையா பிள்ளை நேர்தோற்றத்தில் ஆள் வாளிப்பான வராக இருந்தார். கருத்த கனத்த உடம்பு. தொந்தி தள்ளும் ஒட்டக் கழுத்துச் சட்டை, மடித்த மல்வேட்டி, தோளில் கௌபீனத்தைவிட கொஞ்சம் நீளமான துண்டு. தலையில் மாட்ட வேண்டிய குல்லாவை அக்கத்தில் வைத்துக்கொண்டு துவாரபாலகரைப் போல, கையில் தடியில்லாமல் முக்காலியில் வந்து அமர்ந்தார்.

"மேற்படி பிரயாணம் எல்லாம் சுகம்தானா. ராவிலே வந்திருக்க வேண்டியவன் கொஞ்சம் வெளியூர் வேலையாகிப் போச்சு?" என்று சுவாரசியமாக முகத்தை வைத்துக்கொண்டு தன்னை அறிமுகப்படுத்தினார்.

நான் அவரிடம் என்னுடைய வேலை அழைப்பாணை சிட்டையைக் கொடுத்தேன். அதை இன்முகத்தோடு பெற்றுக் கொண்டார்.

''நமக்கும் பூர்வீகம் தெற்கேதான். நான்குநேரி பக்கம். திருநவேலியிலருந்து கல்லெடுத்து வீசுற தொலைவு. அங்க செவலை முத்தையா பிள்ளை குடும்பம்னா ஊரே சொல்லும். சித்தாந்த சைவம். ஜெமீன் சம்பந்தமா இங்கே பல தலைமுறையா இங்கே இருந்தாச்சு. தம்பி சைவமா வைணவமா? வேதத்துக்கு மாறினவர் இல்லையே! என்ன படிச்சிருக்கே.''

அவர் நயமாக என்னைக் குறித்த மொத்த விபரங்களையும் பிடுங்கிக் கொண்டார்.

'முனிசீப் உத்தியோகம் ஒண்ணும் சாதாரணமில்லே. அது ராஜாங்கப் பதவிபோல.' என்று தாத்தா தேசிகர் சொல்லிக் கேட்டதுண்டு. துரைகள் ஆட்சியிலே எதுதான் சாதாரணம். முனிசீப்புக்கென்று நேரம், காலம் கட்டுப்பாடுகள் எதுவும் கிடையாது. நிலவரி வசூலிப்பது, ஊரில் ஏற்படும் பிறப்பு இறப்பைக் குறித்து வைப்பது, தப்புத் தண்டா காவாலிகளைச் சிப்பாய்களிடம் பிடித்துக் கொடுப்பது. தண்டனை விதிப்பது, கிராம நிர்வாகம் பண்ணுவது என்று அவரது அதிகாரவரம்பு பெரியது. சின்னஞ்சிறு குற்ற வழக்குகளுக்கு தீர்ப்பு வழங்கும் அதிகாரமும் உள்ளவரென்பதால் அவர் நிற்கும் இடம் உட்காரும் இடம் எல்லாமே நியாதிமன்றமாகும். வீடு, வாசல், அலுவல் பேதம் இல்லாத அதிகாரம். ஜில்லாவின் ரெவின்யூ, லோகல் என்று இரண்டு துறைக்கும் பொதுவான ஜவாப்தாரி முனிசீப்தான் என்பதால் இப்போது முதல் நானும் அவருக்குக் கட்டுப்பட்டவனாவேன்.

குதிரைக்காரனிடம் பேசிக் கொண்டிருந்த இன்னொரு ஆளை கை காட்டி கிட்டே அழைத்தார் முத்தையாபிள்ளை. விடுவிடுவென கிட்டே வந்து நின்ற அந்த ஆள் மார்புக்குக் குறுக்காகக் கைகளை விட்டு கக்கத்தில் கட்டிக்கொண்டான்.

''இவன் இங்கே தலையாரி. பேரு முள்ளான். காது கொஞ்சம் மந்தம்; மத்தபடி ஊர்பட்டு எல்லா விபகாரமும் நாக்குனி. இங்க உள்ள கிராமணில

ஆரம்பிச்சு யார் என்ன வண்ணம்னு ஒண்ணு விடாம சொல்லிருவான். சத்திரிய குலம்''

''டே கேட்டியா! தம்பிதான் புதுசா வந்திருக்க ரெவின்யூ இன்ஸ்பெட்டர். மேப்படி விவரங்களைக் கூடமாட இருந்து பாத்துக்க.'' என்று பரஸ்பரம் பண்ணினார் முனிசீப்.

''அப்புறம் தம்பி எனக்கு மாஜிஸ்த்ரேட்கிட்டே ஒரு சின்ன வேலை இருக்கு. கோட்டைக்குப் போகணும். இங்க என்ன வசதிக் குறைவுன்னாலும் எனக்குத் தனியாச் சொல்லு. எல்லாத்துக்கும் நல்ல வழி பண்ண ஆள் இருக்கு என்ன''

இடி மின்னலென எனக்குச் சொல்ல வேண்டிய வற்றைச் சத்தமாயும், தலையாரி முள்ளானுக்குச் சொல்ல வேண்டிய வற்றைச் சைகையிலும் காட்டிவிட்டு, காத்து நின்ற குதிரை வண்டியில் ஏறிப் புறப்பட்டுப் போய்விட்டார் கிராமமுனிசீப். முத்திரைச் சீட்டில் இருந்த அவரது பெயரைப் படித்தேன் 'முட்டயாபிளே' என்று அச்சடித்திருந்தது.

தலையாரி முள்ளான் எந்தப் பித்தமும் இல்லாமல், ஒரு பெரிய துணிச் சாக்கு சுற்றின பெட்டியில் வைத்து எடுத்து வந்திருந்த அடங்கல் பொஸ்தகங்களை, ஆண்டு வரிசை தப்பாமல் பிரித்தெடுத்து, மேஜையில் அடுக்கத் துவங்கினார்.

ஆளைப் பார்க்கும் பார்வையிலே புதுப் புளியா இல்லை பழகுன புளியா என்று கணித்து விடுபவர் போலத் தன் முகத்தை வைத்துக் கொண்டிருந்தார் முள்ளான். எனக்கு எந்தச் சிரமமும் தராமல் ஒரு ரெவின்யூ இன்ஸ்பெக்டர் தெரிந்துகொள்ள வேண்டிய, ஜில்லா போர்டு மற்றும் தாலுகாக்கள் பற்றிய தகுந்த விபரங்கள் பலவும் அவர் அளித்த நோட்டுப் பொஸ்தகத்தில், கச்சிதமாகவும் ரத்னச்சுருக்கத்தோடு குறிப்பெழுதப்பட்டிருந்தன.

ரெவென்யூ, கிராமப் பட்டியல், அவைகளில் சுரோத்திரியம் பண்ணும் ஜமீன்களின் பெயர்கள், அவர்தம் ஆண்டுக் குத்தகை, வாரி, வசூல் மற்றும் நிலுவை விபரங்கள், நிதி ஆதாரக் கையேடுகள், ஊரிலுள்ள மிராசுகள், முக்கியப் புள்ளிகளின் பெயர்கள், பதினாறு தர நன்செய்

நிலங்கள், புன்செய் நிலத் தீர்வைகள், விவசாய மராமத்து வேலைகளில் நிவர்த்தி செய்யப்படாதவை, கிராமங்களுக்குச் செல்லும் ரஸ்தாக்களில் ஏற்பட்டுள்ள சேதங்கள், பாலங்கள் உடைந்து போய் நேர் விஜயம் செய்ய முடியாத ஊர்கள், உப்புக் காய்ச்சும் இடம், சாராயம் வடிக்கும் இடம் தொடங்கி, அவுரிச் சாயம் போடும் பட்டறைகள் வரை நீண்டுகொண்டே போனது ஒரு நோட்டு. முன்பு பணியில் இருந்தவர்கள் விபரம் அவர்களால் செய்து முடிக்கப்படாமல் விடுபட்டுப்போன பணிகள் என ஒரு நாள் முச்சூடும் இந்தத் தாள்களைப் புரட்டுவதில் கழிந்தது.

ஒரு வார காலம் நோட்டுப்புத்தகங்களுக்கு ஊடாகவே கழிந்து கொண்டிருந்தது. அன்றைக்கு விடியற் காலையிலே எழுந்து விட்டேன். இரவில் குளிர் வழக்கம்போல பிரமாதம். தூக்கம் பரவாயில்லைதான்.

சுத்துவேலைக்காக நியமிக்கப்பட்டிருந்த வேலையாள் பெரிய வெண்கலப் பானையில் வெதுநீர் போட்டு வைத்திருந்தார். குளித்து முடித்து உடை மாற்றியதும், எங்காவது வெளியே சென்று, கொஞ்சம் நேரம் பிந்தி கச்சேரிக்குப் போகலாம் என்று தோன்றியது. மாட்டுவண்டி கிடைத்தும் நடந்துபோகவே விரும்பினேன்.

ஊரைச் சுற்றி பயிர்பச்சை விளைச்சல் அமோகம். நஞ்சையும் புஞ்சையும் தோட்டக்கால்களும் ஊரூராக இருந்ததினால் அந்த வட்டையில் குடிபடை கிராமங்களும், கிராம நத்தமும் அதிகம் போல என்று மனம் நோட்டுப் பொஸ்தகத்தில் அறிந்த விபரங்களைக் களவிவகாரத்துடன் பொருத்திப் பார்த்துக் கொண்டது.

ஜில்லாவில் பஸ் ரூட் உண்டு. தபால் வண்டிகளும் ஓடிக்கொண்டிருந்தன. ஜில்லா போர்டு ஆஸ்பத்திரியும் குஷ்ட ரோக சிகிச்சையும் பிரசித்தம். மேஜர் யூனியன் என்று இரண்டு பெரிய ஹைஸ்கூல்கள், இது தவிர போலீஸ் ஸ்டேஷன், ஜெயில், சப்-ரிஜிஸ்டிரார் ஆபீஸ், சினிமா கொட்டகைகள், என ஒரு கஸ்பாவுக்கு என்னென்ன வசதிப்பாடுகள் உண்டுமோ அத்தனையும் செங்கல்பட்டு தாலுகாவுக்குள் ஏற்பட்டிருந்தது.

ஜில்லா சப்-கலெக்டரின் நிலையான இருப்பிடத்தின் அருகில் வந்து சேர்ந்திருந்தேன். யந்திரத் துப்பாக்கிகொண்ட காரும் ஐம்பது கெஜ

தூரத்தில் மோட்டார் சைக்கிள்களும் சூழ சப்-கலெக்டர் வாகனம் எப்போது வேண்டுமானாலும் ஊரைச் சுற்றி வளைய வரலாம் என்று மனதுக்குத் தோன்றியது.

மேலிடத்தவர்கள் முகாம் வருகிறபோது, அவர்களுக்கு சலாம் அடிப்பதில்ஆரம்பித்து,சப்ளைகவனிப்பதுவரைஅனைத்துஅசைவுகளும் சித்திரகுப்தனின் கண்கொண்டு குறிப்பு எடுக்கப்படும் என்று தேசி கரின் குரல் இப்போது காதுகளுக்குள் ஒலித்தது. என்ன நினைத்தேனோ தெரியவில்லை. லகான் பிடித்த குதிரை சேனம்போல கால்கள் நேராக ரெவின்யூ கச்சேரியை நோக்கி திரும்பி நடந்தன.

என் கெட்டநேரமோ, நல்லநேரமோ, பணியில் சேர்ந்திருந்த முதலாவது மாதத்தில், முதல்முறையாக ஜில்லா கலெக்டர் என்னுடைய பிர்க்காவிற்கு முகாம் வரப்போவதாக ஓலை அனுப்பியிருந்தார்.

வழக்கமாக 'தாசில்தார்' முகாம் வந்தால் அவரது உணவு விஷயங்களில் இருந்து எல்லா காரியங்களும் முனிசீப் கவனித்துக் கொள்வார். டிப்டி கலெக்டர் வருகிறார் என்றால் அவரது படை பட்டாளத்துக்கான போஜனங்கள் தொடங்கி அத்தனை செலவுகளையும் ரிவின்யூ இன்ஸ்பெக்டர் தான் கவனித்துக் கொள்ள வேண்டும்.

இப்போது, கலெக்டரே வரப் போகிறார் என்றால் இதைவிடப் பெரிய சோதனை எதுவும் இல்லை. ஏதாவது தத்துபித்து ஏற்படாமல் இருக்க வேண்டும்.

நேராக முனிசீபை அவரது வீட்டுக்கே சென்று சந்தித்து இங்குள்ள நடைமுறை என்ன என்னென்ன முன்னேற்பாடுகள் செய்ய வேண்டும், என்று கேட்டுத் தெரிந்து கொண்டேன். பத்தாதற்கு தேசிகருக்கு கடுதாசி எழுதிப் போட்டு அவரின் பதிலுக்கும் காத்திருந்தேன்.

'கலெக்டர்களை கூடச் சமாளித்துவிடலாம். அவர்களது பட்லர்கள் பண்ணும் அழிச்சாட்டியம் தாங்க முடியாது' என்று எப்போதோ அவர் சொன்ன விபரங்கள் மூளைக்குள் ஓடியது.

சப்ளைகளை சரியாகக் கவனித்தும், பட்லருக்கான தனிக் கவனிப்பு கொஞ்சம் பிசகினாலும் சமயம்பார்த்து பழிதீர்த்து விடுவான்.

ஒரு மந்திரவாதியின் சூட்டுக்கோல்போல பட்லர்கள் வரிசையாக அன்றைய நாளின் கனவில் வந்து சென்றார்கள். அதற்கு ஒரு முக்கிய காரணமும் இருந்தது. எனக்கு இந்த வேலை கிடைப்பதற்கே இதற்கு முன்னாள் பொறுப்பிலிருந்த டிப்டி கலெக்டருடைய பட்லரின் பழி வாங்கும் செயல்தான் காரணம்.

அப்போதிருந்த டிப்டி-கலெக்டர் இதே பிர்காவுக்கு முகாம் வந்தபோது, ரெவின்யூ இன்ஸ்பெக்டர் எல்லோருக்கும் சப்ளைகளை சரிவரச் செய்து விட்டு, பட்லரை மறந்து விட்டார்.

டிப்டி கலெக்டர் முகாம் முடிந்து புறப்படுகிற அன்று காலையில் அவருக்குக் காபி கொடுக்காமல் நின்றிருக்கிறான் பட்லர். ஏன் என்று கேட்டதற்கு, ரிவின்யூ இன்ஸ்பெக்டர் கொண்டுவந்து கொடுத்த பால், செம்பில் இருக்கும்போதே திரிந்துபோய் வந்தது என்று பதில் சொல்லி இருக்கிறான். உடனடியாக ஆளனுப்பி, ரெவென்யூ இன்ஸ்பெக்டரை வரச்சொன்னார் டிப்டி கலெக்டர், திரிந்த பால் செம்பை அவன் தலையிலே கவிழ்த்துவிட்டு "வெளியே போ" என்று விரட்டிவிட்டார்.

அவனும் கொஞ்சம் மானியாக இருந்ததால், பாலாபிஷேகம் நடத்தப்பட்ட அன்றைக்கே கால் கடுதாசியில் ராஜிநாமா எழுதி தாசில்தாரிடம் கொடுத்துவிட்டு ஊருக்கு வண்டியேறி விட்டான். அப்படி அவன் விட்டுப்போன இடத்துக்குத்தான் நான் இப்போது வந்து சேர்ந்திருக்கிறேன்.

ஜில்லா கலெக்டர் வந்துசேர்வதாகச் சொல்லியிருந்த மூன்று நாட்களுக்கு முன்பாக அவரது குதிரை வந்து சேர்ந்தது. கூடவே குதிரைக்காரனும். இரண்டு நாட்களும் பராமரிப்பில் எந்தக் குறையும் வைக்காமல் குதிரையையும் குதிரைக்காரனையும் சரியாகவே கவனித்துக் கொண்டேன். மூன்றாம் நாளில் சொல்லி வைத்தபடி, கலெக்டர் பரிவாரங்களோடு பிர்காவுக்கு வந்து சேர்ந்தார்.

பார்வைக்கு இறுக்கமான மனிதரைப் போலத் தெரிய வில்லை. அவர் கவனித்த கோப்புகளை எல்லாம் திறந்து காட்டி, நேரத்துக்கு பால், முட்டை என்று கேட்டதெல்லாம் வாங்கிக் கொடுத்து, நல்ல மரியாதையுடன்

நடந்து கொண்டதற்கான பலன் அன்றைக்கு மாலையிலே அவரது முகத்தில் தெரிந்தது. பட்லரும் இசைந்துகொடுத்து நடந்து கொண்டது ஆதூரமாக இருந்தது.

கலெக்டர் வெளியில் எங்காவது ஆய்வுக்குச் செல்வார் என்று எதிர்பார்த்தபோது, இரண்டு நாட்களும் தன் நண்பர்களைச் சந்திக்க இருப்பதால் பிரயாண ஏற்பாடு எதுவும் தேவையில்லை என்று மறுத்து விட்டார். முகாமின் கடைசி நாளில்தான், அடுத்தபடியாக பூந்தமல்லி செல்ல இருப்பதாகத் தெரிவித்தார்.

அன்றைக்கு மாலையில் மூன்று நாள் தங்கியிருந்தபோது செய்த செலவுகளுக்காக பில் எழுதிக்கேட்டார். விவரமாக கிராம முன்சீப் மூலம் மொத்த செலவு ஒன்றரை ரூபாய்க்கான பில்லை எழுதிக் கொடுத்தேன். கலெக்டர் முன்னிலையிலே காம்ப் கிளார்க் அந்தப் பணத்தை முனிசீப்பிடம் எடுத்து நீட்டினார்.

என்ன நினைத்தாரோ கொடு பில்லைப் பார்க்கலாம் என்று வாங்கிப் பார்த்த கலெக்டர் அதில் தன்னுடைய குதிரைக்குச் செய்த செலவுகள் எதுவும் இல்லாததைக் குறித்துக் கேட்டார். கொஞ்சம் ஜாக்கிரதையாக, "குதிரைக்கு அப்படி ஒன்றும் பெரிய செலவு ஆகவில்லை" என்றேன்.

அவ்வளவுதான் கொந்தளித்து விட்டார் மனுஷன்.

"அப்படி என்றால் மூன்று நாளாக என் குதிரையைப் பட்டினி போட்டிருக்கிறாயா?" என்று விடுவிடுவென லாயம் இருந்த இடத்துக்கே சென்றுவிட்டார்.

ஆனால் அங்கு கொள்ளையும் புல்லையும் தின்று, தாடையை அசைத்து ருசித்து அசைபோட்டுக் கொண்டு குதிரை அதுபாட்டுக்கு ஜலீரென நின்றது.

"தொர குதிரையை நல்லா பார்த்துக்கிட்டே தொரை" என்று குதிரைக்காரனும் தானாய் முன்வந்து சாட்சி சொன்னான். உண்மையிலே அவனையும் சேர்த்துத்தான் சரிவர கவனித்து வைத்திருந்தேன்.

குதிரை வாயில் கானம் பாகாய் வடிவதைப் பார்த்த பிறகு அமைதியான கலெக்டர். ஓங்கு தாங்கான குரலில் "குதிரைக்கு என்ன செலவு ஆனதோ

அதைச் சரியாக கணக்கில் காட்டி, பணத்தை வாங்கிக்கொள்'' என்று சொல்லிவிட்டு புறப்பட்டுப் போனார். தலைதப்பித்தது.

''தம்பி தொரைமார் ஆட்சியில, சர்க்கார் சேவகனா இருந்துட்டு, இதுக்கெல்லாம் அசந்தா எப்புடி'' என்று மெல்ல சிரித்துக் கொண்டே என்னைச் சீண்டினார் முனிசீப்.

தாத்தா தேசிகரிடமிருந்து நான்கு வாரங்களுக்குப் பிறகு, நான்கு பக்கத்துக்கு இண்டு இடைவெளி விடாத அளவுக்கு ணுக்கி ணிக்கி கடிதம் வந்திருந்தது. ரொம்ப அவசரமாக வந்து சேர்ந்துவிட்டதுபோல.

பதிலுக்கு வேலை ஒன்றும் அவ்வளவு அவதி இல்லை. எல்லாம் நல்லபடி உள்ளது என்று எழுதிப் போட்டேன்.

உள்ளபடியே வேலையின் உறுத்தல்கள் மெல்லப் பழகி விட்டது. புதிய அரசியல் சட்டம் வந்தபிறகு எல்லோருக்கும் ஆட்சி அதிகாரம் மாறிவிடும் என்ற அசையாத நம்பிக்கை வேறு வந்துவிட்டது. சிலர் ஆமென்றார்கள். சிலர் இல்லை இல்லை என்றார்கள்.

இதை வாய்ப்பாகக் கொண்டவர்கள் சர்க்காருக்குத் தனித் தனியாக 'வரிகொடா இயக்கம்' நடத்திக் கொண்டிருந்தார்கள். தீர்வை கட்டுவது வரை அத்தனையிலும் இழுபறி. மராமத்து இலாகா கேட்பாரற்றுக் கிடந்தது. ஜெமீன்களின் உள்ளடி வேலைகளால் ரெவின்யூவுக்கு கீழே வரும் விவசாயம், ஏரி, பாலம், குளம், கால்வாய், உப்பளம், பொதுக் கட்டடம் மட்டுமல்லாமல், லோக்கல் ரஸ்தா பழுது முதல் அத்தனை வேலைகளும் ரெவின்யூ இலாகா தலையிலே வந்து விழுந்தன.

சர்க்கார் உத்தியோகம் ஒன்றும் மெத்தைப் படுக்கை இல்லை. அது முள் படுக்கை. எது எடுத்தாலும் தாமதம். சிவப்பு நாடா, குற்றச்சாட்டு. அதிகார அழுத்தம். மேலிட பரோபகாரம்.

எல்லாவற்றையும் கடந்து முடிந்த காரியங்களைச் சட்டத்தின் பேரால், உள்ளூரில் ஏற்படுத்திக் கொண்ட தொடர்புகளின் உதவிகளால் சில நல்ல காரியங்களை மறைமுகமாகச் செய்து முடிக்க முடிந்தது. உத்தியோகத்தில் நல்லபேர் சம்பாதிக்காது விட்டாலும் கெட்டபேர் அவ்வளவாக இல்லை என்பது திருப்திதான்.

முதல்தரம் ஊருக்குப் போய் வந்திருந்தேன். நீண்ட ரயில் பிரயாணம் பழகியிருந்தது. கலியாணம் பண்ணிக்கொள்ளச் சொல்லி ஏற்படுத்திய வற்புறுத்தலைத் தள்ளி விட்டதில் தாத்தா தேசிகருக்குத்தான் என்மேல் கடுங்கோபம்.

இன்னும் ஏதாவது சொன்னால், வேலைக்கு கால்கடுதாசி போட்டுவிடுவேன் என்று பார்வதி அத்தையின் வழியாக அவர் காதுக்குச் சொன்னபிறகுதான் அவரைச் சமாளிக்க முடிந்தது. அப்பனைப் போல ஏதாவது லட்சியவெறி வந்து, பார்க்கிற வேலையை எழுதிக் கொடுத்து விடுவானோ என்று அவர் உண்மையாகவே பயந்தார்.

தத்துவப் புத்தகங்களில் இருந்து இப்போது அவர் 'அரிஜன்' வாசிக்க ஆரம்பித்திருந்த அவருக்கு அதனாலேயே அவருக்குத் 'தனிநபர் அறப்போர்' மீதான பயம் ஏற்பட்டிருந்தது. ஆனால், எனக்கு ஒரு சின்ன பழிவாங்கல் திருப்தி மட்டுமே தேவையாயிருந்தது. கிட்டத்தட்ட அது ஒரு மிரட்டல்தான்.

ஊரில், நிறையவே மாற்றங்கள். எல்லா மூலையிலும் அரசியல் பேச்சுகள். சுயநிர்ணய ஆதரவாளர் ஒரு பக்கம் தனிநாட்டரசு கேட்பவர்கள் மறுபக்கமும் நின்று மோதிக் கொள்ள, நிறையபேருக்கு வாய்ப்பூட்டுச் சட்டம் போடப் பட்டிருந்தது கொஞ்சம் நிம்மதிதான்.

ஏற்கெனவே ஜஸ்டிஸ் பார்ட்டியினர் முன்னெடுப்பில் மூன்று வருடங்களாக தலைவிரித்து ஆடிய இந்திப் போராட்டம் இப்போதுதான் சற்று ஓய்வுக்கு வரவிருக்கிறது.

தில்லி ராஜ்ஜியத்தில் இருந்து கதர்கட்சியார் விலகலை அடுத்து, மாகாணம் புதிய சஞ்சலங்களோடு இருக்கிறது. கவர்னரிடமிருந்து இந்தி ரத்து அறிவிப்பு வந்துவிடலாம் என்றிருக்கிறது நிலைமை. இருந்தாலும், எங்கே அசம்பாவிதம் என்றாலும், கூட்டம் திரட்டினாலும் அது அங்கே சுற்றி இங்கே சுற்றி நம் தலையிலும் ஒரு பொடி கல்லையாவது எறிந்து விட்டுப் போய்விடும். அதனாலே சிவப்பு, கருப்பு என்று எந்தக் கொடியைப் பார்த்தாலும் ஓர் ஒவ்வாமை வந்துவிடுகிறது.

அன்றைக்கு காலை ரெவின்யூ கச்சேரியின் முன்னால் சென்றுதான் கவனித்தேன். வாசலில் ஒரு முப்பது பேருக்கு மேல்கொண்ட கூட்டம் கூடி நின்றது. கூடி நிற்பவர்கள் தலையாரி முள்ளானிடம் அந்நியோன்யமாக நின்று பேச்சுக் கொடுத்துக் கொண்டிருந்தார்.

மாரிக்காலம் வந்துவிட்டதால் ஏதாவது ஏரி உடைப்பு ஏற்பட்டு விட்டதோ, இரண்டுநாள் முன்புதான் ரஸ்தாவில் கடலரிப்பால் பாலம் கால் பெயர்த்துகொண்டு நிற்பதாகச் சொன்னார்கள்.

'அதிலே ஏதும் பாதிப்பானவர்களாக இருக்குமோ?' என்ற எண்ணத்துடன் தலையாரியை உள்ளே அழைத்து, விவகாரம் கேட்டேன்.

''ஏரித் தகராறு சார்வாள்'' என்றார்.

''விபரமான யாராவது ஒருத்தரை உள்ளே வரச் சொல்லிவிட்டு, மற்றவர்களைக் கலைஞ்சு போகச் சொல்லும்''

உள்ளே வந்த அந்த நபருக்கு எப்படியும் வயது நாற்பதுக்குள் இருக்கும். எழுத்து படிப்பு தெரிந்தவராக இருந்தார்.

''என்ன விஷயம்...''

''ஐயா ஏரித்தண்ணி பாழாப் போகுதுங்க. கலங்கு ஒடஞ்சு, உள்வாய்க்காரங்க அதப் புதைச்சு விட்டதால இப்ப பள்ளத்துக்கே போயிருச்சிங்க...''

''எந்த ஊருன்னு சொன்னாதானே''

''பொன்விளைந்த களத்தூர் ஏரிங்க. பாலாத்தங் கரையிலருந்து ரண்டு மைல் கெழக்கங்க''

''ஏரி பள்ளமானா என்ன.. இன்னும் தண்ணி கட்டுமே..?''

''அய்யோ, பள்ளமாப்போனது தண்ணி கட்டுற எடம் இல்லைங்க. தண்ணி போற எடம். அதுதான் ரொம்ப பள்ளமாப் போச்சுங்க.''

''சட்டப்படி உங்க ஜெமீன்தான் செய்யணும். அவர் என்ன சொல்றாரு''

''கோடைக்கு முன்னாலே ஜமீந்தார்கிட்டச் சொன்னம்ங்க. சரி பண்ணித் தர்றம்ன்னாருங்க... அப்புறம் வரவேயில்லங்க..''

''யார் உங்க ஜமீனு..''

''அதுவந்து, முத்துரங்கம் முதலியாருங்க. சமஸ்தான காங்கிரஸ்ல இருக்காரில்லீங்களா அவருதான்..''

''ஓ! சரி அவர் வரலன்னா கலெக்டர்கிட்ட மனுப் போடலாமில்ல..''

''அதையும் ஏன் விடுவானேன்னு கலெக்டருக்கும் மனு போட்டோம்ங்க. மனு கேள்விக்கே வரலை.''

''ஏன்?''

''இடையில தாசில்தார்னு ஒருத்தர் இருக்காருங்களே. அவரு ஜெமீனோட தம்பிதானுங்க.''

தாசில்தாருக்கும் ஜமீந்தாருக்கும் ஏதோ ஒட்டுறவு இருக்கும் என்று எப்போதோ புரிந்திருந்தேன். இங்கிருக்கும் சங்கிலித் தொடருக்கு அந்நியமாய் இருப்பவன் நான்மட்டும் தான் என்பதை பல வேளைகளில் அவர்கள் அடிக்கடி எனக்கு உணர்த்திக் கொண்டிருந்தார்கள்.

''....''

''அவருதான் கணக்கெல்லாம் பாப்பாரு. எங்க மனுவ மட்டும் மடிச்சு மேலிடத்துக்கு அனுப்பிருவாருங்களா?''

''அண்ணன் ஜமீன், தம்பி தாசில்தாரா..?''

''ஆமாங்க...''

''சரி இப்ப ஏரியோட மேனேஜ்மண்ட் யார்கிட்டத்தான் இருக்கு''

''யாராவது எதாவது பண்ணுனாதானங்க அவரா இவரான்னு சொல்லலாம். ஏரிக்கு காவாய் வெட்டி தண்ணி பாய்ச்சித் தரக்கூடியவங்க ஜமீனுதான். வருசக் கணக்கா வெட்டே விழல. பாதை கெட்டுப்போய் பத்து வருசமா வரவுகாலும் கிடையாது.''

''ஊர்க்காரங்களைத் திரட்டி எதாவது முயற்சி எடுத்தீங்களா?..''

''அங்கதாங்க சிக்கலு. எங்களுது ஜமீனுக்குச் சொந்த கிராமம்ங்க. பூராம் பட்டா உண்டு. ஜமீனமீறி, நாங்க காவாய் கட்டி எடுக்கப் போனா

பக்கத்தூர் ஆள்ங்க எங்கள மண் அள்ளக் கூடாதுன்னு சண்டைக்கு நிப்பாங்க..''

''அவங்க ஏன் சண்டைக்கு வராங்க..''

''அவங்களது பெரிய கிராமம்ங்க. எங்கள மட்ட மனுசனாப் பாப்பாங்க. கிட்டக்கப்போனா வெட்டுக் குத்துன்னு வந்து நிப்பாங்க. நாம வெள்ளாம பாக்கணும்ங்களா, அருவா கம்பத் தூக்கிட்டு ஓடணும்ங்களா நீங்களே சொல்லுங்க.''

''.....''

''அதுல அவங்களுக்கு நன்ம இல்லாமயில்ல. கல்கட்டாம வுட்டு ஏரிக்குத் தண்ணி வரவு இல்லாம ஆனாதால, உள்ளுக்குள்ள பயிர் வச்சு அக்கிரமம் பண்ணுறாங்க. இப்ப அவங்களே அசல் கிராமமா ஆகிட்டு வராங்க. அவங்க பக்கம் கலங்கலும் கட்டிட்டாங்கனா நாங்க எதுமே செய்ய முடியாது.''

''இவ்வளவு சிக்கலை வச்சுக்கிட்டு எப்படி பயிர் வைக்கிறீங்க..''

''அந்தப் பாடு பெரும்பாடுதாங்க. ஏரிக்கு வழி செய்யாட்டாலும் தீர்வ கணக்கு, காணிக்கு பதினோரு ரூவான்னு எண்ணி வாங்க தேதியானா குமாஸ்தா டான்னு வீடுதேடி வந்துடுவாருங்க..''

அவர் சொன்னது சுருக்கென்றுதான் தைத்தது. வரி வாங்கும் குமாஸ்தாக்களுக்கு அடுத்தபடியான உத்யோகப் பொறுப்பில் அமர்ந்திருப்பதால் அந்தச் சொல் நோரடியாக என்னையும் தான் தாக்குகிறது.

முகத்தைக் கொஞ்சம் விரைப்பாக்கிக் கொண்டேன்.

''சரி மொத்தம் எவ்வளவு வஜா இருக்கும் உங்க பக்கம்..''

''என்ன அவுங்களுக்கு ஒரு ரெண்டாயிரத்திலருந்து மூவாயிரம் வந்துரும்ங்க. நஞ்சையும் புஞ்சையும் இருக்கே. கொறைஞ்சது மூணர ரூவால இருந்து, பத்தே முக்கா ரூவா வரைக்கும் ஏக்கருக்குன்னு ஜமீனுக்கு வசூலாகும். அவுங்களுக்கு அயன் கிஸ்தி கம்மிதானுங்களே. என்ன ஒரு ஐநூறு வா கட்டுனா பெரிய விசயமுங்க.''

''புஞ்சை தீர்வை எப்புடி?''

''அது மானாவாரியா போடுறது தாங்க. அவுரி கடலை உளுந்து இப்படி என்னமாது... அதுக்கும் ரெண்டு ரூவா தீர்வ. மொதல்ல எங்க ஐயாமார் காலத்தில வாரப் பட்டாவா இருந்துச்சு. இப்ப கொஞ்சங் கொஞ்சமா ரொக்கத் தீர்வைனு ஆக்கிட்டாங்க.''

''உங்களோடது மொத்தம் எத்தன கிராமம்?''

''ஒரே கிராமம்தாங்க... ஏழைக் குடிங்க, இந்தத் தண்ணி ஒண்ணுதான் சாமி.''

நான் தலையாரி முள்ளானை ஓரக்கண்ணால் பார்த்தேன். அவர் விஷயத்தைப் பிடித்துக் கொண்டவராக, ''ஒரே இனத்தானுங்க சார்வாள்..'' என்றபடி தாளம் அடிப்பதுபோல கைசாடை அசைத்துக் காட்டினார். அது அவர்களை நிச்சயம் சங்கடப்படுத்தியிருக்கும்.

ஒருவித குற்றஉணர்வு மேலோங்க அடுத்து அவர்களைச் சிரமமின்றி எதிர்கொள்ள கொஞ்சம் இணக்கம் மிகுந்த தொனியில் கேள்விகளைத் தொடர்ந்தேன்.

''ஒரே கிராமத்தாள்களா நீங்கல்லாம்... சரி உங்களுக்கு ஆளுக்கு எத்தனை ஏக்கர் தேறும்.''

''எனக்கு பத்து ஏக்கர் நஞ்சைங்க. ஏக்கரு தீர்வை நூறு ரூவா கட்டுறேனுங்க. இவரு மூக்காண்டி மேல்பாட்டக்காரு ஆறே முக்கா ஏக்கரு வச்சிருக்காரு. மத்தவங்க நாலு அஞ்சுன்னு இருக்குதுங்க. தரிசும் கெடக்குதுங்க. அதை விட்டுக் கொடுக்கணும்னும் ரொம்ப அழிச்சாட்டியம் நடக்குமுங்க''

''உங்களுக்கு இந்தத் தீர்வை ஜாஸ்தியாப் படுதுன்னு எப்பவாச்சும் தாவா போட்டீங்களா?''

''அது ஒரு பத்து வருசம் முன்ன வியாஜ்யம் பண்ணமுங்க. ரெண்டு கோர்ட்டிலயும் எங்களுக்குத்தான் சாதகமா வந்துச்சு. மூணாவது கோர்டில அவங்கதான் ஜெயிச்சாங்க.''

''யாரு.. ஜெமீனா?''

''அவர்தானுங்க... அவரு நேரா ஆஜராக மாட்டாருங்க. குமாஸ்தா வந்து கேஸெல்லாம் பாத்துக்குவாருங்க''

''அந்த ஜட்ஜ்மெண்ட் காப்பி இருக்கா உங்கட்ட?''

''அதெல்லாம் பத்து முப்பது வருசத்து முந்தின தீர்மானம்ங்க. எதையும் பத்திரப்படுத்தாம விட்டோம்ங்களே.. காஞ்சாலும் தீஞ்சாலும் நிலத்துக்கு இவ்வளவு தீர்வையானு எங்க பெரியவரு வியாஜ்யம் போட்டதுங்க. துட்டுதான ஜெயிக்குது.''

''அப்படின்னா இப்ப கலங்கு கட்டித் தரணும்னு மட்டும் கேஸ் போட்டா, ஒங்க ஜமீன் தூசு தட்டுற மாதிரி தட்டிட்டுப் போயிருவார் அப்படித்தானே..''

''ஜமீன்கூட கட்ட வேணாம்ங்க, பொறுப்பெடுத்து உங்கள மாதிரி அதிகாரி ஒருத்தர் மனசு வச்சா போதும்ங்க. கிளியானூர் ஏரிப்பாதை குறுக்க பாலம் கட்டித் தந்தீங்களே அதுபோல அதிகாரி எங்களுக்குத் துணை நின்னா போதும்ங்க. எங்களுக்கு வேற கதி இல்ல பாருங்க''

''....''

''சின்ன ஏரிங்க எங்களுது. தாங்கல் மண் போட்டதே இல்ல. மாடு கண்ணு மேய்க்க ஊருள்ள ஒரு புறம்போக்கு கிடையாது. ஏரி உள்வாயானாலும் வெளிவாயானாலும் யார் எந்த எடத்தை மடக்கிப் போட்டாலும் பட்டா வாங்கிட்டுப் போய்ட்றாங்க..''

''என்ன, ஏரிக்குள்ள பட்டா கொடுத்தாங்களா..''

''அது எல்லா கிராமத்லயும் கொடுக்காங்களே.''

''ஒங்க கிராமத்துல உண்டா.. விபரமாச் சொல்லுங்க..''

''அது ஒரு இரணூறு முந்நூறு காணிங்க தேறும்ங்க.. பட்டாவ வச்சுக் கிட்டு ஆள் மாத்தி ஆள் கைமாத்திக்கிட்ட கதைல்லாம் இருக்கு. கதர் கட்சிக்காரங்களே ஏரிக்குள்ள இடம் வாங்கிப் போட்டிருக்காங்களே...''

''ஆமாங்க..?''

''ஆமாங்க, குமாஸ்தாவ வச்சு சொந்தப் பயிர் பண்ணினாருங்க. இப்ப கொஞ்சம் வரிகட்ட மாட்டாம ஏலத்தில வித்துட்டாருங்க.''

''இதெல்லாம் எப்போ நடந்தது?''

''போன வருசம் கூட ஏலம் நடந்துச்சே. ஆனா, வெளியாள் யாரும் வரமாட்டாங்க. அசல் ஊர்க்காரனே கிரையத்துக்குக் கேட்டா வித்துடு வாங்க. இப்படி இருபது காணி ஜமீன் தன்பேர்லயே பதிஞ்சிருக்காரு.''

''உங்க யார் பேர்லயாவது அப்படி வாங்கினது உண்டா?''

''அதுப் பெரிய செலவுங்க. போக்குவரத்து எல்லாம் பாக்கணும். பட்டாவுக்கு செலவழிக்கணும். பாயுற மாட்டைப் பிடிக்கிற கதை. அதைப் புடிச்சுத்தான் கமலை ஓட்டணும்ன்னா மித்த கடனையெல்லாம் அடைக்க இந்த உசுரு போதாது...''

''சரி ஒரு விஷயம் மட்டும் சொல்லுங்க, எதுக்கு ஏரியை பட்டா போடுறாங்க.''

''அதுங்க ஊர ஒட்டித்தான் ரயில்ரோடு போவுது. பின்னாடி காலத்துல அங்க என்னென்ன வரும்னு சொல்ல முடியாதுன்னு சொல்றாங்க. அதுக்காக ஒழவு ஓட்டுறவன் பொழப்புல இப்படியாங்க மண்ணள்ளிக் கொட்டுறது''

''ம்ம் நீங்க சொன்ன விபரமெல்லாம் வச்சு நான் மேலே எழுதிப் போடுறேன். மொத்தமா கலங்கல் கட்டுற வேலைக்கு என்ன செலவாகும்னு மட்டும் சொல்லுங்க. அதை ஊர் காரியமா பண்ணித் தர முடியுமான்னும் பார்க்கலாம்''

''அப்படிச்செலவுபண்ணாலும்ஆயிரம்ஆயிரத்துநூறுஆகும்ங்க..எங்க சத்துக்கு நூறு நூத்தம்பதுன்னா பிரிச்சு கொடுக்கலாம்ங்க.''

''சரி உங்க கலங்கு கட்டித்தர வழியை நான் பண்ணுறேன். நீங்க வேற ஒரு காரியம் மட்டும் பண்ணனும்..''

''என்ன செய்யணும்னு சொல்லுங்க''

''நான் ஒரு கடுதாசி தர்றேன்.. அதை நான் சொல்லும் முகவரிக்கு உங்க பேரிலே தபால் அனுப்பி விடுங்க''

"அப்படி செஞ்சா கலங்கல் கட்டித் தந்திடுவாங்களா"

"இது சர்க்கார் கட்டித்தரதுக்காக இல்லே. சர்க்காரோட கண்ணுலே சில விஷயங்களை எடுத்துக் காட்டுறதுக்காக"

ஒரு நீண்ட கடிதத்தில் ஏரிப் பிரச்சனை குறித்து விலாவரியாக நான் இரண்டு கடிதங்கள் எழுதினேன். ஒன்று மேலிடத்துக்கும் இன்னொன்று கலங்கல் கட்டித்தரக் கேட்டவருக்கும். அதை அவர் பெயரிலேயே குறிப்பிட்ட 'காஞ்சிபுர' விலாசத்துக்குத் தபால் அனுப்பச் சொன்னேன்.

நான் எழுதிக் கொடுத்திருந்த அந்த முகவரிக்கு அவர் தபால் அனுப்பினார். அது எப்படி போய்ச் சேர்ந்தது என்பது குறித்து எல்லாம் நான் எதையும் தெரிந்துகொள்ள விரும்பவில்லை. எதிர்பார்த்தபடி அதே வாரத்திலே 'ஜஸ்டிஸ்' ஏட்டில் அந்த விவகாரங்கள் விலாவரியாய் வெளிவந்திருந்தன. ஜெமீன் கட்சியினர் தொடங்கி, சர்க்கார் குமாஸ்தாக்கள், கதர்க் கட்சி மிராசுகள் வரைக்கும் ஆடிப்போய்விட்டனர்.

அரசாங்கப் பதிவேடுகளில் மட்டும் இருந்த புள்ளி விபரங்களும், ஏரிக்குள் இருக்கும் இடம் ஆக்கிரமிப்பு செய்யப்பட்ட விதமும், அது யார் யார் பேரில் எந்தெந்த காலகட்டத்தில் பதிவாகி இருக்கிறது என்ற விபரங்களும் எப்படி ஒரு கிராமத்தான் மூலம் பத்திரிகையில் வெளிவந்தது என்று ஆளாளுக்கு தவித்தனர். கூடுதலாக ஜெமீன் ஒழிப்பு விவகாரம் பேசுபொருளாகி இருந்த நேரத்தில் இப்படி ஜெமீனுக்குப் பாதகமாக திரியைக் கொளுத்தி விட்டது யார் என்று தலையைப் பிய்த்துக் கொண்டார்கள். அவர்களுக்குக் கலங்கு கட்டிக் கொடுப்பதுகூட இப்போது பிரச்சனை இல்லை.

கோட்டையில் இருந்து கடிதம் வந்திருந்தது.

அப்போது சேலம் மாவட்ட சப்-கலெக்டராகப் பொறுப்புயர்வு பெற்றுப் பணியிலிருந்த நேரம். நாடு விடுதலை கண்டு, மாகாணங்கள் எல்லாம் பிரிக்கப்பட்டு, சர்க்கார் முறைமைகள் மாற்றி அமைக்கப்பட்டிருந்தன. முதலமைச்சராக பழைய நீதிக்கட்சிக்காரர், சி.என்.அண்ணாதுரை பதவியேற்றிருந்தார். கடிதம் அவர் பெயரிலே முத்திரையிடப்பட்டிருந்தது.

அதுவொரு பிரத்யேகச் சந்திப்பிற்கான அழைப்பிதழாகவும் இருந்தது. கடிதத்தில் குறிப்பிடப்பட்டிருந்த தேதியில் நான் அவரை ஓர் அரசு அதிகாரியாகச் சந்திக்கச் சென்றேன்.

தோளில் பருத்தித் துண்டு, முனைகளில் கட்சிக்கரை. கருப்பு பிரேம் கண்ணாடி, பொடி போட்ட முகத்துடன் சிரித்தபடி வரவேற்றார். "பரந்தாமன் சப்-கலெக்டர் சேலம். விசாரிச்சதில் பெரிய விஷயமெல்லாம் பண்ணிய ஆளாமே. எப்படி இருந்தது ரயில் பிரயாணமெல்லாம்?"

ஒரு தலைமை அமைச்சருக்கான எந்த கர்வமும் இல்லாமல் என் நலம், பிரயாணம், ஜாகை, பணியில் இருந்த ஊர்கள் குறித்தெல்லாம் விசாரித்தார். காங்கிரஸ் சர்க்காரில் கிளியனூர் ஏரியைக் கடக்க பாலம் கட்டும் திட்டம் மூலம், பிள்ளைகள் தண்ணீருக்குள் நடந்து பள்ளிக்கூடம் போகும் நிலைமையை மாற்றியது குறித்தெல்லாம் தெரிந்தறிந்து பாராட்டிப் பேசினார்.

அந்தச் சந்திப்பில், பல ஆண்டுகளுக்கு முன்னால், செங்கல்பட்டு ஜில்லா பொன்விளைந்த களத்தூர் ஏரியில் கலங்கு கட்டித் தரும் விவகாரத்திற்காக நான் அவருக்கு மாற்றுப்பெயரில் அனுப்பியிருந்த கடிதமும், தற்போது, கிராமங்களின் பாசன வசதிக் குறைபாடுகளைத் தீர்த்து, குடிநீருக்காக நீர்த்தேக்கத் தொட்டி கட்டித் தரும் திட்டப் பதிவேடுகளைக் கண்ணுற்ற போது, பொன்விளைந்த களத்தூர் ஏரி விவகாரம் தொட்டு மேலிடத்திற்கு அனுப்பப்பட்ட எனது கடித எழுத்தையும் அவர் ஒன்று பொருத்தி அடையாளம் கண்டிருக்கிறார். அந்த விஷயத்தை அறியவந்தபோது, உண்மையிலும் நான் வெலவெலத்துதான் போனேன்.

"நீர்ப்பாசனம் குடிநீர் வசதி இரண்டிலும் மறுமலர்ச்சியை உண்டாக்கும் பொதுப்பணித் துறையிலே உங்களுக்குப் பணி மாறுதல் தரச் செய்திருக் கிறேன். நீங்கள் பணியைத் தொடங்கின அதே செங்கல்பட்டு ஜில்லாவுக்கு உங்களைத் திரும்ப அழைக்கச் செய்திருக்கிறேன். உங்களைப் போன்ற அதிகாரிகளின் ஒத்துழைப்பு இல்லாமல் நாங்கள் நினைக்கிற காரியமாற்றுவது எளிதல்ல. உங்களைப் போன்றவர்கள் எல்லாம்

எங்களோடு இணைந்து பயணிக்க வேண்டியவர்கள். எப்படி இருந்தாலும் அதிகாரத்தை மக்கள் நல்வாழ்வுக்குப் பயன்படுத்த நினைக்கிற வரை நீங்கள் எங்களோடே எப்போதும் இருப்பீர்கள்" என்று எனது புதிய பணிக்கான அழைப்பாணையைக் கையில் கொடுத்தார் அவர்.

– 2022

வெள்ளை நதி

யமுனை அழகான நதிதான். துயரங்களின் மீது கட்டியெழுப்பப்பட்ட ஆக்ரா நகரை நதிகளுக்கேயுரிய நளினத்தோடு வளைந்து வளைந்து ஈரத்தோடு நனைத்துச் செல்கின்றது. காதலின் சின்னமாக இந்த உலகமே கொண்டாடும் தாஜ் இங்கேதானே வீற்றிருக்கிறது. அதன் உள்ளே தானே உறங்குகிறாள் ஷஹாபுதீனின் பேர்பெற்ற காதலி.

சாம் நொய்டாவிலிருந்து தில்லிக்கு மாற்றல் வாங்கியதும் அவர் முதன்முதலில் அழைத்துச் சென்று சுற்றிக்காட்டியதும் இங்கேதான். பனியில் நனைந்து கொண்டிருந்த தாஜை பரவசத்தோடு தழுவிக்கொள்ள வேண்டும்போல் இருந்தது.

தாஜை நெருங்க வாகனங்கள் ஏதும் இருக்கவில்லை அப்போது. நடந்து தான் செல்ல வேண்டும். காலம் கடந்து நிற்கும் அதன் தூய்மையை வாகனப் புகை கறைபடுத்தி விடக்கூடாதாம். பேட்டரி கார்களைத் தவிர்த்துவிட்டு சாமுடன் நடைபோட்டேன்.

பளிச் வெள்ளையில் மிக அருகாமையில் உலகக் காதலர்களின் ஆலயம் என்னை வா வா என்றது. அந்த வெள்ளைச் சலவைக் கல் பூமியிலிருந்து வெளிப்பட்டு நானூறு ஆண்டுகளைக் கடந்து விட்டது. இன்னும் அதிக காலம் அது மண்ணுக்குள்ளே இருந்திருந்தால் வைரமாக மாறியிருக்கும். அட அப்படி மண்ணுக்குள் இருந்து வைரமாவதில் என்ன பெருமை. உலகின் ஒவ்வொரு காதலரும் நேசிக்கும் உன்னதமான காதலின் சின்னம் ஆகியிருக்க முடியுமா?!

தாஜ் குறித்து அறியத் தெரிந்த வயதில் எனக்குக் காதலைப் பற்றின புரிதல் ஏதும் வாய்திருக்கவில்லை. அதை முதன்முதலில் எனக்கு உணர்த்தினவன் சரவணன் தான்.

ஆம் சரவணனை நான் நேசித்திருந்தேன். அவன் எனது முதல் காதலன். இந்த உலகில் தனது முதல் காதலை வெளிச் சொல்ல எந்த பெண்ணுக்குத் தான் அனுமதி கிடைத்திருக்கிறது. ஆனால், இப்போது

நான் சொல்லலாம் யாரும் என்னைக் கொன்றுவிடப் போவதில்லை. அப்படியே கொன்றாலும் மரணங்கள் என்பதையும் தாண்டின வலிகளை அனுபவிக்கின்றவளுக்கு அது ஒன்றும் பெரிய ரணங்களாகி விடாது.

சரவணன். அவன் ஓர் ஓவியன். ஒரே பள்ளியில் ஏன் ஒரே கல்லூரியில் இருவருமே ஒன்றாகப் படிந்திருக்கிறோம். இருந்தாலும் அவனை நான் தனித்து கவனிப்பதற்கு எனக்கு நான்கு வருடங்கள் தேவைப்பட்டது.

திருச்சிக்கு பக்கத்தில் கலை அறிவியல் கல்லூரியில் நான் அறிவியல் படித்தபோது, அவன் ஓவியங்களை முதன்முதலில் பார்த்த போதே இவனா இதை வரைந்திருப்பான் என்று நம்பமுடியவே இல்லை.

சரவணனின் இரண்டு கால்களும் போலியோ தாக்கத்தால் செயலிழந்து போயிருந்தன. அதற்குப் பதிலாக அவன் தன் தூரிகைகள் மூலம் நடக்கப் பழகியிருந்தான். சதுரக் கருப்பில் ஒரு கண்ணாடியும் மைக்கூடுகளும் விதவிதமான முனைகளைக் கொண்ட தூரிகைகளோடு மட்டுமே அவன் வாழ்வு நகர்ந்தது. வர்ணங்களைக் கொண்டு எழில் எழிலாய் அவன் வரைகின்ற ஓவியங்களில் தான் நான் விழுந்திருக்கவேண்டும்.

முதல்தடவையாக அவனிடம் பேசினபோது நான் நானாகத் தான் இருந்தேன். பல சம்பாஷணைகளுக்குப் பிறகும் கூட. அவன் ஓவியங்களைக் கொண்டாடி இருக்கிறேன். மழையில் நனைந்த இரு குருவிகளை தத்ரூபமாய் அவன் வரைந்திருந்ததைக் கண்டு கண்கள் விரிய பிரமித்துப் போனேன். எப்போதும் அவன் மேல் காதல் வரவேயில்லை.

''இந்த ஓவியங்களுக்கு என்னென்ன வண்ணங்கள் பயன் படுத்தினாய்...''

''வைலட் வெள்ளை கொஞ்சம் மஞ்சளும், நீலமும்.''

''அவ்வளவு தானா? நான்கு நிறங்களுக்குள் இத்தனை மாயம் புரிகிறதா உன் தூரிகை. பரவசப்படுத்துகிறாய் போ ''

''அழகான கண்களுக்கு அப்படித்தான் தெரியும்''

''ஹே... என்ன கிண்டலா! நான் நிஜத்தைச் சொன்னேன்.''

"நானும் தான்."

"நான் புறப்படுகிறேன். நேரமாச்சு"

"இந்தா இந்த ஓவியம் உனக்குத்தான்."

"எனக்கா, இல்லை இருக்கட்டும் வீட்டுக்கு எடுத்துப்போக முடியாது."

அவன் முகம் அப்போது வாடிப்போனதை நான் கவனிக்கவே இல்லை. சந்தர்ப்பம் கிடைக்கும் போதெல்லாம் நான் அழகாய் இருப்பதை அவன் உணர்த்திக்கொண்டே இருந்திருக்கிறான்.

இப்போது நினைத்துப் பார்த்தால் எவ்வளவு தத்தியாக அவன் வார்த்தைகளை அசட்டையாகக் கடந்திருக்கிறேன் என்று புன்னகைக்கத் தோன்றுகிறது.

"சரா"

அவன் பெயரைச் சுருக்கி அழைப்பது எனக்குப் பிடித்திருந்தது.

"ம்ம்ம் என்ன.."

"எனக்கொரு உதவி செய்யவேண்டும் நீ."

"நீ சொன்னால் செய்யாமலா"

" எனக்கு ஒரு ஆப்டோசரஸ் மாடல் வரைந்து தருகிறாயா?"

"உன்னை வரையச் சொல்வாய் என்று பார்த்தேன்."

"அழகுதான்"

"ஆம் அழகுதான் நீ. இது வரைக்கும் பூமியில் படைக்கப்பட்ட யாருக்குமில்லாத பேரழகு."

"போதும்.. போதும் வரைந்து கொடு. நான் மாலையில் வந்து வாங்கிக்கொள்வேனாம்"

லைப்ரரி அறையில் அவனுக்கென்றே உரிய பிரத்யோக இருக்கையில் அந்த பழுப்பு ஜோல்னா பையைத் தொங்க விட்டுவிட்டு தனது சக்கரம் பொருத்திய வீல்ச்சேரில் அருகிலேதோ புத்தகத்தைத் தேடிப் போயிருந்தான்.

கார்த்திக் புகழேந்தி

ஜோல்னாப் பையை கொஞ்சம் ஒழித்து விளையாடத் தோன்றியது எனக்கு. பி-ப்ளாக் மர அலமாரிக்குப் பின் அவன் பையோடு ஒழிந்திருந்த போதுதான் பையினுள் என்ன இருக்கிறது என்று கவனித்தேன்.

பக்கம் பக்கமாய் என்னை வரைந்து தள்ளியிருந்தான் அதுவும் அழகழகாய். என் அனுமதில் இல்லாமல் எப்படி வரையலாம் அவன் ஆத்திரத்தில் சிரிப்பும் அழுகையும் அன்பும் கோபமும் கலந்து வந்ததும் அவன் மீதே பையை எறிந்து விட்டு நூலகத்தை விட்டுக் கடந்துபோனேன்.

இரண்டு நாட்களாக ஜெனிபருக்கு உடல்நலமில்லை என்று வீட்டிலே இருக்க வேண்டிய சூழல். இடையே ஞாயிற்றுக் கிழமையும் சேர்ந்துவர மூன்று நாட்களுக்குப் பிறகே கல்லூரிக்குச் சென்றிருந்தேன்.

ஆர்ட் கேலரி லாபியிலே என்னைக் கண்ட உற்சாகத்தில் வேகவேகமாக என் பின்னே வந்தான்.

"நிமி.. நிமி"

"என்ன வேண்டும் உனக்கு"

"அது வந்து..."

"என்ன தைரியமிருந்தால் என்னை இப்படியெல்லாம் வரைந்திருப்பாய்."

"நான் உன்னை விரும்............."

"ஷட் அப்."

அதற்குப் பிறகு அவன் எதுவுமே பேசவில்லை. அப்படியே திரும்பிச் சென்றுவிட்டான்.

வாரங்கள் கடந்தோடின. இடைவெளிக்குப் பிறகு மீண்டும் ஒருநாள் அவன் வரைந்து வைத்த ஓவியங்கள் எல்லாம் மனதில் திரையிட்டு ஒளிர்ந்தபடி இருந்தன.

எவ்வளவு தடுத்தும் அவன் எண்ணங்களைத் தவிர்க்க முடியவில்லை.

நான் காதல் வயப்பட்டிருக்கிறேனா என்பதைக்கூட என்னால் புரிந்துகொள்ள முடியவில்லை.

'ஹே சரா நான் உன்னை ஹர்ட் செய்ய வேண்டும் என்று அப்படி நடந்துகொள்ளவில்லை.'

"தாஜ் மஹாலுக்கு நெருக்கமாய் என்னை வரைந்திருந்தாயே எப்படி உனக்கு இப்படியெல்லாம் வரைய முடிகிறது. அதுவும் என்னைப் பார்க்காமலே எப்படி இவ்வளவு தத்ரூபமாய்."

"இந்த நான்கு வருடங்களாக உன்னை மட்டும் தான் பார்த்துக் கொண்டே இருக்கிறேன்."

"படிக்கிற வேலையெல்லாம் பார்ப்பதே இல்லையா"

"நல்ல ஓவியனுக்கு அழகு, அற்புதமான ஒரு பொருளை வரைவதற்காக எத்தனை காலம் வேண்டுமானாலும் அதைக் கூர்ந்து கவனிக்க செலவளிக்கலாமாம்."

"ஆஹாஹா... பேசாதே நீ! நீ பேசினால் நான் மயங்கிவிடுவாய்"

"கால்கள் தான் நடக்க முடியாதபடி கட்டப்பட்டு விட்டது. நீ வாயையும் சேர்த்துக் கட்டுகிறாய். இனி நான் என்ன செய்யட்டும்."

"அதுதான் தூரிகைகள் இருக்கிறதல்லவா அதில் பேசு. உன்னைவிட பேராபத்தானவை அதுதான். ஆனாலும் அது உன் வார்த்தைகள் அளவுக்கு என்னை மயக்கி விடுவதில்லை."

"ஒன்று மட்டும் சொல் நீ என்னைக் காதலிக்கிறாயா என் ஓவியங்களையா?"

"இதென்ன கேள்வி?"

"இல்லை எனக்கே என்மேல் பொறாமை வந்துடக் கூடாதல்லவா அதுதான் கேட்டுவைத்துக் கொள்கிறேன்."

"அதெல்லாம் சொல்வதற்கில்லை. நான் கிளம்புகிறேன் நேரம் வேகமாய் ஓடுகிறது."

"நிமி நிமி... தயவு செய்து சொல்லிவிட்டுப் போயேன் ப்ளீஸ்."

"நான் காதலிப்பது ஒரு முட்டாள் ஓவியனை. போதுமா!"

கார்த்திக் புகழேந்தி

அதற்குப்பிறகு சரவணனும் நானும் முழுநேரமாய்க் காதலித்துக் கொண்டிருந்தோம். கலைக்கல்லூரியில் அறிவியலும் ஓவியமும் இரண்டறக் கலந்துபோனது.

பருவ வயதில் வரும் காதலுக்கு வாழ்வின் இரண்டாம் அத்யாயம் பற்றி ஒரு கவலையும் எழுவதில்லை. என்னை அழகழகாய் வரைந்து குவிக்கிறான் என்பதற்காக மட்டும் இவனைக் காதலிக்கிறேனா என்று ஒருநாள் கண்ணாடி முன் நின்றுகொண்டு கேட்டுப் பார்த்தேன் இல்லை என்று பதில் வந்தது.

இடைப்பட்ட நாட்களில் சரவணனுக்கு உயர்தர விடுதிகளின் வரவேற்பறை களில் ஓவியம் தீட்டும் வேலைகள் கிடைத்தது.அடுத்த இரண்டு வருடத்தில் கல்லூரிகாலம் முடிவுக்கு வர, தேவாலயங்களின் பிரார்த்தனை நேரங்களுக்குப் பிறகு இரண்டு பேரும் சந்தித்துக் கொண்டோம்.

சரவணன் ஒரு முழுநேர கிறிஸ்தவனாகவே எனக்காக மாறிக் கொண்டிருந்தான். எனினும் அந்த நாட்களில் தான் பிரபலமான பக்தி வார இதழ் ஒன்றில் படங்கள் வரைவதற்கே அவன் ஒபந்தமாகி இருந்தான். சென்னைக்கே வந்து வேலை செய்யச் சொல்லி இருந்தார்கள் என்பதால் முதன்முதலில் அவனுடைய பிரிவை அனுபவித்தேன்.

எல்லையில்லாத துயரத்தை இந்தக் காதல் கொடுக்கும் என்பதை முன்பே தெரிந்திருந்தால் நிச்சயமாக இந்த சராவை நான் காதலித்திருக்கவே மாட்டேன். ச்சே எவ்வளவு அவஸ்தையாக இருக்கிறது.

லேசாக சிந்தனையிலிருந்தாலே வீட்டில் என்ன உடல் சரியில்லையா என்று ஆயிரம் கேள்விகள் கேட்கிறார்கள். என் வேதனைகளை எப்படி மறைத்து வைப்பது. பச்சிலைகள் போட்டு மூடிய நெருப்பாய் மனம் மெல்ல மெல்ல புகைகிறது.

சென்னைக்குச் சென்றிருந்த முதலாம் வாரத்திலே அவனிடம் இருந்து கடிதம்கிடைத்திருந்தது. பங்குத்தந்தை வீட்டு முகவரிக்கே எழுதியிருந்தான். ஜெப வீடுகள் துண்டறிக்கைகள், சஞ்சிகைகளை ஒட்டிக் கொடுக்கும் உதவிகளை நானும் ஜெனிபரும் செய்து வந்ததால் அவர் முகவரியிலே

எங்கள் கடிதப் போக்குவரத்து நடைபெறுவது வசதியானது. அதில் பாது காப்பில்லை என்றாலும் எங்களுக்கு வேறு வழியுமில்லை.

சரவணனுடனான காதல் அடுத்த அத்யாயத்திற்குச் செல்ல வேண்டிய நாட்கள் வெகுவிரைவாக நெருங்கிக் கொண்டிருந்தது.

சந்தேகத்திற்கு இடமான கடிதம் என்று சரவணனின் கடிதம் அப்பாவின் கையில் சிக்கியதால் வீட்டில் எல்லாருக்கும் விசயம் தெரிந்துபோனது. பல அமர்க்களங்களுக்குப் பிறகு சரவணனைப் பற்றி ஒவ்வொரு நிலையாய் எடுத்துச் சொன்னேன். அவன் ஒரு போலியோ மைலடிஸ் என்பதைத் தாண்டி, அவன் ஒரு இந்து. இந்த இரண்டு பெருங்காரணங்களே என் போராட்டத்திற்கு முடுக்கட்டையாய் விழுந்தன.

பங்குத்தந்தையின் அறிவுரைக்கூட்டத்திற்கு வீட்டில் ஏற்பாடு செய்யப்பட்டது. குடும்ப ஜெபத்தால் என்னை மாற்றி மீட்டுவிட முடியும் என்று அவர்கள் நம்பினார்கள். எனினும் ‘‘எத்தனையோ பாதிக்கப்பட்டவர்களுக்கு நம் சர்ச் அடைக்கலம் கொடுக்கிறது. அவர்களும் நம்மைப் போல ஒருவர் தானே உடல் குறைபாட்டை காரணமாகக் கருதுவதை தேவன் ஒருபோதும் மன்னிக்க மாட்டார்’’ என்ற அவரின் சமாதானம் எதிர்பாரா வகையில் எனக்குப் பக்கபலமாக அமைந்தாலும் அடுத்த தடை சரவணன் ஒரு இந்து என்பதாக இருந்தது. சரா எனக்காக வேணும் இந்த மதமாற்றத்திற்கு மனப்பூர்வமாக ஒப்புக் கொள்வான். பிறகு... பிறகு எல்லாம் சுபம்தான்.

அப்பாவுக்கு இன்னும் சில அஸ்திரங்கள் இருந்ததை அப்போது நான் அறிந்திருக்கவில்லை. காதல் கைகூடிவிட்ட களிப்பில் திளைத்திருந்தேன்.

நாளையே அவரை வரச்சொல், பங்குத் தந்தை முன்பு உடனே ஞானஸ்தானம் எடுத்துக் கொண்டு மறுதினமே உங்கள் திருமணத்தை நடத்திவிடலாம். உறவினர்களுக்குப் பெரிதாகச் சொல்ல வேண்டாம். வரவேற்பு வைக்கும்போது எல்லாம் பார்த்துக் கொள்ளலாம் என்றார்.

இது எனக்குப் பேரதிர்ச்சி. ஒருபக்கம் இன்பமும் தான். உடனடி யாகச் சரவணனுக்குத் தகவல் சொல்லி அவன் அலுவலகத் தொலைபேசிக்கு அழைத்தால் இன்னும் ஒரு மாதம் சம்பளமே வாங்கவில்லை. ஊர் திரும்புவதற்குக் கையில் பணமில்லை என்ற காரணத்தைச் சொன்னான்.

''அதெல்லாம் எனக்குத் தெரியாது. என் வீட்டில் சம்மதம் வாங்க நான் பட்ட பாடு உனக்கெங்கே தெரியும். நீ எப்படியாவது உடனே வந்து என்னைத் திருமணம் செய்துகொண்டு இங்கிருந்து கூட்டிப் போய்விடு.''

''நிமி என் நிலைமையைப் புரிந்துகொள். புதிய ஊர். புதுவேலை. யாரிடமும் கைநீட்டி காசுவாங்கி விட்டு அங்கு வரும் சூழலில் இங்கு நான் இல்லை. நீயே நினைத்துப் பார் வழிச்செலவுக்கு மட்டுமாவது கடனை உடனை வாங்கிவிட்டு அங்கு வந்தால் திருமண காரியங்களை எப்படி கவனிப்பேன்.''

''என்ன சரா விளையாடுகின்றாயா! நான் நம் வாழ்க்கையைப் பற்றிப் பேசிக்கொண்டிருக்கிறேன். நீ கடன் வாங்குவதைப் பற்றிப் பேசிக் கொண்டிருக்கிறாய்? என்ன செய்வாயோ ஏது செய்வாயோ எனக்குத் தெரியாது நாளை நீ இங்கிருக்கவேண்டும் இல்லை நான் உயிரோடு இருக்கமாட்டேன்''

வார்த்தைகள் எவ்வளவு பொல்லாதவை. அவசரத்திலும் கோபத்திலும் சுவர்களில் ஆணிகளாய் அடித்து விடுகிறோம்.

பின் பலங்கொண்ட மட்டும் முயற்சித்து திரும்பப் பிடுங்கினாலும் அதன் வடுக்கள் காலத்துக்கும் நிலைத்து விடுகிறதில்லையா!

தேவாலயத்தில் எல்லா ஏற்பாடுகளும் நடந்தேறியது. 'சரா'வால் அப்பா சொன்ன நேரத்தில் வரமுடியவில்லை. முதல் தடவையாக எனக்கு ஓ... எனக் கதறி அழத் தோன்றியது. ஆம் அதுதான் முதல் தடவை.

சரவணன் வரவே இல்லை.

அடுத்த சில தினங்களிலேயே எனக்கும் சாமுவேல் ஜோன்ஸ் என்கிற சாமுக்கும் திருமண ஏற்பாடுகள் நடந்தேறின. வெண்ணிற கவுனில், கைகளில் மலர்க்கொத்துடன் தலைக் கவிழ்ந்து, கண்களில் கொஞ்சமும் ஈரம் காட்டக் கூடாது என்ற கட்டளையின் பேரால் தனித்துவிடப்பட்டு அனாதிதேவனின் முன்னால் நின்று கொண்டிருந்தேன்.

என் வேண்டுகோள்கள் அனைத்திற்கும் வாய்ப்பளிக்கப்பட்டு ஒன்றையும் நிறைவேற்ற முடியாத துயரமு மறுபக்கம் உன் வழியில்

நாங்கள் வந்தோமல்லவா இப்போது எங்கள் முறை. அமைதியாக ஏற்றுக்கொள் உன் இதயத்தில் அம்பைக் கொண்டு துளையிடு கிறோம் என்று வலி பொறுத்துக்கொள். எந்த எதிர்ப்பசைவும் காட்ட உனக்கு இப்போது வழியில்லை என்று கச்சிதாமாக அந்த நாடகம் நடத்தப்பட்டது என்பது அப்போது எனக்குத் தெரியவே இல்லை.

திருமணம் நடந்துமுடிந்த பதினான்காம் நாள் தில்லிக்குப் புறப்பட வேண்டி இருந்தது. அதுவரைக்கும் எங்களுக்குள் எதுவுமே நிகழ்ந்திருக்கவில்லை. என் மௌனம் சாமை தொந்தரவு செய்திருக்கலாம், எத்தனை கண்ணியமானவன் சாம் அனுமதியில்லாமல் என்னைத் தொடக்கூட இல்லையே என்று அவரை மனதுக்குள் துதித்துக் கொண்டிருந்தபோதே சரவணன் ஆள்மனதைத் துளைத்துக் கொண்டிருந்தான். ''நொண்டியைக் காதலிச்சால்லே அதுதான் ஓடிக்கூடப் போக முடியவில்லை'' என்ற வார்த்தைகள் காதுபடவே பேசப்பட்டது. அப்படியே செத்துப்போகலாம் போல் இருந்தது.

நான் ஏன் சாகவேண்டும். நானொன்றும் சரவணனை ஏமாற்ற வில்லையே அவன்தான் என்னை ஏமாற்றினான். இனி நானெதற்கு அழவேண்டும்... என் புது வாழ்வில் சாம் நுழைந்திருக்கிறார். எல்லாவற்றையும் மறந்து தில்லியில் புதிய தொடக்கத்தை வாழ வேண்டும் நான் இனி அழப்போவதில்லை என்று முடிவெடுத்துக் கொண்டேன்.

கன்னக் கதுப்புகளில் இருந்த கவலைகள் மெல்ல மெல்லக் கரைந்து போய்க்கொண்டிருந்தன. தில்லி வாழ்வு சுபிட்சமாய்த் தொடங்கியிருந்தது. ஆரம்ப நாட்களிள் சாம் என்மீது அத்தனை அன்பைப் பொழிந்தார். நகரமெங்கும் கைகோர்த்துக்கொண்டு வலம் வந்தார். இதோ இப்போது அமர்ந்திருக்கிறேனே யமுனா நதிக்கரையில் இங்கேதான் நாங்கள் பொழியும் பனியின் ஊடாக நின்று சிவப்பு சால்வைகளுடன் புகைப்படங்கள் எடுத்துக் கொண்டோம். அதோ தெரிகிறதே அந்த புல்தரையில் அமர்ந்தபடி பல கதைகள் பேசி ரசித்தோம்.

காற்றில் பறந்து சென்றுகொண்டே இருக்கும்வேளையில் சில நொடிகளில் சட்டெனக் கண்முன்னே உடைந்து சிதறும் நுரைகுமிழ்கள் அப்போது எங்களைச் சூழ்ந்திருந்தன.

சாமின் அலுவல் நேரங்களில் தனிமையும் புத்தகங்களும் தான் எனக்குத் துணை. எங்கள் தாம்பத்யம் சலனங்களற்று பயணித்துக் கொண்டிருந்தது. அதன் பிரதிபலனாக அபி எனக்குள் உருவாகினான்.

எட்டாவது மாதத்தில் டெல்லியில் வைத்தே பிரசவத்தைப் பார்த்துக் கொள்வதென்று முடிவானது. ஒன்பதாவது மாத இறுதியில் சிசேரியன். ஜெனிபரும் அப்பாவும் அம்மாவுமாக டெல்லிக்கு வந்து அபியைக் கையிலும் நெஞ்சிலும் தாங்கினார்கள். எல்லோருக்கும் ஒரே சந்தோசம்.

மயக்க நிலைமைகள் தீர்ந்து வீடு திரும்பிய நாளில் இரவில் கண்ணாடியில் என் முகத்தை எனக்கே காட்டினாள் ஜெனி! யாரோ போல மாறியிருந்த முகமும் உடலும் அதிர்ச்சியூட்டியது. அதைக் குறித்து யோசிக்கவும் இடமில்லாத வகையில் அபியின் சிணுங்கல் என்னை அசைத்தது.

பலநாள் கழித்து ஜெனியும் அப்பாவும் ஊருக்கு என்னைத் தங்களுடன் அழைத்துப் போன நாளில், எனது அறையின் ஆளுயரக் கண்ணாடி முன்பாக நின்றுகொண்டு என் முழு உடலையும் திறந்து பார்த்தேன்.

உடல்... ஹாஹ்! இரண்டு பாதிகளாகப் பிரித்து, மீண்டும் ஒட்டவைத்துத் தந்ததுபோல ஆழமான தழும்பு. உடலுக்குள்ளிருந்து ஏதோவொரு ஆர்கனை என்னையே கேட்காமல் உருவிக்கொண்டார்கள் என்பது போலச் சுருங்கிக்கிடந்த தோல்...இப்படி ஒரு வன்முறைதான் எல்லா பெண்ணுக்கும் நிகழ்கிறதா... ஏன் யாருமே வாய் திறந்து சொல்ல மாட்டார்களா... யோசித்து யோசித்து தலைவலிதான் மிச்சம். அபியின் முகத்தைப் பார்த்தபோது அந்த வலியையும் ஒளித்துவைக்க எனது உடல் இசைவளித்தது.

இனி அபிதான் எல்லாமும்... அவன்தான் உலகம் என்று திரும்பத் திரும்பச் சொல்லிக் கொண்டேன். இந்தச் சமாதான எண்ணம் எனக்குள் எப்போது குடியேறியது என்பதை எனக்கே தெரியாமலிருந்தபோது சாம் மெல்ல மெல்ல என்னிடமிருந்து விலகிப் போய்க்கொண்டிருந்தார்.

எனக்குத் தெரியாத பல உண்மைகள் ஜெனிபருக்குத் தெரிந்திருந்தது. மயூர் விஹாரிலிருக்கும் அப்பாவின் சினேகிதர் வீட்டிற்குச் அம்மாவும்

கூடவே சென்றுவிட, ஜெனி எனக்கு பல விசயங்களைச் சொன்னாள். என் திருமணத்திற்கு முதல்நாள் சரவணன் ஊருக்குப் புறப்பட்டு வந்திருக்கிறான். தேவாலயத்தின் வாசலிலே தடுத்து நிறுத்தப் பட்டிருக்கிறான். எனக்குக் கல்யாணம் நடந்து முடிந்து விட்டதாகச் சொல்லி அவனைத் துரத்தியிருக்கிறார்கள்.

''அழுதுட்டே அந்த அங்கிள் அடிவாங்கி, தரையிலே கை வச்சு நடந்து போனதை பார்க்கவே எனக்கு பாவமா இருந்துச்சுக்கா.''

''அய்ய்ய்ய்யோ... சரவணா! எனக்கு ஏன் ஜெனி சொல்லவே இல்ல''

''அப்பா என்னை மிரட்டிட்டார்க்கா.. அயம் சாரிக்கா..

உன் லைஃப் நல்லா இருக்கனும்ன்னுதான் அப்பா இப்படி பண்றேன்னு சொன்னார்க்கா.''

ஜெனியைக் குற்றம் சொல்லமுடியாது அவள் சின்னப் பிள்ளை. இந்த சரவணன் அதன்பிறகு எங்கு போனான்.ஒருமுறைகூட என்னைத் தேடி ஏன் அவன் வரவேயில்லை.அய்யோ... எத்தனை உடைந்து போயிருப்பாய் சரா நீ... இந்தத் திருமணம் என் சம்மதம் பேரில் நடந்திருக்கும் என்றல்லவா நீ நினைத்திருக்கக் கூடும். எவ்வளவு பெரிய தவறு செய்துவிட்டேன் நான்... என்று எண்ணி எண்ணிக் குமுறினேன். பிறகு அந்த எண்ணமே அவஸ்தையாக மாறியது.

இனி சரவணன் பற்றி நினைப்பதற்கு என்ன இருக்கிறது...

அபிக்கு இப்போது மூன்று வயது.

சாம் மீண்டும் நொய்டா கிளைக்கே மாற்றல் வாங்கியிருக்கிறார் என்பது குடும்ப நண்பர் ஜோகிராம் அண்ணா பேச்சுவாக்கில் சொன்னபோதே புரிந்துகொண்டேன்.

சாம் முன்பு போல் இப்போது இல்லை. அவர் நடவடிக்கைகளில் மாற்றம் தெரிகிறது. அலுவலகம் போய்விட்டு இரண்டு நாள் கழித்துக் கூட வீட்டுக்கு வருகிறார். சரியாக நாங்கள் இருவரும் வெளியில் சென்று இது ஐந்தாவது மாதம்.

இந்த ஐந்து மாதங்களில் அவர் முற்றிலுமாக இன்னொருவராய் மாறி விட்டார். ஜோகி அண்ணாவிடம் ஒருநாள் வேண்டிக் கேட்டதில், சாமுக்கு தில்லியிலே சுபைனா என்ற அலுவலகத் தோழியோடு காதல் இருந்த தாகவும், அவர் சம்மதமின்றியே எங்கள் திருமணம் நடந்ததாகவும் அதன் பிறகு சுபைனாவும் இருவரும் பிரிந்து விட்டதாகவும் சொன்னார்.

சுபைனாவுக்குத் திருமணம் முடித்து அவள் கணவர் சிலமாதங்கள் முன் ஒரு விபத்தில் சிக்கி இறந்துவிட்டன். இப்போது அவள் சாமின் அலுவலகத்திலேயே வேலைக்குச் சேர்ந்திருப்பதாகவும் கொஞ்சம் கொஞ்சமாக விஷயங்களில் ஊற்றை வெளிப்படுத்தினார்.

எனக்குத் தலை சுற்ற ஆரம்பித்துவிட்டது. என்ன தவறு செய்தேன் கர்த்தாவே! இவை எதுவும் நிஜங்களாக இருக்கக் கூடாது என்று பிரார்த்தித்துக் கொண்டேன். ஆனால், ஏன் சாம் சில மாதங்களாக வித்யாசமாக நடந்து கொள்ளவேண்டும். ஏதாவது காரணங்கள் இருக்கலாம். கடைசியாக நாங்கள் முழுமையாக உறவாடி ஆறேழு மாதங்கள் ஆகின்றன. வேலையின் அசதி என்று சொல்லிவிட்டு உறங்கி விடுகிறார். அபியைக் கவனிக்க வேண்டி அதையும் நான் சமாதானமாக்கிக் கொண்டேன்.

சிலநாள் சேர்ந்திருக்கும் போதே செல்போனில் அழைப்பு வந்ததெனச் சொல்லி தவிர்த்துவிடுகிறார். அந்த நாட்களில் மனதைக் கல்லாக்கிக் கொண்டு கடந்திருக்கிறேன். ஆனால் இந்த சுபைனா என்ற பெயரை அவ்வளவு சுலபத்தில் விடுத்துவிட முடியவில்லை.

அப்பாவின் சிநேகிதர் வீட்டில் அபியை ஒப்படைத்துவிட்டு சாம் அலுவலகத் தொடர்பில் உள்ளவர்களிடம் நேரே விசாரித்ததில், நொய்டாவிலே இரண்டு பேரும் தனிவீடு எடுத்து வசிப்பது தெரிய வந்தது. இதயம் இதற்குமேல் எந்தச் சிறு அதிர்வையும் தாங்குவதற்கு சக்தியற்றதாக ஸ்தம்பித்துப் போனது. என் கால்கள் பாரமாகிக் கொண்டிருந்தன.

இல்லை இவை எதுவும் உண்மையில்லை என் சாம் நல்லவர்.

இன்றைக்குக் காலையில் சாமிடம் எல்லாவற்றையும் கேட்டுவிடத் திட்டமிட்டிருந்தேன்.

''என் மீது ஏதும் வருத்தங்களா உண்டா சாம் உனக்கு''

''இல்லையே ஏன் அப்படிக் கேட்கிறாய்''

''சமீப நாட்களாக நீ சாதாரணமாக இல்லையே அதனால்தான்.''

''வேலைகள் நிறைய, மற்றபடி ஒன்றுமில்லை. அபி சாப்பிட்டானா.''

''உன் அலுவகத்தில் சுபைனா என்று யாரும் வேலை பார்க்கிறார்களா?''

''யார் சொன்னார் உனக்கு?''

''கேட்டதுக்கு பதில் சொல் முதலில்''

''இது உனக்குத் தேவையில்லாத விசயம் நிர்மலா!''

''எது தேவையில்லாத விசயம்?''

''என்ன தெரியவேண்டும் உனக்கு?''

''அந்த சுபைனா யார்? அவளுக்கும் உனக்கும் என்ன?.''

''தேவையில்லாத எதிலும் மூக்கை நுழைக்காதே. உன் விசயம் எதிலும் நான் தலையிட மாட்டேன். என் விசயத்திலும் நீ தலையிடாதே!''

''நான் தலையிடாமல் வேறு யார் தலையிடுவார்! இது என் வாழ்க்கை.''

''என்ன வேணும் இப்போ உனக்கு''

''நீ நான் நம்ம அபி எல்லாமும்தான்.''

''அப்படித்தானே இப்போவரை இருக்கோம்''

''இல்லை இது நீ இல்லை. நிறைய மாற்றங்கள் உன்னிடம்...''

''என்ன மாற்றத்தை கண்டுட்டே இப்போ.''

''இந்தக் கோபம் புதிது. காலையில் போய் மாலையில் திரும்பும் அலுவலகத்திலிருந்து வேண்டுமென்றெ மாற்றல் வாங்கி நொய்டா வரைக்கும் காரில் சென்று இரண்டு நாளுக்கொரு முறை வீட்டுக்கு வருவது புதிது. எல்லாவற்றுக்கும் மேலே என்னிடம் யாரோ போல் நடந்துகொள்வது புதிது.''

''இங்க பார் உன்னைத் தெரியும் முன்னாடியே சுபைனாவை எனக்குத் தெரியும். சொல்லப்போனா அவளையே திருமணம் செய்துகொள்ள இருந்தேன். என் விதி அது நடந்தேறாமல் போனது. இப்போது அவள் கணவன் இறந்து விட்டான். அவளுக்கென்று யாரும் ஆதரவில்லை. அவளை நேசித்தவன் நான். அப்படியே விட்டுவிட்டுப் போகச் சொல்றியா!''

''உனக்கென்று இந்த குடும்பம் இருக்கிறது. நான் இருக்கிறேன், நம்ம அபி இருக்கிறான்.''

''உங்களை நான் என்ன வீதியிலா விட்டுவிட்டேன். எனக்கு அபி எவ்வளவு முக்கியமோ அப்படித்தான் சுபைனாவும் புரிஞ்சுக்கோ''

''இதற்கு என்ன அர்த்தம்.''

''இனி என்னை எதுவும் கேட்காதே! நான் இதுவரைக்கும் உன்னை எதுவும் கேட்டதில்லை.''

''எனக்குப் புரியவில்லை. என்னை எதுவும் கேட்கவில்லைன்னு சொல்றதுக்கு என்ன அர்த்தம்.''

''நீயும் ஒருத்தனைக் காதலித்து அவனோடி ஓடிப்போக இருந்தவள் தானே.''

எத்தனைச் சுலபமாய் என்மீது பாணங்களைத் தொடுத்து விட்டான். தவறு செய்துவிட்டு நியாயம் கற்பிக்க என்னுடைய கடந்த காலத்தை மிக எளிதாய் கூண்டில் ஏற்றி விட்டானே. எத்தனை முறைதான் ஓ... வென்று கதறி அழ.. சரவணன் அந்த முடவன் இருந்தும் அழ வைத்தான். இல்லாமலும் அழ வைக்கிறான். இவனிடம் என்ன நியாயங்கள் இனி பேச...

ஆக்ரா கரையில் தன்னந்தனியாக அமர்ந்திருக்கிறேன். என் குமுறல் களைக் கேட்க இந்த நதியைவிட்டால் நாதியில்லை. சாமின் வாதத்தின்படி அவன் குற்றமற்றவன். தூய்மையான காதலன். தான் காதலித்தவள் துன்பத்தில் பங்கேற்பவன். நானும் அபியும் அவனுக்கு முக்கியம்தான். எந்தத் தொல்லையும் கொடுக்காமல் இரு உன்னையும் பத்திரமாய்ப்

பார்த்துக்கொள்கிறேன் என்கிறான். என்ன ஒரு தாராள மனம். பேசாமல் நான் சரவணனையும் இவன் வீட்டிற்கே அழைத்து வந்துவிட்டால் என்ன! சாம் என்கிற ஆணுக்கு இருக்கும் சாகா வரம் பெற்ற காதல் நிர்மலாவுக்கு வாய்க்காதா என்ன...

வெள்ளை சலவைக்கற்களைப் போல மனத்திலிருந்து வெளியே எடுத்துக் குவிக்கத் தொடங்கினால் இந்த நிலம் மொத்தமும் கல்லறை களாகத்தான் இருக்கும். நான் தாஜை வெறித்துக் கொண்டிருக்கிறேன். யமுனை சலனமே இல்லாமல் வளைந்து வளைந்து நகர்கிறாள். இத்தனை வளைவதற்கு நீ முறிந்தால் தான் என்ன...

– 2017

தீதும் நன்றும்

''மண்ணள்ளி போடு, அவன் இருந்து என்ன செய்யப் போறான் இனி...''

''என்ன நடந்ததுன்னு ஒண்ணும் தெரியல.. கொஞ்சம் நிதானிச்சி...''

''என்னன்னு நிதானிக்கச் சொல்ற. ஒரு பொட்டப் புள்ளய வச்சி வாழத் தெரியாத பயலுக்கு என்னத்தன்னு நிதானிக்கச் சொல்லுத. வம்பா அந்த பிள்ள வாழ்க்கையயும் சேர்த்துல்லா அழிச்சுட்டேன்! பாவி''

''நீங்க என்ன செய்யச் சொல்லுதியளோ அதுபடி செய்வோம்ங் காங்க போலீஸ்காரங்க. அவனை அரெஸ்ட் பண்ணி வச்சிருக்கு. பிள்ளை ஐகிரவுண்டல சேர்த்திருக்காம். எல்லாரும் நல்லா இருக்கணும்னுதான் நெனப்பீங்க. அதுவோ இப்படி பண்ணிக்கிச்சி''

''இல்ல குமரேசா. நான் கொஞ்சம் இந்தப் பயல தலைல தூக்கி வச்சி ஆடிட்டேன். அதான் அவனுக்கு எங்கொணம் புரியல பாத்துக்க. நீ என்ன பண்ணுத சுப்பிரமணியத்துக்கு ஒரு போனப் போட்டு நாங்கூப்ட்டேன்னு வரச் சொல்லு. ஆஸ்பத்திரிக்குப் போய் மொதல்ல அந்தப் புள்ளைய ஒரு எட்டு பாத்துட்டு வந்துருவோம்''

சொக்கலிங்கம் பிள்ளைக்கு மனசு ஒப்பவே இல்லை. போன மாதத்தில் தான் 'தாத்தா தாத்தா' என்று பிறந்தநாளுக்கு லாலா கடை பண்டத்தைத் தூக்கிக் கொண்டுவந்தது ஷிவாணி. பிள்ளைக்கு பேரு வைக்கச் சொன்னா என்ன பண்ணி வச்சிருக்க என்று திட்டு வாங்கி கட்டினாலும், தன் மழலைத் தமிழால் அசரடித்துவிட்டது. நான்கே வயதுதான். வாய் துடுக்கு கொஞ்ச நஞ்சமில்லை. எல்லாத்துக்கும் ஒரு எதிர்ப்பேச்சு. பதிலுக்கு பதில்.

''உங்கம்மைக்கு நான் விரல் புடிச்சி பேரெழுதி வச்சேண்டீ. இன்னைக்கு நீ என் விரலப் பிடிச்சி மோதரத்தக் கழட்டவா பாக்க'' என்று தொடையில் ஏற்றிவைத்துக் கொண்டார்.

சொக்கலிங்கம் பிள்ளைவாளைத் தெரியாத ஊர்ப்பயல்கள் ஒருத்தனும் கிடையாது திருநெல்வேலிக்குள். 'என்குறை இன்னது அப்பனே' என்று ஒருபக்கம் நெல்லையப்பனையும் காந்திமதியையும் மனசுக்குள்ளே கும்பிட்டுக் கொண்டாலும், அண்ணாச்சிகிட்ட ஒருவார்த்த சொல்லாட்டி மாறி தூக்கம் வாராதே என்று வாசக் கதவைத் தட்டிவிடுவார்கள்.

எழுவது வயதுக்குத் தக்க தோரணையில் நடுவீட்டு ஊஞ்சலில் வந்து உட்கார்ந்தார் என்றால் தேடி வந்திருப்பதில் பூவெது நாரெது என்று பார்த்த பார்வையிலே கணித்துவிடுவார்.

பேசச் சொல்லி விவரத்தை வாங்கிவிட்டு, மூணாவது நாளில் என்ன அவன் கணக்கு என்று தீர்த்துக் கொடுத்து, கல்லுக்குள் இருக்கும் தேரைக்கும் அருளும் நெல்லையப்பனுக்கு சன்னதி தெருவில் தனியாக பிராஞ்சைஸ் நடத்திக் கொண்டிருக்கிறார் பிள்ளைவாள்.

சொக்கலிங்கம் பிள்ளைவாளுக்கு மூத்தப் பாட்டன் தானப்ப பிள்ளை காலத்தில் திருநெல்வேலி ஜில்லா போர்டு கலெக்டரில் இருந்து ராவ்பகதூர்கள் வரைக்கும் அத்தனை பேருக்கும் அவர்மீது பெருவாதியான மரியாதை உண்டு. தொப்பி போட்ட போலீசுகள்ளெல்லாம்கூட ஏத்தம் புடிச்சப் பயக்கள் எவனாவது பஜாரில் கிருத்துவம் பண்ணித் திரிந்தால் போதும் வீட்டுக்கே வந்து அய்யா இன்னமாதிரி கதை என்று எழுதிவைத்து விட்டுப் போய்விடுவார்கள்.

நைனாகுளத்தில் சீட்டாடிக் கொண்டிருப்பவனை குண்டுக் கட்டாகத் தூக்கிவந்து ஒரு உலுப்பு உலுப்பி விடுவதுதான். அடியும் புடியும் அந்த வீட்டிலும் அண்ணந்தம்பிதான்.

விசாரணை, சச்சரவு, நல்லது பொல்லாதது என்று ஜவ்வாதும், சந்தனமும் மணக்கும் அந்த சன்னதி வீட்டு கல்த்திண்ணை நீதி வழக்குகளுக்கு மட்டுமில்லாமல் நல்லகாரியங்களுக்கும் பேர் பெற்றது.

தாழ்ந்து ஒருபார்வை பார்த்து, மரியாதைக்கு ஒரு கும்பிடை வைத்து விட்டுச் செல்லாதவரென்று ஒருத்தரை அள்ளிவிட முடியாது ஊருக்குள். எல்லாருக்கும் அந்த குடும்பக்காரர்கள் மீது ஒரு மரியாதை. ஒரு அபிப்பிராயம். தானப்பர் எல்லாவற்றுக்கும் தோரணையான குணாளர்.

அவருக்குப் பிறகு மூத்தவர் பெரிய காரியங்களில் கொஞ்ச காலங்களில் தான் முன்னாடி நின்றார்.

ஆள் கொஞ்சம் தாராளமான கையுள்ளவர். இருப்பதெல்லாம் மடத்துக்கும், சுவடிக்கும், உழவாரத்துக்கும், வந்தவர்க்கும் போனவர்க்கும் என்று அள்ளிக் கொடுத்தார். பிள்ளைகள் தலையெடுத்தபோது, 'தென்னாடுடைய சிவனே போற்றி எந்நாட்டவர்க்கும் இறைவா போற்றி' என்று மந்திரங்களைச் சொல்லிக் கொண்டு சகல சம்பத்துகளிலும் இருந்தும் ஒதுங்கிக் கொண்டார். ஆனால், சொக்கலிங்கம்பிள்ளை ஆள் அப்படியே பாட்டனை உரிச்சு வைத்திருந்தார். கை வீசுகிற குணம். நல்லதென்றால் இறங்கிக் கொடுப்பது. கெட்டதென்றால் துணிந்து வெளுப்பதென்று வெள்ளை மனசு கருத்த உடம்பு. பெரியவர் செல்வாக்குக்கு அச்சு வாங்கிப் பிறந்தவர் என்று கொண்டாடுவார்கள்.

வேணி பிறப்பதற்குச் சரியாக ஐந்து வருசங்களுக்கு முந்தி இப்படி ஒரு மார்கழியில் அவர் முன்னால் வந்து நின்றார் சண்முகசுந்தரம்.

"அய்யா இந்த மீனாட்சி பொண்ணு இந்த வருசத்தோட படிப்ப முடிக்கா. பொட்டப் புள்ளைக்கு இவ்ளோ படிப்பு வேணாம்னு சொன்னோம். அய்யாத்தான் விடாம சாராத்தக்கர்ல சேர்த்து வுட்டீங்க. இப்ப இவ படிப்புக்கு மாப்பிள்ள தேடவா. இல்ல என் வசதிக்கு மாப்பிள்ள தேடவான்னு தவிச்சு நிக்கேன்"

"எய்யாசுந்தரம் உங்க அப்பா கணபதி ஆசாரி இந்த மொட்டத்தலையான் கோயிலுக்கு திருப்பணி பண்ண எப்போ வந்தாரோ அப்ப இருந்தே உம்ம குடும்பம் இந்த வீட்டோட ஒன்னா பொழங்குன குடும்பம். மீனா எம்மவ. அவளுக்கு எப்போ என்ன நல்லது செய்யணும்னு எனக்குத் தெரியாதா. நீர் பாட்டுக்கு பிள்ளைய படிப்ப முடிக்கவிடும். நடக்க வேண்டியதெல்லாம் நாம் பாத்துக்கிடுதேன்" என்றார் பிள்ளை.

"அதுக்கில்ல.."

"சொன்னதச் செய்யும். உம்ம அம்மைக்கு கண்ணுக்கு முடியலைங்காளே. அவள அரவிந்துல கொண்டு போய் காணிக்கக் கூடாதா? நம்ம பய மூர்த்தி அங்க இருக்கான். நாஞ்சொன்னேம்னு

நாளைக்கு காலைல கொண்டுபோய் என்னன்னு பார்த்துட்டு வந்துரும். ஆப்ரேசன் அது இதுன்னாம்னா பயப்படுவா. அம்மைய மொதல்ல இங்க கூட்டிட்டு வாரும். நாஞ்சொன்னாக் கேட்டுப்பா''

''அய்யா சொல்ப்படி.. நடந்துக்குறேன்''

சண்முகசுந்தரம் கிளம்பிப் போனபிறகு ஒரே மீனாட்சி நினைப்புத்தான். பெண்பிள்ளை இல்லாத குறைக்கு சிறுசிலே மீனாட்சி 'பெரியப்பா பெரியப்பா' என்று காலைச் சுத்தி வந்தாள். இந்தா என்பதற்குள் நெடுக வளர்ந்துவிட்டாள்.

பத்தாவதில் மூணு பாடத்தில் நூறு மார்க் வாங்கிட்டேன் பெரியப்பா என்று காலில் விழுந்து வணங்கியவளை 'நல்லா இரும்மா' என்று சொன்னதுதான். எங்கே நல்லா இருந்தாள். பிள்ளை எரிந்த உடலோடு ஆஸ்பத்திரியில் கிடக்கிறாளே...

''உள்ளேவரைக்கும் போகவேணாம்யா. ஐசியூல இருந்து இப்பத்தான் தீ விபத்து வார்டுக்கு மாத்தி இருக்கு. அங்க என்ன எப்படி இருக்கும்னு தெரியல''

''எல.. உள்ள இருக்கவா எம்பிள்ள. அவள நாம்பாக்கப் போவாம..''

''அதுக்கில்லய்யா.. பெரியண்ணன் தான்.. உங்களுக்கு எதும்...'' குமரேசன் அண்ணன் விஷயத்தை சின்னதாகச் சொல்லி விளங்க வைத்துவிடுவார்.

''நீ ஒண்ணு பண்ணு. அந்த டாக்டர் யாருன்னு பார்த்து இங்க வரச் சொல்லு. நல்லா இருக்கான்னா... இருப்பா. அவளுக்கென்ன. எங்க அம்மையில்லா. அவள ஷிபாவுக்கு கூட்டிட்டுப் போக ஏற்பாடுகளப் பண்ணச் சொல்லு''

''சரிய்யா''

வேப்பம்பூ வாசமடித்த நிழலடியில் காருக்குள்ளே காத்திருந்தார் பிள்ளை. மனசு போட்டு லாத்திப் போட்டுவிட்டது மனுசனை. கண்ணுக்குள்ளே நின்றாள் மீனாட்சி. உள்ளே என்ன நிலையில் கிடத்தி

வைத்திருக்கிறார்களோ. எல்லாத்துக்கும் காரணம் அந்த கொலகாரப் பய தானே. என்னமாய் இருந்தார்கள்.

அந்தப் பச்ச மண்ணை இப்படி பரிதவிக்க விட்டுட்டதுகளே. இந்த சுந்தரத்துக்கு என்ன ஆறுதல் சொல்லட்டும். பாவிப்பயல். சொக்கலிங்கம் பிள்ளை ஐகிரவுண்ட் வாசலுக்கே வந்திருக்கும் விபரமறிந்து சண்முகசுந்தரம் ஒரே ஓட்டமாக மருத்துவமனைக்கு வெளியே ஓடியே வந்துவிட்டார்.

''அய்யா எம்மவள இப்படிக் கொளுத்திப் போட்டானுவளேய்யா''

கார் கதவைத் திறந்து இறங்கியபோதே தடுமாறிப் போனார் பிள்ளை.

''படிச்சதெல்லாம் மெட்ராஸ்லங்கைய்யா. அப்பாவுக்கு ஸ்ரீவில்லிப்புத்தூர். கடப்பா கல் பிஸ்னஸ் பாக்குறார். ஒரு அண்ணன் அவனும் அப்பா கூடயே தொழில்ல இருக்கான். நான் மெட்ராஸ்லயே வேலைக்கு எதிர்பார்த்துட்டு இருக்கேன். இல்லன்னா நம்ம ஊர்லயே ஒரு கம்ப்யூட்டர் சர்வீஸ் ஆரம்பிச்சுரலாம்ன்னு இருக்கேன்...''

''நல்லா இருய்யா.. உம்பேரென்ன சொன்ன''

''சுரேஷ்ங்க ஐயா''

''நல்லா இரும்மா.. இத என்ன செய்யணும் எப்படி அணைக் கணும்னுலாம் எனக்குத் தெரியாது. மவனுங்க வெளிநாட்டுல போய் உக்கார்ந்துக் கிட்டானுங்க. அங்க இருந்து பேரப் புள்ளைங்கட்ட பேசணும்னா லேப்டாப்னு என்னம்மோ வாங்குங்கன்னானுங்க. அது கைக்குள்ள நிக்க மாட்டுக்கு. சுடுது பாத்துக்க. உக்காந்து பேச இத வாங்கிக் கொடுத்தான். இவனும் எம்மவன் தான் குமரேசன். கூப்ட்டா முணுக்குன்னு வந்து நின்னுருவான். நீ என்ன பண்ணுத இத எப்படி தெறக்கணும், எப்படி அணைக்கணும்னு ஒருவாட்டி சொல்லிக் கொடுத்துரு''

''அது ரொம்ப ஈஸிதாங்கைய்யா. நான் உங்களுக்கு ஒரு அக்கவுண்ட் ஓப்பன் பண்ணிக் கொடுத்துட்றேன். ஸ்கைப் சாஃப்ட்வேரும் இன்ஸ்டால் பண்ணிடுறேன்''

''அக்கவுண்டுன்னா பணம் ஏதும் போடணுமோ''

''அந்த மாதிரி அக்கவுண்ட் இல்லைங்கைய்யா. இது ஜிமெய்ல். இப்ப போன்ல மெஸேஜ் அனுப்புறமாதிரி கம்யூட்டர்ல அனுப்புறது. உலகத்துல எங்க வேணாலும் அனுப்பலாம். படம் அனுப்பலாம். வீடியோ எடுத்து அனுப்பலாம். ஸ்கைப்ல நீங்க நேரா முகம் பார்த்து பேசிக்கலாம் வெளிநாட்ல இருக்கவங்ககிட்ட. அதுக்கு டேட்டா சார்ஜ் மட்டும்தான்''

''என்னம்மோ எனக்கு பேரம் பேத்திகட்ட பேசற மாதிரி பண்ணிக்கொடு''

''ஃபேஸ்புக்லயும் உங்க பேர்ல ஒரு அக்கவுண்ட் ஓப்பன் பண்ணிக்கொடுத்துடட்டுமாங்கையா''

''நல்ல பணிவான பயலா இருக்கான் குமரேசா. ஆசாரியா இருப்பான்னு நினைக்கேன். என்ன ஏதுன்னு விசாரி, நம்ம மீனாட்சிக்கு சரியா இருப்பான். கம்யூட்டர்லாம் படிச்சிருக்கான். அந்த பிள்ளையும் படிச்சிருக்கால்ல ரெண்டும் ஒண்ணுமண்ணா பொழைச்சிக்கிடும்ங்க. என்ன சொல்லுத''

''ஸ்ரீவில்லிப்புத்தூர்லநம்மரத்தினவேல்சார்இருக்காருல்லாஅவர்கிட்ட சொல்லி விசாரிச்சிறலாம்''

''வெளி ஆளுங்க கிட்டேயும் கேளு. ரெண்டு மூணு எடங்கள்ள கேக்குறது தப்பொண்ணும் இல்லைய. அவன் சண்முகசுந்தரத்துக்கு பிள்ள படிச்சிருக்கான்றதே ஒரு உறுத்தல் மாதிரி சொல்லிக்கிட்டுத் திரியுதான். அவ புத்தியுள்ள பிள்ளை. ரெண்டும் நல்லா இருக்கும்''

தை மாசம் மூணாவது முகூர்த்தத்திலே சொக்கலிங்கம் பிள்ளையே தாலி எடுத்துக் கொடுத்து நல்லபடியாக முடிந்தது கல்யாணம்.

''மெட்ராஸுக்கு எல்லாம் போவேணாம்டே இங்கயே ஒரு கடையப் பார்த்து கூடவே இரு'' என்றார். ஆனால் அடுத்த மூன்றாவது மாதமே நல்ல வேலை வந்திருப்பதாகச் சொல்லிக் கிளம்பிப் போனபோது சொக்கலிங்கம் பிள்ளைக்குச் சங்கடமாய் தான் இருந்தது.

''எளையவன் அங்கதான இருக்கான் அவம் பார்த்துக்குவான்' என்று சொன்னதற்கும் சண்முகசுந்தரம் கலங்கலாய்த்தான் ஒத்துக் கொண்டார்.

ஊருக்கு வந்திருந்த இரண்டுமட்டமும் ஒண்ணுக்கு ஒண்ணு பொருத்தம் சரிதான் என்று நம்பும் விதமாகவே நடந்துகொண்டார் கள். மாப்பிள்ளை தங்கம்தாங்க என்று சண்முகசுந்தரமே சொன்னார். மீனாட்சி பேறு உண்டாகி ஒன்பதாவது மாதத்தில் இங்கே வந்திருந்தபோது, முதலில் பெரிய வீட்டுக்குத்தான் வந்திருந்தார்கள் இருவரும். அந்தளவு மரியாதை.

''சென்னைலயே செக்கப் பார்த்துட்டதால ஊரில அப்பாவையும் ஆச்சிய கஷ்டப்படுத்த வேண்டாமேன்னு அங்கயே நல்லபடி பார்த்துக்கலாம்னு சொன்னேன். கேட்கலை'' என்றான் சுரேஷ்.

பதிலுக்கு மீனாட்சி, ''பிள்ளை பொறந்ததும் உங்க கையிலதான் மொதல்ல கொடுக்கணும்னு ஆசை பெரிப்பா. அதான்..'' என்றபோது அவர் வெடித்துச் சிரித்தார். அதேபோல ஷிவாணி பிள்ளை பிறந்ததும் சொக்கலிங்கம் பிள்ளைதான் முதலில் அவளைக் கையில் வாங்கி சேனைத்தன்ணீர் வைத்தார். முதலில் பேறுகாலத்திற்கு வந்தார்கள் என்றாலும் சுரேஷுக்கு அங்கே வேலை போயிருந்ததும் ஊரிலே தொழில் தொடங்கலாம் என்று வந்திருப்பதாகவும் மெல்ல மெல்லதான் சொக்கலிங்கம் பிள்ளையிடம் மீனாட்சி விபரித்தாள்.

''பெரிப்பா நகைல்லாம் வச்சு பேங்க்ல லோன் எடுத்துட்டோம். புதுபஸ் ஸ்டாண்ட் பக்கம் இடம் பார்த்திருக்கோம். அங்கயே இவர் ஷாப் ஆரம்பிக்கலாம்னு இருக்கார். நீங்கதான் வந்து திறந்து வைக்கணும்'' என்று ஆசைபொங்கச் சொன்னாள்.

கணவன் குழந்தை தொழில் என்று கண்முன்னே மீனாட்சி மகிழ்வோடு இருப்பதைப் பார்த்து சண்முகசுந்தரத்தைத் தாண்டியும் சொக்கலிங்கம் பிள்ளை ரொம்ப நிம்மதியாக உணர்ந்தார்.

''ஷிபாவுக்கு கொண்டுபோக வேண்டியதெல்லாம் செஞ்சாச்சு. சீஃப் டாக்டர் வந்துட்டார்னா டிஸ்சார்ஜ் பண்ணிரலாமாம். ஆம்புலன்ஸ்லகூட நர்ஸ் பிள்ளையோ வருதுங்க. எஸ்.ஐ., கிட்டயும் பேசியாச்சு. நெஞ்சு, கையெல்லாம் எரிஞ்சிருக்கு. பாக்கும்போதே...''

குமரேசன் பேச்சில் இருந்த அதே ஆத்திரம் சொக்கலிங்கம் பிள்ளைக்குள் விறுவிறு என்று ஏறி இருந்தது.

''என்ன சொல்லுதாங்க''

''பொழைக்கறதுக்கு வாய்ப்பு கொறைவுதான்னு சொல்லிட் டாங்க. சுந்தரம் அண்ணாச்சிக்கிட்ட ஒண்ணும் சொல்லல. அவர...''

''நாம்பார்த்துக்கிடுதேன் விடு. எய்யா சுந்தரம்..''

''அண்ணாச்சி!''

''புள்ளைய ஜங்ஷனுக்குக் கொண்டு போயிரலாம். இங்க வேணாம்''

''எம்மவளுக்கு என்னமும் ஆவாதுல்ல... உங்களத்தான் மலை போல நம்பி இருக்கேன்''

''இங்கபாரு எல்லாவனும் பாக்கான்னு நான் அழாம இருக்கேன். அது எம்புள்ளையும்டா. நீ சுப்பிரமணிகூட வீட்டுக்குப்போய்.. இல்ல வேணாம் போத்தீஸ்லபோய் மாத்து துணிமணி எடுத்துட்டு, ரெண்டுவாய் சாப்ட்டுட்டு ஷிபா ஆஸ்பத்திரிக்கி வந்துரு.. குமரேசா.. நீ ஒரு ஆட்டோ புடி நாம ஸ்டேசனுக்குப் போவோம்''

ஆட்டோ நேரே பாலம் போலீஸ் ஸ்டேஷனுக்குள் நுழைந்தது. ஆளைப் பார்த்ததும் கணேசபெருமாள் எஸ்.ஐ ஓட்டமும் நடையுமாய் கிட்டே வந்து பவ்யத்தைக் காட்டினார்.

''உள்ளதாம்யா வச்சிருக்கோம். அய்யா வரட்டும்ன்னு பேப்பர்ல ஒரு புள்ளிகூட வைக்கல பேப்பர்ல. வந்ததுமே உங்கப் பேரைச் சொன்னான். அவங்க அப்பா அம்மாவை யெல்லாம் வரச் சொல்லியாச்சு. விசாரிச்ச வரைக்கும் நானா எதுவும் பண்ணல. அவளாவே தான் கொளுத்துக்கிட் டான்னு அணத்துறான்யா'' என்றார் எஸ்.ஐ., கணேசபெருமாள்.

அவருக்குப் பதிலெதுவும் கொடுக்காமல் உம்மென்ற முகத்துடன் வாசல் படியைத்தாண்டியவரைக்கண்டு சுரேஷின் அம்மையும் அப்பனும் ஓடிவந்து தங்கள்பக்கத் தாக்கீதைச் சொன்னார்கள். அவர்களுக்கு முகம்கொடுத்து குமரேசனைக் கைத்தாங்கலாகப் பிடித்துக் கொண்டு ஸ்டேஷன் உள்நுழைந்தார் பிள்ளை.

கசங்கிய சட்டையில் கையைக் கட்டிக் கொண்டு மரபெஞ்சில் கலங்கிய கண்களோடு உட்கார்ந்திருந்தான் சுரேஷ். பார்த்ததுமே பதறியடித்து வந்து அவர் கால்களைக் கட்டிக் கொண்டான். ''ஐயா நான் எந்தத் தப்பும் பண்ணலய்யா. எப்படியாச்சும் என்ன இங்க இருந்து வெளில விடச் சொல்லுங்க. நான் எந்தத் தப்பும் பண்ணலய்யா. அவளாவேதான் இப்படிப் பண்ணிக் கிட்டா.. நான் எந்தத் தப்பும் பண்ணலய்யா..'' என்று அழுதான். சொக்கலிங்கம் பிள்ளைஅவன் முகத்தையே உற்றுப் பார்த்தார். 'கணேசா' என்றழைத்தார். ''இவம் பொய் சொல்லுதாம்டே. இவம் பார்வையில உண்மையில்ல. நீங்க என்ன செய்யணுமோ செஞ்சி விசாரிங்க. எனக்கு எம்புள்ள பொழைக்கணும். அவ இந்த மாதிரி பண்ணிக்கிற புள்ளை இல்ல. எதா இருந்தாலும் பெரியப்பான்னு வந்து நின்னிருப்பா. எதுக்காண்டி இப்படி பண்ணிக்கிட்டான்னு எனக்குத் தெரிஞ்சாகணும். வேற என்ன செய்யணும்னாலும் சொல்லு செய்யுதேன்..'' என்றார்.

''வீட்ல டைரி, லெட்டர் எதாச்சும் இருக்கான்னு பார்க்கப் போயிருக்காரு ஏட்டு. சத்தம் கேட்டு பக்கத்து வீட்டு ஆட்கள்தான் சொல்லி இருக்காங்க. மூணு நாளா நல்ல சண்டையாம். திடீர்ன்னு அலறல் கேட்டு, வெளிச்சத்தப் பார்த்து போன் பண்ணாங்க. உள்தாப்பாபோட்டிருந்திருக்கு. கதவ உடைச்சுக் காப்பாத்தி ஆஸ்பத்ரில சேர்த்தாச்சு. கொழந்தைய பக்கத்து வீட்டுக்காரங்க பார்த்துக்கிட்டாங்க. இவர ஆள் எங்க இருக்கார்னு தேடுனோம். மொட்டமாடில போதையா படுத்திருந்தாரு. அதான் இங்க அள்ளிட்டு வந்துட்டோம்''

''மூணு நாளா சச்சரவுன்னா இந்த அப்பாட்ட சொல்லிருப்பாளே. அப்படி என்ன சொல்ல முடியாதது வந்துச்சு அவளுக்கு. இந்தப் பொட்டப் புள்ள மூஞ்சப் பாக்கவேண்டாமா..''

அந்நேரம் குமரேசனின் போன் சிணுங்கியது. தனியே போய் பேசி விட்டு வந்தவர், ''அய்யா மீனாட்சிக்கு... நின்னுருச்சி'' என்று கலக்க மாகச் சொன்னார். ''ஆம்புலன்ஸ்ல ஏத்துறதுக்கு முன்னாடியே'' என்றார்.

பிள்ளைவாளுக்கு கால் மரத்துவிட்டது. சூழலைப் புரிந்து நாற்காலியை எடுத்துப் போட்டார் எஸ்.ஐ.

'நீ எஃப்.ஐ.ஆரப் போடச்சொல்லிரு கணேசா. பேப்பகாரனை பார்த்து எழுதச் சொல்லு. நம்ம வீட்டுப் பிள்ள..''

மூணுமணி நேரத்திற்குள்ளாகவே எல்லாம் முடித்து, இலையில் சுருட்டி பொட்டலமாக வீடு வந்திருந்தாள் மீனாட்சி. அறிந்த தெரிந்த சொந்தமெல்லாம் கூடி அழுது கொண்டிருந்தது.

'உனக்குக் கோடித் துணி வாங்கவாம்மா உன்ன விட்டுட்டுப் போனேன்' என்று கரைந்தார் சண்முகசுந்தரம். ஷிவாணி தன் ஆச்சி மடியில் அமர்ந்து மலங்க மலங்க விழித்துக் கொண்டிருந்தது. ''அப்பா எங்க.. அம்மாட்டப் போணும்'' என்றும் அழுதது. கண் முன்னால் இறந்து கிடப்பது உங்க அம்மைதான் என்று சொல்ல யாருக்கு இருந்தது தைரியம்?

ஞானதாஸ் ஏட்டு குமரேசனுக்கு அழைத்து எல்லா விபரங்களையும் சொல்லத் தொடங்கினார். ''சார், ஐயாவுக்குச் சொல்லிடுங்க. பையனோட செல்போனை ட்ரேஸ் பண்ணினதுல நிறைய ஆன்லைன் சைட்ல கேம்ப்ளிங் ஆடிட்டு இருந்திருக்கார். அதில நிறைய பணத்தை ஏமாந்திருக்கார். கிரெடிட் கார்ட் ஈ.எம்.ஐ கடனே பெரிய அமவுண்ட் இருக்கலாம். பத்தாததுக்கு சைபர் கிரைம் வேற. ஃபேஸ்புக்ல தன் வைஃப் பேர்லயே ஃபேக்கா ஐடி க்ரியேட் பண்ணி, அவங்க போட்டோஸ் வச்சே சிலர்கிட்ட பணம் பறிச்சிருக்கார். அதவச்சிதான் சண்டையே நடந்திருக்கு. பொண்ணு சூசைட் மாதிரிதான் தெரியுது. லெட்டர் எதுவும் எழுதிவைக்கல. ஆனா ரீசன் இதுதான். பையனும் ஒத்துக்கிட்டான். நியூஸ்ல குடும்பத் தகறாருன்னு சொல்லியிருக்கு. ஆனா, சைபர்செல் எவிடென்ஸ் கேதர் பண்ணிருக்காங்க. அவனுங்க படத்த எடுத்துப் போட்டு தாலி அறுப்பானுங்க. ஐயாகிட்ட விஷயத்தை மட்டும் என்னன்னு சொல்லிடுங்க. நான் திரும்பக் கூப்புடுறேன்'' என்று போனை வைத்தார்.

சொக்கலிங்கம் பிள்ளைக்குப் புரிகிற வகையில் விஷயத்தை இன்னது நடந்தது என்று விளக்கி முடித்தான் குமரேசன்.

மீனாட்சியின் சடங்கு காரியங்கள் எல்லாம் முடிந்து கருப்பன் துறையில் எரிந்த உடலை சாம்பலாக்கிவிட்டு வீட்டுக்கு வந்தார் சொக்கலிங்கம் பிள்ளை.

டீவியில், ‘மனைவியின் ஆபாசப் படங்களைக் காட்டி பணம்பறித்த கணவன். உண்மை அறிந்த மனைவி அவமானத்தால் தீக்குளித்துத் தற்கொலை. திருநெல்வேலி இளம்பெண்ணுக்கு நேர்ந்த சோகம். கண்ணீர் வரவைக்கும் உறவினர்களின் அழுகை வீடியோக் காட்சி’’ ஒன்று ஒலித்து முழங்கியது.

கடும்மென்ற மனதுடன் தன் அறைக்குள் வந்தவர், ‘‘மொதல்ல அந்தச் சனியனை ஒழிச்சுப் போடு’’ என்றார்.

வீட்டார் அனைவரும் கம்மென்று நின்றிருந்தார்கள்.

– 2016

சிவந்திப்பட்டி கொலை வழக்கு

"நம்ம அப்பா எங்கேம்மா?" என்று ஆத்தாவிடம் கேட்டால், ரொம்ப நேரம் கண்ணைக் கசக்கி, முந்தானையில் மூக்கை உறிஞ்சிக்கொண்டு கடேசியாக, 'சாமிக்கிட்ட போய்ட்டார்' என்பாள்.

போஸுக்கு பதினாலு, பதினைந்து வயது எட்டியபோதுதான், அவன் அப்பா சாமிக்கிட்டேயெல்லாம் போகவில்லை, வடக்குத் தெருவில் குடியிருந்த பெண் ஒருத்தியைக் கூட்டிக்கொண்டு ஊரைவிட்டே ஓடிப் போய்விட்டார் என்பதும், பைத்தியம் முத்தி, அதே தெருவில் அழுக்குருட்டியாகத் திரிந்துகொண்டிருக்கும் கோமுட்டிதான் அந்தப் பெண்ணின் புருஷனென்பதும் தெரியவந்தது. அப்போதிலிருந்து அவன் தன் அப்பன் பேரை எங்கேயுமே பயன்படுத்துவதாக இல்லை.

"உம்பேரென்னல?"

"அரவிந்த போஸ்"

"அப்பன் பேரென்ன?"

"அப்படி எவனுமில்ல... எங்காத்தா பேரு அன்னக்கொடி எழுதுக் கோங்க..." நிமிர்ந்து பார்த்துக்கொண்டேதான் பதில் சொன்னான்.

படிப்பு நின்று போய் வேலைக்குப் போன இடங்களிலெல்லாம் இப்படி ஒரு பதிலைக் கேட்டவர்கள் பலரும், அவன் முகத்தைக் குறுகுறுவென ஒரு கணம் பார்க்காமல் இருந்ததில்லை. யாருடைய பார்வையையும் அவன் சட்டை செய்ததே இல்லை.

பள்ளிக்கூடச் சிநேகிதன் ஒருதரம் சொன்னான். "ஒன்ன இனுசியல் இல்லாதவன்னு சொல்றான் க்ளாஸ் லீடரு... வா போயி அவன என்னன்னு கேப்போம்..." ரெண்டுபேரும் ஒன்றாகப் போனார்கள். வீடு திரும்பியபோது, ரெண்டு பேருக்கும் டிசி கிழிந்திருந்தது. சிநேகிதனை அவன் வீட்டில் இருந்தவர்கள் பாணான்குளம் ஹாஸ்டலில்

கொண்டுபோய்ச் சேர்த்துவிட்டார்கள். போஸுக்கு அந்த வழியில்லை. படிப்பை நிப்பாட்டிவிட்டு, கொத்த வேலை கூலி வேலையென கிடைத்த வேலைகளுக்கு வந்துவிட்டான்.

''ஏம்பா நீ என்ன ஆளுவ?'' முதல்முதலில் மேய்ச்சல் வேலைக்குப் போனபோது அந்த வீட்டின் பெரியம்மா காது குடைந்துகொண்டே காரியமாய்க் கேட்டாள்.

''ஆச்சி, நமக்கு அந்தக் கருமமெல்லாம் தெரியாது. எங்கயும் கை சுத்தம் வாய் சுத்தம் இருக்கணும். அது இருந்தா வேலையிலும் சுத்தம் இருக்கும். நம்பி மாட்டைக் கொடுங்க... பருத்திக் கொட்டைப் போடாமலே பத்து படி பால் கறக்க மாதி புல்லு காட்டிட்டு வாரேன்...'' போஸின் பேச்சில் பதினான்கு வயதுக்கு மீறிய புத்திசாலித்தனம் தெரிந்தது.

''படிக்கல்லாம் போலீயாலே'' தொட்டில் கூடவே மாடுமேய்க்க வந்த இளவேணியக்கா கேட்ட முதல் கேள்வியும் இதுதான்.

''போனேம். புடிக்கல... கூடப்படிக்கவனுவலவிட பாடம் எடுக்க வாத்தியானுக்கு வாய் சரியில்ல. அதாம் வெரட்டிட்டானுங்க. அது மட்டுமில்ல... அவனுவ வீட்டுல இருந்து நல்லச்சோறு கொண்டாந்து திம்பானுவ. நம்ம பசில பள்ளிக்கூடம் போவமா... ஆத்தாட்ட கேட்டா அதும் என்ன செய்யும். அதாம் கொம்ப புடிச்சு மாடு மேய்க்க வந்துட்டேன். திருடக்கூடாது. பொய் சொல்லக்கூடாது. படிக்காம மாடு மேய்க்கதுல என்ன ஈனம் வந்துச்சி''

இளவேணி வாயடைத்துப்போனாள். அவளுக்கு போஸோடு சேர்ந்து மேய்ச்சல் காட்டைச் சுற்றிவருது ரொம்பவும் ஆனந்தமாகிப் போனது. அத்தனை நாள் இல்லாத உற்சாகத்தோடு அவள் மாட்டைப் பத்திக்கொண்டு காடுகரைகளுக்கு வந்து சேர்ந்தாள். வரும் நாளெல்லாம் அவள் கையிலிருக்கும் தூக்குச் சட்டி மணந்தது.

''இடையன்கூட இப்படி கறக்கமாட்டான்லே குண்டான் வழியுது. யோவக்காரப் பயலே நீ... ஆனா உன் யோகம் உங்க ஆத்தாகாரிக்கு இல்ல பாரு... இப்படி அவளச் சீரழியவுட்டு எவளயோ இழுத்துட்டு ஓடிட்டானே நாசமாபோறவன்...'' கிழவி இப்படி ஏதாச்சும் வாய்

ஓயாமல் சொல்லிக்கொண்டே இருந்தாள். புகழ்ச்சிபோலச் சொல்லி, நெருஞ்சி முள்ளை காலுக்கடியில் வீசி வஞ்சிக்கிறாள். ஆத்திரம் வெடிக்க, 'டங்நங்...'கென பால் குண்டானைக் கீழே போட்டுவிட்டு, ''எங்காத்தா பத்தின பேச்ச நிப்பாட்டுங்களேன்...'' என்று கத்திவிட்டு அப்படியே திரும்பி நடந்தான்.

தரையில் ஆறாக ஓடிப் பெருகிய பாலைப் பார்த்து நெஞ்சில் அடித்துக்கொண்டாள் கிழவி. ''கட்டையில போறவனே... திங்க சோறில்ல ரோஷத்தப்பாரு... கறந்த பால எப்புடி கொட்டிக் கவுத்துட்டான் ஓடுகாலிக்கி பொறந்த பய'' ரெண்டு படி பாலைவிட அதிகம் பேசி மூச்சிரைத்தாள்.

அன்றோடு மேச்சல் வேலை போனது... தூக்குச்சட்டியோடு இளவேணி காத்திருந்தது தெரிந்தும் அந்தப்பக்கம் போக மனசில்லாதவனாக மாங்கொல்லை கவட்டையிலேயே ஒருக்க சாய்ந்து படுத்துக்கொண்டான்.

''உங்கப்பாராச்சும் பரவால்லண்ணே ஓடிப்போய்ட்டாரு... எங்கப்பன்... பாரு நெதம் சாராயத்தக் குடிச்சிட்டு வந்து என்னையும் எங்காத்தாவையுமில்ல தூக்கித் தூக்கிப் போட்டு மிதிக்காம்'' கிட்டிப்புல்லைக் குறிபார்த்து அடித்த சிறுவன் போஸிடம் சொல்லிச் சிரித்தான்.

''பள்ளியோடம் போகமாட்டமுன்னு மாடுங் கம்புமா அலைஞ்ச சரி. இப்ப அதிலயும் மண்ணள்ளிப் போட்டு ஏம்ல எம்முன்னால வந்து நிக்க. கோடாலிக் காம்பா பொறந்தியாலே. நீ மொளைச்சதும் எந்தாலி போச்சு. இன்னும் ஏம்ல என் உயிரறுக்க'' அன்னக்கொடி எரிந்து விழுந்தாள்.

கொதிக்கிற பசியோடு வீடு திரும்பியவன், 'உன்கெட்ட கஞ்சியும் வேணாம் போ' என்றபடி குளத்தாங்கரை திண்டில் போய் ரா முழுக்க உட்கார்ந்துகொண்டான்.

அன்றிலிருந்து ஊரைச் சுற்றி அவன் பார்க்காத வேலை கிடையாது. எல்லா இடத்திலுமே ஏதோவொரு சச்சரவு, வாய்த்தகராறு. அடிபுடிகளில் சிக்கி வம்பு, வழக்காகிப் போனது. ஸ்டேஷனில் இருந்த போலீஸ்காரர் திரும்ப அதே பழைய கேள்வியோடு வந்தார்...

''உம்பேரென்ன... அப்பம்பேரென்ன...'' பதில் சொல்லாமல் நின்று கொண்டிருந்தவன் முகத்தில் சப்பென அறைவிழுந்தது.

''எலே, போசு சாப்டியாலே... என்ன மயித்துக்குல இங்க காஞ்சி கெடக்க... ஆந்திரால எம் பங்காளி முறுக்கு கம்பெனி வச்சிருக்காம். புள்ளமாதி பாத்திக்கிடுவாம். போறியாலே. கை நெறைய சம்பாரிச்சா உம் பணத்த நாய் திங்காது...'' ஒருநாள் முழுவதும் ஸ்டேஷனில் நிற்க வைக்கப்பட்டு ஊர் திரும்பி, வீட்டுக்கும் போகப் பிடிக்காமல் வேறு வேலை வெட்டிக்கும் செல்லப் பிடிக்காமல் மரத்தடியில் ஆடுபுலி ஆடிக் கொண்டிருந்தவர்களை வேடிக்கைப் பார்த்துக் கொண்டிருந்தவனிடம் வக்கனையாகப் பேச்சுக் கொடுத்தார் துளசிங்க நாடார்.

பேச்சுக்கிடையே அவர் போட்ட செவத்தையாபுரம் பொடி வேலை செய்தது. மறுவாரம் ரேணிகுண்டாவுக்குச் செல்லும் ரயிலில் தனது அக்கம் பக்கத்து ஊர்களிலிருந்து கிளம்பிவந்திருந்த ஆள்களோடு ஆளாக ஆந்திர மண்ணை மிதித்தான் அரவிந்த போஸ்.

''அப்பா பேரு சொல்லு தம்பி?''

''அம்மா பேரு அன்னக்கொடி...''

முதல் அறை சூடாய் விழுந்தது. ''தாயோலி எடக்கா பண்ணுத. என்னத்தையும் தூக்கிட்டு ஓடிட்டன்னா உங்கம்மைய பேரச் சொல்லியா விசாரிப்பம். அப்பம்பேரு சொல்லுலேய்...''

ரொம்பக் காலம் கழித்து தன் அப்பன் பேரைச் சொன்னான் போஸ்!

''லேய் தம்பி எந்தூருடே நீ...''

''போஸ்ங்க... ஊரு செவந்திப்பட்டி''

''எலேய்! நம்மூர்ப் பக்கம். எனக்கு கொங்கந்தாம்பாறதாம்டே''

வந்த நாலாம் நாளிலேயே மாணிக்கம் ரொம்பவே நெருக்கமாகிப் போனான் போஸுக்கு... ஒருவேளை மாணிக்கம் மாதிரி ஒருத்தன் அங்கு இல்லாமல் போயிருந்தால், எண்ணி நாலாம் நாளிலேயே, இந்த அடுப்பாங்கரைச் சூட்டையும் அப்பன் பேரைச் சொல்லவேண்டிவந்த

அவமானத்தையும் தாங்கிக்கொள்ள முடியாமல் ஊரைப் பார்த்து ஓடியிருப்பான் போஸ்.

''மாணிக்கம் இந்த மேஸ்த்ரி இப்படி புடுங்குதான...''

''என்னவாம்ல''

''காராச்சேவுல போனவாட்டி உப்பு கொறவுன்னு கம்ப்ளைண்டு வந்ததுன்னு நானூறு ரூவா புடிச்சுட்டான். இந்த வாட்டி உப்பு கூடுதலுன்னு ஐநூறு ரூபா புடிப்பேங்கான். வெந்ததெல்லாம் என்ன நம்ம வூட்டுக்கா கொடுத்தான். கவர்ல போட்டு விக்கதானே செய்தானுவ...''

''விடு மக்கா! நாலு காசுசம்பாரிச்சி ஊருக்கு போனதும் அங்கிட்டு இந்தப் பயல பாப்போம்ல... பாத்த எடத்தில குனியவெச்சி பச்சமட்டைலயே பொளந்தெடுத்தோம்னா, நம்மகிட்ட புடுங்குற பைசாவ வட்டியோட சேர்த்து, திரும்ப வாங்கிரலாம் என்ன சொல்லுத...''

''பாரு ! அதாஞ் செய்யப்போறேன் ஒரு நாளக்கி...''

மாணிக்கம் வெடித்துச் சிரித்தான்.

''யே கேட்டியா! வன்னிக்கோனேந்தல் பக்கமிருந்து ஆறு புள்ளயொள புடிச்சிட்டு வந்து பாக்கெட் அடுக்க விட்ருக்கானுவ''

''கோரிப்பாளையத்தானுவ கும்பலா ஊருக்கு ஓடிப் போய்ட் டானுவல்லா... அதாம் ஆள் வேணும்ன்னு பொம்பளைப் புள்ளயள அவ்வோ ஆத்தா அப்பங்கிட்ட அட்வான்ஸ் பைசா கொடுத்தி கூட்டிட்டு வந்துருக்கானுவ''

''இவனுவ நம்மளையே கொன்னெடுப்பானுவளே... இந்த பொம்பளப் பிள்ளேலுவள விட்டு வப்பாங்கீயா''

''அதென்ன கூத்தாவப் போவுதோ... ஆமா, நீ எதோ ஒரு புள்ளயவே உத்து உத்துப் பாத்துட்டு கெடந்தியாமே என்ன சங்கதி... ஊருக்கு ஒத்தயாளாப் போவ மாட்ட போலயே மக்கா நீ!?...''

''அடயேம்ல...''

''ஏ... சிலுப்பட்ட உம்பேரன்னா?'' ஒரு வளையல்காரியை போஸ் வம்பிழுத்தான்.

''சமுத்திரகனி''

மற்றொருத்தி தன் பெயரை அவனிடம் சொன்னாள். ''யேன்... அந்த மவராணி பேசமாட்டாவியளோ'' போஸும் விடுவதாக இல்லை.

''வாடி போலாம்...''நகர்ந்தாள் வளையல்காரி.

கம்பெனியில் பாக்கெட் அடுக்கும் பெண் பிள்ளைகளுக்கு விதிக்கப்பட்ட முதல் கட்டளையே, அடுப்பில் நிற்கும் மாஸ்டர் பையன்களிடம் பேசவேக்கூடாதென்றுதான் ஆரம்பித்தது.

''மாணிக்கம்... முன்னாடில்லாம் ஒன்னும் தெரியாது இப்போ அந்த பொட்ட புள்ளய பார்த்தாலே கோளாறாவுது ஏம்ல..''

''கொழுப்பெடுத்து போய்தாம்ல அழையுது''

''ஏம் நா இப்போ என்ன கேட்டுட்டேன்''

''இன்னைய தேதிக்கு ராஜேந்திரம் மேனேஜர் கணக்குக்கு பதினெட்டு பிள்ளையளுவ வேல பாக்கு. நானும் நீயும்தாம் பழைய மாஸ்டரு. மத்தவம்பூராம் புதுப்பயலுவ. ஆனா அதப்பத்தில்லாம் யோசிக்கவே மாட்டானுவ. எதாச்சும் ஏடாகூடமாச்சு அத்திக்கா தோட்டத்துக்குத் தூக்கிட்டுப் போயி நம்ம குண்டிச் சதைய பிச்சிருவான் பார்த்துக்க...''

''நீயென்னவோ பாத்த எடத்தில குனியவெச்சி பச்சமட்டைலயே பொளந்தெடுத்தோம்ன... அன்னைக்கு..?''

''எல அது நம்மூருல வெச்சி... இது நம்மூரா சொல்லு...''

அத்திக்காய் தோட்டம் பட்டறையில் வேலைக்குப் புதிதாகச் சேர்ந்திருந்த நாகர்கோயில் சிறார்களிடையே ஏதோவோர் ரகசியம் மிகுந்த இடமாகத் தோற்றமளித்தது. கம்பெனிக்கு ஆகாத வேலைகளைச் செய்பவர்களுக்கான தண்டனைகளை நிறைவேற்றுவதற்கென்றே அந்த இருபதடி உயரத் தகரக்கொட்டைக்குப் பின்பக்கம் முள்வேலி தாண்டியிருந்த புதர்மண்டிய தோட்டத்தை முதலாளிமார் வகையறாக்கள் கையாண்டு

கொண்டிருந்தார்கள். சிலப்போதெல்லாம் பெண் பிள்ளைகளின் கதறல் ஒலியும் கேட்கத் தொடங்கியது. இரவில் தப்பித்து போவதற்கு முயன்று மாட்டிக்கொண்டதாகக் காரணம் சொல்லப்பட்ட சிறுமிகள் அத்தனை பேருக்கும் பதினைந்திலிருந்து இருபதுக்குள் தான் வயதிருந்தது.

''நில்லுன்றேன்ல நிக்கமாட்டியோ,'' வளையல்காரப் பிள்ளையை போஸ் அன்றைக்கு இடைமறித்தே விட்டான்.

''என்ன வேணும் ஒனக்கு'' துளி புன்னகையுமில்லாமல் நகரப் பார்த்தாள்.

''என்ன புடிக்கலையாபிள ஒனக்கு''

அவனைப் புறக்கணித்து தங்கும் கூடாரத்தை நோக்கி ஓடியே விட்டாள் வளையல்காரி. கடைசி வரைக்கும் அதுவே அவள் பெயராய் நிலைத்து விட்டது.

''ஏம் மாணிக்கம் நீ லவ்வுல்லாம் பண்ணவேயில்லயா... இங்க இருக்கதுல ஒனக்கு ஒரு பொண்ணுகூடவா செட்டாவல்ல'' ஒருநாள் கட்டி முறுக்குகள் எண்ணெய்யில் பதபதவெனக் கொதித்துக் கொண்டிருந்தபோது, மாணிக்கத்தைப் பார்த்துச் சத்தமெழாமல் கேட் டான் போஸ்.

''எவலே இப்பல்லாம் உண்மையா விரும்புதா! இந்தா இந்த இவனுங்க, நீயெல்லாம் பண்ணுறதுக்குப் பேரு லவ்வா... கருமம் புடிச்சது. கொஞ்சம் மறைவா இடங்கிடைச்சா மாரைக் கசக்கிவிட அலையுத நாய்ங்களா இருக்க எடத்துல... ஆத்தா அப்பன் பட்ட கடனுக்காக நஞ்சிபோயி திரியிற பிள்ளையலுவ வாழ்க்கைய அழிக்கதுக்குல்லாம் பெரிய தெகிரியம் வேணும்... எனக்கு அது இல்ல.'' போஸுக்கு அது சுள்ளென்று உரைத்தது.

''அதுக்குன்னு புடிச்ச புள்ளைய இப்படியே சாவட்டும்னு விட்டிருவோமா.. நான்லாம் வளையல்காரிட்ட எட்டடி தள்ளித்தான் நின்னு பேசவே செய்தேன். அவகிட்ட ஒரு பயலயும் நெருங்கவிடாம பார்த்துக்குறேன். அவ கண்ணுலயும் எல்லாம் இருக்கு...'' போஸ் வார்த்தைகளை மென்று முழுங்கினான்.

''அது சரி... ஒண்ணையச் சொல்லி ஒண்ணும் ஆவப்போறதில்ல...''

போஸிடமிருந்து வேறு பேச்சே எழவில்லை. எதையெல்லாமோ யோசித்துக் கொண்டே இருந்தான். கட்டி முறுக்குகள் எண்ணெய் வடிந்துகொண்டிருந்தன.

அன்றிரவு உறங்கச் செல்லும்போது, ''எங்கப்பன் மட்டும் ஒழுங்கா இருந்திருந்தா, நான்லாம் ஏம் இங்க வந்து இப்படிக் கெடந்து அல்லாடப் போறேன். ஊருல ஆத்தா ஒத்தேல கெடந்து சீப்படுது... அதுகிட்ட கோபம் இருக்குதான். ஆனா, அதும் என்ன செய்யும். நல்லது கெட்டதச் சொல்லி வளக்க அதுக்கும் தெரியல்ல நானும் கேக்கல்ல...''

''ஹம்ம்... நானும் ஒரு புள்ளய விரும்புனேன். அவா மேச்சாதிக்காரி இல்லைன்னு எங்க ஆத்தாக்காரி அந்தப் புள்ளைய வயல்ல வெச்சு அடிச்சு வாயையேக் கிழிச்சுப்புட்டா...''

''என்னல சொல்லுத...''

''ஊர்ல இல்ல நா.. அப்போ... அவ ரோசக்காரி மருந்தடிச்சுட்டா... கோவத்துல எல்லாத் தாயளிகளையும் தூக்குப் போட்டுட்டு... இந்தா இந்த முறுக்கு கம்பெனிக்கு வந்து எட்டு வருசமாச்சி... இதாம் அவ பேரு...'' மாணிக்கம் உள் பனியனை விலக்கி இடது மார்பைத் திறந்து காட்டினான். மங்கலான விளக்கொளியில் பஞ்சவர்ணம் என்ற பெயர் கருத்துக் கிடந்தது.

''ஏ... செவந்திப்பட்டிக்காரா...'' சமுத்திரக்கனி வீம்பாக அன்று வாய் கொடுத்தாள். போஸ் கொஞ்சம் அதிர்ந்து போய்தான் நின்றான். சமுத்திரக்கனி கொஞ்சம் வாய்த்துடுக்கு. ராஜேந்திரன் மேனேஜருக்கு அவள் பேச்சு பிடிக்குமென்பதால் கம்பெனியில் எந்தப் பெண் பிள்ளைக்கும் இல்லாத சுதந்திரம் அவளுக்கு வாய்த்திருந்தது.

''என்ன எங்கூர ஏலம் வுடுற''

''என் கூட்டுக்காரி ஒருத்தி கொஞ்ச நாளா உன் மொகத்தப் பாக்காம நோவு வந்த மாதிரி நொடிஞ்சிக் கெடக்கா. அந்த சிலுப்பிய நீதாம் வெரட்டி வெரட்டி வந்தியாம். இப்ப அவ பக்கமே திரும்ப மாட்டுக்கியாம்.

என்னவாம்னு கேக்கணும்ங்கா... மேஸ்திரி காலைல திருப்பதி போறாரு... ரெண்டு மணிக்குள்ள வந்துருவாரு. அந்த நேரத்துல என்னன்னு பேசி அவள தேத்திவுடு...'' சொல்லிவிட்டு தன் வேலை முடிந்ததுபோல கிளம்பிச் சென்றாள் அவள்.

''அவ பேரு என்னன்னு சொல்லிட்டுப் போயேன்...''

''அத அவகிட்டே கேட்டுத் தெரிஞ்சுக்க...''

மறுநாள் உடம்பு சரியில்லையென லீவு கேட்டு வாங்கியிருந்தான் போஸ். மேஸ்திரி எப்போ கிளம்புவாரென கம்பெனியின் தங்கும் அறையிலேயே காத்துக்கிடந்தான் போஸ்.

மாணிக்கம் எதையும் ஆதரிக்கவோ, தடுக்கவோ தயாராக இல்லாத மனநிலையிலிருந்தான். அவன் கண்ணுக்குள் போஸும் அத்திக்காய் தோட்டமும், வயல்காட்டில் வாய்கிழிந்து, மருந்தரைத்துக் குடிக்கும் பஞ்சவர்ணத்தின் சித்திரமும் வந்து வந்து போனபடியிருந்தன.

''யே போஸு, மாணிக்கம் மாஸ்டர் மேல எண்ணச்சட்டி கவுந்துட்டாம். சர்க்கிள் ஆஸ்பத்ரிக்கு தூக்கிட்டுப் போயிருக்காங்க நீ வா...'' நாகர்கோயில் பையன் வந்து சொன்னதும் பதறியடித்து ஓடினான் போஸ்.

அடுத்த இரண்டு நாட்களும் மருத்துவமனையில்தான் கழிந்தன. மாணிக்கம் கொப்பளங்களால் பொதுமியிருந்தான். முகமெல்லாம் நீர் வடிய அவனத் தங்கும் அறைக்குக் கொண்டு வந்தார்கள். போஸ்தான் உடனிருந்து கவனித்துக் கொண்டான். ''பஞ்சவர்ணத்தின் சாபம்தான் இது'' என்று கண்ணீருடன் புலம்பினான் மாணிக்கம்.

''அழாதல நா இருக்கே உன்கூட...''

''நா ஏம்ல அழணும்... நால்லாம் கெத்தா சாவேம்ல''

''யோவ்... போயா உன்னைய விட்டா எனக்குன்னு யார்யா இருக்கா சாவாராம்ல... மயிராண்டி''

மூன்றாவது நாளிலும் போஸ் வேலைக்கு வரவில்லை என்றதும் இராஜேந்திரன் மேஸ்திரி தங்கும் அறைக்கே வந்துவிட்டார்.

''அந்த நாய் மூஞ்சு வெந்தா இந்த நாய் ஏம்ல... வேலைக்கி வரல. நாலு மிதி மிதிச்சா தெரியும். லேய்... வேலைக்கி கெளம்பு. அங்க சட்டில்ல ஆள் இல்லாம புரொடக்சனே சுண்டிக் கெடக்கு. இங்க இந்த மூதேவிக்கு நீ காவல் கெடக்கியா''

''இன்னைக்கி ஒருநாள் கூட இருந்துட்டு வரேம்... அவனால சோறுகூட திங்க முடியாது...''

''மிதிச்சன்னா... தேவுடியா மவனுவளா, அவன் செத்தா சாவுதான். போய் அடுப்பில நில்லு. இல்ல தொலிய உரிச்சிருவேன்'' கருவிவிட்டு அங்கிருந்து கிளம்பினார் மேஸ்திரி.

அராஜகமாகத்தான் பட்டது. இதுவே பழைய போஸாக இருந்தால் ராஜேந்திரனை நாலாக வகிந்திருப்பான். இப்போது அப்படியெல்லாம் ஒன்றும் செய்ய முடியாது. எதிர்க்கும் வலுவை இழக்கப் பழகியிருந்ததைவிட, உழைப்பு, சம்பாத்தியம், தன்னை நம்பியிருக்கும் மனுஷர்கள் எல்லாம் கண்முன் வந்து போனார்கள்.

நாட்கள் பாறையைப் போல மெல்லக் கரைந்துகொண்டிருந்தன.

ஆஸ்பத்திரிக்கு அழைத்துச் செல்லப்பட்டதாகச் சொல்லப்பட்ட மாணிக்கம் திரும்வ வரவே இல்லை. அவன் எங்கே போனான் என்ன ஆனான் என்ற கேள்விகளுக்கு அங்கு யாரிடமும் விடையே இல்லை. சிலர் மட்டும் அத்திக்காய் தோட்டத்தைப் பார்த்து பேந்த பேந்த விழித்தார்கள்.

போஸால் அதற்கு மேல் எதையும் தாங்கிக்கொண்டு இருக்க முடியவில்லை. பேரே தெரியாத அந்தப் பிள்ளையிடம் தன்னோடு ஊருக்குக் கிளம்பிவரச் சம்மதம் என்றால் அன்றைக்கு ராத்திரிக்குள் பதில் சொல்லச் சொல்லி சமுத்திரக்கனியிடம் கேட்டனுப்பினான்.

அவன் எதிர்ப்பார்த்த மாதிரியே எந்தப் பதிலும் அவளிடமிருந்து வரைல்லை... ''அவ பேரு என்ன?'' என்று கேட்டான்.

இருட்டுக்குள் கிசுகிசுப்பாக சமுத்திரக்கனியின் பதில் அவன் காதுக்குள் விழுந்தது.

''எட்டு வருசம் சேத்த காசு பத்திரம்டே ஊருக்குப் போய் அங்கனயே கெடந்திராதன்ன.. ரெண்டுநாள் திருவிழா மாதிரி இருந்திட்டு வந்துரு. என்ன... நல்ல ஒழைக்கிற பய... மத்தவன மாதிரி உன்ன வைச்சிக்கலல்லவா. மாணிக்கம் எடத்தில நீ தானலா... அடுத்த பெரிய மாஸ்டரா இருக்க'' கம்பெனி முதலாளி வார்த்தையிலேயே முலாம் பூசி அனுப்பிவைத்தார்.

''வாரேன் அண்ணாச்சி'' என்றபடி துணிமணிப் பைகளுடன் ஊருக்குத் தன்னந்தனியாக ரயிலேறினான் போஸ்.

திருநெல்வேலி ஜங்ஷனில் சிவந்திப்பட்டிக்கு பஸ் வராது என்றார்கள். 'இங்கிருந்து புதிய பேருந்து நிலையம் போய் இறங்கினால், அங்கிருந்து சிவந்திப்பட்டி வண்டி கிடைக்கும்' என்றார்கள். வண்டிகள் மாறி, ரொம்ப காலம் கழித்து ஊருக்கு அடையாளம் தெரியாதவனாகத் திரும்பி வந்தான் போஸ்.

''யாருய்யா அது ஊருக்குப் புதுசா...''

''புதுசில்ல ஆயா.. பழசுதான் அன்னம் மவன் போசு''

''யாரு வல்ல நாட்டுக்காரியா?''

''ஆமாத்தா.. வெளியூர்ல வேலை செஞ்சிட்டு வந்திருக்கேன்''

''அதுக்குன்னு மேலத்தெரு வழியா போவியோ. அங்கனயூடி பொட்டல் வழியா போறதுக்கென்ன...''

''எதுக்கு இப்படி போனா தெரு அழிஞ்சிருமா?''

''போன்னா போலே... ஓடுகாலி'' என்றாள் கிழவி. போஸ் அவளை ஒரு பொருட்டாகக் கருதாமல் மேலத்தெரு வழியாகவே நடந்து, வீட்டை நோக்கிப் போனான்.

''யம்மோவ்... யம்மேய்''

''யாரு...''

''நாந்தாம் போசு''

‘‘ய்ய்யா எப்படி இருக்க. காருக்கு வந்தியா. ஒரு கடுதாசி போட்ருக்கப்ராதா. சரி இரு இந்தா வாரேன்’’

‘‘யோவ்... எந்தியும்யா எம்மவன் வந்துருக்கான்’’

‘‘உம்மவனா... அவன் எங்கடி இங்க?’’

‘‘எனக்கென்ன தெரியும் அந்த பொறம்போக்கு பொறந்தது திடுதிப்புன்னு அப்பன உரிச்சாப்ல வந்து நிக்கிது. பார்த்ததும் திக்குன்னு ஆகிருச்சு. அந்த ஆளே நேருல வந்து நின்னா மாதிரி. சட்டைய மாத்திட்டு வெளில வாரும். நான் அவன்கிட்ட என்னத்தையாச்சும் சொல்லி சமாளிக்கேன்...’’

‘‘ஏட்டீ என்னென்னு சொல்லுவ...’’

‘‘ம்ம்ம் ஓடுகாலி ஆம்பளைக்கு தலைய நீட்டுனேன். ஒண்ணுக்கும் ஒதவாத புள்ளைய ஊரூராத் தேடி லோல் பட்டேன். இப்ப அவுசாரிப் பட்டத்தோட உங்கிட்ட படுத்துக் கெடந்தேன்னு சொல்லுவேன்...’’ என்றாள் அன்னக்கொடி கூந்தலை அள்ளி முடிந்துகொண்டே...

சிவந்திப்பட்டியில் பயங்கரம். தாய், தலையாரி வெட்டிக் கொலை... மகன் போலீசில் சரண்!

இன்றைய மாலைக்கதிர் வாங்கிப் படியுங்கள்!

– 2014